സമരചരിത്രപരമ്പര

ഇടപ്പള്ളി

Nadakkavu, Kozhikode, Kerala, 673011
www. insightpublica. com
e-mail: insightpublica@gmail.com
Title: **Idappalli**
(Malayalam)
Author: **N.M.Pearson**
Compiled & Edited: V.S.Anilkumar
First Edition: May 2022
Cover&Layout: kjvj@insight
Copyright © Reserved
All rights reserved.
Printed and Published by
InsightinPublica Printers & Publishers Pvt. Ltd.
ISBN 978-93-90535-05-7
₹ 329

ഇടപ്പള്ളി

എൻ.എം.പിയേഴ്സൺ

സമാഹരണം / സംയോജനം
വി.എസ്.അനിൽകുമാർ

1956 നവംബർ 30-ന് എറണാകുളം ജില്ലയിലെ പറവൂർ ചിറ്റാറ്റുകര യിൽ ജനിച്ചു. അച്ഛൻ പ്രമുഖ കമ്മ്യൂണിസ്റ്റ് വിപ്ലവകാരിയായിരുന്ന സഖാവ് എൻ. കെ. മാധവൻ. അമ്മ നാരായണി. പറവൂർ ബോയ്സ് ഹൈസ്ക്കൂൾ, എസ്.എൻ.എം. കോളേജ് മാല്യങ്കര, യു.സി. കോളേജ് ആലുവ, മഹാരാജാസ് കോളേജ് എറണാകുളം, കേരള സർവ്വകലാ ശാല തിരുവനന്തപുരം കാര്യവട്ടം സെന്റർ, ബാവൻസ് സോമാനി കോളേജ് ഓഫ് കമ്മ്യൂണിക്കേഷൻസ് എറണാകുളം എന്നിവിടങ്ങളി ലായി വിദ്യാഭ്യാസം. തത്വശാസ്ത്രത്തിൽ ബിരുദാനന്തര ബിരുദവും, ജേർ ണലിസത്തിൽ പി.ജി. ഡിപ്ലോമയും നേടിയിട്ടുണ്ട്. ഗ്രാങ്പോൾ സാ ത്രിന്റെ മാർക്സിയൻ ദർശനശാസ്ത്രത്തിൽ രണ്ട് വർഷം ഗവേഷണം. ഇപ്പോൾ പറവൂർ ലക്ഷ്മി കോളേജിൽ അദ്ധ്യാപകൻ.

ഇക്കോ ഫെമിനിസം ഇക്കോ ടൂറിസം മാർക്സിസം (2003), പരിസ്ഥിതി പ്രത്യയശാസ്ത്രവും മാർക്സിയൻ പ്രതിസന്ധിയും (2005), ആഗോളവ ത്കരണവും മാർക്സിസവും (2008), ശിരസ്സറ്റ രക്തസാക്ഷി (2011), റെഡ് സല്യൂട്ട് (2015), പൂഞ്ഞാല്യം കൊന്തയും - വിമോചനസമര ചരിത്രം: യാഥാർത്ഥ്യങ്ങൾ (2017) എന്നിവയാണ് കൃതികൾ. വൈജ്ഞാനിക സാഹിത്യത്തിനുള്ള ഗുരുദർശന അവാർഡ്, ഇടതുപക്ഷ വഴിയിലെ സമഗ്രസംഭാവനയ്ക്കുള്ള കൊല്ലം എം. കെ. കുമാരൻ പഠനകേന്ദ്രത്തിന്റെ എം. കെ. കുമാരൻ പുരസ്കാരം, സാഹിത്യവേദി പുരസ്കാരം-2020 എന്നിവ ലഭിച്ചിട്ടുണ്ട്.

ഭാര്യ : അജിത കെ. ബി., മക്കൾ: ശ്യാം പ്രസാദ്, സേതുലക്ഷ്മി, മരുമകൾ: പാർവ്വതി ശ്യാം.

വിലാസം: നികത്തിൽ വീട്, ചിറ്റാറ്റുകര, വടക്കേക്കര പി.ഒ., എൻ. പറവൂർ - 683522

എൻ. എം. പിയേഴ്സൺ

കേരളം ഉണ്ടായത്

കേരളം ഉണ്ടായത് എങ്ങനെയെന്ന ചോദ്യത്തിന് ഒരൊറ്റ ഉത്തരമേയുള്ളൂ; രക്തരൂഷിത സമരത്തിലൂടെ. സ്വാതന്ത്ര്യ സമരത്തിന്റെ ഭാഗമായും അല്ലാതെയും കമ്മ്യൂണിസ്റ്റ് പാർട്ടികൾ നടത്തിയ വിട്ടുവീഴ്ചയില്ലാത്ത പോരാട്ടത്തിന്റെ ഫലമാണ് ഇന്നത്തെ കേരളം. മധ്യവർഗ ജീവിതത്തിന്റെ സുഖശീതളിമയിൽ ജീവിക്കുന്ന മലയാളിയെ സംബന്ധിച്ച് രക്തരൂഷിതമായ ഇത്തരം പോരാട്ടങ്ങൾ ഓർമ്മിക്കുക എന്നതു പോലും അസഹനീയമായിത്തീരാം. വികസന ത്തിന്റെ വർണശബളിമയിൽ പോരാട്ടത്തിന്റെയും ത്യാഗത്തിന്റെയും ഉണങ്ങാത്ത രക്തക്കറ പതിഞ്ഞിരിപ്പുണ്ട്. ആലസ്യത്തിന്റെ സുഷ പ്തിയിൽ കഴിയുന്ന ഈ കാലത്ത് അത് മലയാളിയെ വീണ്ടും ഓർമ്മി പ്പിക്കണം എന്ന് ഞങ്ങൾ കരുതുന്നു. അതൊരു ചരിത്ര നിയോഗമാ ണെന്ന് മനസ്സിലാക്കുന്നു. പ്രസാധനം പ്രക്ഷുബ്ധതയുടെ പ്രകാശനം എന്നത് സത്യസന്ധതകൊണ്ട് അടയാളപ്പെടുന്ന മായാത്ത ഒരു വാക്കിന്റെ വാഗ്ദാനമാണ്. അതുകൊണ്ടാണ് കേരളത്തിന്റെ സമരച രിത്രം ഒരു പരമ്പരയായി പുറത്തിറക്കാൻ ഞങ്ങൾ തീരുമാനിച്ചത്. ആദ്യഘട്ടത്തിൽ കയ്യൂർ, മുനയൻകുന്ന്, കാവുമ്പായി, പാടിക്കുന്ന്, മൊറാഴ, ഒഞ്ചിയം, ഇടപ്പള്ളി, പുന്നപ്ര-വയലാർ, ശൂരനാട് തുടങ്ങി ഒമ്പത് പുസ്തകങ്ങൾ അടങ്ങിയ പരമ്പരയാണ് പ്രസിദ്ധീകരിക്കുന്നത്. മറ്റ പ്രധാന സമരചരിത്രങ്ങൾ അടുത്തഘട്ടത്തിൽ പ്രസിദ്ധീകരിക്കാൻ കഴിയും എന്ന് ഞങ്ങൾ കരുതുന്നു. കഴിഞ്ഞ രണ്ട വർഷമായി മലയാള ത്തിന്റെ പ്രിയപ്പെട്ട എഴുത്തുകാരൻ വി.എസ്. അനിൽകുമാർ ഇതിനുള്ള നിരന്തര പരിശ്രമങ്ങളിലായിരുന്നു. അനിയേട്ടനോട് അതിരറ്റ സ്നേഹം. സമയബന്ധിതമായി ചരിത്രരചന പൂർത്തീകരിച്ച എഴുത്തുകാരോട്ടും സ്നേഹവും കൃതജ്ഞതയും രേഖപ്പെടുത്തി ഈ പരമ്പര കേരളത്തിന് സമർപ്പിക്കുന്നു.

സുമേഷ് ഇൻസൈറ്റ്

സമരചരിത്രപരമ്പര

വി. എസ്. അനിൽകുമാർ

ചെന്നൈയിൽ നിന്ന് തൊണ്ണൂറു കിലോമീറ്റർ അകലെ ഗ്ഡിയം എന്ന കുഗ്രാമത്തിലേക്കും ഹരിയാനയിലെ റോത്തക്കിൽ നിന്ന് നാല്പതു കിലോമീറ്റർ അകലെ ഫർമാനയിലേക്കും മധുരൈയിൽ നിന്ന് പന്ത്രണ്ട് കിലോമീറ്റർ അകലെ കീഴടിയിലേക്കും പല കാലങ്ങളിലായി യാത്ര ചെയ്ത് എത്തിയപ്പോൾ ആദ്യം ഉണ്ടായ വികാരം ഒരേ പോലുള്ളതായിരുന്നു. കനത്തു പെരുത്തു കയറിയ ആദരവ്, വിനയം.

ഇന്ന് ഫർമാന, സമ്പന്നമായയതും ഗ്ഡിയവും കീഴടിയും ദരിദ്രമായതും ആയ കൃഷിയിടങ്ങളാണ്. പക്ഷെ നമ്മുടെ പ്രപിതാമഹന്മാർ ആയി രക്കണക്കിന് വർഷങ്ങൾക്ക മുമ്പ് ജീവിച്ച ഇടങ്ങളാണണവ. കുറേദൂരം ഉരുളൻ കല്ലുകൾ ചവിട്ടി കഷ്ടപ്പെട്ട് ഗ്ഡിയത്തിലെത്തിയാൽ ആദി മാനവർ വാണിരുന്ന ഒരു ഗുഹ കാണാം. വളരെ പഴയ കാലത്തെ ജനവാസത്തിന്റെ തെളിവുകൾ കീഴടി ഖനനത്തിൽ കിട്ടുകയുണ്ടായി. അതിന് ഹാരപ്പൻ സംസ്കൃതിയെക്കാൾ പഴക്കമുണ്ടാകാം എന്നാണ് അനുമാനം. ഫർമാനയാകട്ടെ അവിടെയൊരു ഹാരപ്പൻ പട്ടണം ഒളി പ്പിച്ചവച്ചു. അത് പതുക്കെ പുറത്തെടുത്തു നോക്കുകയായിരുന്നു, ഞങ്ങൾ എത്തുമ്പോൾ.

സകല സൗകര്യങ്ങളും (fecilities) ഉള്ള ജീവിതത്തിൽ നിന്ന് എത്തി, ഈ ഇടങ്ങളിൽ നില്ക്കുമ്പോൾ, എല്ലാ സംഘനൃത്തങ്ങളും സംഘഗാനങ്ങളും വിശപ്പും അസൗകര്യങ്ങൾ സൃഷ്ടിക്കുന്ന കഠിനമായ

യാതനകളും നിലവിളികളും ചരിത്രത്തിലെ ഏട്ടുകളിൽ മറിയുന്നത് അനുഭവപ്പെട്ടും. അവരുടെ ജീവിതവും നമ്മുടെ ജീവിതവും തമ്മിൽ യാതൊരു താരതമ്യവും സാദ്ധ്യമല്ല. അവരുടെ ജീവിതം നിരന്തരമായ പോരാട്ടങ്ങളുടേയും സഹനങ്ങളുടേയും ശേഖരമാണ്.

കേരളീയമായ കമ്മ്യൂണിസ്റ്റ് പോരാട്ടങ്ങളുടെ ത്യാഗ-വീര-സഹന ചരിത്രത്തിലൂടെ കടന്നുപോകുമ്പോൾ അതേ ആദരവ്, അതേ വിനയം കനത്തു വരുന്നു...ഇതിനെക്കുറിച്ചൊക്കെ എന്തെങ്കിലും എഴുതാൻ പോലും എനിക്കെന്ത് അർഹത എന്ന സംശയമുണ്ടാകുന്നു. കാരണം അതിക്രൂരവും അതിശക്തവുമായ ഭരണ-സാമൂഹിക ക്രമത്തോട് കൃത്യമായി പടയുണ്ടാക്കി, കൊണ്ടും കൊട്ടത്തും, അപ്പോഴല്ലെങ്കിൽ കുറച്ച കഴിഞ്ഞ് ലക്ഷ്യത്തിലെത്തിയ വീരചരിതങ്ങളാണെല്ലാം. ഹിംസ സ്വന്തം ശരീരത്തിൽ അനുഭവിക്കാനുള്ളതു മാത്രമല്ല തിരിച്ച കൊടുക്കാ നുള്ളത കൂടിയാണ് എന്ന പ്രത്യയശാസ്ത്രപരമായ തിരിച്ചറിവ് ഉണ്ടാക്കി യെടുത്തു നടത്തിയ സമരങ്ങളാണെല്ലാം.

ലക്ഷ്യശുദ്ധിയോടൊപ്പം മാർഗ്ഗശുദ്ധിയും അനിവാര്യമാണെന്ന് നിർബ്ബന്ധം പിടിക്കുന്നവരുണ്ട്. നല്ല ആശയമാണത്. പക്ഷെ പണി യെടുത്തു തളർന്ന വീഴുമ്പോഴും വിശന്ന് കരയേണ്ടി വരികയും പല വിധമായ അപമാനങ്ങളും വിവേചനങ്ങളും പീഡനങ്ങളും അനുഭവിക്കേ ണ്ടിവരികയും ചെയ്ത കർഷകരും തൊഴിലാളികളും പടയെടുക്കുമ്പോൾ മാത്രമാകരുത് ഈ നല്ല ആശയം പ്രചരിപ്പിക്കേണ്ടത്. തങ്ങളുടെ അത്യാഗ്രഹങ്ങൾക്കനുസരിച്ച് കാര്യങ്ങൾ നടക്കാൻ വേണ്ടി ഏതു നില വാരത്തിലുള്ള അക്രമവും നടത്താൻ കൈയ്യറപ്പില്ലാത്ത ജന്മി - പുരോ ഹിത-ഭരണവർഗ്ഗത്തോട് ഇതേ ലക്ഷ്യ - മാർഗ്ഗ വിശുദ്ധി ആരെങ്കിലും ഉപദേശിച്ചതായി കേട്ടിട്ടില്ല.

1939 ഡിസംബർ 31 നാണ് ഇന്നത്തെ ധർമ്മടം നിയോജകമണ്ഡ ലത്തിൽപ്പെട്ട പാറപ്രം എന്ന സ്ഥലത്ത് കേരളത്തിലെ കമ്മ്യൂണിസ്റ്റ് പാർട്ടി രൂപീകരണം നടക്കുന്നത്. ഇന്ത്യൻ നാഷണൽ കോൺഗ്രസി ന്റെ നേതൃത്വത്തിൽ ദേശീയ സ്വാതന്ത്ര്യ സമരം വളരെയധികം ശക്തി നേടിയ സമയത്തു പോലും മറ്റൊരു പ്രത്യയശാസ്ത്രത്തിന് കേരളത്തിൽ വ്യാപനം കിട്ടി എന്നത് ശ്രദ്ധേയമായ കാര്യമാണ്. മാത്രമല്ല ഇന്ത്യയിൽ കേവലം പതിനേഴ് വർഷം (1925 ൽ ഇന്ത്യയിൽ കമ്മ്യൂണിസ്റ്റ് പാർട്ടി രൂപീകൃതമായി) പ്രായമുള്ള ഒരു സംഘടനയ്ക്ക് 57 വർഷം പ്രായമായ ഇന്ത്യൻ നാഷണൽ കോൺഗ്രസിന്റെ 'ക്വിറ്റ് ഇന്ത്യ' സമരത്തെ സാമ്രാജ്യത്വാനുകൂല - വിരുദ്ധ സംവാദതലത്തിലേക്ക് കൊണ്ടുവര വാനും കഴിഞ്ഞു എന്നതും ഓർക്കണം. ശരിയായാലും തെറ്റായാലും

ആ വിഷയം സമയാസമയങ്ങളിൽ സംവാദതലത്തിൽ ഇപ്പോഴും തുടരുന്നുണ്ട്.

നിർഭയരും നിസ്വാർത്ഥരുമായ നേതാക്കളും പ്രവർത്തകരും വർഗ്ഗ പക്ഷപാതിത്തമുള്ള പ്രത്യയശാസ്ത്രവും കേരളത്തിലെ കർഷക - തൊഴിലാളിവർഗ്ഗം സ്വീകരിച്ചു എന്നതാണ് പിന്നീട് സംഭവിച്ചത്. പിറവിക്ക ശേഷം ഒരു വ്യാഴവട്ടത്തിനുള്ളിൽത്തന്നെ മഹത്ത്വമുള്ളളതും ഗംഭീരവുമായ സായുധപ്പോരാട്ടങ്ങൾ തന്നെ നടത്താൻ കേരളത്തിലെ കമ്മ്യൂണിസ്റ്റ് പാർട്ടിക്ക് കഴിഞ്ഞു. പഴയതും പ്രസക്തമായയതുമായ ഭാഷയിൽ പറഞ്ഞാൽ ജന്മിമാരുടേയും ദുർഭരണാധികാരികളുടേയും കോട്ട കൊത്തളങ്ങളെ പിടിച്ചലയ്ക്കാൻ ഈ പോരാട്ടങ്ങൾ കൊണ്ട് സാധിച്ചു.

പിറവിയെടുത്ത് അടുത്ത വർഷം, 1940 ൽ മൊറാഴ സമരം നടക്ക നുണ്ട്. ഒരു വർഷത്തിനുള്ളിൽ ഇത്രയും വലിയ ധീരതയ്ക്കും സഹനത്തി നും നിസ്വവർഗ്ഗം തയ്യാറായി എന്നത് അവരനുഭവിച്ച വന്ന ക്രൂരമായ ജീവിതത്തെക്കൂടി വ്യക്തമാക്കുന്നുണ്ട്. 1941 ലാണ് കയ്യൂർ പോരാട്ടം നടക്കുന്നത്. 1946 ൽ പുന്നപ്ര - വയലാറും കരിവെള്ളൂരും കാവുമ്പായിയും പോരാട്ടങ്ങൾ കൊണ്ട് ചുവക്കുന്നു. 1948-ൽ ഒഞ്ചിയത്തേയും മുനയൻ കുന്നിലേയും അധ്വാനിക്കുന്ന വർഗ്ഗം ധീരമായി പൊരുതുന്നു. 1949 ൽ ശ്രൂരനാട്. 1950-ൽ ഇടപ്പള്ളിയും പാടിക്കുന്നും. ദേശീയ സ്വാതന്ത്ര്യം കിട്ടിയിട്ടും അടിസ്ഥാന വർഗ്ഗത്തിന്റെ പോരാട്ടങ്ങൾ അവസാനിച്ചില്ല. കമ്മ്യൂണിസ്റ്റ് പാർട്ടിയുടെ നേതൃത്വത്തിൽ നടന്ന കർഷകരുടേയും തൊഴിലാളികളുടേയും സമരങ്ങൾ ഈ പട്ടിക കൊണ്ട് അവസാനി ക്കുന്നമില്ല. ചിലത് എടുത്തു പറഞ്ഞു എന്നേയുള്ളൂ.

പിൽക്കാല കേരളം രൂപം കൊണ്ടത് പ്രധാനമായും ഈ സമര ങ്ങളുടെ അനന്തരഫലമായിട്ടാണ്. ചോരയും ജീവനും കൊടുത്ത് അന്നത്തെ കമ്മ്യൂണിസ്റ്റ് പ്രസ്ഥാനം പോരാടിയതു കൊണ്ടാണ് സാമൂഹിക ജീവിത മുന്നേറ്റത്തിനുതകുന്ന മുൻഗണനാക്രമം, ഭൂപരിഷ്ക്ക രണത്തിനും വിദ്യാഭ്യാസത്തിനും ആരോഗ്യത്തിനുമൊക്കെ ലഭിച്ചത്. വികസനത്തിൽ രാഷ്ട്രീയമില്ല എന്ന് തീർത്തു പറയുന്ന അരാഷ്ട്രീയത, നമ്മുടെ രാഷ്ട്രീയപ്പാർട്ടികൾക്കും സ്വീകാര്യമായ ഈ കാലത്ത്, വളർ ച്ചയ്ക്കും പുരോഗമനത്തിനും കൃത്യമായ സോഷ്യലിസ്റ്റ് ഭാഷ്യമുണ്ട് എന്ന് ഉറപ്പിച്ച പറയാൻ കരുത്ത് നൽകിയത്, ഈ പറഞ്ഞയും അല്ലാത്തതു മായ പോരാട്ടങ്ങളാണ്. ഇന്ത്യയിലെ മറ്റൊരു സംസ്ഥാനത്തും ഇങ്ങനെ സംഭവിച്ചില്ല എന്നതും ഇതിനൊപ്പം പറയണം.

ഇൻസൈറ്റ് പബ്ലിക്ക 'സമരചരിത്രപരമ്പര' എന്ന പൊതുപേരിൽ ഇങ്ങനെ ഒരു കൂട്ടം പുസ്തകങ്ങൾ പ്രസിദ്ധീകരിക്കുമ്പോൾ അതിൽ എന്റെ പങ്ക് വളരെ വളരെ ചെറുതാണ് എന്നു പറയട്ടെ. 'നവോത്ഥാന പരമ്പര' എന്ന പേരിൽ ഇൻസൈറ്റ് പ്രസിദ്ധീകരിച്ച പുസ്തകങ്ങൾ മികച്ച വായനാനുഭവമായിരുന്നു. അതു ചൂണ്ടിക്കാട്ടി സുമേഷിനോട് ഇങ്ങനെയൊരു സാദ്ധ്യതയുണ്ട് എന്നു പറഞ്ഞു. പിന്നെ ഓരോ പുസ്തകത്തിന്നും ഗ്രന്ഥകാരനെ കണ്ടെത്തി. അവരെ ഫോണില്ലൂടെയും വാട്ട്സാപ്പില്ലൂടെയും കഴിഞ്ഞ രണ്ടു വർഷമായി നിരന്തരം ഓർമ്മപ്പെടു ത്തി. ഇത്ര മാത്രമാണ് എന്റെ പണി.

ചരിത്ര രചന ഒട്ടും എളുപ്പമുള്ള കാര്യമല്ല. കമ്മ്യൂണിസ്റ്റ് ചരിത്രമാ കുമ്പോൾ പ്രത്യേകിച്ചും. അപാകതകൾ ഉണ്ടാക്കി, പിന്നെയത് കണ്ടു പിടിക്കുന്ന തീവ്ര വലതുപക്ഷം കക്ഷിരാഷ്ട്രീയത്തിൽ വിജയിച്ചു നിൽക്ക കയും ഭരണവർഗ്ഗമാകുകയും ചെയ്ത ഈ സന്ദർഭത്തിൽ വളരെയധികം സൂക്ഷ്മത ആവശ്യമുള്ള ഒരു കർമ്മമാണിത്. ഡോ. സി. ബാലൻ (കയ്യൂർ), ഡോ. ജിനേഷ് കുമാർ എരമം (മുനയൻകുന്ന്) എ. പത്മനാഭൻ (കാവുമ്പായി), കെ. ബാലകൃഷ്ണൻ (പാടിക്കുന്ന്), ദാമോദരൻ (മൊറാഴ), വി. കെ. സുരേഷ് (ഒഞ്ചിയം), എൻ. എം. പിയേഴ്സൺ (ഇടപ്പള്ളി), സി. എസ്. സുരേഷ് (പുന്നപ്ര - വയലാർ), എൻ. കെ. ഭ്രപേഷ് (ശൂരനാട്) എന്നിവരാണ് ഈ സംരംഭത്തിൽ വളരെ സന്തോഷത്തോടും ആത്മാർ ത്ഥതയോടും പങ്കെടുത്തത്. അവരോട് നന്ദി പറഞ്ഞു തീർക്കാനാവില്ല.

ഇൻസൈറ്റ് പബ്ലിക്കയാണ് ഇത് ഏറ്റെടുത്തത് എന്നതുകൊണ്ട് അവർക്കും പ്രത്യേകിച്ച് കൃതജ്ഞത അടയാളപ്പെടുത്തുന്നില്ല.

ഉള്ളടക്കം

ആമുഖം

വിപ്ലവകാരികൾക്ക് ഒരു ലോകമാതൃകയുണ്ട്. അത് ഏണസ്റ്റോ ചെഗുവേരയാണ്. ആത്മത്യാഗത്തിന്റെ അനശ്വരഗാനമായി അത് കാടും കാട്ടാറും കടന്ന് ഓരോ മനുഷ്യന്റെയും അരികിലെത്തുന്നു. 1966 ൽ ട്രൈകോണ്ടിനെന്റൽ കോൺഫ്രൻസിനെ അഭിസംബോധന ചെയ്തുകൊണ്ട് അദ്ദേഹം നടത്തിയ പ്രഖ്യാപനം അദ്ദേഹത്തിന്റെ മൃത്യു ലേഖയായി മാറി. "നമ്മുടെ കൈകളിൽ കരുത്തായി മാറിയ ആയുധ ങ്ങൾ ഏന്താൻ മറ്റൊരു കൈ ഉയരുന്നുണ്ടെങ്കിൽ, നമ്മുടെ പോർവിളി സ്വീകാര്യമായ കാതുകളിൽ എത്തുന്നുണ്ടെങ്കിൽ, എവിടെയെങ്കിലും മരണം നമ്മളെ ആശ്ചര്യപ്പെടുത്തിയാൽ, അതിനെ സർവ്വാത്മന സ്വാഗതം ചെയ്യുക."ബൊളീവിയൻ പട്ടാളം ജീവനോടെ പിടിക്കൂടിയ ചെയെ 1967 ഒക്ടോബർ 10ന് വെടിവെച്ചുകൊന്നു. മരണത്തിന് ഏതാനും നിമിഷങ്ങൾക്ക് മുമ്പ് ഒരു ബൊളീവിയൻ പട്ടാളക്കാരൻ ചെയോട് ചോദിച്ചു.

"ചെ. നിങ്ങൾ ഇപ്പോൾ ചിന്തിക്കുന്നത് നിങ്ങളുടെ അമരത്വത്തെ ക്കുറിച്ചായിരിക്കുമല്ലേ?."

"അല്ല". ശാന്തമായി മറുപടി പറഞ്ഞ ചെ തുടർന്നു.

"ഞാൻ ഇപ്പോൾ ആലോചിക്കുന്നത് വിപ്ലവത്തിന്റെ അനശ്വരത യെക്കുറിച്ചാണ്."

മനുഷ്യന് ജീവിക്കാൻ സമത്വപൂർണ്ണമായ, ജനാധിപത്യപരമായ സാഹോദര്യത്തിന്റെ സാമൂഹ്യ വ്യവസ്ഥയെ സ്വപ്നം കാണുന്നവരുടെ ആഗ്രഹമാണ് വിപ്ലവം.

ഈ പുസ്തകമെഴുതുമ്പോൾ എന്റെ മനസ്സ് നിറയെ വിപ്ലവത്തിന്റെ തീയലകളിൽ എരിഞ്ഞു വീണ വിപ്ലവകാരികളുടെ മുഖങ്ങളായിരുന്നു. ഇടപ്പള്ളിയുടെ പ്രസക്തിയും ഞാൻ അന്വേഷിച്ചത് അവരുടെ ചിന്തക ളിലും സ്വപ്നങ്ങളിലും ആയിരുന്നു. ഇടപ്പള്ളി സംഭവം ഒരു ചരിത്രരേഖ യാണ്. ഓർമ്മകളാണ് ജീവിതം. മറ്റുള്ളവർ മറക്കാൻ ആഗ്രഹിക്കുന്ന തിനെ ഓർമ്മപ്പെടുത്തൽ വിപ്ലവകരമായ പ്രവൃത്തിയാണ്.

എന്നാൽ അത്തരം പുസ്തകങ്ങൾക്ക് അതിജീവനമുണ്ടോ എന്ന ചോദ്യം പ്രസക്തമായതു തന്നെയാണ്. പുസ്തകങ്ങളുടെ എക്സ്പെ യറി ഡേറ്റിനെക്കുറിച്ച് ചിന്തിച്ച എഴുത്തുകാരൻ റെജിസ് ദെബ്രെയാണ്. ലാറ്റിനമേരിക്കൻ വിപ്ലവത്തിന്റെ സൈദ്ധാന്തികനായ ദെബ്രെയുടെ അഭിപ്രായത്തിൽ പുസ്തകങ്ങൾക്ക് എക്സ്പെയറി ഡേറ്റുണ്ട്. സാഹി ത്യപുസ്തകങ്ങളെയും രാഷ്ട്രീയ പുസ്തകങ്ങളെയും വേർതിരിക്കുന്ന ഒരു സാങ്കൽപ്പിക രേഖയാണ് അത്. പുസ്തകശാലയുടെ മുന്നിൽ നിൽ ക്കുന്ന നമുക്ക് ഇപ്പോഴും ഷേക്സ്പിയറുടെ നാടകങ്ങൾ അന്വേഷിച്ച വരുന്നവരെ കാണാം. ഗബ്രീയൽ ഗാഴ്സ മാർക്കേസിന്റെ ആരാധ കരെയും പുസ്തക റാക്കുകളിൽ പരതുന്നവരുടെ കൂട്ടത്തിൽ കാണാം. 'ഏകാന്തതയുടെ നൂറു വർഷങ്ങൾ', 'കോളറക്കാലത്തെ പ്രണയവും' അവർ തിരഞ്ഞു നടക്കുന്നുണ്ടാവണം. അതിന്റെ പ്രധാന കാരണം സാഹിത്യപുസ്തകങ്ങൾക്ക് അവയുടെ പ്രസിദ്ധീകരണകാലവും കടന്ന് സഞ്ചരിക്കാനുള്ള ഊർജ്ജമുണ്ടെന്നതാണ്. എന്നാൽ ദെബ്രെയുടെ അഭിപ്രായത്തിൽ 'റവല്യൂഷൻ ഇൻദി റവല്യൂഷൻ' എന്ന പുസ്തകത്തിന് ഇപ്പോൾ ആവശ്യക്കാരില്ല. അതന്വേഷിച്ച് ആരും വരാത്തതിന്റെ കാരണം അതൊരു രാഷ്ട്രീയ പുസ്തകമാണ് എന്നതാണ്.

രാഷ്ട്രീയ പുസ്തകങ്ങളുടെ പ്രത്യേകത അവ പലപ്പോഴും ഭാവിയുടെ പന്തയ വിഷയങ്ങളെ ചുമന്ന് സഞ്ചരിക്കുന്നവയാണ് എന്നതാണ്. അവ രൂപപ്പെടുന്നതാകട്ടെ അനന്യമായ ആവർത്തന സാധ്യതയില്ലാത്ത അനർഘ നിമിഷങ്ങളിലാണ്. അത്തരം കാലം അവസാനിക്കുന്നതോടെ കൂടി അവയുടെ ആവശ്യത്തിന്റെ തീവ്രതകൾ കെട്ടടങ്ങും. അവ നില കൊള്ളുന്നത് വാക്കുകളുടെ അർത്ഥം സംബന്ധിച്ച തർക്കത്തിലാണ്. (logomachy) തർക്കത്തിന്റെ തടവറയിൽ നിന്ന് അതിന് പുറത്തു വരാ നാവില്ല. വിപ്ലവത്തിനുള്ളിലെ വിപ്ലവം എന്ന മാർക്സിസ്റ്റ് ശൈലി പോലും ഈ തടവറയിൽ തന്നെയാണ്. അറുപതുകളിലും എഴുപതുകളി ലും ആളിക്കത്തിയ വിപ്ലവങ്ങളുടെ തീച്ചൂളകൾ ഇപ്പോൾ ഏതാണ്ട് എരി ഞ്ഞമർന്നു കഴിഞ്ഞു. അക്കാലത്ത് സ്വേച്ഛാധിപത്യത്തിൽ കഴിഞ്ഞിരുന്ന രാജ്യങ്ങൾ സ്വതന്ത്ര റിപ്പബ്ലിക്കുകളായി മാറി. ക്യൂബയിൽ അധികാര

കൈമാറ്റം ഗറില്ലാ പോരാട്ടത്തിലൂടെയായിരുന്നെങ്കിൽ മറ്റിടങ്ങളിൽ അതിന് വഴിയൊരുക്കിയത് ജനാധിപത്യ സമര മുന്നേറ്റങ്ങളായിരുന്നു.

1950 കളിൽ അരങ്ങേറിയ ഒരു കലാപത്തിന്റെ ചരിത്രമാണ് ഇടപ്പ ള്ളി. "കമ്മ്യൂണിസ്റ്റ് സാഹസികതയുടെ അപാരത : ഇടപ്പള്ളി പോലീസ് സ്റ്റേഷൻ ആക്രമണം" എന്ന പുസ്തകം അതിനാൽ ചരിത്രത്തിന്റെ ഭാഗമാണ്. അതിന്റെ ഇന്നത്തെ മൂല്യം ഒരു ഡോക്യുമെന്ററിയുടെ മൂല്യമാണ്. സാഹസികത പതഞ്ഞൊഴുകിയ ഒരു കാലഘട്ടത്തിന്റെ സാക്ഷ്യപത്രം. വെടിമരുന്നിന് തീപിടിച്ച് പുക പരന്ന കാലത്തിന്റെ സത്യവാങ്മൂലം. ഇന്നത്തെ അറുപതു വയസുകാരന് വന്യമെന്ന് തോന്നുന്ന സ്വപ്നം. അറുപതു വയസിന താഴെയുള്ള ഒരു കേരളീയന് സങ്കല്പ്പിക്കാൻ കഴിയാത്ത കാര്യങ്ങൾ സംഭവിച്ച കാലത്തിന്റെ നേര് സാക്ഷ്യമാണ് ഈ പുസ്തകം. പുന്നപ്രയും വയലാറും, ശൂരനാട്ടം, കരിവെ ള്ളൂരും, മുനയൻകുന്നും കാവുംമ്പായും ഇന്നത്തെ അറുപത് വയസാകാ ത്ത കേരളീയന് താങ്ങാനാവുന്നതല്ല. അത് അവന് മനസ്സിലാവില്ല.

ഈ പുസ്തകം എന്നോട് എഴുതണമെന്ന് ആ വശ്യപ്പെട്ടത് എഴ ത്തുകാരനായ വി.എസ്.അനിൽ കുമാറാണ്. അദ്ദേഹത്തെപോലുള്ള ഒരാൾ പറഞ്ഞിരുന്നില്ലെങ്കിൽ ഞാനിത് എഴുതുമായിരുന്നില്ല. ഇടപ്പള്ളി സ്റ്റേഷൻ ആക്രമണത്തിന്റെ അമ്പതാം വാർഷികത്തില്യം എഴപതാം വാർഷികത്തില്യം പങ്കെടുത്ത ഒരാളാണ് ഞാൻ. പക്ഷെ അന്നൊന്നം അത് ഡോക്യുമെന്റ് ചെയ്യേണ്ടതാണ് എന്ന് എനിക്ക് തോന്നിയിരു ന്നില്ല. അതെന്റെ വിദൂര സ്വപ്നങ്ങളിൽ പോല്യം കടന്നു വന്നിരുന്നില്ല.

എന്നാൽ അതിനെക്കുറിച്ച് എഴുതാൻ ഇടങ്ങിയപ്പോൾ ചരിത്രം അസാധാരണമായ അനുഭവമായി എന്നിലേക്ക് ഇടിച്ചിറങ്ങുന്ന താണ് കണ്ടത്. ആക്ഷനിൽ പങ്കെടുത്ത മുഴുവൻ പേരുടേയും വിവര ശേഖരണം തന്നെ കടുത്ത വെല്ലുവിളിയായിരുന്നു. എന്റെ കഴിവിന്റെ പരമാവധി പരിശ്രമിച്ചിട്ടും കമ്മ്യൂണിസ്റ്റ് പാർട്ടികളിലെ പല സഖാക്ക ളുടെയും സഹായമുണ്ടായിട്ടുപോല്യം ആക്ഷനമായി ബന്ധപ്പെട്ട രണ്ട് പേരുടെ വിവരം ശേഖരിക്കുന്നതിൽ ഞാൻ പരാജയപ്പെട്ടു. പോലീസ് തല്ലിക്കൊന്ന എ. വി. ജോസഫിനെക്കുറിച്ചും സുപ്രീംകോടതി ജീവപര്യ ന്തം ശിക്ഷിച്ച കെ. എ. എബ്രഹാമിനെക്കുറിച്ചും ഒരു വിവരവും ലഭിച്ചില്ല. ഇതെഴുതുമ്പോൾ ഇടപ്പള്ളി സംഭവം കഴിഞ്ഞ് എഴപത്തി രണ്ട് വർഷങ്ങൾ കടന്നു പോയിരിക്കുന്നു.

ആത്മസമർപ്പണമാണ് കമ്മ്യൂണിസമെന്ന് കരുതിയ ഒരു കൂട്ടം മനുഷ്യരുടെ ചോരപൊടിഞ്ഞ ജീവിതം കൊണ്ട് ത്രസിച്ചതാണ് ഇടപ്പ ള്ളി. പ്രസ്ഥാനത്തിന്റെ ലക്ഷ്യസാക്ഷാത്കാരത്തിന വേണ്ടി ജീവൻ

നൽകാൻ മടിക്കാത്ത ഭ്രാന്തരായ മനുഷ്യരുടെ ആ കൂട്ടങ്ങൾ ഇന്നത്തെ മനുഷ്യർക്ക് വിസ്മയമാണ്. തങ്ങളുടെ സഖാക്കളെ തടവറയിൽ നിന്നും മരണത്തിൽ നിന്നും വിമോചിപ്പിക്കാൻ ജീവൻ അപായപ്പെടുത്തി നടത്തിയ വീര സാഹസിക പോരാട്ടത്തിന്റെ വീറുറ്റ ചരിത്രമാണ് അത്. അതെഴുതാൻ കഴിഞ്ഞത് ഒരു ചരിത്ര നിയോഗമായി കണക്കാക്കാവുന്നതാണ്.

വിക്ടർ ഹ്യൂഗോ എഴുതിയത് ഒരു വലിയ സത്യമായിരുന്നു. "സേച്ഛാ ധിപത്യം ഒരു പച്ച യാഥാർത്ഥ്യമാണെങ്കിൽ വിപ്ലവം ഏറ്റവും വലിയ ശരിയാണ്." നാം സാക്ഷാത്കരിക്കാൻ ആഗ്രഹിക്കുന്നത് സാക്ഷ്യ പ്പെടുത്തണമെങ്കിൽ നാം അതിനുവേണ്ടി മരിക്കാൻ തയ്യാറാകണം. അങ്ങനെയാണ് വിപ്ലവം ജനങ്ങളുടെ യുദ്ധമായി മാറുന്നത്. 1950 കൾ കേരളത്തിലെ രാഷ്ട്രീയത്തെ ഒറ്റ തീർപ്പില്ലാത്ത പോരാട്ടങ്ങളുടെ ഭ്രമികയാക്കി മാറ്റിയിരുന്നു. കമ്മ്യൂണിസ്റ്റ് പാർട്ടി രൂപീകൃതമായ 1939 മുതൽ 1950 വരെയുള്ള കാലം വിപ്ലവങ്ങളുടെ ഇടർ ചലനങ്ങളുടെ കാലമായിരുന്നു. അത് കേരള ചരിത്രത്തെ മാറ്റി എഴുതി. സാധാരണ ക്കാരായ മനുഷ്യരുടെ ആത്മസമർപ്പണമാണ് ചരിത്രം മാറ്റിയെഴുതൽ പ്രക്രിയയുടെ അടിയൊഴുക്കിനെ നിർണയിച്ചത്. പുതിയ ആകാശവും പുതിയ ഭ്രമിയും നിർമ്മിക്കാൻ അന്നത്തെ വിപ്ലവകാരികൾ ഒഴുക്കിയ ചോരയിൽ നിന്നാണ് കേരളത്തെ മാറ്റിമറിച്ച ജനകീയ മുന്നേറ്റങ്ങൾ ഉണ്ടായത്. അത് വിസ്മരിച്ചുകൊണ്ട് കേരള ചരിത്രത്തെക്കുറിച്ച് ഒരു വരിപോലും എഴുതാനാവില്ല.

അതിസങ്കീർണ്ണമായ ഒരുപാട് വിഷയങ്ങൾ കെട്ടുപിണഞ്ഞ ചരി ത്രമാണ് ഇടപ്പള്ളിയുടേത്. അതിൽ ഏറ്റവും പ്രധാനപ്പെട്ടത് ഇടപ്പള്ളി കലാപം കമ്മ്യൂണിസ്റ്റ് പാർട്ടി അവഗണിച്ചതാണ്. അവിഭക്ത കമ്മ്യൂ ണിസ്റ്റ് പാർട്ടിയുടെ കാലത്ത് ആരംഭിച്ച അവഗണന പിന്നീട് ഇടർക്ക ഥയായി. കേരളത്തിലെ കമ്മ്യൂണിസ്റ്റ് പാർട്ടി അതിന്റെ ദൈനംദിന പ്ര വർത്തനങ്ങളെ ചലനാത്മകമാക്കാൻ എല്ലാക്കാലത്തും ആശ്രയിച്ചത് അനശ്വരമായ വിപ്ലവ ഓർമ്മകളെയാണ്. നിസ്വാർത്ഥമായ പോരാട്ടവും നിഷ്കളങ്കമായ ആത്മഹ്ഛതികളുമാണ് പ്രസ്ഥാനത്തിന്റെ വളർച്ചയ്ക്ക് കാരണമായത്. കൽക്കത്താ തീസിസോ അതിന് സമാനമായ ചിന്താ ഗതികളോ ആണ് വിപ്ലവങ്ങളുടെ കനൽപാത തീർത്തത്. പുന്നപ്രയും വയലാറും കരിവെള്ളരും മുനയൻ കുന്നം ആഘോഷിക്കുന്ന പാർട്ടിക്ക് ഇടപ്പള്ളിയും ആഘോഷിക്കാം.

ഇടപ്പള്ളിയുടെ പോരാട്ടത്തറയിൽ നിന്ന് ഉയർന്നു വന്നവർ കമ്മ്യൂ ണിസ്റ്റ് പാർട്ടിയുടെ സമുന്നത നേതൃത്വത്തിൽ എത്തിച്ചേർന്നതാണ്

ചരിത്രം. ഇടപ്പള്ളിയുടെ സമരനായകൻ കെ. സി. മാത്യ സി.പി.ഐ. യുടെ സംസ്ഥാന നേതാവായിരുന്നു. ഒപ്പം അദ്ദേഹം ഇന്റർ നാഷണൽ ലേബർ ഓർഗനൈസേഷന്റെ നേതൃത്വ പദവിയിലും എത്തി. എം. എം. ലോറൻസ് സി.പി.എന്റെ കേന്ദ്രകമ്മറ്റി അംഗവും ലോകസഭാംഗവു മായി അതോടൊപ്പം സി.ഐ.ടി.യു. വിന്റെ അഖിലേന്ത്യാ നേതാവുമാണ്. വി. വിശ്വനാഥ മേനോൻ കേരളത്തിന്റെ ധനമന്ത്രിയായി. അദ്ദേഹം രാജ്യസഭ അംഗമായിരുന്നു. കെ. എ. രാജൻ സി.പി.ഐ.യുടെ ദേശീയ നേതാവും പാർലിമെന്റ് അംഗവുമായി. ഇടപ്പള്ളി പ്രതികൾക്കൊപ്പം മർദ്ദനമേറ്റ ടി. കെ. അബ്ബ 1977ലെ തെരഞ്ഞെടുപ്പിൽ വടക്കേക്കരയിൽ കെ. സി. മാത്യുവിനെതിരെ മത്സരിച്ച് എം.എൽ.എ ആയി. രാഷ്ട്രീയ ത്തിലെ ഒരു വിരോധാഭാസമായിരുന്നു അത്, അതോടൊപ്പം അതൊരു രാഷ്ട്രീയ അസംബന്ധവും ആയിരുന്നു. കമ്മ്യൂണിസ്റ്റ് പാർട്ടിയിലെ പിളർപ്പും തുടർന്നുള്ള ശത്രുതയുമാണ് അതിന് വഴിയൊരുക്കിയത്.

ഇടപ്പള്ളിയുടെ ഊർജ്ജത്തിലാണ് ഇ. ബാലാനന്ദൻ സി.പി.എം. ന്റെ പോളിറ്റ് ബ്യൂറോയിലെത്തിയത്. സി.ഐ.ടി.യു.വിന്റെ സമുന്നത നേതാവുമായിരുന്നു. സി.പി.എം. ന്റെ സമുന്നത നേതാവായ മുൻ കേന്ദ്രകമ്മറ്റി അംഗമായിരുന്ന കെ. എൻ. രവീന്ദ്രനാഥ് വളർന്ന് വന്നതും ഇടപ്പള്ളിയിൽ നിന്നായിരുന്നു. എൻ. കെ. മാധവൻ അവിഭക്ത കമ്മ്യൂ ണിസ്റ്റ് പാർട്ടിയുടെ എറണാകുളം ജില്ലാ സെക്രട്ടറിയായിരുന്നു. എസ്. ശിവശങ്കരപ്പിള്ള സി.പി.ഐ.യുടെ സംസ്ഥാന നേതാവായി. ഇത്രയും നേതാക്കളെ കമ്മ്യൂണിസ്റ്റ് പാർട്ടിക്ക് സംഭാവന ചെയ്ത ഇടപ്പള്ളി കലാപത്തെ മറന്നത് ഏത് യുക്തിയിലാണെന്ന് ഇന്നും മനസ്സിലാ ക്കാൻ കഴിയുന്നില്ല. കൽക്കത്ത തീസിസ് തള്ളിയതുകൊണ്ടാണ് ഇടപ്പ ള്ളിയെ തള്ളിയതെങ്കിൽ വയലാർ എത്ര മുമ്പേ തള്ളേണ്ടതായിരുന്നു. കൽക്കത്ത തീസിസ് പാർട്ടിക്ക് ഗ്രണം ചെയ്യില്ല. പക്ഷേ ഇടപ്പള്ളി പാർട്ടിക്ക് വലിയ ഗ്രണമാണ് സൃഷ്ടിച്ചത്. മരിച്ച പോലീസുകാരുടെ മക്കളും കുടുംബങ്ങളും വരെ പിന്നീട് പാർട്ടിയുടെ സഹയാത്രികരായി.

വിപ്ലവകാരികൾ റൊമോന്റിക്കുകളായിരിക്കുമെന്ന് ഇ.പി തോംസൺ എഴുതിയത് 1955 ലായിരുന്നു. അതിനശേഷം 1956ലാണ് സ്റ്റാലിന്റെ ഏകാധിപത്യത്തിനും ക്രൂരതകൾക്കുമെതിരെ ക്രൂഷ് ചേവ "രഹസ്യ പ്രഭാഷണം" നടത്തുന്നത്. അതേ വർഷം തന്നെയാണ് സോവിയറ്റ് ടാങ്കുകൾ ബുധാപെസ്റ്റിന്റെ തെരുവ്വുകളില്ലുടെ സഞ്ച രിച്ച് തൊഴിലാളി കൗൺസിലിന്റെ കലാപത്തെ ഞെരിച്ചമർത്തു ന്നതും.തോംസൺ അതിനെ അഭിസംബോധന ചെയ്ത. അദ്ദേഹം പറഞ്ഞു "ധാർമ്മിക ശക്തികളെയും മനുഷ്യഭാവനയെയും രാഷ്ട്രീയ

അധികാരത്തിനും ഭരണാധികാരത്തിനും കീഴിലാക്കുന്ന പ്രവണത തെറ്റാണ്." അറുപത്തഞ്ചു കൊല്ലത്തിന ശേഷം ഇന്നും കേരളത്തിലെ കമ്മ്യൂണിസ്റ്റ് നേതൃത്വത്തിന് ഇത് തിരിച്ചറിയാൻ കഴിഞ്ഞിട്ടില്ല. രാഷ്ട്രീയ വിചാരണകളിൽ നിന്ന് ധാർമിക മാനദണ്ഡം എടുത്തു മാറ്റുന്നതാണ് ഏറ്റവും വലിയ രാഷ്ട്രീയതെറ്റ്. സ്വതന്ത്ര ചിന്തയെ ഭയപ്പെടുന്നതും ബുദ്ധിവിരുദ്ധതയെ ബോധപൂർവം പ്രോത്സാഹിപ്പിക്കുന്നതും തെറ്റാണ്. അബോധമായ സാമൂഹ്യശക്തികളുടെ യാന്ത്രിക വ്യക്തിവത്കരണ വും ബൗദ്ധിക സംഘർഷങ്ങളെ ബോധപൂർവം അവഗണിക്കുന്നതും രാഷ്ട്രീയ ദുരന്തങ്ങളാണ്. കേരളം ഇപ്പോൾ അത്തരം ദുരന്തങ്ങൾക്ക് അരികിലാണ്.

ഒരു റൊമാന്റിക് വിപ്ലവകാരിയായിരുന്ന വില്യം മോറിസ് ബ്രിട്ട നിലെ പ്രാരംഭകാല റവല്യൂഷനറി സോഷ്യലിസ്റ്റ് ഓർഗനൈസേഷന്റെ നേതാവായിരുന്നു. ആ ഓർഗനൈസേഷന്റെ പേര് സോഷ്യലിസ്റ്റ് ലീഗ് എന്നായിരുന്നു. അതിന്റെ സ്ഥാപകർ വില്യം മോറിസ്, കാൾമാർക്സി ന്റെ മകൾ എലിനോർ മാർക്സ്, എഡ്വേഡ് അവലിങ്, ഏണസ്റ്റ് ബെൽഫോർട്ട് ബാക്സ് എന്നിവരായിരുന്നു. അവർ വിശ്വസിച്ചിരുന്നത് ദുരിതങ്ങളെ ഇടച്ച മാറ്റുന്ന വിപ്ലവം ഒരു ഗ്രെയ്റ്റ് ചെയ്ഞ്ചാണ് എന്ന് തന്നെയാണ്. അതാകട്ടെ സായുധ പോരാട്ടത്തിലൂടെയല്ലാതെ സാധ്യവുമല്ല. സോഷ്യലിസം കൊണ്ട് മോറിസ് ഉദ്ദേശിച്ചത് സമ്പന്നരോ ദരിദ്രരോ ഇല്ലാത്ത സാമൂഹ്യ വ്യവസ്ഥയെയാണ്. ആ സമൂഹത്തിൽ യജമാനനും ഭൃത്യനുമില്ല. തലച്ചോറുകൊണ്ട് മാത്രം അദ്ധ്വാനിക്കുന്ന വരോ ശരീരം കൊണ്ട് മാത്രം പണിയെടുക്കുന്നവരോ ഇല്ല. എല്ലാ മനുഷ്യരും തുല്യമായി ജീവിതം പങ്കുവെക്കുന്ന ലോകം. ഒരാളുടെ നാശം എല്ലാവരുടേയും നാശമാണെന്നുള്ള ബോധം സ്വാംശീകരിച്ച ആ സമൂഹത്തെ മോറിസ് വിശേഷിപ്പിച്ചത് 'കോമൺവെൽത്ത്' എന്നാ യിരുന്നു.

ഇടപ്പള്ളി നമുക്ക് നൽകുന്ന പാഠം ധാർമ്മിക രാഷ്ട്രീയത്തിന്റെ പാഠമാണ്. ഇടപ്പള്ളി പോലുള്ള വിപ്ലവങ്ങളെ ജനസ്വീകാര്യമാക്കി യിരുന്നത് ധാർമ്മികതയും ആത്മസമർപ്പണവുമായിരുന്നു. നീതിപൂ വ്വും സമത്വപൂർണ്ണവുമായ ലോകനിർമ്മിതിയ്ക്ക് വേണ്ടി ആത്മഹുതിയ്ക്ക് തയ്യാറായ മനുഷ്യരുടെ അഗ്നിശുദ്ധിയായിരുന്നു അത്. പുതിയ കാലം അവരിൽ നിന്ന് പഠിക്കേണ്ടത് അവർ കാഴ്ചവെച്ച വിസ്മയകരമായ പ്രത്യയശാസ്ത്ര പ്രതിബദ്ധതയെയും അതിന് ഇന്ധനമായി വർത്തിച്ച വികാരത്തെയുമാണ്. രാഷ്ട്രീയ ശരിയുടെ അടിത്തറ ധാർമ്മികതയാണ്. ഇന്നത്തെ കമ്മ്യൂണിസ്റ്റുകൾക്ക് ഇടപ്പള്ളിയിൽ നിന്ന് പഠിക്കാനുള്ള ഏറ്റവും വലിയ പാഠം അതാണ്.

ഈ പുസ്തകം യാഥാർത്ഥ്യമാകുന്നതിൽ നിരവധി മനുഷ്യരുടെ അദ്ധ്വാനമുണ്ട്. പ്രൂഫ് നോക്കുന്നതിലും ചില കാര്യങ്ങൾ മറ്റ് ഭാഷകളിൽ നിന്ന് പരിഭാഷപ്പെടുത്തുന്നതിനും സഹായിച്ച എന്റെ സുഹൃത്തുക്കളായ എം. വി. ജോസും, എം. ജെ. ഡേവീസും പുസ്തക നിർമ്മാണത്തിന്റെ ഭാഗ മായിരുന്നു. എനിക്ക് ആവശ്യമായ വിവരങ്ങൾ ശേഖരിച്ച തന്ന മലയാള മനോരമയിലെ ജിജോ ജോൺ പൂത്തേഴത്തും മാതൃഭൂമിയിലെ കെ. സി. സുബിയും പ്രത്യേകം സ്മരിക്കേണ്ടവരാണ്. എം. എം. ലോറൻസിന്റെ മകൻ അഡ്വ. സജീവൻ ആണ് ഇടപ്പള്ളിയുടെ എഴുപതാം വാർഷിക ആഘോഷം സംഘടിപ്പിക്കാൻ എല്ലാ കാര്യങ്ങളും ചെയ്തത്. പ്രതികളുടെ കുടുംബങ്ങളെ മുഴുവൻ കണ്ടെത്തി അവരെ അതിൽ പങ്കെടുപ്പിക്കാൻ ശ്രമിച്ചു. അതോടൊപ്പം മരിച്ച പോലീസുകാരായ മാതൃവിന്റെയും വേലായുധന്റെയും കുടുംബാംഗങ്ങളെ കണ്ടെത്തി അവരെ അതിൽ പങ്കെടുപ്പിച്ചതും സജിയാണ്. പ്രീമിയർ ടയേഴ്സിലെ മധു, വറുത്തട്ടിയുടെ മകൻ ബാബു, വി. വിശ്വനാഥമേനോന്റെ മകൻ അജിത് നാരായണൻ, ശിവശങ്കരപിള്ളയുടെ മകൾ ഗീത, ചാഞ്ചന്റെ മകൻ പ്രസന്നൻ, തേവര കൃഷ്ണന്റെ മകൻ ഭഗത്സിംഗ്, പഴയ കാലത്തെ ഓരോ ഫോട്ടോയും പുതുക്കിയ സാം സാലി, എഴുപതാംവാർഷിക ഫോട്ടോസ് നൽകിയ ഫോട്ടോഗ്രാഫർ മാതൃ, പുസ്തകത്തിന്റെ ഡി.ടി.പി. ജോലികൾ പൂർത്തീ കരിച്ച ലക്ഷ്മി കോളേജിലെ ലിസ്ന, സതി എന്നിവരോട് പ്രത്യേകം കടപ്പാടുണ്ട്. മരിച്ച പോലീസുകാരുടെ മക്കളായ ജോസും, റീതയും റീതയുടെ ഭർത്താവ് ബാഹുലേയനും രക്തസാക്ഷി കെ. യു. ദാസിന്റെ പേരക്കുട്ടികളായ ദീപുകുമാറും, ദേശാഭിമാനി ജീവനക്കാരനായ നാഷ്കുമാറും വിവരശേഖരണത്തിന് സഹായിച്ചവരാണ്. സി.പി.എം. നേതാവായ ടി. ജി. അശോകനും മറ്റ് നിരവധി സഖാക്കളും ഇതിൽ പങ്കാളികളായിട്ടുണ്ട്.

ഈ പുസ്തകം പ്രസിദ്ധീകരിക്കാൻ തീരുമാനിച്ച ഇൻസൈറ്റ് പബ്ലി ക്കയുടെ ഉടമയായ സുമേഷ് ഇൻസൈറ്റിനും സമരചരിത്ര പരമ്പരയുടെ ജനറൽ എഡിറ്ററായ വി. എസ്. അനിൽകുമാറിനും നന്ദി.

എൻ. എം. പിയേഴ്സൺ

എൻ. പറവ്വർ

02-02-2022

നിണമൊഴുകിയ രാത്രി

അർദ്ധരാത്രി കഴിഞ്ഞു. നേരിയ ചാറ്റൽ മഴ. രാത്രിയുടെ നനുത്ത തണുപ്പിനെ കീറിമുറിച്ചുകൊണ്ട് ഗർജ്ജനം. "അറ്റാക്ക്". പോലീസ് സ്റ്റേഷന്റെ ചുവരുകൾ പോലും നടുങ്ങി. ഇരുട്ടിൽ നിന്ന് ഒരു സംഘം ഇരച്ച് കയറുകയാണ്. പാറാവ് ഡ്യൂട്ടിയിലുണ്ടായിരുന്ന കോൺസ്റ്റബിൾ മാത്യു തോക്ക ചൂണ്ടി മുന്നിലേക്ക കുതിച്ചു. നിറയൊ ഴിക്കാൻ കഴിഞ്ഞില്ല. മുൻനിര വളരെ അടുത്തെത്തിക്കഴിഞ്ഞു. വെടി വയ്ക്കാൻ പറ്റാത്ത അത്ര അടുത്ത്. മാത്യു പതറിയില്ല. ശത്രുവിനെ ബയണറ്റിന് അക്രമിക്കാൻ ശ്രമിച്ചു. മുന്നിൽ വന്ന ആക്രമണകാരി യുടെ നെഞ്ചിലേയ്ക്ക് ബയണറ്റ് ആഞ്ഞുകുത്തി. കുത്തു കൊണ്ടു. പക്ഷേ നെഞ്ച പിളർക്കും മുമ്പ് ബയണറ്റിൽ കരുത്തുറ്റ രണ്ട് കൈകൾ വീണു. മൂർച്ചയേറിയ ബയണറ്റിൽ പിടിമുറുക്കിയ ആ കൈകളിൽ നിന്നു രക്തം വാർന്നു തുടങ്ങി... എന്നിട്ടും പിടി അയഞ്ഞില്ല. പിന്നിൽ നിന്ന് സഖാക്ക ളെത്തുംവരെ പിടിച്ച നിന്നു. നെഞ്ചുപിളരുമെന്നു കരുതിയ നേതാവിന് ഗുരുതരമല്ലാത്ത പരിക്ക മാത്രം. നിമിഷങ്ങൾ... കോൺസ്റ്റബിൾ മാത്യുവിന്റെ പുറത്ത് വടികൾ ആഞ്ഞുപതിച്ചു. പിൻനിര സഹായത്തി നെത്തിക്കഴിഞ്ഞു. ഏറെ നേരം പിടിച്ച നിന്നില്ല. മാത്യു പിടഞ്ഞുവീണു.

ഇത് ഇടപ്പള്ളി പോലീസ് സ്റ്റേഷൻ ആക്രമണത്തിന്റെ ത്രസിപ്പി ക്കുന്ന ദൃക്സാക്ഷി വിവരണമാണ്. ഇത്ര ഉദ്വേഗജനകമായി ഇത് എഴുതാൻ പ്രദീപ് പിള്ളയ്ക്ക് മാത്രമേ കഴിയൂ. 1950 ഫെബ്രുവരി 28ന് വെളുപ്പിന് 2.15ന് ഇടപ്പള്ളി പോലീസ് സ്റ്റേഷനിൽ അരങ്ങേറിയ യുദ്ധ രംഗത്തിന്റെ ദൃക്സാക്ഷി വിവരണം. പ്രദീപ് പിള്ള എന്ന പത്രപ്രവര ത്തകന്റെ തൂലികയിൽ സിനിമയുടെ തിരക്കഥപോലെ തിളങ്ങുകയാണ്.

ഇടപ്പള്ളിയിൽ യഥാർത്ഥ സംഭവം ഭാവനയെ അമ്പരപ്പിച്ച കളഞ്ഞു. ആത്മസമർപ്പണമാണ് കമ്മ്യൂണിസമെന്ന് കരുതിയ ഒരു കൂട്ടം മനുഷ്യ രുടെ ചോര പൊടിഞ്ഞ ജീവിതം അതിലുണ്ട്. ലക്ഷ്യം നേടാൻ സ്വന്തം ജീവൻ നൽകാൻ തയ്യാറായവർ. തങ്ങളുടെ സഖാക്കളെ തടവറയിൽ നിന്ന് മോചിപ്പിക്കാൻ ജീവൻ പണയപ്പെടുത്തി നടത്തിയ പോരാട്ട ത്തിന്റെ വീറുറ്റ ചരിത്രം.

അന്ന് ഇരുട്ടിന് പതിവില്യം കൂടുതൽ കനമുണ്ടായിരുന്നു. ആ ഇരുളിനെ പിളർന്ന് കൊണ്ട് ഒരു വെട്ടുകത്തി ജയിലിന്റെ ആമത്താഴിൽ ആഞ്ഞുപതിച്ചു. പക്ഷേ, താഴ് പിളർന്ന് വീണില്ല. പിളർന്ന് വീഴാത്ത താഴിന്റെ നിലവിളി പാതിരാത്രി കഴിഞ്ഞ യാമത്തെ ഭയപ്പെടുത്തി. ഭയം തളംകെട്ടിയ ആ രാത്രിയിൽ രണ്ട് പോലീസുകാരുടെ ജീവൻ പിടഞ്ഞകന്നു. മാതൃവും, വേലായുധനും സ്റ്റേഷനാക്രമണത്തിൽ ജീവൻ നഷ്ടപ്പെട്ട പോലീസുകാരാണ്.

ഭയം കമ്പളി പുതച്ച ആ രാത്രിയെ വാക്കുകളിൽ ചിത്രീകരിക്കാനാ വില്ല. രാത്രി കടന്നു പൊയ്ക്കൊണ്ടിരിക്കുമ്പോൾ ഒരലർച്ചപോലെ ആ ആഞ്ഞ പ്രതിധ്വനിച്ചു. വെടിച്ചീല പോലെ അത് ആക്ഷനിൽ പങ്കെടു ത്തവരുടെ കാതുകളിൽ പതിഞ്ഞു. വിപ്ലവകാരികൾക്കുള്ള മെസേജായി രുന്നു അത്. "റിട്ടേൺ". ആഞ്ഞ അനുസരിച്ച് ഓരോരുത്തരായി അവർ യുദ്ധമുഖത്ത് നിന്ന് പിൻവാങ്ങി. ഇരുളിൽ രക്ഷകർ മറഞ്ഞു.

ബാക്കിയായത് ജയിലും ജയിലിനകത്തെ രണ്ട് സഖാക്കളും. സഖാവ് എൻ. കെ. മാധവനും, സഖാവ് വറുള്ളട്ടിയും. ഭരണകൂടം അറസ്റ്റ് ചെയ്ത് ജയിലിൽ താമസിപ്പിച്ചവരെ സ്റ്റേഷൻ ആക്രമിച്ച് വിമോചിപ്പിക്കാനുള്ള കമ്മ്യൂണിസ്റ്റ് വിപ്ലവകാരികളുടെ ആത്മഹത്യാ സ്കോഡിന്റെ, ചാവേർ സംഘത്തിന്റെ ശ്രമം പരാജയപ്പെട്ടു. ജയിലിൽ കിടന്ന സഖാക്കളുടെ ജീവിതത്തിന് മുകളിലൂടെ പിന്നെ ഇടിവണ്ടി നിരങ്ങി നീങ്ങി. അവരതിനു താഴെ ഞെരിഞ്ഞമർന്നു. മൂതിയുടെ മരവിച്ച കരങ്ങളിൽ നിന്ന് വഴുതി മാറാൻ പ്രാണന്റെ രണ്ട് തുള്ളി ബാക്കി വെച്ച് കാലം കടന്നു പോയി. അതിന്റെ നിണമൊഴുകിയ കഥയാണ് ഇടപ്പള്ളി.

പോലീസ് സ്റ്റേഷൻ അക്രമവും പോലീസുകാരുടെ കൊലപാതകവും ഭരണകൂടത്തെയും അതിന്റെ സർവ്വ സംവിധാനങ്ങളെയും ഞെട്ടിച്ചു. അവർ വഴിയിൽ കണ്ട മനുഷ്യരെ ഓരോരുത്തരെയായി പെറുക്കി പോലീസ് വണ്ടിയിലേയ്ക്ക് എറിഞ്ഞു. പോലീസ് ഓരോരുത്തരെയും തല്ലി ചോര തുപ്പിച്ചു. പോലീസിന്റെ ഇടികൊണ്ട് തകർന്ന പയ്യപ്പിള്ളി ബാലൻ പിന്നീട് ആ കഥ എഴുതി. 'ആലുവപ്പുഴ പിന്നെയും ഒഴുകി.' പ്രശസ്ത റഷ്യൻ നോവലിസ്റ്റായ ഷൊളോഖോവിന്റെ 'ഡോൺ ശാന്തമായി

ഒഴുകുന്നതു' പോലെ അത് കേരളത്തിന്റെ വിപ്ലവചരിത്രത്തിന്റെ ഭാഗമായി മാറി.

മർദ്ദനമേറ്റ് ഓർമ്മയുടെ ഞരമ്പ് മുറിഞ്ഞ ഒരു അനർഘ നിമിഷ ത്തിൽ ബാലൻ സ്വപ്നത്തിലെന്നപോലെ എഴുതി.

"ഞങ്ങളെ കൊത്തിനുറുക്കി കൊല്ലുകയാണ്. എൻ. കെ. മാധവനെ പോലെ മരിക്കുന്നതുവരെ കെട്ടിയുക്കിയിട്ട് ഇടിക്കും. പാർട്ടിക്ക് വേണ്ടി മരിക്കാൻ തയ്യാർ എന്നത് വീമ്പ് പറച്ചിൽ മാത്രമായിരുന്നോ? മരണ ത്തോട് അടുത്ത സമയത്ത് വിവരിക്കാനാവാത്ത ഒരു അസ്വസ്ഥത മനസ്സിൽ കാറ്റ് പോലെ വട്ടം ചുറ്റി..

രുങ്ങി കിടന്ന എൻ. കെ. യുടെ ജഡത്തിൽ യാദൃശ്ചികമായി എന്റെ കൈമുട്ടി... ഇലക്ട്രിക് ഷോക്ക് ഏറ്റതുപോലെ ഞെട്ടി. നേരത്തെ തോക്കിന്റെ പാത്തികൊണ്ടടിക്കുമ്പോൾ പലതവണ എൻ. കെ. യുടെ ശരീരവുമായി കൂട്ടിമുട്ടി ഉരസിയതാണ്. അപ്പോൾ വിശേഷിച്ച് ഒന്നും തോന്നിയില്ല. ഇടിയുടെ വേദനയിൽ മയങ്ങി മുങ്ങിക്കിടക്കുകയായിരുന്നു. വേദന തന്നെ കറുപ്പ് പോലെ മനുഷ്യനെ മയക്കും. ഇത്തവണ എൻ. കെ. യെ സ്പർശിച്ചപ്പോൾ പരിസരബോധം ഉണ്ടായിരുന്നു. മയക്കം മുറിഞ്ഞു പോയിരുന്നു. എന്റെ ചിന്താമണ്ഡലത്തിൽ അപ്പോൾ എൻ. കെ. മാധവൻ നിറഞ്ഞു നിന്നു. കമ്മ്യൂണിസത്തിന്റെ വിത്തുമായി എന്റെ ഗ്രാമത്തിലേയ്ക്ക് കടന്നു വന്ന ആദ്യത്തെ വിപ്ലവകാരി. പച്ചവെള്ളത്തിന് തീപിടിപ്പിക്കാനും മണ്ണതരികളെപോലും കോരിത്തരിപ്പിച്ച് തുള്ളിവിറ പ്പിക്കാനും കഴിവുറ്റ പ്രക്ഷോഭകാരി."

1950 ഫെബ്രുവരി 28ന് പുലർച്ചെ 2.15നാണ് ഇടപ്പള്ളി പോലീസ് സ്റ്റേഷൻ ആക്രമിക്കപ്പെട്ടത്. കരിമരുന്നുകൊണ്ട് നിർമ്മിച്ച കൈബോംബും വാക്കത്തിയും വടിയും ഉപയോഗിച്ച് പോലീസ് സ്റ്റേഷൻ അക്രമിച്ച് കമ്മ്യൂണിസ്റ്റ് നേതാക്കളായ സഖാവ് എൻ. കെ. മാധവനെയും, സഖാവ് വറുതട്ടിയെയും പോലീസിന്റെ ഭീകരമർദ്ദന ത്തിൽ നിന്ന് രക്ഷപെടുത്താനായിരുന്നു വിപ്ലവകാരികളുടെ ആഗ്രഹം. ബലം പ്രയോഗിച്ച് ജയിൽ തകർത്ത് കമ്മ്യൂണിസ്റ്റുകാരെ വിമോചിപ്പി ക്കാനുള്ള ഒരു വിപ്ലവ ശ്രമം. കമ്മ്യൂണിസ്റ്റ് പാർട്ടിയുടെ ആത്മഹത്യാ സ്ക്വോഡ് സഖാവ് കെ. സി. മാത്യുവിന്റെ നേതൃത്വത്തിൽ നടത്തിയ അതിസാഹസികമായ നീക്കം. സ്വതന്ത്ര ഇന്ത്യയിൽ, കേരളത്തിൽ നടന്ന ആദ്യത്തെ പോലീസ് സ്റ്റേഷൻ ആക്രമണം. കേരള ചരിത്ര ത്തിലെ തന്നെ ചോരയിലെഴുതിയ ഒരു അപൂർവ്വ കഥ.

ജയിലിൽ കിടന്ന കമ്മ്യൂണിസ്റ്റുകാരെ മോചിപ്പിക്കാൻ വിപ്ലവകാരി കൾക്ക് കഴിഞ്ഞില്ല. പോലീസ്സ്റ്റേഷൻ ആക്രമിച്ചാൽ, പോലീസുകാരെ

കൊന്നാൽ പോലീസ് എന്ത ചെയ്യം എന്നതിന്റെ സ്മാരകമായി പിന്നീട് എൻ. കെ. യുടെയും, വറുള്ളട്ടിയുടെയും ശരീരം മാറി. മൂതശരീരത്തേക്കാൾ മോശമായ എൻ. കെ. യുടെ ശരീരത്തിൽ മർദ്ദന മുഷേർത്തത്തിൽ ഓർമ്മയുടെ തെളിച്ചം പൊട്ടി വീണ ഏതോ നിമിഷാർദ്ധത്തിൽ ഒന്ന് സ്പർശിച്ച പയ്യപ്പിള്ളി ബാലന്റെ മിന്നായം പോലെ പാഞ്ഞ ചിന്തയുടെ ഒരു ചീളാണ് മുകളിൽ പരാമർശിച്ചത്.

സ്റ്റേഷൻ ആക്രമണം നടന്ന പിറ്റേ ദിവസം തന്നെ ബാലനെ പോലീസ് ജോലി സ്ഥലം വളഞ്ഞ് പിടിച്ചകൊണ്ടുപോയി. ബാലനെ പോലെ നിരവധി പേരെ പോലീസ് അറസ്റ്റ് ചെയ്ത. അവരെയെല്ലാം ഇടിച്ച് സൂപ്പാക്കി. മർദ്ദനമേറ്റ് ബോധം ഇടയ്ക്കിടെ മറഞ്ഞു കൊണ്ടിരുന്ന ബാലൻ ബോധം വീണ ഒരു നിമിഷത്തിൽ എൻ. കെ. യുടെ മൂതശരീ രത്തിലാണ് തന്റെ കൈമുട്ടിയതെന്ന് കരുതി ഭയന്നു. ഒരു വിദ്യുത് പ്രവാഹം ബാലനെക്കടന്ന് പാഞ്ഞു. അരിച്ചിറങ്ങിയ വേദനയിലും പ്രിയനേതാവിന്റെ വിയോഗം അയാളെ സ്തബ്ധനാക്കി.

വർഗ്ഗസ്നേഹം തൊഴിലാളികൾക്ക് മാത്രമല്ല. അത് കാക്കിക്കും ഉണ്ടെന്ന് ഇടപ്പള്ളി ബോധ്യപ്പെടുത്തി. മരിച്ച രണ്ട് പോലീസുകാർക്ക് പകരം അവർ രണ്ട് സഖാക്കളെ വകവരുത്തി. രണ്ട് പോലീസുകാരെ കൊന്നാൽ രണ്ട് വിപ്ലവകാരികളെ കൊല്ലും. അതൊര ബാലൻസിംഗ് തന്ത്രമാണ്. ബാക്കിയുള്ള അക്രമപരമ്പര പോലീസ് പടയുടെ അഡ്ഡാ ന്റേജാണ്. കെ. യു. ദാസിനെയും, എ. വി. ജോസഫിനെയും അവർ കൊന്നു. എൻ. കെ. മാധവന്റെ ശരീരത്തിൽ അവർ മേഞ്ഞ് നടന്നു. എൺപത്തേഴ് ദിവസം ഇടരെ ഇടിച്ച് റെക്കോഡ് രേഖപ്പെടുത്തി. പ്രതിയെ കുളിപ്പിക്കുക പോലും ചെയ്യാതെ എൺപത്തേഴ് ദിവസം ഇടരെ മർദ്ദിച്ചപ്പോൾ ശരീരവും ശരീരത്തിലിട്ട വസ്ത്രവും ഒന്നായി മാറി. യുണി തന്നെ തൊലിയായി മാറിയ അത്ഭുതം. അസാധാരണമായ മനഃ കരുത്തുകൊണ്ട് മരണത്തോട് മാറിപ്പോകാൻ മൗനം കനത്ത കാലത്ത് ആ കലാപകാരികൾ ആജ്ഞ നൽകി. മരണത്തിന മാറി നിൽക്കേ ണ്ടി വന്നു. കലാപകാരികൾ ജീവിതത്തിലേയ്ക്ക് തിരിച്ച വന്നു. കട്ടത്ത ഇച്ഛാശക്തി അസാധ്യമായതിനെ സാധ്യമാക്കി. ആലുവ വ്യവസായ മേഖലയിൽ ചെങ്കൊടി ഉയർത്താൻ ആലപ്പഴയിൽ നിന്ന് കൃഷ്ണപിള്ള യും കുഞ്ഞമ്പുവും അയച്ച എൻ. കെ. മാധവന മുന്നിൽ മനുഷ്യനിർമ്മിത തടസ്സങ്ങൾക്ക് നിലനിൽക്കാനായില്ല. അനേകം മനുഷ്യശരീരത്തിൽ നിന്ന് വാർന്നൊഴുകിയ രക്തം വ്യവസായ മേഖലയിൽ ചുവപ്പ് രാശി പടർത്തി.

രണ്ട് പോലീസുകാരുടെ ജീവരക്തം തളംകെട്ടിയ ഇടപ്പള്ളി പോലീസ് സ്റ്റേഷനിൽ നിന്ന് അധികാര സ്വരൂപം ബൂട്ടണിഞ്ഞിറങ്ങി യത് അനേകായിരം മനുഷ്യരുടെ നെഞ്ചിൻകൂടുകൾക്ക് മുകളിലേ യ്ക്കായിരുന്നു. പോലീസ് ബൂട്ടിനും, ലാത്തിക്കും വിശ്രമമില്ലായിരുന്നു. മനുഷ്യരുടെ തല തല്ലിപൊളിച്ചും നെഞ്ചിടിച്ച് തകർത്തും അത് മുന്നോട്ട് നീങ്ങി. നിരവധി പേർ ചോര തുപ്പി. കമ്മ്യൂണിസ്റ്റുകാർ മാത്രമല്ല കമ്മ്യൂ ണിസ്റ്റുകാരെ കണ്ടവരും തല്ലുവാങ്ങി. നിരവധി സ്ത്രീകളുടെ വസ്ത്രങ്ങൾ പറിച്ചു കീറി. അവർ അപമാനിക്കപ്പെട്ടു. സഖാക്കളെകൊണ്ട് സഹപ്ര വർത്തകരുടെ രക്തവും മൂത്രവും നക്കിച്ചു. കെ. യു. ദാസ് എന്ന ധീര സഖാവിന്റെ ശരീരം ബ്ലേഡിന് വരഞ്ഞ് മുളക് അരച്ച് തേച്ച് കെട്ടിത്തൂക്കി പുകയിട്ടു. മർദ്ദനത്തിന്റെ ക്ലൈമാക്സിൽ തല്ലിക്കൊന്ന് കൊലവിളിച്ച് പുറമ്പോക്കിൽ കുഴിച്ച് മൂടി. ഒരു ടെറർ ചിത്രത്തെ നിഷ്പ്രഭമാക്കുന്ന പോലീസ് ഭീകരത നാടെങ്ങും നിറഞ്ഞു. ഇടപ്പള്ളിയുടെ നിറം ചുവപ്പാ യത് അങ്ങനെയാണ്.

വിപ്ലവം - ഒരാഗ്രഹമാണ്

കാറൽ മാർക്സ് എഴുതിയതാണ് കമ്മ്യൂണിസത്തിന്റെ ഹസ്തരേഖ. അതിന്റെ ഒഫീഷ്യൽ ടെക്സ്റ്റാണ് എല്ലാ കമ്മ്യൂണിസ്റ്റ് ഭരണകൂടങ്ങളുടേയും ഔദ്യോഗിക ക്രെഡോ. കമ്മ്യൂണിസത്തിന്റെ പ്രമാണരേഖ. ധീരരും ബുദ്ധിജീവികളുമായ മനുഷ്യരുടെ സാഹസിക നേതൃത്വത്തിന്റെ കീഴിൽ ധീരരായ പ്രതിബദ്ധതയുള്ള തൊഴിലാളികളും കർഷകരും സംഘടിത ശക്തിയായി മാറുന്നു. ആ ജനമുന്നേറ്റം തിന്മയും ച്ചഷണവും കൈമുതലാക്കിയ ബൂർഷ്വാസിയെ സിംഹാസനത്തിൽ നിന്ന് പുറത്താക്കുന്നു. തുടർന്ന് തുറക്കുന്ന വാതിലാണ് കമ്മ്യൂണിസം. കമ്മ്യൂണിസം ഭൂമിയിലെ സ്വർഗ്ഗമാണ്. ആ സ്വർഗ്ഗഭൂമിയിൽ മനുഷ്യർ വിഭവസമൃദ്ധിയിൽ ആഹ്ലാദപൂർവ്വം ജീവിക്കുന്നു. ഏറ്റവും മെച്ചപ്പെട്ട ജനാധിപത്യ വ്യവസ്ഥയിൽ ജീവിക്കാനുള്ള ജനങ്ങളുടെ ആഗ്രഹം. ഏകതാനവും സ്വയം നിയന്ത്രിതവും ആരും ആർക്കും താഴെയല്ലാത്തതു മായ സമത്വ ഭൂമിക. ഓരോരുത്തരും ഓരോരുത്തരുടെ കഴിവനുസരിച്ച പ്രവർത്തിക്കുകയും ഓരോരുത്തർക്കും ഓരോരുത്തരുടെ ആവശ്യ മനുസരിച്ച ലഭിക്കുകയും ചെയ്യുന്ന സമൂഹം. ഇതൊരു നീതിയുടെ ലോകമാണ്. ചരിത്രത്തിന്റെ നിയമങ്ങൾ നിയന്ത്രിക്കുന്ന യുക്തിയുടെ വ്യവസ്ഥ. ഏത് മാർക്സിസ്റ്റ് ലെനിനിസ്റ്റ് പ്രത്യയ ശാസ്ത്രത്തിന്റെയും കേന്ദ്രബിന്ദു ഈ കഥയാണ്.

ഇതൊരു സ്വപ്നമാണ്. ഇത് സാക്ഷാത്കരിക്കാൻ ശ്രമിച്ചവരും അതിനു വേണ്ടി സംസാരിച്ചവരും സ്വപ്ന വ്യാപാരികളായിരുന്നു. കമ്മ്യൂണിസ്റ്റ് പൈതൃകം എന്നത് ഒരു പ്രൊമത്തിയൻ സ്വപ്നമാണ്.

സ്വർഗ്ഗത്തിൽ നിന്ന് മനുഷ്യരാശിക്ക് സമ്മാനമായി അഗ്നി മോഷ്ടിച്ച് നൽകിയത് പ്രൊമത്യൂസാണ്. അതുവഴി മനുഷ്യരാശിക്ക് അറിവും പുരോഗതിയും ലഭിച്ചു. ഇത് സിയൂസ് ദൈവത്തിന് അനിഷ്ടവും കോപവും ഉണ്ടാക്കി. ദൈവങ്ങളുടെ ദൈവമായ സിയൂസ് മനുഷ്യനെ പഴയ അവസ്ഥയിൽ തളച്ചിടാനാണ് ആഗ്രഹിച്ചിരുന്നത്. അതിനാൽ മനുഷ്യനെ വിമോചിപ്പിച്ച പ്രൊമത്യൂസിനെ ശിക്ഷിക്കാൻ തന്നെ സിയൂസ് തീരുമാനിച്ചു. കാക്കസസ് പർവ്വതത്തിൽ ഒരു പാറയുടെ മേൽ പ്രൊമത്യൂസിനെ ചങ്ങലയിൽ ബന്ധിച്ചു. അവിടെ എല്ലാ ദിവസവും പ്രൊ മത്യൂസിന്റെ കരളിന്റെ ഒരു കഷണം കഴുകന്മാർ തിന്ന് തീർക്കും. കരൾ വീണ്ടും വളരും. വേദനയുടെ അനിർവചനീയവും അസാധാരണവുമായ അനുഭവത്തെ പോരാട്ടവീര്യത്തിന്റെ തീയിൽ എരിച്ചുകളയുകയാണ് പ്രൊമത്യൂസ് ചെയ്തത്. മനുഷ്യരാശിയെ വിമോചിപ്പിക്കാനുള്ള തന്റെ ആഗ്രഹത്തിൽ നിന്ന് പ്രൊമത്യൂസ് പിൻവാങ്ങിയില്ല. വിപ്ലവം ഒരു ആഗ്രഹമാണ് എന്ന് പ്രസ്താവിക്കുന്നത് പ്രൊമത്യൂസ് ആണ്.

പ്രൊമത്തിയൻ മെറ്റഫർ ഏറ്റവും മനോഹരമായി സ്വാംശീകരിച്ചത് കാറൽ മാർക്സ് ആയിരുന്നു. മാർക്സിനെ സംബന്ധിച്ചിടത്തോളം ദാർശനിക ലോകത്തെ ഏറ്റവും ശ്രേഷ്ഠനായ പുണ്യാളനും രക്തസാ ക്ഷിയും പ്രൊമത്യൂസായിരുന്നു. തന്റെ ഗവേഷണ പ്രബന്ധത്തിന് ആമുഖമായി മാർക്സ് ഉദ്ധരിച്ചത് പ്രൊമത്യൂസിനെ ആയിരുന്നു. "സത്യത്തിൽ എല്ലാ ദൈവങ്ങളെയും ഞാൻ വെറുക്കുന്നു. ചങ്ങല കൾക്ക് പകരം എനിക്ക് അടിമത്തം വേണ്ട. സിയൂസിന്റെ അടിമയാ കുന്നതിനേക്കാൾ നല്ലത് പാറപ്പുറത്ത് ചങ്ങലക്കിടപ്പെടുന്നതാണ്." യുക്തിയിലും, സ്വാതന്ത്ര്യത്തിലും കലാപത്തോടുള്ള ആഭിമുഖ്യത്തിലും പ്രൊമത്യൂസിനുള്ള വിശ്വാസത്തെ കൂട്ടിയിണക്കി അതിശക്തമായ ഒരു സമന്വയം മാർക്സ് രൂപപ്പെടുത്തി. അത് ഒരേ സമയം ശാസ്ത്രീയവും വിപ്ലവകരവും ആയിരുന്നെന്ന് മാർക്സ് വിശ്വസിച്ചു.

നിരവധി കമ്മ്യൂണിസ്റ്റുകൾ വിശ്വസിച്ചത് വിപ്ലവം കൊണ്ട് മാത്രം സാമ്രാജ്യത്വത്തെ തകർക്കാൻ കഴിയുമെന്നായിരുന്നു. സാമ്രാജ്യത്വത്തി ന്റെ ശിങ്കിടികളെയും അങ്ങനെ ഇല്ലാതാക്കാനാവും. ആസൂത്രിതമായ സാമ്പത്തിക വ്യവസ്ഥ കൊണ്ട് അവർക്ക് ആധുനികതയിലേക്ക് കടക്കാനും അങ്ങനെ ലോകത്തിന്റെ അംഗീകാരം നേടാനും കഴിയു മെന്ന് അവർ വിശ്വസിച്ചു.

പക്ഷേ കമ്മ്യൂണിസ്റ്റുകൾ അധികാരത്തിലെത്തിയപ്പോൾ കാല്പനിക ആഗ്രഹങ്ങൾ നിഴലിലായി. ആധുനിക മാർക്സിസം ടെക്നോക്രാറ്റിക് ഇക്കണോമിക് ഡെവലപ്മെന്റിന്റെ ഒരു പ്രത്യയശാസ്ത്രമായി മാറി.

വിദ്യാഭ്യാസം നേടിയ വിദശ്ശരം കേന്ദ്രീകൃത പദ്ധതിയും അച്ചടക്കവും അതിന്റെ അവിഭാജ്യ ഘടകമായി. പുതിയ സർവ്വകലാശാലകളും, സ്ഥാപനങ്ങളും പടച്ചവിട്ട ടെക്നീഷ്യൻസിന്റെയും, ബ്യൂറോക്രാറ്റുകള ടെയും ആഗ്രഹങ്ങൾക്കനുസരിച്ചുള്ള കാഴ്ചപ്പാട് അതിനുണ്ടായി. ഇതിന് വിരുദ്ധമായിരുന്ന റാഡിക്കൽ മാർക്സിസ്റ്റുകളുടെ രീതി. ജനകീയ മുന്നേറ്റത്തിന്റെ മാർക്സിസമായിരുന്ന അത്. ആധുനികതയിലേയ്ക്ക് വേഗത്തിൽ എടുത്തു ചാടുന്ന, വിപ്ലവത്തിന്റെ ആവേശവും ജനക്കൂട്ട ജനാധിപത്യവും റഫ് ആന്റ് റെഡി സമത്വവും അതിന്റെ സ്വഭാവമാ യിരുന്നു. അതാകട്ടെ നിരന്തര അക്രമത്തിന്റെയും പോരാട്ടത്തിന്റെയും മാർക്സിസമായിരുന്നു. ശത്രുക്കൾക്കെതിരെയുള്ള പോരാട്ടം, മുതലാ ളിമാർക്കും, ജന്മികൾക്കും എതിരെയുള്ള സമരം. പാർട്ടി ബ്യൂറോക്രാ റ്റുകൾക്കും, ബുദ്ധിജീവികൾക്കും എതിരെയുള്ള യുദ്ധം. റാഡിക്കൽ മാർക്സിസം രൂപപ്പെടുന്നത് യുദ്ധകാലത്തോ യുദ്ധത്തിന്റെ ഭയം നിറഞ്ഞ കാലത്തോ ആയിരുന്നു. അതുകൊണ്ട് അതിന്റെ ചിന്തകളിൽ ഒരു മിലിട്ടറി സോഷ്യലിസമാണ് ഉണ്ടായിരുന്നത്. അത് റഷ്യൻ വിപ്ലവ ത്തിന്റെ ചെമ്പട അല്ലെങ്കിൽ ചൈനീസ് കർഷകരുടെ സായുധസേന, അല്ലെങ്കിൽ പാർട്ടി പട്ടാളം അല്ലെങ്കിൽ ചെഗ്ഗവേര നയിച്ച ഗറില്ല പട്ടാളം.

കമ്മ്യൂണിസ്റ്റുകളെ സംബന്ധിച്ചിടത്തോളം ഓരോ തരത്തില്ലുള്ള മാർക്സിസത്തിനും അതിന്റേതായ നേട്ടങ്ങളും കോട്ടങ്ങളും ഉണ്ടായി രുന്നു. ആത്മത്യാഗത്തിന്റെ സന്ദേശമാണ് റാഡിക്കൽ മാർക്സിസം മുന്നോട്ടുവെച്ചത്. പണമോ മറ്റെന്തെങ്കിലും നേട്ടമോ അധികാരമോ ഇല്ലാതെ തന്നെ മികച്ച നേട്ടങ്ങൾ സൃഷ്ടിക്കാൻ അതിനു കഴിഞ്ഞു. ധീര സാഹസികതയുടെ ലോകം നിർമ്മിച്ചു. എന്നാൽ വർഗ്ഗ ശത്രുക്കളെ ഉന്മൂലനം ചെയ്യുക വഴി അത് വിഭജനവും ബഹളവും അക്രമണവും സൃഷ്ടിച്ചു. ഇതൊന്നുമായും പൊരുത്തപ്പെടാൻ പറ്റാത്ത ആധുനിക സമൂഹം പല തരത്തില്ലുള്ള ഒറ്റ തീർപ്പുകൾക്ക് വിധേയമായി മാർ ക്സിസത്തിന്റെ അടിസ്ഥാന തത്വങ്ങളെ തന്നെ ഉപേക്ഷിക്കുകയും ചെയ്തു. ഫലത്തിൽ ഇന്ന് നമുക്ക് റൊമാന്റിക് അല്ലെങ്കിൽ റാഡിക്കൽ മാർക്സിസ്റ്റുകളെ കാണാൻ കഴിയില്ല. ഇടപ്പള്ളി പോലീസ് സ്റ്റേഷൻ അക്രമണം റാഡിക്കൽ മാർക്സിസ്റ്റുകളുടെ നേതൃത്വത്തിൽ നടന്ന ഒരു രാഷ്ട്രീയ യുദ്ധമായിരുന്നു.

അതിൽ പങ്കെടുത്ത രാഷ്ട്രീയ പ്രവർത്തകർ കാല്പനികരായിരുന്നു. വിപ്ലവം സൃഷ്ടിക്കാനുള്ള സാഹചര്യം ജനകീയ മുന്നേറ്റങ്ങളിലൂടെ സൃഷ്ടി ക്കാൻ കഴിയും എന്നത് ചെഗ്ഗവേരയുടെ വിശ്വാസം മാത്രമായിരുന്നില്ല.

ഇടപ്പള്ളി സഖാക്കളുടേയും വിശ്വാസമായിരുന്നു. വിശ്വാസമാണ് എല്ലാം. ഇന്ത്യൻ കമ്മ്യൂണിസ്റ്റ് പാർട്ടിയുടെ കൽക്കത്ത തീസിസ്റ്റ് ആയുധപോ രാട്ടത്തിനുള്ള ആഹ്വാനമായിരുന്നു. അതേറ്റെടുത്തു നടത്തിയ വിപ്ല വകാരികളാണ് ഇടപ്പള്ളി പോലീസ് സ്റ്റേഷൻ അക്രമിച്ചത്. പിന്നീട് ഔദ്യോഗിക കമ്മ്യൂണിസ്റ്റ്പാർട്ടികൾ കാല്പനിക വിപ്ലവകാരികളുടെ ഈ കനൽപാത ഉപേക്ഷിച്ചു.

വിപ്ലവത്തിന്റെ അജണ്ട

ഇടപ്പള്ളി പോലീസ് സ്റ്റേഷൻ അക്രമിച്ച സഖാക്കൾക്ക് ഒരു അജണ്ട യുണ്ടായിരുന്നു. അത് വിപ്ലവത്തിന്റെ അജണ്ടയായിരുന്നു. അഖി ലേന്ത്യാ റെയിൽവേ പണിമുടക്ക് വിജയിക്കുമ്പോൾ ബൂർഷ്വാ ഭരണകൂടം തകരും. ഇന്ത്യയിൽ എമ്പാടും വിപ്ലവം നടക്കും. പുതിയ ഭൂമിയും പുതിയ ആകാശവും പിറക്കും. ആ സ്വപ്നം സാക്ഷാത്കരിക്കാൻ ആലുവായിൽ അവതരിച്ച ചുവന്ന നക്ഷത്രമായിരുന്നു എൻ. കെ. മാധവൻ. ആലുവ മേഖലയിലെ അന്നത്തെ കമ്മ്യൂണിസ്റ്റ് പ്രസ്ഥാനത്തിന്റെ എല്ലാമായിരു ന്നു എൻ. കെ. മാധവൻ. അദ്ദേഹം പോലീസ് കസ്റ്റഡിയിൽ ആവുന്നത് ഉൾകൊള്ളാൻ അന്നത്തെ സഹപ്രവർത്തകർക്ക് കഴിഞ്ഞില്ല. ഒരുപക്ഷേ 'എൻ. കെ. ജയിലിൽ' എന്ന വാർത്ത മാത്രമാകാം ആത്മ പ്രചോദിതരായി ഒരാക്രമണത്തിന് മുതിരാൻ അവരെ പ്രേരിപ്പിച്ചത്.

വിപ്ലവ സാഹചര്യത്തിന് വേണ്ടി കാത്തിരിക്കേണ്ടതില്ല ; അതു നമുക്ക് നിർമ്മിക്കാം എന്ന് കരുതിയ വിപ്ലവകാരികളുടെ കൂട്ടമാണ് ഇടപ്പള്ളിയിലെ കമ്മ്യൂണിസ്റ്റ് കലാപകാരികൾ. "ചുവന്നു പഴുത്ത് വീഴുന്ന ആപ്പിലല്ല വിപ്ലവം. അത് വീഴാൻ മനുഷ്യരുടെ പരിശ്രമം ആവശ്യമാണ്." ഇത് പറഞ്ഞ ചെഗുവേരയുടെ പ്രതിനിധികൾ തന്നെയായിരുന്നു ഇടപ്പ ള്ളിയിൽ പോലീസ് സ്റ്റേഷൻ ആക്രമിച്ചത്.

ആ ആക്രമണം ഒരു ആകസ്മികതയായിരുന്നു. അതിൽ തൽക്ഷണത അല്ലെങ്കിൽ ഇമ്മീഡിയസി വളരെ കൂടുതലായിരുന്നു. നമ്മൾ ചിലപ്പോൾ പറയാറുണ്ട് പത്തു മിനിറ്റ് തെറ്റിയാൽ ആ അത്യാഹിതം സംഭവിക്കി ല്ലായിരുന്നു. ഇത് ഇടപ്പള്ളിപോലുള്ള കലാപങ്ങളിൽ പ്രധാനമാണ്.

അരമണിക്കൂറോ ഒരു മണിക്കൂറോ കഴിഞ്ഞിരുന്നെങ്കിൽ ഒരുപക്ഷേ ഇടപ്പള്ളി പോലീസ് സ്റ്റേഷൻ ആക്രമണം നടക്കണമെന്നില്ലായിരുന്നു. ആക്രമണത്തിന് പിറ്റേദിവസം തൃപ്പണിത്തുറയ്ക്ക് സമീപമുള്ള കമ്മ്യൂണിസ്റ്റ് കേന്ദ്രം റെയ്ഡ് ചെയ്ത പോലീസ് വാർത്ത മനോരമ പ്രസിദ്ധീകരിച്ചിരു ന്നു. അതിൽ പറഞ്ഞിരിക്കുന്നത് ഫെബ്രുവരി 28ന് ഇടപ്പള്ളി പോലീസ് സ്റ്റേഷൻ ആക്രമിക്കണമെന്നുള്ള നിർദ്ദേശം അച്ചടിച്ച കടലാസ് റെയ്ഡ് സമയത്ത് കണ്ടു കിട്ടിയെന്നാണ്. പോലീസ് കൊടുത്ത ആ വാർത്ത തെറ്റായിരുന്നു. പോലീസ് സ്റ്റേഷൻ ആക്രമിക്കാനുള്ള ഒരു പദ്ധതിയും അന്ന് കമ്മ്യൂണിസ്റ്റ് പാർട്ടിക്കുണ്ടായിരുന്നില്ല. കമ്മ്യൂണിസ്റ്റ് ലഘുലേഖകൾ, മാഗസിനുകൾ, ഗസറ്റുകൾ എന്നിവ കെട്ടുകെട്ടായി കണ്ടെത്തി. 'തീപ്പൊരി' മാസിക പിടിച്ചെടുത്തു. കമ്മ്യൂണിസ്റ്റ് കേന്ദ്രങ്ങൾ പരിശോധനയ്ക്ക് ശേഷം നൽകിയ രഹസ്യ റിപ്പോർട്ടും അവിടെ നിന്ന് പിടിച്ചെടുത്തു. 'Administration very seriously unsatisfactory. Study classes not properly conducted' ഇതൊക്കെ കമ്മ്യൂണിസ്റ്റ് പാർട്ടിയുടെ ഇൻസ്പെക്ഷൻ റിപ്പോർട്ടുകളായിരുന്നു. കമ്മ്യൂണിസ്റ്റ് പാർട്ടിയുടെ പ്രവർത്തനങ്ങളുടെ വിലയിരുത്തലുകളായിരുന്നു അവ.

പക്ഷേ പോലീസ് സ്റ്റേഷൻ ആക്രമണം ആസൂത്രിതമായിരുന്നില്ല. അങ്ങനെയുള്ള ഒരു ചിന്ത പോലും അന്നത്തെ കമ്മ്യൂണിസ്റ്റ് പ്രവർ ത്തകരിലും നേതാക്കളിലും ഉണ്ടായിരുന്നില്ല. ജയിലിൽ ആയിരുന്ന എൻ. കെ. യോട് പിന്നീട് പത്രപ്രവർത്തകർ ചോദിച്ചു. "കമ്മ്യൂണിസ്റ്റ് സഹപ്രവർത്തകർ ഇങ്ങനെ അങ്ങയെ മോചിപ്പിക്കാൻ ശ്രമിക്കുമെന്ന് കരുതിയിരുന്നോ?". ആ സാദ്ധ്യത നിഷേധിക്കുന്നതായിരുന്നു എൻ. കെ. യുടെ മറുപടി. "എവിടുന്ന്? അങ്ങനെയൊരു ചിന്തയെ ഉണ്ടായി രുന്നില്ല. ഞാൻ അപ്പോൾ ഉറങ്ങിക്കിടക്കുകയായിരുന്നു. തോക്കിന്റെ പാത്തിവെച്ച് താഴിനിട്ട് ഇടിക്കുന്ന ശബ്ദം കേട്ടാണ് ഉണർന്നത്. അപ്പോൾ വലിയ ബഹളമായിക്കഴിഞ്ഞിരുന്നു. സ്റ്റേഷനിൽ ചോരയൊ ഴുകുന്നതു കാണാനായി. ഇടപ്പള്ളിയിലേത് ഒരു ഒതുക്കമുള്ള ചെറിയ സ്റ്റേഷനാണ്. പോലീസുകാരും അധികമില്ല. ഇതൊക്കെ കൂടിയാണ് ഇങ്ങനെയൊരു ആക്രമണത്തിനു മുതിരാൻ ധൈര്യം നൽകിയതെ ന്നാണ് പിന്നീട് മനസ്സിലാക്കാൻ ആയത്."

വിപ്ലവത്തിന്റെ ആഗ്രഹം വളരുന്നത് യുവാക്കളിലാണ്. നിക്ഷിപ്ത താല്പര്യം പനപോലെ വളരാത്ത, നിഷ്കളങ്കവും നീതിബോധവും നിറഞ്ഞ അവരാണ് ലോകത്തെ മാറ്റിപ്പണിയാൻ വഴിയന്വേഷി ക്കുന്നത്. വിപ്ലവം ഒരു അഗ്നിയാണ്. അതിലേയ്ക്ക് ഈയല്പോലെ യുവത്വം ആകർഷിക്കപ്പെടുകയാണ്. ഇരുപത്തിരണ്ടും ഇരുപത്തിമൂന്നും

വയസ്സുള്ളവരായിരുന്നു പോലീസ് സ്റ്റേഷൻ ആക്രമിക്കാൻ ഇറങ്ങിത്തി രിച്ച സംഘത്തിലുണ്ടായിരുന്നത്.

1917 ൽ വിപ്ലവം നടന്ന റഷ്യ ലോകത്തെ അതിന്റെ മാസ്മരിക തയിലേയ്ക്ക് ആകർഷിച്ചു. എല്ലാ കണ്ണുകളും കാതുകളും അങ്ങോട്ട് തിരിഞ്ഞു. സമത്വപൂർണ്ണമായ ലോക നിർമ്മിതിയുടെ മാതൃക. അതാ യിരുന്നു ഒക്ടോബർ വിപ്ലവത്തിന്റെ പാഠം. കുറച്ച കാലത്തേക്കെങ്കി ലും അതൊരു പാഠപുസ്തകമായി ലോകത്തെ അത്ഭുതപ്പെടുത്തുകയും അമ്പരപ്പിക്കുകയും ചെയ്തു.

അങ്ങനെയാണ് രാഷ്ട്രീയ അധികാരത്തെ മാറ്റുന്ന ഒരു പ്രക്രിയയായി വിപ്ലവം വായിക്കപ്പെട്ടത്. വിപ്ലവത്തിന്റെ അർത്ഥം തന്നെ രാഷ്ട്രീയ അധികാരമാറ്റം എന്നായി. നിലവില്ലുള്ള ഒരു അധികാരത്തെ സംഘ ടിതമായും സായുധശക്തികൊണ്ടും മാറ്റാം. ജനങ്ങളുടെ സംഘശക്തി ശരിയായ ദിശയിൽ ചലിച്ചാൽ അധികാരത്തിലിരിക്കുന്ന സർക്കാർ, അധികാരത്തിലിരിക്കുന്ന രാജാക്കന്മാർ, അധികാരം കൈയ്യാളുന്ന കോർപ്പറേറ്റ് ഭീമന്മാർ, അധികാരം പിടിച്ചെടുത്ത സൈനിക സേച്ഛാധി പതികൾ - എല്ലാം നിലംപതിക്കും. ആ പതനത്തിൽ നിന്ന് പുതിയ അധികാരികളും അധികാര ഘടനകളും രൂപം കൊള്ളും. കഴിഞ്ഞ നൂറ്റാണ്ട് ഇതിന് വിപ്ലവം എന്ന് പേരെഴുതി.

കുട്ടികളെ വിപ്ലവത്തെക്കുറിച്ച് പഠിപ്പിക്കുന്നത് ഫ്രഞ്ച വിപ്ലവത്തിന്റെ ചരിത്രം തുറന്നു വെച്ചാണ്. പക്ഷേ, കുട്ടികൾ പഠിക്കുന്നത് ചരിത്രരേഖ എന്ന നിലയ്ക്കാണ്. വിപ്ലവകാരികൾ വിപ്ലവത്തെക്കുറിച്ച് പഠിക്കേണ്ടത് ചരിത്രരേഖകൾ മാത്രം വെച്ചല്ല. അവർ അത് പഠിക്കേണ്ടത് വിപ്ലവ കാരികളുടെ മനസ് തുറന്നാണ്. ആ മുഹൂർത്തത്തിലാണ് ഇടപ്പള്ളി പോലീസ് സ്റ്റേഷൻ ആക്രമണം ഒരു ബ്യൂസ്റ്ററാകുന്നത്. വിപ്ലവത്തിന്റെ വികാര വിസ്മയങ്ങളാണ് അത് വാരി വിതറുന്നത്. വികാരം വിപ്ലവത്തി ന്റെ ഒഴിച്ച കൂടാനാകാത്ത ചേരുവയാണ്. കുട്ടികൾ വസ്തുനിഷ്ഠതയിൽ ഊന്നി പഠിക്കുമ്പോൾ വിപ്ലവകാരി വികാരത്തിൽ വേരാഴ്ത്തിയാണ് പഠിക്കുന്നത്.

ഫ്രഞ്ച് വിപ്ലവത്തിന്റെ പുസ്തകത്താളിൽ നിന്ന് ഒരാൾ ഇറങ്ങി വരുന്നതു കാണാം. ജീൻ ജാക്വസ് റൂസോ. യൂറോപ്പിനെ നവീന ചിന്ത കൊണ്ട് തളിർപ്പിച്ചത് റൂസോവാണ്. ഇന്ന് നമുക്ക് പരിചിതമായ രാഷ്ട്രീയ, സാമ്പത്തിക, വിദ്യാഭ്യാസ ചിന്തകളുടെ ഒരു അസാധാര ണമായ ഉറവ റൂസോയിൽ നിന്നാണ് ഒലിച്ചിറങ്ങിയത്. റൂസോയുടെ ആശയലോകത്തെ വികസിപ്പിച്ചത്, ജോൺ ലോക്കം, തോമസ് ഹോബ്സും, വോൾട്ടയറും, മോണ്ടസ്ക്യൂവുമായിരുന്നു. മനുഷ്യന്റെ

ചലനശേഷി സ്വന്തം ആവശ്യങ്ങളോടുള്ള അടിമത്തത്തിലാണ് കുടി യിരിക്കുന്നത് എന്ന കാര്യം റൂസോ തിരിച്ചറിഞ്ഞു. ചൂഷണത്തിന്റേയും അടിച്ചമർത്തലിന്റേയും അടിസ്ഥാന കാരണം ഇതാണ്. വൈരാഗി കളുടെയും വിമതരുടെയും ഉൾചിന്തകൾ ഇതിന് സമാനമാണ്. ഈ ആവശ്യ അടിമത്തത്തെ പ്രതിരോധിക്കലാണ് വിപ്ലവം. ഇടപ്പള്ളി സഖാക്കൾ സ്വന്തം ആവശ്യ അടിമത്തത്തെ നിഷേധിച്ചവരാണ്. അവർക്ക് സ്വന്തമായി ഒരാഗ്രഹവും ഇല്ലായിരുന്നു. എല്ലാം പാർട്ടിക്ക് വേണ്ടിയാണ് ചെയ്തത്. അവരുടെ ജീവിതം തന്നെ പാർട്ടിയായിരുന്നു.

റൂസോയുടെ ചിന്തയും പ്രഭാഷണവും സ്വാതന്ത്ര്യത്തെക്കുറിച്ചായിരു ന്നു. അദ്ദേഹത്തിന്റെ എഴുത്തും ജീവിതവും സ്വാതന്ത്ര്യമാണ്. പൊളിറ്റി ക്കൽ ഫിലോസഫിയുടെ ഹൃദയരേഖയാണ് അത്. മനുഷ്യൻ സമഗ്രമായ സ്വാതന്ത്ര്യം കൊണ്ട് അനുഗ്രഹീതനാണ്. മനുഷ്യന്റെ ശരീരപ്രകൃതിയും മനഃശാസ്ത്ര ഘടനയും അതിന് വഴിയൊരുക്കി. കൃത്രിമമായ ആവശ്യ ങ്ങൾക്ക് എതിരാണ് അത്. എന്നാൽ അധികാരം അവനിലേയ്ക്ക് കൃത്രി മമായ ഒട്ടനവധി ആവശ്യങ്ങളെ ഒളിച്ച കടത്തി. അവൻ അതിനെല്ലാം അടിമപ്പെട്ടു. അതുകൊണ്ടാണ് "മനുഷ്യൻ സ്വതന്ത്രനായി പിറക്കുന്നു; എന്നാൽ എല്ലായിടത്തും അവൻ ചങ്ങലകളിലാവുന്നു" എന്ന് അദ്ദേഹം നിരീക്ഷിച്ചത്. ആ അടിമത്തം തകർക്കാനുള്ള ചിന്തയാണ് കനലായി റൂസോ തലമുറകൾക്ക് കൈമാറിയത്. എല്ലാ കലാപങ്ങളുടെ പിന്നിലും ഈ കനലാണ് എരിഞ്ഞു കൊണ്ടിരിക്കുന്നത്.

റൂസോ സ്വയം വിശേഷിപ്പിച്ചത് തത്വജ്ഞാനിയായ ഊരുതെണ്ടി എന്നായിരുന്നു. ഇരുപത്തൊന്നാം നൂറ്റാണ്ടിലെ പ്രശ്ന പരിസരത്തി ലും റൂസോ കടന്നുവരികയാണ്. 'Inequality between Men' എന്ന ഗ്രന്ഥം നമ്മോട് ഇപ്പോഴും സംവദിക്കുന്നുണ്ട്. പരിസ്ഥിതിയെയും ആവാസവ്യവസ്ഥയെയും കരുതലോടെ കാത്തുവെക്കാൻ പറഞ്ഞ റൂസോയുടെ വാക്കുകൾ ഇനിയും തിരിച്ചറിയേണ്ടതുണ്ട്. ജനങ്ങളുടെ ഇച്ഛയും ആഗ്രഹവും ഇല്ലാതെ ഭരണാധികാരികൾക്ക് നിലനിൽക്കാ നാവില്ല. ഈ ചിന്തയുടെ തീപ്പൊരിയാണ് എല്ലാ കാലത്തെയും വിപ്ലവ കാരികളെ ജ്വലിപ്പിച്ചത്. ഇടപ്പള്ളി സഖാക്കളും തീക്കാറ്റായി മാറിയത് അങ്ങനെയാണ്.

മനുഷ്യൻ കണ്ടെത്തിയ ഏറ്റവും മഹത്തായ വികാരം കരുണയാണ്. അന്യനോടുള്ള അപാരമായ സമരസപ്പെടൽ. ഇതിനെക്കാൾ വലിയ എന്ത് ജ്ഞാനമാണ് നിങ്ങൾക്ക് കണ്ടെത്താൻ കഴിയുക എന്നാണ് റൂസോ ചോദിച്ചത്. ആ ചോദ്യത്തിന്റെ മുഴക്കത്തിൽ അമ്പരന്നവരാണ് നമ്മൾ. പകർച്ചവ്യാധികൾ പടർന്നു പിടിച്ച കാലം അതിനെ കൂടുതൽ

വ്യക്തമാക്കി. കേരളത്തിന്റെ ആരോഗ്യപരിപാലനം അമേരിക്കയുടെ ആരോഗ്യപരിപാലനവുമായി താരതമ്യം ചെയ്യപ്പെട്ടു. സമ്പന്നരെ മാത്രം സംരക്ഷിക്കുന്ന ആരോഗ്യനയവും എല്ലാവരെയും, ദരിദ്രനോ സമ്പന്നനെന്നോ നോക്കാതെ പരിരക്ഷിക്കുന്ന നയവും മനുഷ്യന് മുന്നിൽ വിചാരണ ചെയ്യപ്പെട്ടു. ദരിദ്രജീവനും ജീവനാണെന്ന തിരിച്ചറിഞ്ഞ നിലപാടാണ് കൂടുതൽ സ്വീകാര്യമായത്. വിപ്ലവവും റൂസോയും അത്തരം നിലപാടില്ലൂടെയാണ് ജീവിക്കുന്നത്.

ലോക്ഡൗൺ കാലത്തെ ഇന്ത്യ ടെലിവിഷൻ കാഴ്ചയില്ലൂടെ ലോകം കാണുകയായിരുന്നു. ദരിദ്രരായ തൊഴിലാളികൾ പണിയിടങ്ങളിൽ നിന്ന് ആട്ടിയിറക്കപ്പെട്ടന്നു. വലിയ എക്സോഡസ് ആയി അവർ വഴിയോരങ്ങളിൽ ചിതറി. പലരും ട്രെയിൻ തട്ടിയും ബസ്സ് മുട്ടിയും മരിച്ചു. പട്ടിണികൊണ്ടും തളർന്ന് വീണും മരിച്ചവർ കുറവല്ല. അപ്പോൾ കേരള ത്തെപ്പോലുള്ള ചില പ്രദേശങ്ങൾ അവരെ ചേർത്തുപിടിക്കുന്ന കാഴ്ച വേറിട്ട കാഴ്ചയായി മാറി. ജനതയെ വിവേചനരഹിതമായി ചേർത്തു പിടിക്കുന്ന ഗവേണൻസ് റൂസോയുടെ കാഴ്ചപ്പാടുകൾ പുശിയതാണ്.

വിപ്ലവത്തിന് എല്ലാ കാലത്തും അജണ്ടയുണ്ടായിരുന്നു. അത് ലോകത്തെ മാറ്റലാണ്. മാറ്റലിൽ ബലപ്രയോഗമുണ്ട്. പക്ഷേ ബലപ്ര യോഗം വിപ്ലവങ്ങളെ രക്തത്തിൽ പൊതിഞ്ഞെടുക്കും. ഫ്രഞ്ച് വിപ്ലവം ടെററിസത്തിന്റെ ഭ്രാന്തുപിടിച്ച കാലമായിരുന്നു. മനുഷ്യന്റെ തലകൾ തെറിച്ചു വീണു. ഫ്രാൻസിലെ വിപ്ലവ ഗ്രൂപ്പായ ജക്കോബിൻസ് ക്ലബ്ബ് അക്രമത്തിന്റെ വെടിമരുന്ന് ശാലയ്ക്ക് തീവെച്ചവരായിരുന്നു. മാർക്സ് അതിനെ എതിർത്തു. എന്നാലും ജക്കോബിൻസിനെ അദ്ദേഹം പൂർ ണ്ണമായി ഉപേക്ഷിച്ചില്ല. കാരണം, വിപ്ലവത്തിന്റെ പ്രചോദന കേന്ദ്ര മായിരുന്ന ജക്കോബിൻസ്. ജക്കോബിൻസ് വിപ്ലവ ക്ലബ്ബിന്റെ തീവ്രത ഇടപ്പള്ളി പോലീസ് സ്റ്റേഷൻ ആക്രമിച്ച വിപ്ലവകാരികൾക്കുണ്ടായി രുന്നു. ചെഗുവേരയും ഫിദൽ കാസ്ട്രോയും ഒക്കെ കൊണ്ട നടക്കുന്ന പൈതൃകം തന്നെയാണ് ഇടപ്പള്ളി സഖാക്കളടേതും.

വിപ്ലവ ഏജൻസി

വിപ്ലവ സിദ്ധാന്തങ്ങൾ രൂപപ്പെട്ട കാലത്ത് ഉയർന്ന പ്രധാന ചോദ്യം ആരാണ് വിപ്ലവത്തിനൊരുക്കം നടത്തേണ്ടത് എന്നാ യിരുന്നു. പൂവിരിയുന്നതുപോലെ സ്വമേധയാ നിറവേറുന്നതല്ല വിപ്ലവം. അതിനൊരു ചിട്ടയായ പ്രവർത്തനത്തിന്റെ സംവിധാനം ആവശ്യ മാണ്. പഴയ സിലബസിൽ അത് പ്രൊഫഷണൽ റവല്യൂഷണറിക ളായിരുന്നു. വിപ്ലവം ജീവിതമായി കരുതിയ ചാവേറുകൾ. ഇടപ്പള്ളി പോലീസ് സ്റ്റേഷൻ ആക്രമണത്തിന്റെ കുന്തമുന നാലു പേരടങ്ങിയ ആത്മഹത്യാ സ്ക്വാഡായിരുന്നു. കെ. സി. മാത്യു, വി. വിശ്വനാഥ മേനോൻ, കെ. യു. ദാസ്, എം. എം. ലോറൻസ്. പ്രൊഫഷണൽ റവല്യൂഷനറികളുടെ തലയായിരുന്നു അത്. ഇവരായിരുന്നു തീരുമാനം എടുത്തതും നടപ്പിലാക്കിയതും.

വിപ്ലവ സിദ്ധാന്തത്തിന്റെ മുഖ്യ പ്രഖ്യാപനം തൊഴിലാളി വർഗ്ഗമാണ് വിപ്ലവത്തിന്റെ ഏജൻസിയെന്നാണ്. അന്ന് വ്യവസായത്തൊഴിലാളിക ളും റെയിൽവേ തൊഴിലാളികളും അതിന്റെ പ്രധാന കേന്ദ്രമായി വർത്തി ച്ചിരുന്നു. എന്നാൽ ഇന്ന് ആ സങ്കൽപങ്ങൾക്ക് മാറ്റം വന്നു. വിപ്ലവ ഏജൻസി എന്ന നിലയില്ലുള്ള തൊഴിലാളിവർഗ്ഗത്തിന്റെ പ്രസക്തി ചോദ്യം ചെയ്യപ്പെട്ടിരിക്കുന്നു. വിപ്ലവ പാർട്ടി എന്നതും പുനഃപരിശോ ധനയ്ക്ക് വിധേയമാക്കപ്പെടുന്നു.

ഇരുപത്തൊന്നാം നൂറ്റാണ്ടിൽ വിപ്ലവ ചിന്തകളിൽ റഷ്യൻ വിപ്ലവം ഒരു സിന്ദൂരപ്പൊട്ടിന്റെ ഓർമ്മ മാത്രമാണ്. ചരിത്രത്തിലുടനീളം വിപ്ലവ ചിന്തകൾക്ക് സംഭവിച്ച പരിണാമം ശ്രദ്ധേയമാണ്. മാർക്സ്

ഉട്ടോപ്യൻ സോഷ്യലിസത്തെ തള്ളി. പക്ഷെ അദ്ദേഹം മുന്നോട്ട വെച്ച ശാസ്ത്രീയ സോഷ്യലിസത്തിന് വഴി കാട്ടിയത് റൊമാന്റിക് സോഷ്യലിസമായിരുന്നു. അതിന്റെ ഉപജ്ഞാതാവ് ഫ്രാൻസ്വ മരിയ ചാൾസ് ഫ്യൂരിയർ ആയിരുന്നു. ജെക്കോബിൻസ് ക്ലബ്ബിന്റെ രക്തതൃഷി തമായ കലാപങ്ങളെ അതിശക്തമായി എതിർത്ത വ്യക്തിയായിരുന്നു ഫ്യൂരിയർ. ചോര വീഴുന്ന ഒന്നിനെയും അദ്ദേഹം അംഗീകരിച്ചില്ല. ഫ്യൂരി യറുടെ പ്രധാന ചിന്ത മനുഷ്യാഹ്ലാദമാണ്. ആഹ്ലാദത്തിനു വേണ്ടിയു ള്ള ആഗ്രഹങ്ങൾ സ്വാഭാവികതയാണ്. മനുഷ്യ നിഷ്കളങ്കതയാണ് അതിന്റെ മുഖമുദ്ര. ഇതിനെ അമർച്ച ചെയ്യാനുള്ള ശ്രമങ്ങളാണ് ഭരണ കൂടത്തിന്റെ ഭാഗത്തു നിന്ന് വരുന്നത്. അതിനെ ഫ്യൂരിയർ എതിർത്തു. മനുഷ്യരാശിയുടെ ആത്മസാക്ഷാത്കാരമായി തൊഴിലിനെ കാണണം. തൊഴിലിടങ്ങളിൽ തൊഴിലാളിയെ ശ്വാസം മുട്ടിക്കരുത്. തൊഴിലിട ങ്ങൾ ഇന്ന് പഴയ കാലത്തിനെക്കാൾ മനുഷ്യവിരുദ്ധമാണ്. ഇന്നത്തെ ഐ.ടി. മേഖല മനുഷ്യരാശിയുടെ ചരിത്രത്തിലെ ഏറ്റവും മനുഷ്യവിരുദ്ധ മായ തൊഴിലിടം ആണ്. ചിക്കാഗോ തെരുവുകളിൽ മനുഷ്യരക്തപ്പുഴ ഒഴുകിയത് ജോലിസമയം എട്ട് മണിക്കൂറാക്കാൻ വേണ്ടിയായിരുന്നു. ചരിത്രം മറന്ന ടെക്കികൾ പത്തും പന്ത്രണ്ടും മണിക്കൂർ പണിയെ ടുക്കുന്നു. പണം മാത്രമാണ് ആകർഷണം. ഈ പണാർത്തിയെ ഫ്യൂരിയർ എതിർത്തു. മനുഷ്യ വിരുദ്ധതയെ എതിർത്ത ഫ്യൂരിയറുടെ ചിന്ത റൊമാന്റിക് സോഷ്യലിസത്തിന്റേതായിരുന്നു. മാർക്സിനെയും, ഏംഗൽസിനെയും അതു പ്രചോദിപ്പിച്ചു. ഫ്രാൻസിലെ റോബസ്സ്പിയ റുടെ വിപ്ലവ പരാജയപാഠങ്ങൾ, ജെക്കോബിൻസ് ക്ലബ്ബിന്റെ ചോര പ്പുഴകൾ, ഫ്യൂരിയറുടെ സ്വപ്ന പദ്ധതി. ഇതിൽ നിന്നെല്ലാം രൂപപ്പെട്ട ത്തിയ സങ്കൽപ്പമാണ് മാർക്സിന്റെ ശാസ്ത്രീയ സോഷ്യലിസം. അത് സ്ഥാപിക്കാൻ ഒരു മനുഷ്യ ഏജൻസി ആവശ്യമാണെന്നും അതിന്റെ ഇന്ധനം ഇച്ഛാശക്തിയും ധാർമ്മികതയും ആയിരിക്കുമെന്ന് അദ്ദേഹം കരുതുകയും ചെയ്തു.

പക്ഷെ കാലം കടന്നുപോയപ്പോൾ അതിന് മാറ്റങ്ങൾ സംഭവിച്ചു. ഏതാണ്ട് 1950 കൾ വരെ വിപ്ലവങ്ങൾക്ക് ഒരു തുടർചലനമുണ്ടായി രുന്നു. അതിന്റെ കേന്ദ്രം ഒക്ടോബർ വിപ്ലവമായിരുന്നു. ഇടപ്പള്ളി കലാപത്തിലേയ്ക്ക് എളുപ്പത്തിൽ ഇറങ്ങാൻ കമ്മ്യൂണിസ്റ്റ് നേതൃത്വത്തെ സഹായിച്ചത് അതായിരുന്നു. ഇടപ്പള്ളിക്ക് ശേഷം പിന്നീട് അത് നിന്ന പോകുകയായിരുന്നു. മുനയൻകുന്ന് മുതൽ വയലാർ വരെയുള്ള വിപ്ലവ ങ്ങൾ സൃഷ്ടിച്ച ആരവത്തിൽ കമ്മ്യൂണിസ്റ്റുകാർ അധികാരത്തിലെത്തി. അത് 1957 ലായിരുന്നു. പിന്നീട് കേരളത്തിൽ കമ്മ്യൂണിസ്റ്റുകാരുടെ

ഇടം മാറി. അവർ അടിച്ചമർത്തപ്പെട്ട സമൂഹമല്ലാതായി. അതൊരു അധികാരസമൂഹമായി മാറി.

അതിനുശേഷം വിപ്ലവത്തെ മാർക്സ് കണ്ടതുപോലെ കാണാൻ കേരളത്തിലെ കമ്മ്യൂണിസ്റ്റുകൾക്ക് കഴിഞ്ഞില്ല. ലെനിനോ, സ്റ്റാലിനോ, ട്രോട്സ്കിയോ, മാവോയോ, ഹോചിമിനോ, ഫിദൽ കാസ്ട്രോയോ, ചെഗുവേരയോ കണ്ട വിപ്ലവത്തിന്റെ വഴികൾ അവർക്ക് അന്യമായി. പുന്നപ്ര വയലാറും, കരിവെള്ളൂരും, കാവുംബായും, മുനയൻകുന്നം, ശൂര നാട്ടമെല്ലാം അന്നമില്ലാത്ത മനുഷ്യർക്ക് അന്നം കാണാനും മാനമില്ലാ ത്ത മനുഷ്യർക്ക് മാനം ഉണ്ടാക്കാനും വേണ്ടി നടന്ന പോരാട്ടങ്ങളായിരു ന്നു. അടിച്ചമർത്തപ്പെട്ട, അപഹസിക്കപ്പെട്ട മനുഷ്യരുടെ ഉയിർപ്പിന്റെ കഥ. ഈ കലാപങ്ങളിൽ എല്ലാം വിപ്ലവത്തിന്റെ ഏജൻസി എന്നത് നിരാശ്രയരും നിരാലംബരും, പട്ടിണിക്കാരുമായ മനുഷ്യരായിരുന്നു. അവരുടെ തലച്ചോറായി പ്രവർത്തിച്ചത് മധ്യവർഗ്ഗ ബുദ്ധിജീവികളാ യിരുന്നു.

നീതിബോധമുള്ള സാമൂഹ്യനിർമ്മിതിയുടെ പരികല്പനകളെ പ്ര ചോദിപ്പിച്ചിരുന്ന ആ കാലം വിടപറഞ്ഞുപോയി. പകരം വിപണന ലഹരിയുടെ പുതിയ കാലം രൂപപ്പെട്ടു. വിപ്ലവത്തിൽ നിന്ന് വില്പനയി ലേയ്ക്ക് ലോകം വഴുതി വീണു. എങ്കിലും, മറക്കാനാവുമോ പഴയ വിപ്ല വങ്ങളെ? സമത്വബോധത്തെയും, ധാർമ്മികതയെയും മുഴുവനമായി തള്ളാനാകുമോ പുതിയ കാലത്തിന്? ഇല്ല എന്നാണ് ഉത്തരം. സമൂഹം അതിജീവനം നേടുന്നത് മാനവ മൂല്യങ്ങളെ തിരിച്ച പിടിച്ചുകൊണ്ടാണ്. അതിന് പഴയ കാലത്തിന്റെ പൈതൃകം തിരിച്ചറിയേണ്ടതുണ്ട്.

വിപ്ലവങ്ങളുടെ പൈതൃകം ഇരുപത്തൊന്നാം നൂറ്റാണ്ട് തിരിച്ച റിഞ്ഞത് അവയുടെ ഫലങ്ങളെ വിലയിരുത്തിയാണ്. നടന്ന വിപ്ലവ ങ്ങൾ പലതും പുതിയ ലോകത്തെ നിർമ്മിച്ചു. എന്നാൽ വിപ്ലവങ്ങളുടെ ഉത്സവരാവുകൾ കഴിയുമ്പോൾ ലോകം വീണ്ടും അസമത്വത്തിലേയ്ക്കും, അനീതികളിലേയ്ക്കും, അടിച്ചമർത്തലുകളിലേയ്ക്കും തിരിച്ച പോകും. അസമത്വത്തിന്റെയും, അനീതിയുടെയും അടിച്ചമർത്തലിന്റെയും സ്വഭാവം പഴയതാവില്ല എന്ന് മാത്രം. ആ നേരിയ വ്യത്യാസത്തിനു വേണ്ടിയാണോ ചോരപ്പുഴകളൊഴുകുന്നത്?

'വിപ്ലവത്തിനുള്ളിലെ വിപ്ലവം' എഴുതിയ റെജിസ് ദെബ്രെ വലിയൊരു വീണ്ടുവിചാരം നടത്തുന്നുണ്ട്. 1960 ലാണ് ദെബ്രെ 'റവല്യൂഷൻ ഇൻ ദി റവല്യൂഷൻ' എഴുതിയത്. ക്യൂബൻ വിപ്ലവത്തിന്റെ മാസ്റ്റർ പ്ലാൻ പശ്ചാത്തലമാക്കി എഴുതിയ പുസ്തകം. ആ പുസ്തകം വിപ്ലവ ഏജൻസി എന്ന നിലയിൽ ഗറില്ലാ ഗ്രൂപ്പുകളും മിലിറ്റന്റ് രാഷ്ട്രീയ

പാർട്ടിയും നിർവ്വഹിച്ച റോളിനെക്കുറിച്ചാണ് ചർച്ച ചെയ്തത്. വിപ്ലവം ജനങ്ങളുടെ യുദ്ധമാണ്. വിപ്ലവ മുന്നണി പരിശീലനം നേടിയ വിപ്ലവ കാരികളാണ് നയിക്കുന്നത്. അതിന്റെ പിന്നണി ആശയദൃഢത നേടിയ കേഡർമാരിൽ ശക്തമായിരിക്കും. ചെഗുവേരയുടെയും, ദെബ്രെയുടെയും ചിന്തകൾ സമന്വയിച്ചതാണ് ഫോക്കോ സിദ്ധാന്തം. ഫോക്കോയിസം ഒരു വിപ്ലവ തന്ത്രമായിരുന്നു. വിപ്ലവത്തിന് പാകമായ സാമൂഹ്യ രാഷ്ട്രീയ സാഹചര്യത്തെ നിർമ്മിക്കുന്ന തന്ത്രം. ക്യൂബയിൽ വിജയിച്ച തന്ത്രം ബൊളീവിയയിൽ പരാജയപ്പെട്ടു. ചെഗുവേര രക്തസാക്ഷിയായി.

കാലം പിന്നെയും കടന്നു പോയി. പുതിയ ലോകക്രമങ്ങൾ വളർന്നു വന്നു. അതിനെല്ലാം സാക്ഷിയായി ദെബ്രെ ജീവിച്ചു. ഗറില്ലാ പോർമുഖ ങ്ങൾ സൃഷ്ടിച്ച യുദ്ധ മുന്നണികളിൽ ജനകീയ യുദ്ധങ്ങൾ വളരുന്നത് അദ്ദേഹം കണ്ടു. ധീരരായ വിപ്ലവ ബാന്റിന്റെ സഹായത്താൽ വിപ്ലവ സാഹചര്യം സൃഷ്ടിക്കപ്പെടുന്നതിന് അദ്ദേഹം സാക്ഷിയായി. ഗറില്ലാ ഗ്രൂപ്പുകളായിരുന്ന അവിടങ്ങളിൽ വിപ്ലവ ഏജൻസി. പക്ഷേ സൈന്യം പിടിക്കൂടി ജയിലിൽ അടക്കപ്പെട്ട ദെബ്രെ പിന്നീട് കണ്ടത് വിപ്ലവത്തി ന്റെ വേലിയിറക്കമാണ്. അത് അദ്ദേഹത്തെ നിരാശയിലേയ്ക്ക് തള്ളി.

അദ്ദേഹത്തിന്റെ ആത്മകഥ ആ നിരാശ പ്രകടമാക്കുന്നുണ്ട്. പിൽക്കാലത്ത് ഫ്രെഞ്ച് മന്ത്രിസഭയിൽ ഉന്നത സ്ഥാനം വഹിച്ച അദ്ദേഹത്തിന് വിപ്ലവത്തെക്കുറിച്ച് നിരാശാജനകമായ കുറിപ്പുകൾ എഴുതേണ്ടി വന്നു. 'Praised be our Lords : A Political Education' എന്നത് അദ്ദേഹത്തിന്റെ ആത്മകഥയാണ്. അതിലദ്ദേഹം തന്റെ വിപ്ലവയാത്രകൾ കുറിച്ചു. ലൂയി അൽത്തൂസർക്കൊപ്പം തുടങ്ങിയ ആ യാത്ര പാരീഷ്യൻ ലക്ച്ചർ തിയേറ്ററുകളിലൂടെയും ക്യൂബയിലും ബൊളീവിയായിലും കാസ്ട്രോവിനൊപ്പവും, ചെഗുവേരയോട് ചേർന്നും അറുപതുകളിലെ വിപ്ലവങ്ങളിൽ അണിചേർന്നും മുന്നോട്ടുപോയ ഒന്നാണ്. അതിന്റെ സ്മൃതിരേഖ കൂടിയാണ് പുസ്തകം. ബൊളീവയാ യിലെ ജയിൽ ജീവിതവും അദ്ദേഹം വരച്ചിട്ടുന്നുണ്ട്. പക്ഷേ വിപ്ലവ ത്തെക്കുറിച്ച് അദ്ദേഹം നൽകുന്ന സന്ദേശം നിരാശാജനകമാണ്. വിപ്ലവങ്ങൾ വെറുപ്പുളവാക്കുന്ന വികർഷണബിംബങ്ങളാണെന്ന് അദ്ദേഹം വിവരിക്കുന്നു. ആ വാക്കുകൾ വല്ലാതെ നിരാശപ്പെടുത്തുന്നു. "വിപ്ലവങ്ങൾ ഇപ്പോൾ നമ്മളിൽ ഉണർത്തുന്നത്, അവ ഇരകളുടെ വംശപരമ്പരകളിൽ മാത്രമല്ല ആ രക്തസാക്ഷികളുടെ ഗ്രന്ഥകർത്താ ക്കളിലും, ഗുണഭോക്താക്കളിൽ പോലും പതിനെട്ടാം നൂറ്റാണ്ടിലെ സ്വീകരണമുറികളിൽ കാണുന്ന വികർഷണവും വെറുപ്പും ഉളവാക്കുന്ന ബിംബങ്ങളാണ്." അദ്ദേഹത്തിന്റെ വാക്കുകളിൽ വിപ്ലവ പദ്ധതികൾ

ഇപ്പോൾ എഴുതപ്പെടുന്നത് സംക്ഷിപ്തമായി ഏതാണ്ടിങ്ങനെയാണ്. "രണ്ട് നൂറ്റാണ്ടുകൾ, ദശലക്ഷക്കണക്കിന് ശവശരീരങ്ങൾ, ഒരു പൂർണ്ണ ആവർത്തി, വെറുതെ വ്യയം ചെയ്യപ്പെട്ടത്."

ഇത് വിപ്ലവകാരിക്ക് സ്വീകാര്യമല്ല. കാരണം, അത് സ്വീകരി ച്ചാൽ പിന്നീട് വിപ്ലവ ആഗ്രഹം അവശേഷിക്കില്ല. വിപ്ലവം മുന്നോട്ട പോകുന്നത് വിപ്ലവ പൈതൃകത്തിന്റെ അനശ്വരമായ ഓർമ്മകളെ വീണ്ടെടുത്തുകൊണ്ടാണ്. പീഡനത്തിന്റെയും, മർദ്ദനത്തിന്റെയും രക്ത സാക്ഷിത്വത്തിന്റെയും ഇരമ്പുന്ന സ്മരണകളിലാണ് അത് ജീവിക്കുന്നത്.

വിപ്ലവത്തിന്റെ ബ്രേക്കിംഗ് പോയന്റ്

എന്താണ് വിപ്ലവത്തിന്റെ ബ്രേക്കിംഗ് പോയന്റ്? ഇടപ്പള്ളി പോലീസ് സ്റ്റേഷൻ ആക്രമിക്കാൻ ഇറങ്ങിത്തിരിച്ച വിപ്ലവ കാരികളുടെ മനസ്സിലെന്തായിരുന്നു? അവരുടെ ആത്മഹത്യാ സ്ക്വാ ഡിന്റെ വിപ്ലവ അഭിലാഷമെന്തായിരുന്നു? അവർക്കൊരു മഹത്തായ ലക്ഷ്യം മുന്നിലുണ്ടായിരുന്നു. സഹവർത്തിത്വമുള്ള, സമത്വപൂർണ്ണമായ, ജനാധിപത്യപരമായ, വർഗരഹിത സമൂഹത്തിന്റെ സൃഷ്ടിയായിരുന്ന അവരുടെ വിപ്ലവാഭിലാഷം. അതിനുവേണ്ടിയുള്ള നിരന്തര പരിശ്രമത്തി നിടിയിലെ ഒരു യാദൃശ്ചികതയായിരുന്ന സായുധ കലാപം. "നമ്മൾ പോലീസ് സ്റ്റേഷനിൽ പോയി എൻ. കെ. യെ മോചിപ്പിക്കണം" പാർട്ടിയുടെ ബുദ്ധികേന്ദ്രമായ കെ. സി. മാത്യ ഉറച്ച ശബ്ദത്തിൽ പ്ര ഖ്യാപിച്ചപ്പോൾ ഞങ്ങൾ മുന്നോട്ട് കുതിച്ചെന്നാണ് ആ ആക്ഷനിൽ പങ്കെടുത്ത ധീരയോദ്ധാവ് മുൻ മന്ത്രി വിശ്വനാഥ മേനോൻ പറഞ്ഞത് "ഏറ്റവും സാഹസികതകൾ നിറഞ്ഞ ധീരകൃത്യങ്ങൾ ചെയ്യുന്നതാണ് ഒരു ബോൾഷെവിക്കിന്റെ ലക്ഷണം എന്ന ബോധം മനസ്സിലുണ്ടായി രുന്ന ഞങ്ങൾക്ക് മറ്റൊന്നും ആലോചിക്കാനുണ്ടായിരുന്നില്ല". വിശ്വ നാഥമേനോന്റെ ഈ വാക്കുകൾ ഒക്ടോബർ വിപ്ലവത്തിന്റെ സ്വാധീനം കേരളത്തിൽ എത്ര ശക്തമായിരുന്നു എന്ന് വ്യക്തമാക്കുന്നതാണ്.

റെജിസ് ദെബ്രെ സ്വപ്നം കണ്ട 1960 കളുടെ കനലെരിയുന്ന വിപ്ല വങ്ങളെ പ്രോജ്ജ്വലിപ്പിച്ചത് ഒക്ടോബർ വിപ്ലവമായിരുന്നു. യഥാർത്ഥ ത്തിൽ വിപ്ലവ പൈതൃകത്തെ ഒക്ടോബർ വിപ്ലവത്തിന് മുമ്പും പിമ്പും എന്ന് വിഭജിക്കാവുന്നതാണ്. കാലത്തിനോ അളവിനോ വിപ്ലവത്തിന്

ഏകതാനത കൽപിക്കാനാവില്ല. സംഘർഷഭരിതത്വം അതിന്റെ പ്രകൃ
തമാണ്. വിഭിന്ന രാഷ്ട്രീയ ചിന്തകൾ അതിൽ എരിഞ്ഞുകൊണ്ടിരിക്കുന്നു.
കമ്മ്യൂണിസത്തിന് അകത്തുതന്നെ അത് സമൃദ്ധമായിരുന്നു. സോഷ്യ
ലിസത്തിലും അനാർക്കിസത്തിലും സിന്ധിക്കലിസത്തിലും ഭിന്നതകൾ
ധാരാളമായിരുന്നു. തുണ്ടങ്ങളാക്കപ്പെടുന്നത് അനാർക്കിസത്തിന്റെ
രീതിയായിരുന്നു. കലാപങ്ങളിൽ ഏർപ്പെട്ടവർ അതിനെ നോക്കി
കണ്ടത് പല രീതിയിലായിരുന്നു. കൂട്ടായ വിപ്ലവ പ്രവർത്തനത്തിന്റെ
ആശയത്തിന് പ്രാധാന്യം കൊടുക്കുന്നവരുണ്ടായിരുന്നു. മറ്റുചിലരാക
ട്ടെ വ്യക്തി സ്വാതന്ത്ര്യത്തിനും പരമാധികാരത്തിനും പ്രാധാന്യം കൊട
ത്തവരായിരുന്നു. സമന്വയ രീതികളിലൂടെ സഞ്ചരിച്ചവരുമുണ്ടായിരുന്നു.
സമന്വയ വിപ്ലവ പദ്ധതിയെ ഗാഢമായി ആശ്ലേഷിച്ച വനിതയാണ്
എമ്മ ഗോൾഡ് മാൻ. മാർക്സും ഏംഗൽസും ഉട്ടോപ്യൻ സോഷ്യലി
സത്തിന്റെ കാഴ്ചപ്പാടിനെ എതിർക്കുകയായിരുന്നു. അവർ ശാസ്ത്രീയ
സോഷ്യലിസത്തിന്റെ പാത വെട്ടിത്തുറന്നു. മറ്റ് ചിലർ ഉട്ടോപ്യൻ
സോഷ്യലിസത്തിന്റെയും ശാസ്ത്രീയ സോഷ്യലിസത്തിന്റെയും ഇടപ്പാത
സ്വീകരിച്ചവരും. ഇതെല്ലാം വിശകലന മേഖലയിലും പ്രയോഗരംഗ
ത്തും പരീക്ഷിക്കപ്പെട്ടു.

വില്യം മോറിസ് ഉട്ടോപ്യൻ സോഷ്യലിസ്റ്റ് ചിന്തകനായിരുന്നു.
അദ്ദേഹത്തിന്റെ ജീവിതവുമായി താതാത്മ്യം ചെയ്ത എഴുത്തുകാരനും
കമ്മ്യൂണിസ്റ്റുമായിരുന്നു ഇ. പി. തോംസൺ. തോംസൺ എഴുതിയ
മോറിസിന്റെ രാഷ്ട്രീയ ജീവചരിത്രമാണ് 'William Morris Romantic
to Revolutionary' എന്നത്. അതിൽ തോംസൺ ഉയർത്തുന്ന പ്രധാന
ചോദ്യങ്ങളാണ്. What is a romantic? What is a revolutionary?
Is the former all ideal and imagination, while the later is
all reailty and science? ഒരു റൊമാന്റിക്കിന് വിപ്ലവകാരിയാകാൻ
കഴിയുമോ? കഴിയുമെന്ന് തന്നെയാണ് തോംസണിന്റെ ഉത്തരം. വിപ്ലവ
കാരിയിൽ എപ്പോഴും ഒരു റൊമാന്റിക് ഉണ്ടായിരിക്കും. സ്വപ്നം കാണാ
ത്തവൻ വിപ്ലവകാരിയല്ല. അതിർത്തികളില്ലാത്ത സ്വാതന്ത്ര്യത്തെക്കു
റിച്ചും ജനാധിപത്യത്തെക്കുറിച്ചും അവൻ സ്വപ്നം കണ്ടുകൊണ്ടിരിക്കും.
സമത്വം, സാഹോദര്യം, സ്വാതന്ത്ര്യം എന്ന ഫ്രഞ്ച് വിപ്ലവചിന്തയെ
പ്രാവർത്തികമാക്കാൻ ആഗ്രഹിച്ച കമ്മ്യൂണിസ്റ്റായിരുന്നു മോറിസ്.
പോരാട്ടം ഒരു അനിവാര്യതയായിരുന്നെന്ന് അദ്ദേഹം കരുതിയിരു
ന്നു. അതിനാൽ ഒരു റവല്യൂഷണറി ആത്യന്തികമായി റൊമാന്റിക്
ആയിരിക്കും എന്നാണ് കരുതേണ്ടത്. മനുഷ്യന് സ്വതന്ത്രനാകാൻ
പോരാടേണ്ടതുണ്ട്. പോരാട്ടമില്ലെങ്കിൽ അടിമത്തമാണ്. സാമൂഹ്യ

വിപ്ലവത്തിന്റെ ആവശ്യകത അസംതൃപ്തിയിലൂടെയാണ് മനുഷ്യർ തിരിച്ചറിയുന്നത്. വില്യം മോറിസണിന്റെ ഉദ്ബോധനങ്ങൾ തികച്ചും സ്വപ്നാടന സമാനമായിരുന്നു. അതിനെ മറികടന്നത് വിപ്ലവങ്ങളുടെ വിസ്ഫോടനം സൃഷ്ടിച്ചുകൊണ്ട് ബോൾഷെവിക്കുകൾ നടത്തിയ പ്രവൃത്തികളാണ്. പക്ഷേ, ലോക കമ്മ്യൂണിസ്റ്റ് പ്രസ്ഥാനങ്ങൾ ഉട്ടോപ്യൻ സെൻസിബിലിറ്റിയെ മുഴുവനായും തള്ളിയില്ല. അതിന്റെ ഒരംശം എപ്പോഴും കൂടെ കൊണ്ടുനടന്നു. ഇന്ത്യൻ കമ്മ്യൂണിസ്റ്റ് പാർട്ടിയുടെ കൽക്കത്താ തിസീസ് ഈ ഉട്ടോപ്യൻ സെൻസിബിലിറ്റിയെ കാത്തുവെ ച്ചതാണ്. തെലങ്കാന സമരവും സേലം ജയിലിലെ വിപ്ലവവും ഇടപ്പള്ളി പോലീസ് സ്റ്റേഷൻ ആക്രമണവും ഈ സെൻസിബിലിറ്റിയുടെ ആക്ടി വിറ്റികളായിരുന്നു.

'റവല്യൂഷൻ, ഔട്ട് ഓഫ് അപതി' (Revolution out of Apathy) എന്ന പുസ്തകം വിപ്ലവങ്ങളെ നിരീക്ഷിക്കുന്ന ദൂരദർശിനിയാണ്. ഇ. പി. തോംസൺ അതിൽ നടത്തുന്ന നിരീക്ഷണങ്ങൾ വളരെ പ്രധാനപ്പെട്ട താണ്. അദ്ദേഹത്തിന്റെ അഭിപ്രായത്തിൽ വിപ്ലവത്തിന്റെ ബ്രേക്കിംഗ് പോയിന്റ് കണ്ടെത്തൽ ഏറ്റവും പ്രമുഖമായ കാര്യമാണ്. സൈദ്ധാന്തിക അനുമാനങ്ങൾ അല്ല അതിൽ പ്രസക്തമായത്. പ്രയോഗക്ഷമതയാണ് പ്രധാനം. പ്രയോഗപരതയുടെ വിസ്ഫോടനം നടക്കുമ്പോളാണ് വിപ്ലവങ്ങൾ ഉണ്ടാവുന്നത്. സംഘർഷത്തിന്റെ സമര സമയങ്ങളിൽ പൊട്ടിവിടരുന്ന അനർഘ നിമിഷത്തിലാണ് ആ ബ്രേക്കിംഗ് പോയന്റ് ഉണ്ടാകുന്നത്. രണ്ട് സിസ്റ്റങ്ങൾ തമ്മിൽ, രണ്ട് ജീവിത രീതികൾ തമ്മി ല്ലുള്ള സംഘർഷപഥത്തിലാണ് അത് സംഭവിക്കാൻ സാധ്യതയുള്ളത്. എന്നാൽ ഏത് സാഹചര്യത്തിലും വിപ്ലവത്തിന്റെ പൊട്ടന്നനെയുള്ള സാക്ഷാത്കാരം ഒരു റൊമാന്റിക് സെൻസിബിലിറ്റിയിലായിരിക്കും സംഭവിക്കുക.

പല വിപ്ലവ പദ്ധതികളും നടക്കാതെ പോയതിനെ നിരീക്ഷിച്ച തോംസൺ 19-ാം നൂറ്റാണ്ടിലെ സോഷ്യലിസ്റ്റുകൾക്കൊപ്പം ചേർന്നു കൊണ്ട് പറഞ്ഞത് തൽക്ഷണതകളിലാണ് വിപ്ലവം സംഭവിക്കുന്നത് എന്നാണ്. ഉടൻ സംഭവിക്കേണ്ട ഒരു പ്രയോഗം എന്ന നിലയിൽ വിപ്ലവ ത്തെ കാണുമ്പോഴാണ് അത് പ്രയോഗമായി പരിവർത്തിക്കപ്പെടുന്നത്. മനുഷ്യവിമോചനത്തിനും അതിജീവനത്തിനും ഇത് അനിവാര്യമാണ്. അതിന്റെ തുടർ ചലനകാലത്താണ് ലോകത്തെല്ലായിടത്തും വിപ്ലവ ങ്ങൾ ഉണ്ടായിക്കൊണ്ടിരുന്നത്. അതിന്റെ തുടർച്ചയായിരുന്ന ഇടപ്പ ള്ളി കലാപവും. 1950-ലെ ഇടപ്പള്ളി പോലീസ് സ്റ്റേഷൻ ആക്രമണം അതിനാൽ ഒറ്റപ്പെട്ട കലാപ സാധ്യതയായിരുന്നില്ല. അന്ന് കമ്മ്യൂണിസ്റ്റ്

പാർട്ടിയുടെ പ്രവർത്തകർ ജീവന്മരണ പോരാട്ടത്തിലായിരുന്നു. അമ്പലകളുടെ ഒരു പ്രതിഫലനം മാത്രമാണ് അത്. അമ്പലകളിൽ ചെറുത്തുനിൽപ്പുകൾ വിപ്ലവത്തെ ഗർഭം ധരിച്ചവയായിരുന്നു. എല്ലാ പ്രതിരോധങ്ങളിലും തൽക്ഷണതയുണ്ടായിരുന്നു. തോംസണിന്റെ ഭാഷയിൽ വിപ്ലവത്തിന്റെ ഇമ്മീഡിയസി (immediacy)അവയ്ക്കുണ്ടായി രുന്നു. ആ ഇമ്മീഡിയസിയാണ് വിപ്ലവത്തിന്റെ ബ്രേക്കിംഗ് പോയിന്റ്.

ലെനിൻ : എ സ്റ്റഡി ഓൺ ദി യൂണിറ്റി ഓഫ് ഹിസ് തോട്ട് (Lenin : A Study on the Untiy of His Thought) എന്ന പുസ്തകം വിപ്ല വത്തിന്റെ ബ്രേക്കിംഗ് പോയന്റിനെ വിഭിന്നമാനങ്ങളിൽ കാണുന്ന കാഴ്ചയാണ്. ജോർജ്ജ് ലൂക്കാച്ച് ലെനിന്റെ ചിന്താപദ്ധതികളെ വിലയിരുത്തുമ്പോൾ വിപ്ലവ പാർട്ടിയുടെ ധർമ്മം തിരയുന്നുണ്ട്. ഒരു വിപ്ലവ പാർട്ടിയുടെ പ്രധാന ധർമ്മം വിപ്ലവത്തിന് ജനങ്ങളെ ഒരുക്ക ലാണ്. ഓരോ നേതാവിനെയും ഓരോ കേഡറെയും ട്രെയിൻ ചെയ്ത് കൊണ്ടവരുന്നത് വിപ്ലവം നടത്താനാണ്. ഓരോ നേതാവും ഓരോ കേഡറും ലെനിന്റെ സങ്കൽപത്തിലുള്ള പാർട്ടിയുടെ അമരക്കാരാവു മ്പോൾ അവർ തൽക്ഷണതയെ സ്വയം ആവാഹിച്ചവരാകും. അതാണ് ഇടപ്പള്ളിയിൽ സംഭവിച്ചത്. സ്റ്റേഷൻ ആക്രമിക്കാനുള്ള തീരുമാനം എടുത്തത് ഒരാളാണ്. കെ. സി. മാത്യു. മറ്റുള്ളവർ അത് അംഗീകരിച്ച് മുന്നേറുകയാണ് ചെയ്തത്. ഒരാൾ തടസ്സം പറഞ്ഞിരുന്നെങ്കിൽ ആ ഇമ്മീഡിയസി തകർക്കപ്പെട്ടുമായിരുന്നു. കലാപം നടക്കില്ലായിരുന്നു. വിപ്ലവ പാർട്ടിയാണ് ഉൽപന്നവും ഉൽപാദനവുമെന്ന ലൂക്കാച്ചിയൻ തിയറി അവിടെ ഫലപ്രദമായി പ്രവർത്തിച്ചു. പാർട്ടി തന്നെ വിപ്ലവത്തി ന്റെ മുൻ വ്യവസ്ഥയും ബഹുജന കൂട്ടായ്മയുടെ ഫലവും ആയിത്തീരുന്ന പ്രതിഭാസമാണ് അത്.

വീണ്ടെടുപ്പുകൾ വേണം

പുതിയ കാലം ഇടതുപക്ഷത്തിന്നു മുന്നിൽ പുതിയ വെല്ലുവിളികളെ കൊണ്ടു വരികയാണ്. ഒക്ടോബർ വിപ്ലവത്തിന്റെ പൈതൃകം ജീർണ്ണിച്ച് തീരാറായി. തൊഴിലാളി വർഗ്ഗ പ്രസ്ഥാനങ്ങളിലും വൈജ്ഞാനിക മേഖലകളിലും മാർക്സിസത്തിന്റെ ശബ്ദം നേർത്തു നേർത്തു വരുന്നു. സോവിയറ്റ് യൂണിയന്റെ ശിഥിലീകരണം കമ്മ്യൂണിസ്റ്റ് വിപ്ലവങ്ങളുടെ തന്നെ ശിഥിലീകരണമായി മാറി. രണ്ടായിരത്തി പതിനൊന്നിനെ ശ്രദ്ധയിൽ കൊണ്ടുവന്ന അറബ് വസന്തം ജൈവരാഷ്ട്രീയത്തെ വികസിപ്പിച്ചില്ല. കണ്ടെത്തപ്പെടാനാകാത്തവിധം അത് മറവിയിലേയ്ക്ക് ആണ്ടുപോയി. അസ്ഥിരമായ യൂറോപ്യൻ യൂണിയൻ, ഗ്രീസ്, സിറിയ തുടങ്ങിയ ഇടങ്ങളിൽ ഇടതുപക്ഷം മൂന്ന് നിറങ്ങളിൽ മുന്നണിയായി മാറി. അതൊരു മഴവിൽ സഖ്യമായി രൂപാന്തരം പ്രാപിച്ചു. ചുവപ്പ്, പച്ച, പർപ്പിൾ നിറങ്ങളിൽ അത് നിറഞ്ഞാടി. വിപ്ലവ രാഷ്ട്രീയത്തിന്റെ ചുവപ്പും പരിസ്ഥിതി രാഷ്ട്രീയത്തിന്റെ പച്ചയും ബഹുസ്വര സാമൂഹ്യരാഷ്ട്രീയത്തിന്റെ പർപ്പിളും ചേർന്ന അപാരതയതിനുണ്ടായിരുന്നു. എന്നാൽ ജർമ്മനി നേതൃത്വം നൽകിയ ദേശീയ മുതലാളിത്തം ഇതിനെ അംഗീകരിച്ചില്ല. 1998 ലെ സീയറ്റൽ സമരവും 2011ലെ വാൾ സ്ട്രീറ്റ് പിടിച്ചെടുക്കൽ സമരവും മറവിയിൽ മറഞ്ഞുപോയി. അരാജകത്വം കൊണ്ട് ചട്ടുലമായിരുന്നെങ്കിലും ആഗോളവത്കരണവിരുദ്ധ പ്രസ്ഥാനങ്ങൾക്ക് തിരശീലയ്ക്ക് പിന്നിലേയ്ക്ക് പിൻവലിയേണ്ടി വന്നു. ചട്ടുലസ്വഭാവവും ചലനാത്മകതയും ആഗോളവത്കരണ വിരുദ്ധ പ്രസ്ഥാനങ്ങൾക്ക് 'മെർക്കുറിയൽ പൊളിറ്റിക്സ്' എന്ന പേര് നേടിക്കൊടുത്തു.

ഇടതുപക്ഷത്തിന് ഉത്സാഹരാഹിത്യമുണ്ട്. സമകാലിക ലോകം ആ ഉത്സാഹരാഹിത്യം കൊണ്ട് നിറഞ്ഞതാണ്. അതിന് രണ്ട് കാരണ ങ്ങൾ ഉണ്ട്. ഒന്ന്; ഇടതുപക്ഷത്തിന് അതിന്റെ ധാർമ്മികമായ കരുത്ത് നഷ്ടപ്പെട്ടു. ഉടൻ വിപ്ലവത്തിന്റെ ഇമ്മീഡിയസി അനുബന്ധമായി വില യിരുത്തപ്പെട്ടു. ആത്മഹത്യാ സ്ക്വോഡുകളുടെ ധീരത ബുദ്ധിശൂന്യത യായി വായിക്കപ്പെട്ടു. രണ്ട് ; നിയോലിബറലിസം കമ്മ്യൂണിസത്തെ പ്രത്യയ ശാസ്ത്രപരമായി പരാജയപ്പെടുത്തി. നിയോലിബറലിസത്തിന്റെ പ്രത്യയശാസ്ത്ര പദ്ധതി തന്നെ ഒക്ടോബർ വിപ്ലവത്തിന്റെ പൈതൃകം പൊളിക്കലായിരുന്നു. വിപ്ലവങ്ങളുടെ പ്രതിബദ്ധതയെ ശിഥിലമാക്കുക യായിരുന്നു നിയോലിബറലിസം. എല്ലാ വിപ്ലവങ്ങളെയും ജനസ്വീകാര്യ മാക്കിയിരുന്നത് അതിന്റെ ധാർമ്മികതയും ആത്മാർത്ഥതയുമായിരുന്നു. നീതിപൂർവ്വവും സമത്വപൂർണ്ണവുമായ ലോക നിർമ്മിതിക്ക വേണ്ടിയുള്ള ആഷ്ഠതികളായിരുന്ന വിപ്ലവങ്ങൾ. ആ പ്രതിബദ്ധതയെ നിയോലിബ റലിസം തകർത്തു കളഞ്ഞു. വിപ്ലവത്തിന്റെ 'ലോൻജി ഡ്യൂരിയ'യെ അത് അണച്ച കളഞ്ഞു. വിപ്ലവം നീണാൾ വാഴട്ടെ എന്ന മുദ്രാവാക്യം നിശബ്ദമായി. എങ്കിലും ഒക്ടോബർ വിപ്ലവത്തിന്റെ പൈതൃകം ഒരു നൂറ്റാണ്ടിന് ശേഷവും ഉപേക്ഷിക്കാൻ ഇടതുപക്ഷത്തിനാവുന്നില്ല. അറു പതുകളിലെ വിപ്ലവങ്ങൾക്കും വിമോചക പ്രതിബദ്ധത അണയാതെ കാക്കാൻ കഴിഞ്ഞിരുന്നു. പക്ഷേ നിയോലിബറലിസം വിമോചന പ്രതിബദ്ധതകളെ തന്നെ ഇടച്ച് നീക്കാൻ ആഗ്രഹിക്കുകയാണ്.

രാഷ്ട്രം, ശാസ്ത്രം, യുക്തി, ജ്ഞാനം, സോഷ്യലിസം ഈ സങ്കീർണ്ണ സംവിധാനത്തിന്റെ അടിത്തറ ശിൽപികളായി ഫ്രഞ്ച് ചിന്തകനായ ആന്ദ്രേ ഗ്ലക്കുസ്മാൻ കണ്ടത് മാർക്സിനെയും ഹെഗലിനെയും ഫിഷെയെയും നീഷേയെയുമായിരുന്നു. മാവോയിസത്തിൽ നിന്ന് വലതു പക്ഷത്തേയ്ക്ക് സഞ്ചരിച്ച ചിന്തകനായിരുന്നു ഗ്ലക്കുസ്മാൻ. ജർമ്മ നിയിലെയും, റഷ്യയിലെയും കോൺസെൻട്രേഷൻ ക്യാമ്പുകൾക്കും റഷ്യയിലെ തടവറയായ ഗുലാഗിനും ഉത്തരവാദികളും ഇവർ തന്നെ യാണെന്ന് അദ്ദേഹം വിലയിരുത്തി. ആ വിലയിരുത്തലിനെ പുതുകാല ചിന്തകനായ മീഷേൽ ഫൂക്കോ പിന്തുണയ്ക്ക കൂടി ചെയ്തപ്പോൾ നിയോ ലിബറലിസം കൂടുതൽ പുഞ്ചിരിച്ചു. എതിരാളികളുടെ പ്രത്യയശാസ്ത്ര കാഴ്ചകളെ കടന്നു കയറി അതിനെ തകർക്കുകയും പുനർനിർമ്മിക്ക കയും ചെയ്യുകൊണ്ടാണ് നിയോലിബറലിസം അതിന്റെ അശ്വമേധം നടത്തിയത്. നിയോലിബറലിസത്തിന്റെ പ്രത്യയശാസ്ത്രവിജയം തന്നെ യായിട്ടാണ് സ്റ്റെഫാനോ അസാറ ഈ വിജയത്തെ വിലയിരുത്തിയത്. വിപ്ലവത്തെയും വിമോചക പദ്ധതികളെയും പ്രത്യയശാസ്ത്രപരമായി

നിയോലിബറലിസം പരാജയപ്പെട്ടത്തിയത് ഇരുപത്തൊന്നാം നൂറ്റാ
ണ്ടിന്റെ കാഴ്ചയായി മാറി. അതിൽ വിപ്ലവം ഉരുകിവീഴുന്നത് കാണാം.

അതുകൊണ്ട് ഇന്ന് ഇടതുപക്ഷത്തിന്റെ മുഖ്യച്ചുമതല വിപ്ലവത്തെയും
വിമോചക ദർശനത്തെയും വീണ്ടെടുക്കലാണ്. സിദ്ധാന്തത്തിലേക്കും
പ്രയോഗത്തിലേക്കും അതിനെ തിരിച്ചുകൊണ്ടുവരിക എന്നതാണ്.
സമകാലീന സമൂഹത്തിന്റെ വിപ്ലവ ചിന്തകളെയും പോരാട്ടങ്ങളെ
യും ഒക്ടോബർ വിപ്ലവത്തിന്റെ പൈതൃകത്തോട് ചേർത്തുവെക്കുക
എന്നത് പ്രധാനപ്പെട്ട കാര്യമാണ്. നിയോലിബറലിസം സമസ്തമേഖ
ലകളിലും ആധിപത്യം സ്ഥാപിച്ച ഇന്ന് ഇടതുപക്ഷരാഷ്ട്രീയത്തിന്റെ
ഭൂതകാലവും വർത്തമാനകാലവും തമ്മിലുള്ള ബന്ധവും അതിന്റെ
ഇടർച്ചയും വിസ്മരിക്കപ്പെട്ടിരിക്കുന്നു. എന്നാൽ അത് പൂർണ്ണമായും
തകർന്ന പോയിട്ടില്ല. വിസ്മൃതിയിൽ നിന്ന് അതിനെ വീണ്ടെടുക്ക
ലാണ് പ്രധാനം. ചരിത്രത്തിന്റെ വീണ്ടെടുപ്പാണ് ഇടതുപക്ഷത്തിന്റെ
വീണ്ടെടുപ്പിനു വേണ്ടത്. വിപ്ലവകാരികളുടെ ലക്ഷ്യം ജനങ്ങളെ ഇളക്കി
മറിച്ച് വിപ്ലവത്തിന് ഒരുക്കുക എന്നതാണ്. നമ്മുടെ കാലഘട്ടത്തിൽ
ഇതെങ്ങിനെ നിർവ്വഹിക്കും. ഇടതിന്റെ കർത്തൃത്വം ഏറ്റെടുക്കാൻ പറ്റുന്ന
ഒരു സംവിധാനം അതിനു വേണം. കൂടുതൽ ഊർജ്ജസ്വലമായി പ്രവർ
ത്തിക്കുന്ന ഒരു ഇടതു ഏജൻസിയാണ് വളർത്തികൊണ്ടു വരേണ്ടത്.
വിപ്ലവത്തിനോടൊപ്പം സഞ്ചരിച്ച നശീകരണ ശക്തികളെ വകഞ്ഞുമാ
റ്റി തികച്ചും നൂതനമായ സോഷ്യലിസ്റ്റ് ദിശയിലേക്ക് അതിനെ തിരിച്ച
വിടേണ്ടതുണ്ട്. 1917 ലെ ഒക്ടോബർ വിപ്ലവത്തിന്റെ പൈതൃകത്തെ
വർത്തമാനകാലത്ത് മാറ്റൊലി കൊള്ളിക്കാനും പ്രതിധ്വനിപ്പിക്കാനും
പ്രാപ്തമാക്കുക എന്നതാണ് പ്രധാനം.

"നമുക്ക് എല്ലാ മനുഷ്യർക്കും വേണ്ടി പ്രവർത്തിക്കേണ്ട ഒരു സമ്പ
ദ്വ്യവസ്ഥയാണ് വേണ്ടത് അല്ലാതെ ശതകോടീശ്വരന്മാർക്ക് മാത്രം
ഗുണകരമായ സമ്പദ്വ്യവസ്ഥയല്ല വേണ്ടത്". അമേരിക്കയിലെ
സാധാരണക്കാരെക്കുറിച്ച് ചിന്തിച്ച് രാഷ്ട്രീയ പ്രവർത്തനം നടത്തിയ
ബെർണി സാന്റേഴ്സിന്റെ വാക്കുകളാണ് മുകളിൽ. അദ്ദേഹം ഇലക്ഷൻ
കാലത്ത് പറഞ്ഞത് "ഇലക്ഷൻ ദിനങ്ങൾ വരികയും പോവുകയും
ചെയ്യും. പക്ഷെ നമ്മുടെ സമൂഹത്തെ മാറ്റാൻ ശ്രമിക്കുന്ന രാഷ്ട്രീയ
സാമൂഹ്യ വിപ്ലവങ്ങൾ ഒരിക്കലും അവസാനിക്കില്ല." രാഷ്ട്രീയ മാറ്റങ്ങൾ,
വിപ്ലവങ്ങൾ അവ ഇടർന്ന കൊണ്ടിരിക്കും. ഒരു ജനപ്രിയ രാഷ്ട്രീയ
നേതാവിന്റെ ഈ വാക്കുകൾക്ക് വലിയ പ്രസക്തിയുണ്ട്. അദ്ദേഹം
അമേരിക്കയിൽ ആവശ്യപ്പെട്ടത് പൊതു ആരോഗ്യ പരിരക്ഷയാണ്,
ഫ്രീ കോളേജ് ട്യൂഷൻ ആണ്. അടിസ്ഥാന സൗകര്യം വികസിപ്പിച്ച്

തൊഴിൽ നൽകണമെന്നാണ്. ഇതെല്ലാം ഭരണകൂടത്തോട് ആവശ്യ പ്പെടുമ്പോൾ ഭരണകൂടത്തെ അദ്ദേഹം നിശിതമായി വിമർശിക്കുക യാണ്. ഭരണകൂടം നേരിട്ട് പാർട്ടികളെയും തെരഞ്ഞെടുപ്പിനെയും മാധ്യമത്തെയും നിയന്ത്രിക്കുകയും കോർപ്പറേറ്റ് മൂലധനശക്തികളുടെ അമിതാധികാര ശക്തിയായി മാറുകയും ചെയ്യുമ്പോൾ ആ വിമർശനം വെറും പരിഷ്കരണത്തിനപ്പറത്തേയ്ക്ക് വികസിക്കുന്നു. അമേരിക്കയിൽ നിന്നുള്ള ഈ നിലവിളി 1917 ലെ റഷ്യയിലെ ആവശ്യത്തെയാണ് ഓർമ്മപ്പെടുത്തുന്നത്. അപ്പത്തിനും, ഭൂമിക്കും, സമാധാനത്തിനും വേണ്ടിയുള്ള റഷ്യൻ ആവശ്യം. അതാണ് ഒക്ടോബർ വിപ്ലവത്തിൽ കലാശിച്ചത്. വിപ്ലവത്തിന്റെ ആവശ്യങ്ങൾ അടങ്ങുന്നില്ല, അതിന ശമനമില്ല എന്ന സൂചനയാണ് പുതിയ അമേരിക്കൻ നിലവിളി നൽകു ന്നത്. റഷ്യയിലേതുപോലെ അപ്പത്തിനും ഭൂമിക്കും സമാധാനത്തിനും വേണ്ടിയല്ല അമേരിക്കയിൽ മുറവിളി ഉയരുന്നത് എന്ന് നമുക്കറിയാം. എങ്കിലും അത് വർഗ്ഗഗർത്തെ ഓർമ്മപ്പെടുത്തുന്നു. സാമ്പത്തിക അസമത്വത്തെ അത് പ്രഖ്യാപിക്കുന്നു. ബെർണി സാന്റേഴ്സിന്റെ രാഷ്ട്രീയ പ്രചാരണം ക്ലാസ് ഇൻഇക്വാലിറ്റിയുടെ പ്രചാരണമായി മാറി. ഈ തെരഞ്ഞെടുപ്പിലെ ഇലക്ഷൻ പ്രചാരണം സ്ഥിരം വിഷയങ്ങളിൽ നിന്ന് തിരിച്ച വിടപ്പെട്ടു. ആഫ്രിക്കൻസ്, അമേരിക്കൻസ്, ലാറ്റിനോസ് എന്ന സ്വത്വ പ്രശ്നങ്ങളിൽ കേന്ദ്രീകരിച്ചായിരുന്ന ഇതുവരെ അമേരി ക്കൻ തെരഞ്ഞെടുപ്പ് പ്രചാരണം. എന്നാൽ ഈ വർഷം അത് മാറ്റി മറിക്കപ്പെട്ടു. സ്വത്വ പ്രശ്നത്തിൽ നിന്ന് സാമ്പത്തിക പ്രശ്നത്തിലേയ്ക്ക് അത് മാറി. ഉയർന്ന പൊതുജന ആരോഗ്യം, പൊതുവിദ്യാഭ്യാസം മികച്ച തൊഴിൽ അവസരങ്ങൾ എന്നിവ പ്രധാന ആവശ്യങ്ങളായി മാറി. ഇത് മനുഷ്യന്റെ വർദ്ധിച്ച വരുന്ന ആവശ്യങ്ങളുടെ പ്രതിഫലനമാണ്. അമേരിക്കയിലെ ഒരു ശതമാനം സമ്പന്നരിൽ നിന്ന് 99% വരുന്ന മനു ഷ്യരുടെ പ്രശ്നങ്ങളിലേയ്ക്ക് രാഷ്ട്രീയം തിരിയുന്നതിന്റെ ലക്ഷണമാണ് അത്. സാധ്യമായതുമായി ബന്ധപ്പെട്ട നീക്കമാണ് രാഷ്ട്രീയ പ്രതീ ക്ഷകൾ. ഇതിൽ പലപ്പോഴും രാഷ്ട്രീയ പാർട്ടികൾക്കും വർഗ്ഗരൂപീകരണ പ്രക്രിയയും പ്രാധാന്യമുണ്ട്.

ഇത് വിപ്ലവത്തെക്കുറിച്ചുള്ള പുതിയ ചിന്തയിലേയ്ക്കും മാറ്റങ്ങളിലേയ്ക്കും നമ്മളെ കൊണ്ടുപോകുന്നുണ്ട്. വർത്തമാന കാലം വിപ്ലവത്തിന്റെ ഇമ്മീ ഡിയസിയെ അംഗീകരിക്കുന്നില്ല. ഉടൻ വിപ്ലവം നടക്കുമെന്ന് ആരും കരുതുന്നില്ല. മറ്റൊരു തരത്തിൽ പറഞ്ഞാൽ വിപ്ലവത്തിൽ വിശ്വാസ മില്ലാതായി. ഇപ്പോഴത്തെ കമ്മ്യൂണിസ്റ്റ് പാർട്ടികൾ വിപ്ലവകാരികളെ നിർമ്മിക്കുന്നില്ല. അതായത് കമ്മ്യൂണിസ്റ്റ് പാർട്ടികൾക്ക് അതിന്റെ

സ്വതസിദ്ധമായ പൊളിറ്റിക്കൽ പേഴ്സ്പെക്ടീവ് നഷ്ടമായി. അതിന്റെ മറ്റൊരു അർത്ഥം മുതലാളിത്തത്തിന് എതിരാളികൾ ഇല്ലാതായി എന്നാണ്. എന്നാൽ അതിന്റെ സ്ഥിരമായ പ്രതിസന്ധികൾ, പ്രശ്ന ങ്ങൾ, പ്രശ്നപരിഹാരങ്ങൾ, മാറ്റങ്ങൾ എന്നിവ തുടരുന്നു. പക്ഷേ അതിന്റെ മനുഷ്യവിരുദ്ധതയ്ക്കും ജനവിരുദ്ധതയ്ക്കും എതിരെ തെരുവിൽ പ്രകടനങ്ങളും പ്രതിഷേധങ്ങളും നടക്കുന്നുണ്ട്. ഇത് നൽകുന്ന സൂചന പുതിയ ഒരു വിപ്ലവപാർട്ടിയുടെ കാഴ്ചപ്പാടുകളുടെ രൂപീകരണ ആവശ്യ ത്തെയാണ്. ഭാവിയെ വായിച്ചെടുക്കാനുള്ള സൂചനകളാണ് അത്. ഭാവിയെ ഇന്നിന്റെ രാഷ്ട്രീയത്തിൽ അതിന്റെ ഭൗതിക സാഹചര്യങ്ങ ളിൽ വായിക്കാം എന്നത് ഒരു ലെനിനിസ്റ്റ് കാഴ്ചപ്പാടുകൂടിയാണ്.

പുതിയ കാലത്ത് വിപ്ലവത്തെക്കുറിച്ച് ചില പുതിയ ചിന്തകൾ കൊണ്ടു വന്നത് അന്റോണിയോ നെഗ്രിയും മിഷേൽ ഹാർഡും ആണ്. അത് ജൈവ രാഷ്ട്രീയത്തിന്റെയും ജനസഞ്ചയത്തിന്റെയും കാഴ്ചപ്പാടിലാണ്. ഇന്റർനെറ്റിനാൽ നിയന്ത്രിക്കുന്ന ഉല്പാദക പ്രക്രിയ പഴയ ഉല്പാദന സംവിധാനത്തിന്റെ അലകും പിടിയും മാറ്റി. അതിന് അധഃപതനം സംഭവിക്കുകയും അത് ഏകതാന സ്വഭാവമുള്ളതും വികേന്ദ്രീകൃതവും ജ്ഞാനാധിഷ്ഠിതവുമായി മാറി. ഉല്പാദനത്തിൽ ഇപ്പോൾ പ്രാധാന്യം അദ്ധ്വാനത്തിനല്ല. ജ്ഞാനത്തിനും, സ്പർശം, ആശയവിനിമയം എന്നി വയ്ക്കുമാണ് പ്രാധാന്യം. ഇത് ജീവിതത്തെ മാറ്റി. ജീവിതത്തിന്റെ ഉല്പാദ നവും പുനരുല്പാദനവും തമ്മിൽ വലിയ മാറ്റം ഉണ്ടായി. നേരത്തെ ജീവി തത്തിന്റെ പുനരുല്പാദനം ഉല്പാദന പ്രവർത്തനത്തിന് കീഴിലായിരുന്നു. ഇപ്പോൾ അത് മുകളിലായി. ജീവിതം എല്ലാ ഉല്പാദനത്തെയും പ്രചോ ദിപ്പിക്കാനും സ്വാധീനിക്കാനും തുടങ്ങി. ജീവിതത്തിന് ഉല്പാദനത്തിന് മേൽ ആധിപത്യം ലഭിച്ചു. സാമ്പത്തിക ഉല്പാദനത്തിന്റെ സ്വാധീനം ജീവിതത്തിന്റെ എല്ലാ മേഖലകളിലേയ്ക്കും വ്യാപിക്കുകയും സാമ്പത്തിക മൂല്യം സാമൂഹ്യബന്ധങ്ങളെയും സാമൂഹ്യരൂപങ്ങളെയും ഉല്പാദിപ്പിക്കുന്ന അവസ്ഥ തിരിച്ചറിയാൻ കഴിയാത്ത വണ്ണം അതിൽ ലയിച്ച ചേരുകയും ചെയ്യുന്നു. ഇത് മുതലാളിത്ത വികാസത്തിന്റെ ജൈവ രാഷ്ട്രീയമാണ്. ഈ ജൈവരാഷ്ട്രീയ രൂപീകരണ പ്രക്രിയയിൽ സാമൂഹ്യമായതിനെയെ ല്ലാം മുതലാളിത്തം നക്കിയെടുത്തു. അങ്ങനെ വന്നപ്പോൾ സാമൂഹ്യബ ന്ധങ്ങൾക്ക് ചരക്ക് രൂപമില്ലാതായി. അതിനാൽ മുതലാളിത്തത്തിന് സാമൂഹ്യബന്ധങ്ങൾക്ക് മൂല്യം നിർമ്മിക്കാൻ കഴിയാതെയായി. തുടർന്ന് പൊതുജന ഉപയോഗത്തിനു വേണ്ടി മൂല്യങ്ങളെ മുതലാളിത്തം നേരിട്ട് എടുത്തു തുടങ്ങി.

ഉല്പാദന രംഗത്തുണ്ടായ ഈ മാറ്റം വിപ്ലവത്തെക്കുറിച്ചുള്ള പരികൽ പ്പനയിൽ മാറ്റം വരുത്തി. അതിനാൽ വിപ്ലവത്തെക്കുറിച്ചുള്ള പുതിയ കാഴ്ചപ്പാട് രൂപപ്പെടുത്തേണ്ടത് ജൈവരാഷ്ട്രീയ ചക്രവാളത്തിൽ നിന്നാ യിരിക്കണം എന്ന നില വന്നു. അതിനാൽ വിപ്ലവം ജീവിതത്തിലുണ്ടാവു ന്ന വിപ്ലവമായി പരിണമിക്കാൻ തുടങ്ങി. അതാകട്ടെ പ്രോലിറ്റേറിയൻ വിപ്ലവത്തിന്റെ അല്ലെങ്കിൽ തൊഴിലാളിവർഗ്ഗത്തിന്റെ നേതൃത്വപരമായ പങ്കിനാൽ സംഭവിക്കുന്ന വിപ്ലവങ്ങളുടെ ആവശ്യങ്ങളെയും പ്രതീക്ഷ കളെയും മറികടക്കുന്ന തരത്തിലുള്ളതാണ്.

ജൈവ വിപ്ലവത്തിന് വളരെ വ്യക്തമായ താൽക്കാലികത്വമുണ്ട്. പഴയ കാല വിപ്ലവങ്ങളെല്ലാം വ്യക്തമായ ഭാവിയുടെ സാധ്യത നൽകു ന്നുണ്ട്. എന്നാൽ ജൈവ വിപ്ലവം അത് നൽകുന്നില്ല. നെഗ്രി സൂചിപ്പിക്കു ന്ന വിപ്ലവം നമ്മളിൽ നിന്ന് വേറിട്ട വിപ്ലവമല്ല. അതൊരിക്കലും നമുക്ക് നാളെ നേടിയെടുക്കേണ്ട സ്വർഗ്ഗമല്ല. സർവ്വരാജ്യ തൊഴിലാളികളെ സംഘടിക്കുവിൻ, നിങ്ങൾക്ക് നഷ്ടപ്പെടാൻ കൈച്ചങ്ങലയല്ലാതെ മറ്റൊന്നുമില്ല. നേടാനുള്ളതാകട്ടെ പുതിയൊര സ്വർഗ്ഗം. അതൊര പഴയ വിപ്ലവ മുദ്രാവാക്യമായിരുന്നു. നഷ്ടപ്പെടാൻ ധാരാളമുള്ള, എന്നാൽ നീതിയും സമത്വവും ലഭ്യമല്ലാത്ത പുതിയ സമൂഹത്തിന്റെ വിപ്ലവ പരികല്പനകൾ പുതിയതാണ്. അതാണ് നെഗ്രിയും ഹാർദും പറയുന്ന വിപ്ലവത്തിന്റെ സാധ്യത. നാളെ നേടാനുള്ള സ്വർഗ്ഗമല്ല നമുക്ക് ഇപ്പോൾ യാഥാർത്ഥ്യമാക്കേണ്ട സാധ്യതയാണ് അത്. വർത്തമാന ഭാവിയാണ് അതിന്റേത്. വിപ്ലവ പ്രസ്ഥാനങ്ങൾ മുതലാളിത്തത്തി ന്റെ കാലികതയിൽ തന്നെ വർത്തിക്കുന്ന ഒരു യാഥാർത്ഥ്യമാണ്. അതിന്റെ ഒരു സ്ഥാനം അതിനാൽ മുതലാളിത്തത്തിനൊപ്പവും മുതലാളിത്തത്തിന് എതിരായും എന്നതാണ്. വലിയ ഒരു മനുഷ്യ പുറ പ്പാടിന്റെ രൂപത്തിൽ അത് പ്രകടമാകാം. മുതലാളിത്തത്തിനെതിരെ ഉയരുന്ന, അതിന്റെ ആജ്ഞകളെ വെല്ലുവിളിക്കുന്ന ഒരു ആൾക്കൂട്ട ത്തിന്റെ ആരവമായി അത് മാറാം.

ഭാവിയിലല്ല അത് നങ്കൂരമിട്ടുന്നത്, വർത്തമാന കാലത്താണ്. ഇന്ന് തന്നെ സംഭവിക്കേണ്ട, ഇന്ന് തന്നെ അനുഭവവേദ്യമാകേണ്ട ഒരു സാക്ഷാത്കാരം. അതിനാൽ വിപ്ലവം നിലനിൽക്കുന്നതും അതിജീ വിക്കുന്നതും വിപ്ലവമില്ലായ്മക്കൊപ്പമാണ്. ഭാവി നിർമ്മിക്കുന്നതിനുള്ള വിപ്ലവം വിജയിപ്പിക്കാൻ തന്ത്രങ്ങൾ ആവശ്യമാണ്. ഇടപ്പള്ളിയിലെ കലാപം ഇന്ത്യൻ വിപ്ലവത്തിന്റെ പൂർത്തീകരണത്തിനുവേണ്ടി റെയിൽ പണിമുടക്ക് വിജയിപ്പിക്കാനുള്ള തന്ത്രം പ്രയോഗിക്കുമ്പോൾ സംഭവിച്ച യാദൃശ്ചികതയിൽ നിന്ന് ആരംഭിച്ചതാണ്. അവിടെ തന്ത്രം വളരെ

പ്രധാനപ്പെട്ടതായിരുന്നു. റഷ്യൻ വിപ്ലവത്തിന്റെ വിജയത്തിലും തന്ത്ര ത്തിന് വലിയ പ്രാധാന്യമുണ്ടായിരുന്നു. ക്യൂബൻ വിപ്ലവത്തിൽ തന്ത്രം വിജയിച്ചു. ബൊളീവിയയിൽ പരാജയപ്പെട്ടു. എന്നാൽ നെഗ്രി മുന്നോട്ടു വെക്കുന്ന വിപ്ലവത്തിൽ ഭാവിയില്ല. അതിനാൽ അതിനൊരു തന്ത്രവും ആവശ്യമില്ല. ഇതുവരെ നാം പഠിച്ചതും മനസ്സിലാക്കിയതും രാഷ്ട്രീയ പ്ര വർത്തനത്തിന്റെ ഒഴിച്ച കൂടാനാവാത്ത ഘടകമാണ് തന്ത്രമെന്നാണ്. പക്ഷേ ജൈവ രാഷ്ട്രീയത്തിൽ തന്ത്രങ്ങളില്ല. ഉല്പാദനത്തിന്റെ ഭാഗമായ നൈപുണ്യത്തിലാണ് അവിടെ ഊന്നലുണ്ടാവുന്നത്. അതിനാൽ തന്ത്ര ത്തിന് പകരം നൈപുണ്യം സ്ഥാനം പിടിക്കുന്നു. സ്കിൽ സ്ട്രാറ്റജിയെ മറി കടക്കുന്നു.

വിപ്ലവം ഒരു തീവ്രഘടകമായിട്ടാണ് നെഗ്രിയും ഹാർഡ്‌ം കാണുന്നത്. ജനസഞ്ചയത്തിന്റെ സൃഷ്ടിപരവും സഹവർത്തിത്വം നിറഞ്ഞതും ആശയവിനിമയ സാധ്യതയുള്ളതുമായ അദ്ധ്വാനത്തിലാണ് നെഗ്രി അതിനെ ചേർത്തു വെക്കുന്നത്. കാലം എന്നത് ഒരു കുതറലാണ്. ഒരു നിശ്ചലതയിൽ നിന്നുള്ള കുതിപ്പ്. മുതലാളിത്ത നിയന്ത്രണത്തിൽ നിന്നും അതിന്റെ ഉരുക്ക വലകളിൽ നിന്നുമുള്ള വിട്ടതൽ. ജൈവരാ ഷ്ട്രീയ ഉല്പാദനത്തിന്റെ ഒരു മുക്തി നമുക്കവിടെ ദർശിക്കാം. ജൈവരാ ഷ്ട്രീയ ഉല്പാദനവും വ്യവസായിക ഉല്പാദനവും തമ്മിലുള്ള വ്യത്യാസമാണ് നെഗ്രി ഇവിടെ വ്യക്തമാക്കുന്നത്.

ഈജിപ്റ്റിൽ നടന്ന വിപ്ലവവും ട്യുനീഷ്യയിൽ നടന്ന വിപ്ലവവും സ്പെയിനിലും ഗ്രീസിലും നടന്ന ബഹുജന മുന്നേറ്റങ്ങളും വാൾ സ്ട്രീറ്റ് കയ്യേറ്റവും സ്റ്റേറ്റിന് എതിരെ നടന്ന കലാപങ്ങളായിരുന്നു. ഭൂമുഖത്ത നടക്കുന്ന എല്ലാ പ്രതിഷേധങ്ങളും പ്രക്ഷോഭങ്ങളും സ്റ്റേറ്റിനെതിരെ ജനങ്ങൾ സംഘടിക്കുന്നതിന്റെ വാചാലമായ ചിത്രങ്ങളാണ്. മൂലധന താല്പര്യസംരക്ഷണത്തിനു വേണ്ടി സ്റ്റേറ്റ് ജനവിരുദ്ധമാകുമ്പോൾ ജനങ്ങൾ അതിനെതിരെ തിരിയും. ലോകവ്യാപകമായി തന്നെ നില നിൽക്കുന്ന ഭരണവ്യവസ്ഥയുടെ സ്റ്റാറ്റ്സ്‌കോ തകർക്കാൻ ജനങ്ങൾ ഒരുങ്ങും. അപ്പോൾ ജനസഞ്ചയമുയർത്തുന്ന വിപ്ലവ യാഥാർത്ഥ്യം സ്വത്വരാഷ്ട്രീയത്തെയും വർഗ്ഗരാഷ്ട്രീയത്തെയും മറികടക്കും.

ഇങ്ങനെ ഉയർന്ന വരുന്ന ജനസഞ്ചയ രാഷ്ട്രീയം ഇടത് രാഷ്ട്രീ യത്തെ വീണ്ടും സംഘടനാ പ്രശ്നങ്ങളെക്കുറിച്ച് ചിന്തിക്കാൻ പ്രേരിപ്പിച്ചു. സംഘാടകർ വീണ്ടും പ്രസ്ഥാനത്തിന്റെ, പാർട്ടിയുടെ പ്രാധാന്യം മനസ്സിലാക്കാൻ ആഗ്രഹിച്ചു. ഇത് പുത്ര സാധ്യതയാണ്. പുതിയ പരീക്ഷണങ്ങൾ, വിപ്ലവ കൂട്ടായ്മകൾ, പല രൂപങ്ങളിലുള്ള സംഘടനകൾ, ഡിജിറ്റൽ കൂട്ടായ്മകൾ, എസ്റ്റാബ്ലിഷ്ഡ് പാർട്ടികളുടെ

പുതുരൂപങ്ങൾ - ഇതെല്ലാം നിലവിലുള്ള സംവിധാനത്തെ മാറ്റാൻ ആഗ്രഹിക്കുന്നവയാണ്. കൂടുതൽ കൂടുതൽ പേർ ലോകത്തെ മാറ്റാൻ ശ്രമിക്കുന്ന അവസ്ഥ അങ്ങനെ ഉയർന്നു വരാം. അതിനോടൊപ്പം അതിനെ ശക്തിപ്പെടുത്താനും സ്ഥാപനവത്കരിക്കാനുമുള്ള ശ്രമങ്ങൾ ഉണ്ടാകുകയും ചെയ്യും.

ലുംപൻ പ്രോലിറ്റേറിയറ്റ്

The Eighteenth Brumaire ഇൽ മാർക്സ് പരാമർശിച്ച വാക്കാണ് ലുംപൻ പ്രോലിറ്റേറിയറ്റ്. വർഗബോധമില്ലാത്ത ആൾക്കൂട്ടമാണത്. ഈ ആൾക്കൂട്ടത്തെ ല്യൂയിസ് ബോണപ്പാർട്ട് അധികാരം നേടാൻ ഉപയോഗിച്ചു. ഫാസിസത്തെക്കുറിച്ച് പരാമർശിച്ച വേളയിൽ അതിന്റെ ഉപകരണമായി മാറാൻ എളുപ്പമുള്ള വിഭാഗമായി സമൂഹത്തിന്റെ താഴെത്തട്ടിലുള്ള ഈ വിഭാഗത്തെ മാർക്സ് നിരീക്ഷിച്ചു. ലുംപൻ പ്രോലിറ്റേറിയറ്റിന്റെ പൊതു സവിശേഷത വർഗബോധമില്ലായ്മയാണ്.

സമൂഹത്തെ മാറ്റാൻ ചാലകശക്തിയുടെ ഊർജ്ജം ആവശ്യമാണ്. ആ ചാലകശക്തി മാർക്സ് ദർശിച്ചത് തൊഴിലാളി വർഗ്ഗത്തിലാണ്. അതൊരു ലേബർ മെറ്റാഫിസിക്സ് ആണ്. ആഗോളതൊഴിൽ ശക്തിയും ഉല്പാദന ഉപാധികളും മൂലധനത്തിന്റെ അവിഭാജ്യഘടക ങ്ങളാണ്. മൂലധനം എപ്പോഴും തൊഴിൽ ശക്തിയെയും ഉല്പാദന ഉപാ ധികളെയും ആവശ്യപ്പെട്ടുകൊണ്ടിരിക്കും. മാർക്സും റോസ ലക്സം ബർഗ്ഗും ഒക്കെ സൂചിപ്പിച്ച ഈ സാമൂഹ്യശാസ്ത്രയുക്തികൾ ഇരുപതാം നൂറ്റാണ്ടിൽ സാർവ്വത്രികമായിരുന്നു.

പുതിയ മൂലധന പ്രവാഹത്തിലേയ്ക്ക് ആകർഷിക്കപ്പെട്ട ആലുവ എന്ന ദേശം ഒരേ സമയം തൊഴിൽ ശക്തിയെയും ഉല്പാദന ഉപാധി കളെയും അതിന്റെ കേന്ദ്രത്തിലേയ്ക്ക് കൊണ്ടു വന്നു. നിരവധി പുതിയ വ്യവസായങ്ങൾ ആലുവായിലെത്തി. ധാരാളം തൊഴിലാളികൾ തൊഴിലന്വേഷിച്ചുകൊണ്ട് ഓരോ ദിവസവും ഇവിടേയ്ക്ക് വരാൻ തുടങ്ങി. അങ്ങനെ അവിടെയെത്തിയ തൊഴിലാളി താനൊരു ചരിത്ര ചാലക

ശക്തിയാണെന്ന് തിരിച്ചറിഞ്ഞില്ല. അവർ ലുമ്പൻ പ്രോലിറ്റേറിയറ്റ് കളായി നിലനിന്നു. തൊഴിലാളിയുടെ അസംസ്കൃതാവസ്ഥയാണ് അവരെ നയിച്ചത്. ജീവിക്കുക അല്ലെങ്കിൽ അതിജീവിക്കുക. അതാ യിരുന്നു അവരുടെ ലക്ഷ്യം. വെറും ഒരു പണിക്കാരനാണ് താനെന്ന് അവർ സ്വയം കരുതി. തൊഴിലാളിക്ക് തിരിച്ചറിവ് ഉണ്ടാവാൻ രാഷ്ട്രീയ വിദ്യാഭ്യാസം ആവശ്യമാണ്. അതവർക്ക് ലഭിക്കുന്നത് പിന്നീട് വളരെ വർഷങ്ങൾക്ക് ശേഷമാണ്.

അന്നത്തെ തൊഴിലാളിയുടെ മനോഘടന വ്യക്തമാക്കികൊണ്ട് വിശദമായ കുറിപ്പ് 'ആലുവ ട്രേഡ് യൂണിയൻ പ്രസ്ഥാനത്തിന്റെ ആദ്യ നാളുകൾ' എന്ന പുസ്തകത്തിൽ പയ്യപ്പിള്ളി ബാലൻ നൽകുന്നുണ്ട്. തിരുവിതാംകൂർ കയർ ഫാക്ടറി വർക്കേഴ്സ് യൂണിയൻ കനകജൂബിലി സോവനീറിൽ ട്രേഡ് യൂണിയൻ നേതാവ് അത് വിശദമാക്കുന്നുണ്ട്. ആലുവ ഫാക്ടറി ലേബേഴ്സ് യൂണിയൻ ജനറൽ സെക്രട്ടറിയായിരുന്ന എൻ. കെ. മാധവൻ അക്കാലത്തെ തൊഴിലാളിയെ നമുക്ക് പരിചയപ്പെ ടുത്തുന്നത് ഇങ്ങനെയാണ്. "തൊഴിലാളി ഒരു വർഗ്ഗമാണെന്ന് അവന റിയില്ല. ഒരേ സ്ഥലത്ത് ഒരേ ജോലി ചെയ്യുന്ന രണ്ടു പേർ തമ്മിലൊരു വർഗ്ഗബന്ധമുണ്ടെന്ന കാര്യം അവനറിയില്ല. തൊഴിലാളികൾക്ക് ചില അവകാശങ്ങൾ ഉണ്ടെന്നതും അവർക്കറിയാത്ത കാര്യമാണ്. കൂടെ പണിയെടുക്കുന്ന കൂട്ടപണിക്കാരൻ മരിച്ചാൽപോലും ഐക്യദാർഢ്യ മില്ല. തികച്ചും ഒറ്റപ്പെട്ട ഇരുത്തായി തൊഴിലാളി ജീവിച്ചു."

തൊഴിലാളികൾ ഒരുമിച്ച് കൂടിയ ഒരു യോഗം ആലുവായിൽ ആദ്യം നടക്കുന്നത് 1939 ലാണ്. ആലുവ ശിവരാത്രി മണപ്പുറത്തിനരികിലൂടെ നിർമ്മിച്ച മാർത്താണ്ഡവർമ്മ പാലത്തിന്റെ പണി 1938 ൽ ആരംഭിച്ചു. പാലം പണി നടക്കുന്ന സ്ഥലത്ത് വിവിധ മേഖലകളിൽ നിന്ന് നിരവധി പേർ തൊഴിലന്വേഷിച്ച് എത്തി. അവർക്ക് പലതരം ജോലികൾ കിട്ടി. പാലത്തിന്റെ തെക്ക് ഭാഗത്ത് ഇപ്പോളത്തെ 'പെരിയാർ ഹോട്ടലി'ന്റെ മുൻവശത്തായി മെട്രോ റെയിൽ സ്റ്റേഷന്റെ വടക്ക-പടിഞ്ഞാറായി മണ്ണ് നീക്കം നടക്കുകയാണ്. കുന്നുപോലെ ഉയർന്നു നിന്നിരുന്ന പ്രദേശത്തു നിന്ന് കായികശേഷി മാത്രം ഉപയോഗിച്ച് മണ്ണ് നീക്കികൊണ്ടിരിക്ക കയാണ്. അന്ന് യന്ത്രക്കൈകൾ ഇല്ല. ജെ.സി.ബികൾ, മണ്ണ് തുരപ്പൻ യന്ത്രങ്ങൾ ഒന്നുമില്ലാത്ത കാലം. മനുഷ്യന്റെ കൈകളും, ശരീരവും മാത്രം ജോലി ചെയ്തിരുന്ന കാലം. അപ്പോൾ വലിയൊരു അത്യാഹിതം നടന്നു. മലപോലെ നിന്ന മണ്ണ് ഇടിഞ്ഞു വീണു. പണിയെടുത്തു കൊണ്ടിരുന്ന തൊഴിലാളികളിൽ നിരവധി പേർ മണ്ണിനടിയിലായി. അപകടത്തിൽ അനവധി പേർ മരിച്ചു. ഒമ്പതു പേരുടെ മൃതദേഹം മാത്രമേ കണ്ടെ ത്താൻ കഴിഞ്ഞുള്ളൂ.

മരിച്ച തൊഴിലാളികളോട് മറ്റ് തൊഴിലാളികൾക്ക് മമതയെന്നൊന്നു ണ്ടായില്ല. ബോധപൂർവ്വമുള്ള മമതയില്ലായ്മ അല്ല. അവർക്കത് അറിയില്ല. അപ്പോൾ അവിടത്തെ മാതൃഭൂമി പത്രത്തിന്റെ പ്രാദേശിക ലേഖകനായ ജെ. ടി. കായനാട്ടിന് ഒരു അനുശോചനയോഗം കൂടണമെന്ന് തോന്നി. അതും വെറും തോന്നലായിരുന്നു. അദ്ദേഹം ഒരു ട്രേഡ് യൂണിയൻ പ്രവർ ത്തകനായി പരിശീലനം നേടി വരികയാണ്. അങ്ങനെ 21.11.1938 ൽ നടന്ന മണ്ണിടിച്ചിൽ ദുരന്തത്തിൽ മരിച്ച തൊഴിലാളികളോടും അവരുടെ കുടുംബത്തോടും അനുശോചനം രേഖപ്പെടുത്താനും അവരുടെ വീട്ടുകാർക്ക് ദുരിതാശ്വാസം നൽകാനും ഒരു യോഗം വിളിച്ചു കൂട്ടാൻ അദ്ദേഹത്തിനു തോന്നി. അതൊരു തീരുമാനമായി മാറി. അദ്ദേഹം സ്വന്തം പേരുവെച്ച് ഒരു നോട്ടീസ് അച്ചടിച്ച് വിതരണം ചെയ്തു. യോഗ സ്ഥലമായി നിശ്ചയിച്ചത് പേരേക്കാട്ട വയലാണ്. നോട്ടീസ് വായിച്ച് അറിഞ്ഞ് കുറച്ച് നാവികതൊഴിലാളികളും സ്ഥലത്തെ കുറച്ച് സ്റ്റേറ്റ് കോൺഗ്രസ്സ് പ്രവർത്തകരും പേരേക്കാട്ട വയലിൽ എത്തി. പക്ഷേ യോഗം നടത്താൻ പോലീസ് അനുവദിച്ചില്ല. പോലീസ് അവരെ ചീത്തപറഞ്ഞ് ഓടിച്ചു. പോലീസ് ചീത്ത പറഞ്ഞാൽ പോലും അന്ന് ആളുകൾ ഓടിപ്പോകുമായിരുന്നു. പോലീസ് ഓടിച്ചതുകൊണ്ട് 1939 ജനവരിയിൽ നടക്കാതെ പോയ ഈ യോഗമാണ് ആലുവ വ്യവസായ മേഖലയിലെ ആദ്യത്തെ തൊഴിലാളി മീറ്റിംഗ്.

കിഴക്കൻ മലയോര പ്രദേശങ്ങളിൽ നിന്ന് പ്രത്യേകിച്ച് കോതമംഗലം പെരുമ്പാവൂർ എന്നിവിടങ്ങളിൽ നിന്ന് കൊണ്ടു വരുന്ന കശുവണ്ടി ആലുവായിലാണ് സംഭരിച്ചിരുന്നത്. ആലുവായിൽ നിന്ന് പിന്നീട് ഇത് കൊല്ലത്തുള്ള കശുവണ്ടി ഫാക്ടറികളിലേക്ക് പോകും. ഇത് വള്ളത്തിലാണ് കൊണ്ടുപോകുന്നത്. അങ്ങനെ വള്ളത്തിൽ ചരക്ക് കയറ്റി കൊണ്ടുപോയിരുന്ന തൊഴിലാളികളാണ് നാവിക തൊഴിലാളികൾ. ഈ തൊഴിലാളികൾ മറ്റ് തൊഴിലാളികളിൽ നിന്ന് വ്യത്യസ്തരായിരുന്നു. ഇവർക്ക് ചെറിയ തോതിൽ തൊഴിലാളി വർഗ്ഗ ബോധം മനസ്സിലാക്കാൻ കഴിഞ്ഞിരുന്നു. കൂട്ടായ്മയുടെ ഒരു സെൻസ് ഇവർക്ക് ലഭിച്ചിരുന്നു. കൊല്ലത്തെയും, ആലപ്പുഴയിലെയും തൊഴിലാളി സംഘടനകളെക്കുറിച്ച് അവർ കേട്ടിരുന്നു. അവരോടൊപ്പം ഇവർ ചായ കുടിക്കുകയും ബീഡി വലിക്കുകയും ചെയ്തിരുന്നു. അങ്ങനെയാണ് അവർ സ്വന്തം രക്തത്തെ തിരിച്ചറിഞ്ഞു തുടങ്ങിയത്. അതിനാലാണ് അനുശോചന സമ്മേളനത്തിന്റെ നോട്ടീസ് അവരിൽ പ്രതിഫലനം സൃഷ്ടിക്കുകയും അവർ മീറ്റിംഗിൽ പങ്കെടുക്കാൻ എത്തുകയും ചെയ്തത്. അനേകം തൊഴിലാളികൾ മരിക്കാനിടയാക്കിയ സാഹചര്യത്തിൽ

പ്രതിഷേധം രേഖപ്പെടുത്തേണ്ടതാണെന്ന കാര്യം തനിക്കു പോലും ചിന്തിക്കാൻ കഴിഞ്ഞിരുന്നില്ലെന്ന് കായനാട്ട് വ്യക്തമാക്കിയത് ആ പശ്ചാത്തലത്തിലാണ്.

തൊഴിൽ ഇടങ്ങളെ മനസ്സിലാക്കാനും അവിടെ തൊഴിലാളി നേരിടുന്ന പ്രശ്നങ്ങൾ മനസ്സിലാക്കാനും ബോധപൂർവ്വമായ രാഷ്ട്രീയ ഇടപെടൽ ആവശ്യമാണ്. ഇന്നത്തെ സാഹചര്യങ്ങൾവെച്ചുകൊണ്ട് നമുക്ക് അക്കാലത്തെ വിലയിരുത്താനാവില്ല. തൊഴിലാളിയുടെ അവകാശങ്ങൾ എന്തൊക്കെയെന്ന് മനസ്സിലായതിനു ശേഷമാണ് അതിന് വേണ്ടിയുള്ള പോരാട്ടങ്ങൾ ആരംഭിക്കാൻ കഴിയുകയുള്ളൂ. ഇന്ന് പക്ഷേ പൊതുസമൂഹത്തിൽ തന്നെ ഇത്തരം കാര്യങ്ങളെക്കുറിച്ചുള്ള അറിവും ബോധവും ഉണ്ട്. അന്ന് അതുണ്ടായിരുന്നില്ല. ഒരു തൊഴിലാ ളിയോട് മറ്റൊരു തൊഴിലാളി സമാനമനസ്കത കാണിച്ചിരുന്നില്ല. അത് അവർക്ക് അറിയില്ലായിരുന്നു. അതിനാൽ കൂടെ പണിയെടുക്കുന്ന തൊഴിലാളി മരിച്ചാൽ അതിൽ മനസ്സ് കൊണ്ട് ദു:ഖം പങ്ക് വെക്കാൻ അവന് കഴിഞ്ഞിരുന്നില്ല. അതിനാൽ അവർ അനുശോചനങ്ങൾ നടത്തിയില്ല. എങ്കിലും തൊഴിലാളി സംഘടന പ്രവർത്തനം നടത്താൻ തുടങ്ങിയ കായനാട്ടിന് ചില സാമൂഹ്യവത്കരണ പ്രക്രിയയിലേയ്ക്ക് കാര്യങ്ങളെ എത്തിക്കാൻ കഴിഞ്ഞു. കൂട്ടമരണത്തിന്റെ പ്രക്ഷുബ്ധധ പത്രത്തിൽ വാർത്തയായി വരുത്താനും പൊതുജനങ്ങളെ ശ്രദ്ധിപ്പി ക്കാനും പൊതുയോഗം നടത്താനുമുള്ള ശ്രമത്തിലേയ്ക്ക് കാര്യങ്ങളെ കൊണ്ടുപോകാനും അദ്ദേഹത്തിനു കഴിഞ്ഞു.

പിന്നീട് ആലുവ ഫാക്ടറി ലേബറേഴ്സ് യൂണിയന്റെ വാർഷിക റിപ്പോർട്ടിൽ ഇത് ഇടം പിടിച്ചു. യൂണിയൻ ജനറൽ സെക്രട്ടറി എൻ. കെ. മാധവൻ അത് ഇങ്ങനെ കുറിച്ച വെച്ചു. "അപകടത്തിൽപ്പെട്ട് എത്രപേർ മരിച്ചെന്ന് ഗവൺമെന്റിനു പോലും അറിയാൻ കഴിഞ്ഞിട്ടി ല്ലത്രേ. 'ആലുവായിൽ അത്യാഹിതം' എന്ന തലക്കെട്ടോടുകൂടി മാതൃഭൂമി പത്രത്തിൽ മൂന്ന് പ്രാവശ്യം മുഖപ്രസംഗം എഴുതിച്ചതിൽ കൂടിയും യൂണിയന്റെ ഇന്നത്തെ വൈസ് പ്രസിഡന്റ് സഖാവ് ജെ. ടി. കായനാട്ടും ഇന്നാട്ടുകാരും കൂടി നടത്തിയ പ്രക്ഷോഭങ്ങൾ വഴിയും ഉദ്യോഗസ്ഥര അന്വേഷണത്തിന് മുതിരുകയുണ്ടായി. കമ്പനിക്കാർ മസ്റ്റർറോൾ നശിപ്പിച്ച് രക്ഷനേടിയെങ്കിലും ഗവൺമെന്റിനെക്കൊണ്ട് ഈ സംഗതിയിൽ ഒരു നില സ്വീകരിപ്പിക്കാൻ സാധിച്ചത് ജനങ്ങളുടെ യോജിച്ചുള്ള പ്രക്ഷോഭത്തിൽ കൂടിയാണെന്ന് പറയേണ്ടതില്ലല്ലോ".

ഈ സാഹചര്യങ്ങളാണ് 1938-39 കാലത്ത് ആലുവ വ്യവസായ മേഖലയുടെ പൊതുസ്ഥിതി. രാഷ്ട്രീയത്തിന്റെ ബാലപാഠം പഠിച്ച

തുടങ്ങിയ നാട്. തൊഴിലാളിവർഗ്ഗ രാഷ്ട്രീയ ചിന്ത പതുക്കെ പതുക്കെ തെളിഞ്ഞുവരാൻ തുടങ്ങിയ പ്രദേശം. പാലം പണി തുടരുന്നതിനിടയിൽ ആലുവ മേഖലയിൽ ഫാക്ടറികൾ വരാൻ തുടങ്ങി. 1938 നു മുമ്പ് തന്നെ പല ഫാക്ടറികളും അവിടെ പ്രവർത്തനം ആരംഭിച്ചിരുന്നു. ആലുവയിലെ ആദ്യത്തെ ഫാക്ടറി ബാലകൃഷ്ണൻ കമ്പനിയായിരുന്നു. കളിമണ്ണിൽ നിന്ന് പാത്രങ്ങളും മറ്റ് സാമഗ്രികളും നിർമ്മിക്കുന്ന ഒരു ക്ലേ ഫാക്ടറി ആയിരുന്നു അത്. പിന്നീട് അതിന്റെ പേര് സ്റ്റാൻഡേർഡ് പോട്ടറി വർക്സ് എന്നായി മാറി. രണ്ടാമത്തെ ഫാക്ടറി ആലുവായിൽ നിന്ന് അൽപ്പം അകലെ ചെങ്ങമനാട് ആണ് സ്ഥാപിതമായത്. അതിന്റെ പേര് യൂണിയൻ ടൈൽ വർക്സ് എന്നായിരുന്നു. കളിമണ്ണിൽ നിന്ന് മേച്ചിൽ ഓട്ടകൾ നിർമ്മിക്കുന്ന ഫാക്ടറി. മൂന്നാമത്തെ ഫാക്ടറി 1936 ലാണ് സ്ഥാപിതമായത്. അത് ഒരു തുണിമിൽ ഫാക്ടറി ആയിരുന്നു. അതിന്റെ പേര് ശ്രീ ചിത്തിര മിൽസ് എന്നായിരുന്നു.

ഈ ഫാക്ടറികളെ ചുറ്റിപ്പറ്റിയാണ് കേരളത്തിലെ വ്യവസായ തൊഴിലാളികളുടെ സംഘടിതരൂപം ആരംഭിക്കുന്നത്. ആരാണ് തൊഴിലാളി? തൊഴിലാളിയുടെ വർഗ്ഗബോധമെന്താണ് ?. തൊഴിൽ ശാലകളിൽ തൊഴിലാളികളുടെ അവകാശങ്ങൾ എന്തെല്ലാമാണ്? തൊഴിലാളി തൊഴിലാളിയോട് എങ്ങിനെയാണ് പെരുമാറേണ്ടത് ? തൊഴിലാളി സ്വന്തം രക്തത്തെ തിരിച്ചറിയുകയും സംഘം ചേരുകയും ചെയ്യുന്നതിന്റെ ഒന്നാം പാഠം ആരംഭിക്കുകയാണ്. നിരവധി വർഷത്തെ കഠിനമായ പരിശ്രമത്തിലൂടെയാണ് ആലുവയിൽ തൊഴിലാളി സംഘടന യാഥാർത്ഥ്യമാകുന്നത്.

ചൂഷണത്തെ തിരിച്ചറിയുന്നു

ആലുവയിൽ പിന്നെയും ഫാക്ടറികൾ വന്നു. ഫാക്ടറികളിലേക്ക് പലയിടത്തു നിന്നും തൊഴിലാളികൾ വന്നുകൂടി. പുതിയ ഫാക്ടറികൾ പുതിയ ചൂഷണത്തിന്റെ ലാവണങ്ങൾ കൂടിയായി മാറി. എല്ലാ സീമകളും തകർത്തുമാറ്റി ചൂഷണം വളരാൻ ഇടങ്ങി. എന്നാൽ അതിനോട് എതിരിടാൻ തൊഴിലാളികൾക്കായില്ല. അവരെല്ലാം സഹിച്ചു. സഹിച്ചപ്പോഴും അവർക്ക് സങ്കടവും അമർഷവും വർദ്ധിച്ചു. സംഘടിത തൊഴിലാളി പ്രസ്ഥാനം ആരംഭിക്കുന്നതിനു മുമ്പു തന്നെ അവരുടെ പ്രശ്നങ്ങൾ പ്രകടമായിരുന്നു.

അത് പൊട്ടിത്തെറിക്കാൻ കാത്തു നിൽക്കുകയായിരുന്നു. അവസാനം അത് പൊട്ടിത്തെറിച്ചു. ശ്രീചിത്തിരാ മിൽസിലാണ് അത് സംഭവിച്ചത്. അന്ന് ശ്രീചിത്തിരയിൽ തൊഴിലാളികളുടെ കൂലി നാലണയായിരുന്നു. പ്രവൃത്തി സമയം രാവിലെ 6 മണിമുതൽ വൈകീട്ട് 6 മണി വരെയായിരുന്നു. എന്നാൽ, മാനേജ്മെന്റ് പ്രതിനിധി ആരും കാണാതെ മണിക്കൂർ സൂചി തിരിച്ച വെക്കും. അരമണിക്കൂറെങ്കിലും അങ്ങനെ ലാഭിക്കും. ഇത് തൊഴിലാളികളിൽ ചിലർ കണ്ടു. പക്ഷേ അതൊക്കെ അനീതിയാണെന്ന് അവർക്ക് മനസ്സിലായില്ല. അതിനാൽ എതിർക്കാനും കഴിഞ്ഞില്ല. അങ്ങനെ ദിവസവും പന്ത്രണ്ടര മണിക്കൂർ വരെ അവർ ജോലിചെയ്തു.

കാര്യങ്ങളെ മാറ്റി മറിച്ചത് രണ്ടാം ലോകമഹായുദ്ധമാണ്. യുദ്ധം സാധാരണക്കാരുടേയും തൊഴിലാളികളുടേയും ജീവിതത്തെ തകിടം മറിച്ചു. നിത്യോപയോഗ സാധനങ്ങളുടെ വില കുതിച്ചയർന്നു. മികച്ച

കൂലി എന്ന് കണക്കാക്കിയിരുന്ന നാലണ ഒന്നിനും തികഞ്ഞില്ല. തൊഴിലാളികൾക്ക് ജീവിക്കാൻ ബുദ്ധിമുട്ടായി. അവർ അസ്വസ്ഥരായി. അവരിൽ നിറഞ്ഞ അസംതൃപ്തിയും രോഷവും പുറത്തേക്ക് വന്നു തുടങ്ങി. ആദ്യം അത് പിറുപിറുക്കലിന്റെയും കുശുകുശുക്കലിന്റെയും മർമ്മരങ്ങ ളായി ഒഴുകി. പിന്നീട് പരസ്പരം സംസാരിച്ചു. തങ്ങളുടെ സങ്കടം ആരോടാണ് പറയേണ്ടത്. ആരെങ്കിലും അത് കേൾക്കാനുണ്ടാകുമോ? അവർക്കറിയില്ല.

അവരുടെ മുന്നിൽ പരാതി പറയാൻ അവർക്കറിയാവുന്ന ഒരു സ്ഥലമേ ഉണ്ടായിരുന്നുള്ളൂ. അത് പോലീസ് സ്റ്റേഷനായിരുന്നു. തങ്ങളുടെ എന്തെങ്കിലും നഷ്ടപ്പെട്ടാൽ പരാതി പറയുന്ന ഇടം. തൊഴിൽ ചെയ്തിട്ടും ജീവിതം നഷ്ടപ്പെട്ടും എന്ന് ഭയപ്പെട്ടപ്പോൾ അവർ ഗവൺ മെന്റിന്റെ പ്രതിനിധിയായി കണ്ട പോലീസ് സ്റ്റേഷനിലേയ്ക്ക് ചെല്ലാൻ തീരുമാനിച്ചു. അവർ പണിയെടുത്തു കൊണ്ടിരുന്ന ഫാക്ടറിയിൽ നിന്ന് ആരോടും പറയാതെ അവർ ഇറങ്ങി പോയി. കമ്പനിയിലെ മാനേജർ മാർക്കും ഫോർമാനും കാര്യം ഒന്നും മനസ്സിലായില്ല.

1938 ഡിസംബർ 14 നാണ് അത് സംഭവിച്ചത്. കമ്പനിയിൽ ഓരോ തൊഴിലാളിയും പുറത്തേയ്ക്ക് വരാൻ ഇടങ്ങി. പിന്നീട് അവർ ഒരു ഉറുമ്പ് കൂട്ടം പോലെ മുന്നോട്ട നീങ്ങി. മൈലുകൾ നടന്ന് അവർ പോലീസ് സ്റ്റേഷനിലെത്തി. പോലീസ് സ്റ്റേഷൻ അവരെ നിരാശപ്പെടുത്തി. അവിടെ രണ്ട് പോലീസുകാർ മാത്രമാണ് അപ്പോൾ ഉണ്ടായിരുന്നത്. അവർ തൊഴിലാളികളോട് പറഞ്ഞു. "ഇൻസ്പെക്ടർ സ്ഥലത്തില്ല." അന്ന് വൈക്കത്തഷ്ടമി. ഇൻസ്പെക്ടർ സ്പെഷ്യൽ ഡ്യൂട്ടിക്കായി അങ്ങോട്ട പോയി. പോയ പോലെ തൊഴിലാളികൾ തിരിച്ച നടന്നു. കുറച്ച നടന്നപ്പോൾ തളർന്ന ക്ഷീണിച്ച അവർ ഒരു മരച്ചുവട്ടിലിരു ന്നു. പരസ്പരം സംസാരിക്കാൻ വേണ്ടി അവർ ആഗ്രഹിച്ചതുകൊണ്ട് അതൊരു വട്ടക്കൂട്ടമായി ഇരുന്നു. അപ്പോൾ അതുവഴി വന്ന ബസിൽ ജെ. ടി. കായനാട്ട് ഉണ്ടായിരുന്നു. കായനാട്ട് മാതൃഭൂമി പത്രത്തിന്റെ പ്രാദേശിക ലേഖകൻ കൂടിയായിരുന്നു.

വട്ടം കൂടി വഴിയരുകിൽ ഇരിക്കുന്ന ആൾക്കൂട്ടം അദ്ദേഹത്തിൽ കൗതുകം ജനിപ്പിച്ചു. എന്തെങ്കിലും വാർത്ത കിട്ടും എന്ന് മണത്തറിഞ്ഞ അദ്ദേഹത്തിലെ പത്രപ്രവർത്തകൻ അവിടെ ഇറങ്ങാൻ തീരുമാനിച്ചു. അദ്ദേഹം ആൾക്കൂട്ടത്തിനരികിലെത്തി. അവരോട് സംസാരിച്ചു. അവർ പോലീസ് സ്റ്റേഷനിൽ പോയതും അതിന്റെ കാരണങ്ങളും കായനാ ട്ടിനോട് വിശദീകരിച്ചു. വിശദീകരണം കേട്ടതിനു ശേഷം കായനാട്ട് അവർക്ക് മുന്നിൽ പരിഹാരമാർഗ്ഗം നിർദ്ദേശിച്ചു. അവരനുഭവിക്കുന്ന

പ്രയാസങ്ങളും അവർ ആഗ്രഹിക്കുന്ന ക്ലിക്കുട്ടതലും ഒരു പ്രമേയ രൂപത്തിലാക്കി കമ്പനിയുടെ അധികാരികൾക്ക് അയച്ച കൊടുക്കാൻ തീരുമാനമുണ്ടായി. തൊഴിലാളികളുടെ ആവശ്യങ്ങളും പരാതികളും മെമ്മോറാണ്ടത്തിന്റെ രൂപത്തിൽ കായനാട്ട തന്നെ തയ്യാറാക്കി. തൊഴിലാളികൾ അതിലൊപ്പിട്ടു. അതിനശേഷം തൊഴിലാളികൾ അതുകൊണ്ട പോയി കമ്പനി അധികാരികൾക്ക് നൽകി.

സംഭവം കമ്പനിയിൽ ചീറ്റലും പൊട്ടലും സൃഷ്ടിച്ചു. എന്നാൽ തൊഴി ലാളികൾക്ക് ഒരു ഗുണവും കിട്ടിയില്ല. അവരുടെ നിലവിളി ആരും കേട്ടില്ല. പകരം അവരോട് ശത്രുത വർദ്ധിച്ചു. കമ്പനിക്കെതിരെ തൊഴി ലാളികൾ തിരിഞ്ഞു എന്ന രീതിയിലാണ് മെമ്മോറാണ്ടം വായിക്കപ്പെ ട്ടത്. തൽഫലമായി കമ്പനി ഗുണ്ടകൾ തൊഴിലാളികൾക്കെതിരെ തിരിഞ്ഞു. കമ്പനിയിലെ ബ്ലീച്ചിംഗ് മാസ്റ്ററായ ഫെർണാണ്ടസ് കമ്പനി മാനേജ്മെന്റിന്റെ മൂന്നാം കണ്ണായിരുന്നു. അയാൾ ഓരോ തൊഴിലാ ളിയെയും തരംതിരിച്ച് മാർക്ക് ചെയ്തു. അതൊരു ക്യാമറ നിരീക്ഷണ മായിരുന്നു. ഓരോ ദിവസവും മോശമായ പെരുമാറ്റങ്ങളുടെ പുതിയ രീതികൾ വന്നു. മെമ്മോറാണ്ടം കൊണ്ട് സാമ്പത്തിക നേട്ടമുണ്ടായില്ല എന്ന മാത്രമല്ല ശാരീരികവും മാനസികവുമായ പീഡനങ്ങളും വർദ്ധിച്ചു. തൊഴിലാളികൾ കൂടുതൽ ശ്വാസംമുട്ടലനുഭവിച്ചു.

ഏത് സമ്മർദ്ദങ്ങളും അവസാനം പ്രെഷർ കുക്കറിൽ നിന്ന് കാറ്റ് പോകുന്നതുപോലെ ഒരു ബാലൻസിംഗ് മെക്കാനിസത്തെ ആശ്രയി ക്കും. അതിവിടെയും സംഭവിച്ചു. തൊഴിലാളികളെ നയിക്കാൻ പ്രസ്ഥാ നമോ നേതൃത്വമോ ഇല്ല. അവർ സ്വയം വീർപ്പുമുട്ടിയ അന്തരീക്ഷത്തിൽ നിന്ന് പുറത്തു ചാടി. അവർ ആരും പണിക്ക് കയറിയില്ല. സമര പ്രഖ്യാ പനമൊന്നുമില്ല. ഒരു ദിവസം അവർ കൂട്ടമായി പണിക്ക് വരാതിരുന്നു. തൊഴിൽ ഇടത്തിലുണ്ടായ അസഹ്യമായ സമ്മർദ്ദവും വീർപ്പ മുട്ടിക്കലും മാനേജർമാരുടെ വീർത്ത മുഖങ്ങളുമാണ് തൊഴിലാളികളെ കമ്പനിയി ലേയ്ക്ക് വരേണ്ടതില്ലെന്ന് തീരുമാനിപ്പിച്ചത്. കമ്പനിയിലേയ്ക്ക് അവരാരും വന്നില്ല. ഇത് പിന്നീട് അന്റോണിയോ നെഗ്രി മുന്നോട്ട വച്ച സെൽഫ് വാലറൈസേഷൻ തന്നെയായിരുന്നു. അദ്ധ്വാനത്തിന്റെ അച്ചടക്ക സംവിധാനത്തിൽ നിന്ന് തൊഴിലാളികൾ സ്വയം വിമോചിതരാവുന്ന തിനെ നെഗ്രി വിശേഷിപ്പിച്ചത് 'റഫ്യൂസൽ ഓഫ് വർക്ക്' എന്നാണ്. ആലുവയിൽ ട്രെയ്ഡ് യൂണിയൻ ഉണ്ടാകുന്നതിന്മുമ്പ് തൊഴിലാളികൾ നടത്തിയ ഇറങ്ങിപ്പോക്കിന് നെഗ്രിയുടെ പുതിയ ആശയത്തിനോട് വലിയ സാമ്യമുണ്ടായിരുന്നു. പക്ഷെ അത് വികസിപ്പിച്ചെടുക്കാൻ കേരളത്തിൽ ആർക്കും കഴിഞ്ഞില്ല.

പണിക്ക് ഹാജരാകാതിരിക്കുക എന്നത് പ്രതിഷേധമായിരുന്നു. എന്നാൽ അവർ കൂലിക്കൂടുതൽ ചോദിച്ചില്ല. കൂട്ടായി വിലപേശിയില്ല. എല്ലാ ദിവസവും അവർ കമ്പനി ഗേറ്റിൽ വരും. പക്ഷേ കമ്പനിയിൽ കയറില്ല. മൂന്ന് ദിവസം ഇത് തുടർന്നു. പക്ഷേ തൊഴിലാളികളെ അത്ഭുത തപ്പെടുത്തുന്ന ഒരു പ്രസ്താവന ഇതിനിടയിൽ കമ്പനിയിൽ നിന്ന് പുറത്തേയ്ക്ക് വന്നു. കൂലിക്കൂടുതൽ നൽകാമെന്ന് കമ്പനി സമ്മതിച്ചെന്നാ യിരുന്നു വാർത്ത. ബ്ലീച്ചിംഗ് മാസ്റ്റർ ഫെർണാണ്ടസും കമ്പനി ക്ലാർക്ക് ചെറിയാനും ചേർന്നാണ് തൊഴിലാളികളെ വിവരം അറിയിച്ചത്. പിറ്റേ ദിവസം തൊഴിലാളികൾ കമ്പനിക്ക് അകത്തു കയറി പണി ആരംഭിച്ചു. എന്നാൽ കൂലിക്കൂടുതൽ ഒന്നും ഉണ്ടായില്ല. തൊഴിലാളികളെ ഫെർ ണാണ്ടസും കൂട്ടുകാരും പറ്റിച്ചു. തൊഴിലാളികൾ പിന്നീട് പ്രശ്നമൊ ന്നുമുണ്ടാക്കിയില്ല. കാര്യങ്ങൾ പഴയപടി തുടർന്നു.

എന്നാൽ മാനേജ്മെന്റ് കരുതലോട്ടുകൂടി തൊഴിലാളികളെ ഉപദ്രവിക്കാൻ തീരുമാനിച്ചു കഴിഞ്ഞു. ഫെർണാണ്ടസ് കുറച്ചു കൂടി മോശമായി പെരുമാറാൻ തുടങ്ങി. ചെറിയ പ്രശ്നങ്ങൾ തൊഴിലാ ളികൾക്ക് ശകാരം വാങ്ങിച്ചു കൊടുത്തു. തൊഴിലാളികളുടെ മെക്കിട്ട് കേറ്റം വർദ്ധിച്ചു. ഫെർണാണ്ടസ് അക്കാലത്തെ അഴിമതി സ്വരൂപ മായിരുന്നു. തൊഴിലാളികളെ വിവേചിച്ച് വിഭജിച്ച് വരുതിയിലാക്കൽ അയാളുടെ പദ്ധതിയായിരുന്നു. അയാൾക്ക് നാടൻ താറാവും കരിമീനും ഇഷ്ടമായിരുന്നു. ചില തൊഴിലാളികൾ ഇയാളെ പ്രീണിപ്പിക്കാൻ അത്തുകൊണ്ടുപോയി കൊടുക്കും. അങ്ങനെയുള്ളവർക്ക് കമ്പനിയിൽ ജോലി ചെയ്യാൻ കൂടുതൽ സൗകര്യം ലഭിച്ചു. അല്ലാത്തവരെ അയാൾ പീഡിപ്പിച്ചു.

പോലീസ് സ്റ്റേഷനിൽ പരാതി പറയാൻ പോയ പത്തു പേരെ ഫെർണാണ്ടസ് പിരിച്ചു വിട്ടു. പിരിച്ചു വിടലോടെ കമ്പനിയിലെ അന്തരീക്ഷത്തിന് പൊടുന്നനെ മാറ്റം സംഭവിച്ചു. തൊഴിലാളികളുടെ പ്രതിഷേധത്തിന് ഏകതാനത കൈവന്നു. പിരിച്ചവിടലിനെതിരെ പ്രതിഷേധം ഇരമ്പി. ദിവാൻ സർ സി. പി. രാമസ്വാമിക്ക് നാട്ടുകാരും തൊഴിലാളികളും ചേർന്ന് നിവേദനം നൽകി. 500 പേരാണ് ദിവാന് നൽകിയ മെമ്മോറാണ്ടത്തിൽ ഒപ്പിട്ടത്.

ഭരണാധികാരി എന്ന നിലയിൽ സർ സി. പി. രാമസ്വാമി പ്രഗത്ഭനായിരുന്നു. മികച്ച ഭരണാധികാരി. മുന്നിലെത്തുന്ന ഏത് വിഷയവും പഠിച്ച് തീരുമാനമെടുക്കമായിരുന്നു. കേരളം കണ്ട അഞ്ച് മിനിസ്റ്റർമാരിൽ സമർത്ഥനായിരുന്നു. ദിവാന്റെ മുന്നിലെത്തുന്ന എല്ലാ പരാതികളും മെമ്മോറാണ്ടങ്ങളും അദ്ദേഹം വായിച്ച നോക്കുമായിരുന്നു.

അതിനുശേഷം അവയ്ക്ക് പരിഹാരമാർഗ്ഗങ്ങളുണ്ടാവും. അവ ഉത്തരവു കളായി പുറത്തു വരും. ശ്രീചിത്തിരാമിൽസിലെ തൊഴിലാളികളുടെ പരാതി ദിവാന്റെ മുന്നിലെത്തി. അദ്ദേഹം അത് വായിച്ചു. ഭീമഹർജിയിൽ പറഞ്ഞ കാര്യങ്ങൾ അന്വേഷിച്ച് റിപ്പോർട്ട് ചെയ്യാൻ ഉദ്യോഗസ്ഥനെ നിയമിച്ചു. പരാതി അന്വേഷിച്ച് നടപടി സ്വീകരിക്കാൻ ദിവാൻ കളക്ടർ ക്കാണ് നിർദ്ദേശം നൽകിയത്. കളക്ടർ തഹസീൽദാരെ അന്വേഷണ ഉദ്യോഗസ്ഥനായി നിയമിച്ചു.

ഇന്നത്തെ കാലമല്ല പഴയ കാലം. കളക്ടർ തഹസീൽദാരെ അന്വേഷണ ഉദ്യോഗസ്ഥനായി വെച്ച വാർത്ത മാത്രം മതിയായിരു ന്നു തെറ്റ് ചെയ്ത മാനേജ്മെന്റിന് സ്വയം തിരുത്താൻ. ഭരണയന്ത്രം വളരെ കാര്യക്ഷമമായിരുന്നു. ദിവാന്റെ നടപടികളെക്കുറിച്ചുള്ള വാർത്ത അറിഞ്ഞ ഉടൻ മാനേജ്മെന്റ് ഉണർന്ന് പ്രവർത്തിച്ചു. അനാവശ്യമായി, ഒരു കാരണവുമില്ലാതെ പിരിച്ചു വിട്ട പത്തു തൊഴിലാളികളെയും മാനേ ജ്മെന്റ് തിരിച്ചെടുത്തു. തഹസീൽദാർ കളക്ടറുടെ ഉത്തരവ് അനുസരിച്ച് സ്ഥലത്തെത്തി അന്വേഷണം പൂർത്തീകരിച്ചു. കളക്ടർക്ക് റിപ്പോർട്ട് സമർപ്പിച്ചു. റിപ്പോർട്ടിന്റെ സാരം തൊഴിലാളികളുടെ നിവേദനത്തിൽ പറഞ്ഞ കാര്യങ്ങൾ ശരിയായിരുന്നു എന്നാണ്. കളക്ടർ ഫെർണാണ്ട സിനെ അങ്ങോട്ട് വിളിപ്പിച്ചു. ഭയചകിതനായ ഫെർണാണ്ടസ് ഒരു സർക്കാർ ഉദ്യോഗസ്ഥനെ കൂട്ടിയാണ് കളക്ടറുടെ മുന്നിലെത്തിയത്. പിരിച്ചുവിട്ടവരെ തിരിച്ചെടുത്തയുകൊണ്ടും മേലാൽ കുഴപ്പങ്ങൾ ഉണ്ടാ ക്കില്ല എന്ന ഉറപ്പിന്റെ അടിസ്ഥാനത്തിലും ഫെർണാണ്ടസിന് കളക്ടർ താക്കീത നൽകി. ഫെർണാണ്ടസിന്റെ ശിക്ഷ 'വാണിംഗി'ൽ ഒതുങ്ങി. ഇത് തൊഴിലാളികൾക്ക് നൽകിയ ആശ്വാസം ചെറുതായിരുന്നില്ല.

ട്രേഡ് യൂണിയൻ പിറക്കുന്നു

ആലുവ വ്യവസായ മേഖലയിൽ ആദ്യത്തെ ട്രേഡ് യൂണിയൻ പിറക്കകയായിരുന്നു. യൂണിയൻ ഉണ്ടാകുന്നതിന് ആവശ്യ മായ ഭൗതിക സാഹചര്യങ്ങൾ ഒരുങ്ങി. തൊഴിൽ നിരാസവും തുടർന്ന നടന്ന മാനേജ്മെന്റ് പീഢനങ്ങളും തൊഴിലാളികളുടെ മനോഘടന യിൽ മാറ്റം വരുത്തി. അവർക്ക് ഒരുമിച്ച ചേരേണ്ടതിന്റെ ആവശ്യകത മനസ്സിലായി. സംഘടിതമായി നൽകിയ മെമ്മോറാണ്ടത്തിന്റെ പേരിൽ പിരിച്ചവിട്ട തൊഴിലാളികളെ തിരിച്ചെടുത്തതും തൊഴിലാളി കളോട് നിരന്തരം മോശമായി പെരുമാറുന്ന മാനേജ്മെന്റ് പ്രതിനിധി ക്ക് 'വാണിംഗ്' കിട്ടിയതും തൊഴിലാളിയുടെ വിലപേശൽ ശേഷിയെ സാക്ഷ്യപ്പെടുത്തി. ഏതൊരു രാഷ്ട്രീയ ചലനവും പ്രസക്തമാവുന്നത് അത് സൃഷ്ടിക്കുന്ന ഫലത്തിലൂടെയാണ്. കൂട്ടായ വിലപേശലിന് ഗുണ മുണ്ടെന്ന് ദിവാന്റെ നടപടികൾ തൊഴിലാളികളെ ബോധ്യപ്പെടുത്തി.

ഒരു വർഷക്കാലമായി യൂണിയൻ രൂപീകരണം എന്ന ആശയം തൊഴിലാളികളുടെ ഇടയിൽ പറഞ്ഞു നടന്ന കായനാട്ടിന് ഇതുവരെ അതിലേയ്ക്ക് അവരെ എത്തിക്കാൻ കഴിഞ്ഞിരുന്നില്ല. എങ്കിലും കായനാട്ട് അവർക്കൊപ്പം നടന്നുകൊണ്ടിരുന്നു. തൊഴിലാളിക്ക് ഏതൊരു മൂലധന വികാസ പ്രക്രിയയിലും വിലപേശാനുള്ള കഴിവുണ്ടെന്ന കാര്യം കായനാട്ട് പറഞ്ഞുകൊണ്ടിരുന്നെങ്കിലും അതിന് ശക്തിയുണ്ടായതും അർത്ഥമുണ്ടായതും ശ്രീചിത്തിര മില്ലിലെ പിരിച്ചവിട്ടവരെ തിരിച്ചെടുത്ത സംഭവത്തോട്ടുകൂടിയാണ്. ഇതോടെ ഏതാണ്ട് എല്ലാവർക്കും തന്നെ

സ്വീകാര്യമായ ഒരു ആശയമായി യൂണിയൻ എന്ന കൺസെപ്റ്റ് അംഗീ കരിക്കപ്പെട്ടു. അങ്ങനെ ആലുവ വ്യവസായമേഖലയിലെ ആദ്യത്തെ ട്രേഡ് യൂണിയൻ രൂപീകരിക്കപ്പെട്ടു. അതിന്റെ പ്രസിഡന്റ് ജെ. ടി. കായനാട്ട് തന്നെയായിരുന്നു. ആദ്യത്തെ ജനറൽ സെക്രട്ടറി ജെ. എം. പീറ്റർ. തുടർന്ന് യൂണിയൻ രജിസ്റ്റർ ചെയ്തു.

യൂണിയൻ പ്രവർത്തനത്തിന്റെ മുൻ നിരയിലുണ്ടായിരുന്നത് ശ്രീ ചിത്തിര മില്ലിലെ തൊഴിലാളികളായ കെ. ആർ. കൃഷ്ണൻകുട്ടി, വി. വി. ജോസഫ്, ജെ. എം. പീറ്റർ എന്നിവരായിരുന്നു. രണ്ട് കൊല്ലക്കാലം യൂണിയൻ പ്രവർത്തനം നിരന്തരം നടന്നു. യൂണിയന്റെ പ്രവർത്ത നത്തിന് പ്രധാന സഹായം ലഭിച്ചത് ആലപ്പുഴ കേന്ദ്രീകരിച്ച് അന്ന് പ്രവർത്തിച്ചിരുന്ന "തിരുവിതാംകൂർ കയർ ഫാക്ടറി തൊഴിലാളി യൂണിയനിൽ" നിന്നായിരുന്നു. അവരുടെ സഹായം സാങ്കേതിക കാര്യങ്ങളിൽ മാത്രമായിരുന്നു. നിയമപരമായ കാര്യങ്ങളും യൂണിയൻ പ്രവർത്തനത്തിന്റെ സംഘടിത ഘടനയും ഫംഗ്ഷനിംഗം ഒക്കെ പഠിപ്പിച്ചത് അവരാണ്. 1116 തുലാം 3-ാം തീയതി ആലുവ ഫാക്ടറി ലേബറേഴ്സ് യൂണിയൻ രജിസ്റ്റർ ചെയ്തു. യൂണിയന്റെ രജിസ്ട്രേഷൻ നമ്പർ 8/116 ആയിരുന്നെന്ന് കായനാട്ട് പിന്നീട് രേഖപ്പെടുത്തുന്നുണ്ട്.

യൂണിയൻ രജിസ്ട്രേഷനുള്ള എല്ലാ എഴുത്തുകുത്തുകളും ഓഫീസ് ജോലികളും നിർവ്വഹിച്ചത് കായനാട്ടായിരുന്നു. ആലപ്പുഴ കയർ ഫാക്ടറി തൊഴിലാളി യൂണിയൻ ഓഫീസിൽ പോയി ആ കാര്യങ്ങളെ ല്ലാം പഠിച്ചാണ് കായനാട്ട് അത് പൂർത്തീകരിച്ചത്. ജെ. ടി. കായനാട്ട് പ്രസിഡന്റും ജെ. എം. പീറ്റർ ജനറൽ സെക്രട്ടറിയുമായ യൂണിയൻ നിരന്തരം പ്രവർത്തിച്ച എന്ന് പറയാമെങ്കിലും അതിന് തൊഴിലാളി കളുടെ ഇടയിൽ സ്വാധീനം സൃഷ്ടിക്കാൻ കഴിഞ്ഞില്ല. കൂട്ടായ വിലപേ ശലിനുള്ള സംഘടിത ശക്തിയായി മാറാൻ യൂണിയന് കഴിഞ്ഞില്ല. അതിനാൽ തന്നെ ആനുകൂല്യങ്ങളൊന്നും നേടാൻ യൂണിയന് സാധി ച്ചില്ല. യൂണിയൻ മുന്നോട്ട വെച്ച ആശയങ്ങളെക്കാൾ തൊഴിലാളികളെ സ്വാധീനിച്ചത് അവരുടെ മതവും ജാതിബോധവുമായിരുന്നു.

'തൊഴിലാളി വർഗം' എന്ന ബോധത്തിലേയ്ക്ക് തൊഴിലാളിയെ എത്തിക്കാൻ യൂണിയന് കഴിഞ്ഞില്ല. അത് കഴിവുകേട് തന്നെയായി രുന്നു. അതിന്റെ പ്രധാന കാരണം രാഷ്ട്രീയ കാഴ്ചപ്പാടിന്റെ അഭാവമാ യിരുന്നു. പ്രത്യയശാസ്ത്രപരമായ ആശയരൂപീകരണം നടത്താനുള്ള ശേഷി യൂണിയൻ നേതൃത്വത്തിന് ഉണ്ടായിരുന്നില്ല. 'ഓൾ ട്രാവൻകൂർ ട്രേഡ് യൂണിയൻ കോൺഗ്രസ്സിന് രാഷ്ട്രീയ കാഴ്ചപ്പാടുണ്ടായിരുന്നെങ്കി ലും അവർ ആലുവ ഫാക്ടറി ലേബറേഴ്സ് യൂണിയന് പ്രത്യയശാസ്ത്ര

പിൻബലമോ, പഠനക്ലാസ്സോ നൽകിയില്ല. അവരുടെ സഹായം സാങ്കേതിക സഹായം മാത്രമായി ഒതുങ്ങി.

കേരളത്തിൽ മതം ഇന്ന് മാത്രമല്ല അന്നും ശക്തമായിരുന്നു. ഒരുപക്ഷേ ഇന്നത്തേക്കാൾ തീവ്രമായ രീതിയില്ലുള്ള സ്വാധീനം അന്ന് അതിനുണ്ടായിരുന്നു. പള്ളി ആയിരുന്നു തൊഴിലാളികൾക്ക് പറുദീസ. പള്ളീലച്ചൻ അവരുടെ കാണപ്പെട്ട ദൈവവുമായിരുന്നു. അക്കാലത്ത് ആലുവയിലെ തൊഴിലാളികളിൽ ബഹുഭൂരിപക്ഷവും ലത്തീൻ കത്തോ ലിക്ക സമുദായക്കാരായിരുന്നു. ശ്രീചിത്തിരമില്ലടക്കം ആലുവായിൽ വന്നു കൊണ്ടിരുന്ന ഫാക്ടറികളിൽ അവർക്കായിരുന്നു ഭൂരിപക്ഷം. അന്ന് ലത്തീൻ കത്തോലിക്കരുടെ പ്രധാന ആത്മീയ കേന്ദ്രം ഏല്ലൂരിലെ മഞ്ഞുമ്മലിൽ പ്രവർത്തിച്ചിരുന്ന കർമ്മലീത്ത ആശ്രമവും പള്ളിയുമാ യിരുന്നു. പള്ളി സമരത്തെ കണ്ടിരുന്നത് ദൈവനിന്ദയായിട്ടാണ്. അതിനാൽ ക്രൈസ്തവ സഭാംഗങ്ങൾ സമരത്തിൽ പങ്കാളിയാകുന്നത് നിഷിദ്ധമായ പ്രവൃത്തിയായി പ്രഖ്യാപിക്കപ്പെട്ടു.

ഈ ആശയം ഇടവകാംഗങ്ങളിൽ ശക്തിപ്പെടുത്താൻ മുന്നിൽ നിന്ന് പ്രവർത്തിച്ചത് ഫാദർ ജെറോമായിരുന്നു. കത്തോലിക്കാ തൊഴി ലാളികളെ ഒരുമിച്ച് ചേർക്കാൻ പല ശ്രമങ്ങളും അദ്ദേഹം നടത്തി. തൊഴിലാളി കുടുംബങ്ങളിൽ സന്ദർശനം നടത്തിയും അൽമായരെ ബോധവത്കരിച്ചും അദ്ദേഹം ലക്ഷ്യം സാക്ഷാത്കരിക്കാൻ ശ്രമം തുടർന്നു. അവസാനം ഫാദർ ജെറോം അതിൽ വിജയിച്ചു. ആലുവ ഫാക്ടറി ലേബറേഴ്സ് യൂണിയന് ബദലായി ഒരു കത്തോലിക്ക യൂണിയൻ അദ്ദേഹം ഉണ്ടാക്കി. അതിന്റെ പേര് "ഉത്തര തിരുവി താംകൂർ കാത്തലിക് ലേബർ അസോസിയേഷൻ" എന്നായിരുന്നു. അതിന്റെ സെക്രട്ടറി ജോൺ പെട്ടയായിരുന്നു. ജോൺ പെട്ട ഇടപ്പള്ളി സ്വദേശിയും ശ്രീചിത്തിര മില്ലിലെ തൊഴിലാളിയുമായിരുന്നു. ട്രേഡ് യൂണിയൻ ആക്ട് അനുസരിച്ച് അത് രജിസ്റ്റർ ചെയ്യപ്പെട്ടില്ല. അതിന്റെ ലക്ഷ്യം തൊഴിലാളികളുടെ അവകാശങ്ങൾ സംരക്ഷിക്കലായിരുന്നില്ല. അതിന്റെ പ്രധാന ലക്ഷ്യം പള്ളിയുടെ അധികാരം സംരക്ഷിക്കലായി രുന്നു. കത്തോലിക്ക തൊഴിലാളികൾ പള്ളിക്കൊപ്പമായിരിക്കണം എന്ന മിനിമം അജണ്ട മാത്രമായിരുന്നു യൂണിയൻ രൂപീകരണത്തിന്റെ അടിസ്ഥാന ലക്ഷ്യം. ഏതായാലും ലത്തീൻ കത്തോലിക്കരുടെ ഒരു ട്രേഡ് യൂണിയൻ അവിടെ ഉണ്ടാക്കുന്നതിൽ സഭ വിജയിക്കുകയും തൊഴിലാളികളെ അതിന്റെ ചിറകിന് അടിയിലൊതുക്കുകയും ചെയ്തു.

മതം യൂണിയനെ ഞെക്കിക്കൊന്നു

കാത്തലിക് ലേബർ അസോസിയേഷൻ പള്ളിയെ ചുറ്റിപ്പറ്റിയാണ് അതിന്റെ പ്രവർത്തനങ്ങൾ വികസിപ്പിച്ചത്. പള്ളിയിൽ കൂടുന്ന യോഗങ്ങളിൽ ക്രൈസ്തവരുടെ ഒരുമയെക്കുറിച്ചാണ് ചർച്ചകൾ. അതു പതുക്കെ പതുക്കെ ലത്തീൻ കത്തോലിക്കരായ തൊഴിലാളികളുടെ മനസ്സിൽ പുതിയ വികാരങ്ങൾ ഉണ്ടാക്കികൊണ്ടിരുന്നു. അവർ ആലുവ ഫാക്ടറി ലേബറേഴ്സ് യൂണിയനെ സ്വന്തമാക്കാൻ ആഗ്രഹിച്ചു. ആ ആഗ്രഹം ലേബറേഴ്സ് യൂണിയനിലേക്ക് പടർന്നു കയറി. അതോടൊപ്പം അവർ യൂണിയൻ പ്രവർത്തനങ്ങളിൽ സഭയുടെ കാഴ്ചപ്പാടുകൾ എഴുതി ചേർക്കാൻ തുടങ്ങി. സഭയുടെ വീക്ഷണം അവർ യൂണിയനിലും പ്രകടമാക്കാൻ തുടങ്ങി. യൂണിയൻ പ്രവർത്തനത്തിന്റെ പ്രധാന സ്ഥാനങ്ങളിൽ ക്രിസ്ത്യൻ തൊഴിലാളികൾ കയറിക്കൂടി. അവർ പക്ഷേ നല്ല തൊഴിലാളികളായിരുന്നു. എങ്കിലും അവർ സഭയുടെ കുഞ്ഞാടുകൾ തന്നെയായി വർത്തിച്ചു. സഭയുടെ കടുത്ത ആത്മബന്ധത്തിൽ നിന്ന് അവർ മുക്തരല്ല. യൂണിയൻ പ്രവർത്തനത്തിൽ മുഴുകിയ സമയത്തും അവരുടെ മനസിൽ കുരിശും മതവും നിറഞ്ഞു നിന്നു. ദേശീയ സ്വാതന്ത്ര്യസമര പ്രസ്ഥാനത്തിനോട് അവർ പുറംതിരിഞ്ഞു നിന്നു.

അവർക്കിടയിൽ രഹസ്യമായി നടന്നിരുന്ന പ്രധാന പ്രചാരണം മഹാത്മാഗാന്ധി അന്തിക്രിസ്തവാണെന്നതായിരുന്നു. ഈ മത സാന്നിദ്ധ്യം ജെ. ടി. കായനാട്ടിന് മേൽ ശക്തമായ സമ്മർദ്ദമായി മാറി. അദ്ദേഹത്തിന് യൂണിയൻ പ്രസിഡന്റായി തുടരാൻ ആവാത്ത സാഹചര്യമായി. കാരണം, അദ്ദേഹം കോൺഗ്രസ്സ് പ്രവർത്തകനും

ദേശീയ സ്വാതന്ത്ര്യസമര പോരാളിയുമായിരുന്നു. കോൺഗ്രസ്സ് പ്ര വർത്തകനായ കായനാട്ടിനെതിരെ കത്തോലിക്ക തൊഴിലാളികൾ പരസ്യമായി പ്രതികരിക്കാൻ തുടങ്ങി. അവർ അവരുടെ അസംതൃപ്തിയും അസഹിഷ്ണുതയും പ്രകടമാക്കി. ക്രമേണ കത്തോലിക്കരുടെ ആത്മീയ പ്രവർത്തനങ്ങളുടെ വേദിയായി യൂണിയൻ മാറി. നൊവേന നടത്താൻ തൊഴിലാളികളുടെ ഇടയിൽ പണപ്പിരിവു നടത്തുക, തൊഴിലാളികളുടെ പേരിൽ പള്ളിപ്പെരുന്നാൾ നടത്തുക. ചുരുക്കത്തിൽ ഇടവക പള്ളിയുടെ ഒരു പോഷക സംഘടനയായി ആലുവ ലേബറേഴ്സ് യൂണിയൻ മാറി. ജെ. ടി. കായനാട്ട് പ്രസിഡന്റ് സ്ഥാനം രാജിവെച്ചു.

കായനാട്ടിന് പകരം ഇലഞ്ഞിക്കൽ തയ്യത് കുഞ്ഞിത്തൊമ്മൻ യൂണിയൻ പ്രസിഡന്റായി. കുഞ്ഞിത്തൊമ്മന് ശേഷം പ്രസിഡന്റായി എറണാകുളത്തെ അഭിഭാഷകനായ ജോസഫ് വിതയത്തിൽ വന്നു. അതിനുശേഷം പ്രസിഡന്റായത് അഡ്വക്കേറ്റ് സി. എ. കാസ്പറാണ്. പള്ളിയുടെ അട്ടക്കള സേവകരായി യൂണിയൻ നേതൃത്വം മാറിയതോ ടുകൂടി തൊഴിലാളികൾ അസംതൃപ്തരായി. അവരുടെ പ്രശ്നങ്ങൾ കേൾക്കാനോ പരിഹരിക്കാനോ ആരുമില്ലാതായി. കായനാട്ട് മാറി യതോടുകൂടി യൂണിയൻ മീറ്റിംഗകളിൽ അടിസ്ഥാനപരമായ ചില മാറ്റങ്ങൾ ഉണ്ടായി. അതിൽ പ്രധാനം രാജാവിന്റെ സ്തുതിഗീതമായി യൂണിയൻ സമ്മേളനം എന്നതാണ്. യൂണിയൻ മീറ്റിംഗിൽ അദ്ധ്യക്ഷവേ ദിയിൽ രണ്ട് ഇരിപ്പിടങ്ങൾ ഉണ്ടായി. ഒന്ന് യൂണിയൻ പ്രസിഡന്റിനും മറ്റൊന്ന് പോലീസ് ഓഫീസർക്കും. മീറ്റിംഗിൽ പ്രധാനസാന്നിദ്ധ്യം സി.ഐ.ഡി ഓഫീസറുടേതായിരുന്നു. ഭയപ്പെടാനും ബഹുമാനിക്കാനുമു ള്ള വ്യക്തിത്വം. സി.ഐ.ഡിയുടെ സാന്നിദ്ധ്യത്തിൽ മാത്രമേ യൂണിയൻ കമ്മറ്റിയും ജനറൽ ബോഡിയും കൂടാൻ പാടുള്ള എന്നത് അലിഖിത നിയമമായി. എന്തെങ്കിലും കാരണവശാൽ സി.ഐ.ഡി ഇല്ലാതെ മീറ്റിംഗ് നടന്നാൽ നടന്ന യോഗത്തിന്റെ മിനിറ്റ്സ് ബുക്ക് അടുത്ത പോലീസ് സ്റ്റേഷനിൽ കൊണ്ടുപോയി പോലീസ് ഇൻസ്പെക്ടറെ കാണിക്കണം. യോഗത്തിൽ മഹാരാജാവിന് എതിരായോ വിരോധപ രമായോ എന്തെങ്കിലും പരാമർശങ്ങൾ ഉണ്ടായോ എന്ന് പരിശോധിച്ച് ഉറപ്പ് വരുത്തേണ്ടത് ഇൻസ്പെക്ടറുടെ ചുമതലയാണ്.

തൊഴിലാളി യൂണിയനെ പള്ളിയുടെ കീഴ്ഘടകമാക്കി മാറ്റി എന്നു മാത്രമല്ല സഭ ചെയ്ത അപകടം അതിനെ രാജാവിന്റെ അധീശത്വത്തിലാ ക്കുക കൂടി ചെയ്തതാണ്. സി.ഐ.ഡി സാന്നിദ്ധ്യം, രാജഭക്തി പ്രമേയം, വഞ്ചീശ മംഗളം എന്നിവ യൂണിയൻ മീറ്റിംഗിന്റെ പ്രധാന അജണ്ടയായി മാറ്റി. വഞ്ചീശൻ എന്നാൽ തിരുവിതാംകൂറിന്റെ ഈശ്വരൻ എന്നാണ്

അർത്ഥം. അതാണ് മഹാരാജാവ്. അന്ന് തിരുവിതാംകൂറിൽ അറുപതു ലക്ഷം ജനങ്ങളാണ് ഉണ്ടായിരുന്നത്. ഈ അറുപതു ലക്ഷം ജനങ്ങളെ ദയാവാത്സല്യങ്ങളോടുകൂടി കാത്തു പരിപാലിച്ചു പോരുന്ന മഹാരാജാവ് തിരുമനസ്സിലേക്ക് ആയുരാരോഗ്യസമ്പദ് സന്താന സമൃദ്ധി നേരുകയും യൂണിയനും അംഗങ്ങളും മഹാരാജാവിനോട്ടും അദ്ദേഹത്തിന്റെ ഗവൺമെന്റിനോട്ടും കൂറും ഭക്തിയും ഭയവും ഉള്ളവരായിരിക്കുമെന്ന് പ്രതിജ്ഞ ചെയ്യുകയും ചെയ്യുന്നതാണ് രാജഭക്തി പ്രമേയം. അതു കഴിഞ്ഞാൽ വഞ്ചീശ മംഗളവും ആലപിക്കണം. വഞ്ചിനാടിന്റെ മഹാരാജാവെ ഞങ്ങളെ ദീർഘകാലം പരിപാലിച്ചാലും എന്ന ഗാനം പാടിയേ തൊഴിലാളി യൂണിയൻ മീറ്റിംഗ് പിരിയാൻ പാടുള്ളൂ.

കമ്മ്യൂണിസ്റ്റ് കേഡർ

ആലുവ വ്യവസായ മേഖലയിൽ കമ്മ്യൂണിസത്തിന്റെ വിത്തുപാ കാൻ കമ്മ്യൂണിസ്റ്റ് പാർട്ടി തീരുമാനിക്കുന്നു. അതിനുവേണ്ടി വിദഗ്ധ പരിശീലനം നേടിയ കേഡർമാരെ വിവിധ മേഖലകളിലേയ്ക്ക് അയക്കുന്നു. രാജാവിനും പള്ളിയ്ക്കും സ്തുതിപാടുന്ന യൂണിയനെ തൊഴിലാ ളിക്ക് വേണ്ടി പ്രവർത്തിക്കുന്ന യൂണിയനായി മാറ്റലായിരുന്നു കേഡർ മാരുടെ പ്രധാന ലക്ഷ്യം. അധികാരത്തിന് സ്തുതിപാടുന്ന യൂണിയനെ ചുവപ്പ് പുതപ്പിക്കാൻ കമ്മ്യൂണിസ്റ്റ് പാർട്ടി രഹസ്യമായി തീരുമാനിച്ചു. അത് നടപ്പിലാക്കാൻ കിഴക്കിന്റെ വെനീസായ ആലപ്പുഴയിൽ നിന്ന് കമ്മ്യൂണിസ്റ്റ് പാർട്ടിയുടെ ഒരു ഉശിരൻ കേഡർ ആലുവയിലേയ്ക്ക് യാത്ര തിരിച്ചു. സഖാവ് പി. ജി. രാഘവൻ.

1942 ൽ കമ്മ്യൂണിസ്റ്റ് പാർട്ടിയുടെ നിരോധനം ഇന്ത്യ ഗവൺമെ ന്റ് പിൻവലിച്ചു. തിരുവിതാംകൂർ കമ്മ്യൂണിസ്റ്റ് പാർട്ടി ശക്തിപ്പെടാൻ തുടങ്ങി. ആലപ്പുഴ കമ്മ്യൂണിസ്റ്റ് പാർട്ടിയുടെ ശക്തികേന്ദ്രമായി വളർന്നു. ആലപ്പുഴ വ്യവസായവത്കൃത നഗരമായിരുന്നു. അതോടൊപ്പം അത് വലിയൊരു വാണിജ്യകേന്ദ്രവുമായിരുന്നു.

വ്യവസായകേന്ദ്രവും വാണിജ്യകേന്ദ്രവും ആയി ആലപ്പുഴ മാറി യപ്പോൾ മുതലാളിത്ത ചൂഷണവും ശക്തിപ്പെട്ടു. ആയിരക്കണക്കിന് വ്യവസായ തൊഴിലാളികളും വ്യവസായവും ആലപ്പുഴയെ കിഴക്കിന്റെ വെനീസായി ചിത്രീകരിക്കാൻ സഹായിച്ചു. പക്ഷേ തൊഴിലാളികൾ കടുത്ത ചൂഷണത്തെ നേരിട്ടു. ഈ ചൂഷണത്തിൽ നിന്ന് തൊഴിലാ ളികളെ സംരക്ഷിക്കാനുള്ള യത്നം സംഘടിതമായി ആലപ്പുഴയിൽ

വളർന്നു. അതിന്റെ അന്തർധാരയിൽ കമ്മ്യൂണിസ്റ്റ് പാർട്ടി ശക്തിപ്പെ
ടാൻ തുടങ്ങി. സത്യസന്ധവും ആത്മാർത്ഥവുമായ പരിശ്രമത്തിലൂടെ
കമ്മ്യൂണിസ്റ്റ് പാർട്ടി ആലപ്പുഴയിലെ തൊഴിലാളികളുടെ ഇടയിൽ
വേരുറപ്പിക്കാൻ തുടങ്ങി.

വിപ്ലവത്തെക്കുറിച്ച് കാര്യമായിത്തന്നെ ചർച്ചകൾ നടന്നു. വിപ്ലവം
നടത്താൻ വിപ്ലവകാരികൾ എന്ന പ്രൊഫഷണലുകൾ വേണമെന്ന
ലെനിന്റെ കാഴ്ചപ്പാടാണ് ആലപ്പുഴയിലെ കമ്മ്യൂണിസ്റ്റ് പാർട്ടിയെയും
നയിച്ചത്. വിപ്ലവത്തിന്റെ വ്യാപനം അവരിലൂടെയാണ്. അതായത്
വിപ്ലവം നടത്താൻ പ്രാപ്തരായ കേഡർമാരെ പരിശീലിപ്പിക്കണം.
അതിനുള്ള സംവിധാനം ആലപ്പുഴയിൽ ഉണ്ടാക്കി. നിരവധി
കേഡർമാരെ കണ്ടെത്തി അവർക്ക് പരിശീലനവും പ്രത്യയശാസ്ത്രപഠന
ക്ലാസുകളും നൽകി. ഇതിന്റെ അടിത്തറ ട്രെയ്ഡ് യൂണിയൻ മുന്നണിയി
ലാണ് നടന്നിരുന്നത്. കേഡർമാരെ നിർമ്മിക്കുന്നതിനുള്ള കളിത്തൊ
ട്ടിലായി മാറിയത് കയർഫാക്ടറി വർക്കേഴ്സ് യൂണിയനായിരുന്നു.

യൂണിയൻ പ്രവർത്തനം എല്ലായ്പ്പോഴും നിരീക്ഷണത്തിലായിരു
ന്നു. നല്ല തലച്ചോറും നിരീക്ഷണശേഷിയുമുള്ള നേതൃത്വം അതിനുണ്ടാ
യിരുന്നു. അവരാണ് യൂണിയൻ പ്രവർത്തകരിൽ നിന്ന് പ്രതിഭാശാലി
കളായ വ്യക്തികളെ കണ്ടെത്തിയിരുന്നത്. ആജ്ഞാശക്തി, ധീരത,
ത്യാഗമനഃസ്ഥിതി, കാര്യങ്ങൾ പഠിക്കാനും മനസ്സിലാക്കാനുമുള്ള
കഴിവ്, ഏത് സാഹചര്യത്തോടും ഇണങ്ങിച്ചേരാനുള്ള മെയ്‌വഴക്കം -
ഇതെല്ലാം പ്രദർശിപ്പിക്കുന്ന വ്യക്തികളെ അവർ കണ്ടെത്തി. അങ്ങനെ
കണ്ടെത്തുന്നവരെ വിപ്ലവകാരികളുടെ സംഘത്തിലേയ്ക്ക് റിക്രൂട്ട് ചെയ്തു.
ഇവരാണ് വിവിധ പ്രദേശങ്ങളിൽ പോയി വിപ്ലവത്തിന്റെ മണ്ണൊരുക്കം
നടത്തേണ്ടത്. പ്രത്യേകം തെരഞ്ഞെടുക്കപ്പെടുന്നവർക്ക് എഴുതാനും
വായിക്കാനും പരിശീലനം, പ്രസംഗിക്കാനും ലേഖനമെഴുതാനും ക്ലാസ്,
കലാ-സാഹിത്യ വിഷയങ്ങളിൽ പൊതുവിജ്ഞാനം - ഇതെല്ലാം ഒരു
വിപ്ലവകാരിയെ വളർത്തിക്കൊണ്ടുവരാനുള്ള കരിക്കുലമായിരുന്നു.
കലാ-സാംസ്കാരിക സമിതികൾ രൂപീകരിച്ച് വിപുലമായ പ്രവർ
ത്തനം നടത്തി. ശാസ്ത്രീയമായ കോച്ചിംഗിന്റെ ഫലമായി നിരവധി
കേഡർമാർ ഉയർന്നു വന്നു. ബഹുജനങ്ങൾക്കിടയിലെ വിപ്ലവ പ്രവർ
ത്തനങ്ങളുടെ പാഠം മാർക്സിസം ലെനിനിസത്തിന്റെ അടിത്തറ
പാഠങ്ങൾ - ഇതെല്ലാം പുതിയ ലോകം നിർമ്മിക്കാനുള്ള ജനകീയ
പോരാളികളുടെ വളർച്ചയ്ക്ക് സഹായിച്ചു.

അത്തരത്തിൽ പാർട്ടി കണ്ടെത്തിയ ഒരു നേതാവായിരുന്നു പി.
ജി. രാഘവൻ. സാധാരണ കയർതൊഴിലാളിയായ രാഘവൻ മികച്ച

സംഘാടകനായി മാറി. പാർട്ടി നേതൃത്വം ആലുവയിൽ വിപ്ലവത്തിന്റെ മണ്ണൊരുക്കാൻ രാഘവനെ നിയോഗിച്ചു. രാഘവൻ ദൗത്യമേറ്റെടുത്ത് ആലുവായിലേയ്ക്ക് യാത്ര തിരിച്ചു. ആലുവായിലേയ്ക്ക് പോകേണ്ടതും ആലുവായിൽ ചെന്നാൽ താമസിക്കാൻ സ്ഥലം കണ്ടെത്തേണ്ടതും ഭക്ഷണം കഴിക്കാൻ വഴിയന്വേഷിക്കേണ്ടതും രാഘവന്റെ ചുമതല യാണ്. വിപ്ലവകാരിയുടെ ആദ്യത്തെ പരീക്ഷണം ഈ പ്രതിസന്ധിയെ മറി കടക്കലാണ്. രാഘവൻ അത് വിജയകരമായി പൂർത്തീകരിച്ചു.

1943 ലാണ് രാഘവൻ ആലുവായിലെത്തുന്നത്. രാഘവൻ ആദ്യം കണ്ടത് ആലുവ ഫാക്ടറി ലേബറേഴ്സ് യൂണിയൻ പ്രവർത്തകരെയാണ്. അവരോട് കാര്യങ്ങൾ ചോദിച്ച് മനസ്സിലാക്കി അവർക്കൊപ്പം കുറച്ച ദിവസം കഴിഞ്ഞുക്കൂടി. ശ്രീചിത്തര മിൽസിലെ തൊഴിലാളികളെയും രാഘവൻ കണ്ടു. അവരോട് വർത്തമാനം പറഞ്ഞും കൂട്ടുകൂടിയും നടന്ന സമയം കൊണ്ട് ആലുവയുടെ രാഷ്ട്രീയ സാധ്യതകളെ രാഘവൻ മനസ്സി ലാക്കി. ആലുവയിലപ്പോൾ സജീവമായിരുന്ന ബിസിനസ്സ് ബീഡി ബിസിനസ്സായിരുന്നു. നൂറ്റി അമ്പതിൽപരം തൊഴിലാളികൾ അവിടെ പണിയെടുക്കുന്നു. ബീഡി വ്യവസായ കേന്ദ്രം ആലുവ മാർക്കറ്റിലാണ്. രാഘവൻ അങ്ങോട്ട നീങ്ങി.

കേരളത്തിലെ ആദ്യത്തെ മാർക്സിസ്റ്റ് പാഠശാലകൾ ബീഡി തെറുപ്പ കേന്ദ്രങ്ങളായിരുന്നു. ഒരു മാർക്സിസ്റ്റ് പാഠശാല ആലുവായിൽ ആരംഭിക്കുന്നതിനെക്കുറിച്ചാണ് അപ്പോൾ രാഘവൻ ചിന്തിച്ചുകൊണ്ടി രുന്നത്. ആലുവ ചന്തയിലെ അരുണ സ്ക്വയറാണ് ബീഡി തെറുപ്പ കേന്ദ്രം. നിരവധി കടകളിൽ നിരവധി ബീഡി തെറുപ്പ ജോലിക്കാർ. രാഘവൻ അവരുടെ ഇടയിൽ കൂടി. ആല് പിടിച്ച കൊട്ടക്കാനം ഇല മുറിക്കാനം സുക്ക പകർന്നിടാനം ഒക്കെ കൂടെ കൂടി. കുറച്ച ദിവസം കൊണ്ട് രാഘവൻ അവരുടെ ഇടയിൽ ഒരാളായി മാറി. പത്തുപേർ തെറുക്കുന്ന മുറിയിൽ രാഘവൻ അവരുടെ സഹായിയായി മാറി. അവർ രാഘവന് ചായയും ചോറും വാങ്ങിച്ചുകൊടുത്തു. രാഘവൻ അതിന് പകരം തൊഴിലാളികൾക്ക് പത്രം വായിച്ച കൊടുത്തു. അതിൽ എന്തെ ങ്കില്ലം അസ്വാഭാവികത ഉള്ളതായി ആർക്കും തോന്നിയില്ല.

വൈകുന്നേരങ്ങളിൽ രാഘവൻ ഏതെങ്കില്ലം തൊഴിലാളിക്കൊ പ്പം കുറെ സമയം ചിലവഴിക്കും. അതിന് രഹസ്യഭാഷണത്തിന്റെ മണമുണ്ടായിരുന്നു. അത് തുടർക്കഥയായി. തൊഴിലാളികൾ കുറേശെ കുറേശെ രാഷ്ട്രീയ ബോധമുള്ളവരായി മാറാൻ തുടങ്ങി. രാഘവൻ പത്രവായന തുടർന്നു. ചമ്രം പടഞ്ഞിരുന്നാണ് ബീഡിത്തൊഴിലാളികൾ പണിയെടുത്തിരുന്നത്. മടിയിൽ മുറം. മുറത്തിന്റെ ഒരു വശത്ത്

ബീഡി ഇല വെട്ടി അട്ടക്കട്ടക്കായി വെച്ചിരിക്കും. മുറത്തിന്റെ നടുവിൽ സുക്ക, കൈവിരലിൽ ബീഡി തെറുത്തുകെട്ടാൻ നൂൽ. ഇല മുറിക്കുന്ന സമയത്താണെങ്കിൽ മുറത്തിൽ ഇലയും കത്രികയും, ബീഡി കമ്പനി യിൽ പണി ആരംഭിച്ചാൽ താളാത്മകമായ ചലനങ്ങളുടെ ശബ്ദം ഒരു പ്രത്യേക സംഗീതധാരപോലെ ഒഴുകും. കത്രികയും കൈയ്യും താളത്തി ലാണ് ചലിക്കുന്നത്. ചിലപ്പോൾ അവരുടെ ശരീരം തന്നെ നൃത്തഭം ഗിയോടെ ഇളകുന്നതു കാണാം. ചിലരുടെ തല മാത്രം ചലിക്കുകയും ശരീരം അനങ്ങാതിരിക്കുകയും ചെയ്യും. ഈ ജുഗൽബന്ധി നടക്കുമ്പോൾ തന്നെ ലോകവാർത്തകളുടെ പ്രക്ഷേപണം നടക്കും. പത്രപാരായണം വഴി അവർ ആഗോളമ്മാരായി മാറിക്കൊണ്ടിരിക്കും. പത്രം വായിച്ചു കൊടുക്കുന്നത് രാഘവനാണ്. എല്ലാ ദിവസവും മാതൃഭൂമിയും കേരള ഭൂഷണവും അവിടെ വായിക്കും. കൂട്ടത്തിൽ രാഘവൻ ആലപ്പുഴയിൽ നിന്നും കൊണ്ടുവന്ന ലഘുലേഖകളും വായിക്കും. അങ്ങനെ പതുക്കെ പതുക്കെ രാഘവൻ അവരുടെ രാഷ്ട്രീയ ഗുരുവായി. രാഘവന്റെ താമസം തന്നെ അവരോടൊപ്പമായി.

നിരന്തരമായ ചർച്ചകൾ അവരെ അവരറിയാതെ മാറ്റിക്കൊ ണ്ടിരുന്നു. തൊഴിലാളികളുടെ അവകാശത്തെക്കുറിച്ചും അവർ ചർച്ച ചെയ്തിരുന്നു. ഇതിന് ഫലമുണ്ടായി. ആലുവയിൽ പുതിയ യൂണിയൻ വന്നു. അതിന്റെ പേരാണ് "ആലുവ ബീഡി വർക്കേഴ്സ് യൂണിയൻ". ഇത് പല കേന്ദ്രങ്ങളിലും അമ്പരപ്പുണ്ടാക്കി. ബീഡി കമ്പനി നടത്തുന്ന മുതലാളിമാർ അസ്വസ്ഥരായി. ആലുവ ബീഡി വർക്കേഴ്സ് യൂണിയന്റെ സെക്രട്ടറി. കെ. ബി. ഇബ്രാഹിം ആയിരുന്നു. പി. ജി. രാഘവനാണ് പ്രസിഡന്റ്. ചർച്ചകളും സംഭാഷണങ്ങളും മീറ്റിംഗുകളുമായി ഒരു വർഷം കടന്നു പോയി. യൂണിയൻ പ്രവർത്തനത്തിന്റെ ബാലാരിഷ്ടതകൾ നീങ്ങിപ്പോയി. ഒരു കൊല്ലം കഴിഞ്ഞതിനു ശേഷമാണ് യൂണിയൻ രജി സ്റ്റർ ചെയ്യാൻ തീരുമാനിച്ചത്. തീരുമാനം നടപ്പിലായി. യൂണിയൻ രജിസ്റ്റർ ചെയ്തു.

ഏറെ ദിവസത്തെ ചർച്ചകൾക്ക് ശേഷം കൂലിക്കൂടുതലിനു വേണ്ടി സമ്മർദ്ദ തന്ത്രം ആവിഷ്കരിക്കാൻ യൂണിയൻ തീരുമാനിച്ചു. കൂലി വർദ്ധിപ്പിക്കാൻ ആവശ്യപ്പെട്ടുകൊണ്ട് യൂണിയൻ ഡിമാന്റ് നോട്ടീസ് നൽകി. ആയിരം ബീഡി തെറുത്താൽ കിട്ടുന്ന കൂലി വെറും അഞ്ചണ. ഇതു വളരെ കുറവാണെന്ന് എല്ലാവർക്കും ബോധ്യപ്പെട്ട കാര്യമാണ്. ഡിമാന്റ് നോട്ടീസിനെ തുടർന്ന് പണിമുടക്കമെന്ന് പ്രഖ്യാപനം വന്നു. പണിമുടക്ക് വന്നാൽ എന്തു സംഭവിക്കുമെന്ന് മുതലാളിമാർക്കും, തൊഴിലാളികൾക്കും അറിയില്ല. അതിന്റെ ഫലം എന്തായിരിക്കുമെന്ന

ഉൽക്കണ്ടയായിരുന്ന എല്ലായിടത്തും, കുടിയാലോചനകൾ ധാരാളം നടന്നു. സമരപ്രക്ഷോഭത്തിന്റെ കാറ്റടിച്ചു. വീണ്ടും ചർച്ചകൾ, അവസാനം സമരത്തിലേയ്ക്ക് പോവാതെ വിജയം. കൂലിവർദ്ധിപ്പി ക്കാൻ ചർച്ചയില്ലൂടെ തന്നെ മുതലാളിമാർ തയ്യാറായി. ആയിരം ബീഡി തെറുത്താൽ അഞ്ചണ എന്നത് എട്ടണയായി വർദ്ധിപ്പിച്ചു. മടക്ക ബീഡിക്ക് 10 അണയായി കൂലി സ്ഥിരപ്പെടുത്തി. പണിമുടക്ക് എന്നത് എന്താണെന്ന് അറിയാത്ത തൊഴിലാളികളെയും മുതലാളിമാരെയും ഒരേ സമയം അമ്പരപ്പിച്ചുകൊണ്ട് രാഘവൻ നിലയുറപ്പിച്ചു. ഇത് എതിർ പ്പുകളുടെ കേന്ദ്രമായി രാഘവനെ മാറ്റി.

സമരം ഉണ്ടാവാതിരിക്കാൻ വേണ്ടിയാണ് മുതലാളിമാർ അതിന് സമ്മതിച്ചത്. കാരണം സമരം ഉണ്ടായാൽ എന്തു സംഭവിക്കുമെന്നും അതിനെ എങ്ങിനെ നേരിടണമെന്നും അവർക്കറിയില്ലായിരുന്നു. ഒത്തു തീർപ്പുകൊണ്ട് സമരമുണ്ടായില്ല. പക്ഷേ അവരുടെ സ്വസ്ഥത നഷ്ടപ്പെട്ടു. തൊഴിലാളികളുടെ വിലപേശൽ അവർക്കിഷ്ടമായില്ല. ഞങ്ങളുടെ വ്യവസായ സംരംഭമുള്ളതുകൊണ്ടാണ് നിങ്ങൾ ജീവിച്ച പോകുന്നതെന്ന മനോഭാവമാണ് മുതലാളിമാർക്കുണ്ടായിരുന്നത്. പുതിയ രീതിയുമായി പൊരുത്തപ്പെടാൻ അവർക്ക് ആവ്വുമായിരുന്നില്ല. കുഴപ്പത്തിന്റെ കേന്ദ്രബിന്ദുവായി അവർ കണ്ടെത്തിയത് വരത്തനായ രാഘവനെയായിരുന്നു. ആലപ്പുഴയിൽ നിന്ന് പ്രശ്നങ്ങൾ സൃഷ്ടിക്കാൻ എത്തിയ രാഘവനെ തീർക്കാൻ തന്നെ അവർ തീരുമാനിച്ചു. പിന്നീട് അതിനുള്ള പദ്ധതികളുടെ പരിപാടികൾ ആവിഷ്കരിക്കപ്പെട്ടു. രാഘ വനെതിരെ പല ആലോചനകളും നടന്നു. രാഘവൻ കമ്മ്യൂണിസ്റ്റാണ്, നിരീശ്വരവാദിയാണ്. നിരീശ്വരവാദിയെ എതിർക്കാൻ എളുപ്പമാണ്. അവർ രാഘവനെതിരെ ദൈവനിന്ദകനെന്ന പ്രചാരണം ശക്തിപ്പെട ത്തി. ഈ കില്ലിംഗ് സ്റ്റാറ്റജി ഇന്ന് നമ്മുടെ സമൂഹത്തിൽ വ്യാപകമായി കാണാം. പ്രവാചക നിന്ദ എന്ന പ്രയോഗമാണ് അതിന് ഉപയോഗിക്ക ന്നത്. പ്രവാചകനിന്ദ നടത്തുന്നവന്റെ കൈ വെട്ടാം, നിന്ദ കൂടിയാൽ തലയും വെട്ടാം. അന്ന് കോൺഗ്രസ്സിന്റെ നേതൃത്വത്തിൽ വലിയ ഗുണ്ടാ സംഘങ്ങൾ ഉണ്ടായിരുന്നു. രാഘവനെ ശരിപ്പെടുത്താൻ മുതലാളിമാർ ഗുണ്ടകളെ ചുമതലപ്പെടുത്തി.

ഗുണ്ടകൾ അത് സുന്ദരമായി നടപ്പാക്കി. ഒരു ദിവസം ചന്തയിൽ വെച്ച് അവർ രാഘവനെ തടഞ്ഞു, തർക്കമുണ്ടാക്കി. തർക്കം മൂത്ത് തല്ലായി. ആസൂത്രിതമായിരുന്ന മർദ്ദനം എന്നതു കൊണ്ട് രാഘവന് തടുക്കാനായില്ല. ഗുണ്ടകൾ വളഞ്ഞിട്ട് രാഘവനെ തല്ലി ചമ്മന്തിയാ ക്കി. മർദ്ദനത്തിന് രണ്ട് ഉദ്ദേശങ്ങൾ ഉണ്ടായിരുന്നു. ഒന്ന്; രാഘവനെ

ഭയപ്പെടുത്തുക. രണ്ട്; രാഘവനെ സഹായിക്കുന്നവരോട് ഇനി രാഘവനെ സഹായിച്ചാൽ സഹായിക്കുന്നവർക്കായിരിക്കും അടി എന്ന് പറയുക. മുതലാളിമാരുടെ ആസൂത്രിതപദ്ധതിയായിരുന്ന മർദ്ദനം എന്നുള്ളതുകൊണ്ട് ഗുണ്ടകൾക്ക് ആവേശം കൂടുതലായിരുന്നു. രാഘവനെ ക്രൂരമായി മർദ്ദിക്കുന്നത് ചന്തയിലെ ആൾക്കൂട്ടം കണ്ടു നിൽക്കുക മാത്രമാണ് ചെയ്തത്. രാഘവന്റെ യൂണിയൻ അംഗങ്ങൾ പോലും അതിൽ ഇടപെട്ടില്ല. ആൾക്കൂട്ടത്തോട് ഗുണ്ടാനേതാവ് പരസ്യ മായി പറഞ്ഞത് ഇതാണ്. "ഇത് രാഘവനുള്ളത്. ഇനി വരുന്നത് രാഘവനെ സഹായിക്കുന്നവർക്ക്." അതൊരു സന്ദേശം തന്നെയാ യിരുന്നു.

മുതലാളിമാരുടെ കല്പനയാണ് ഗുണ്ടാനേതാവ് വായിച്ചത്. അതിനെ വെല്ലുവിളിക്കാൻ ചന്തയിലാർക്കും ധൈര്യമുണ്ടായില്ല. രാഘവനെ ക്രമേണ തൊഴിലാളികൾ കൈയൊഴിഞ്ഞു. രാഘവൻ കിടന്നിരുന്ന കടയിൽ നിന്ന് പുറത്തായി. രാഘവന് കിടക്കാൻ ഇടമില്ലാതായി. രാഘവന് ചായയും ചോറും കിട്ടാതായി. പത്രം വായിക്കാൻ ഇനി കമ്പനിയിലേയ്ക്ക് വരരുതെന്ന് തൊഴിലാളികൾ പറഞ്ഞു. രാഘവനോട് അപ്പോഴും അവർക്ക് ഇഷ്ടമുണ്ടായിരുന്നു. പക്ഷേ പ്രകടിപ്പിക്കാൻ അവർക്ക് കഴിഞ്ഞില്ല. രാഘവന്റെ സാന്നിദ്ധ്യവും സഹവർത്തിത്വവും തങ്ങൾക്ക് അപകടമാണെന്ന് തൊഴിലാളികൾ അനുഭവം കൊണ്ട് തിരിച്ചറിഞ്ഞിരുന്നു. അതൊരു ഭയപ്പാട് മാത്രമായിരുന്നില്ല, യാഥാർ ത്ഥ്യമായിരുന്നു. ആലുവ ചന്തയിൽ പ്രവേശനം നിഷേധിക്കപ്പെട്ട രാഘവന് ആലുവയോട് വിടപറയേണ്ടി വന്നു. രാഘവൻ ആലുവ വിട്ടു.

പിന്നീട് രാഘവൻ കളമശ്ശേരിയിലേയ്ക്ക് കടന്നു ചെന്നു. അവിടെ ഫാക്ടറി തൊഴിലാളികളുടെ ഇടയിൽ പ്രവർത്തിക്കാനുള്ള ശ്രമം ആരംഭിച്ചു. അവിടെയുള്ള യൂണിയൻ പ്രവർത്തകരുടെ ഇടയിൽ പ്രവർ ത്തിക്കാൻ തുടങ്ങി. തൊഴിലാളികളെ കണ്ട് രാഷ്ട്രീയം സംസാരിക്കുന്ന തിനിടയിൽ രാജഭക്തി പ്രമേയം പാസാക്കി യൂണിയൻ പ്രവർത്തനം നടത്തുന്നത് ശരിയല്ലെന്ന് രാഘവൻ പറഞ്ഞു. മാത്രമല്ല സി.ഐ.ഡി. യും വഞ്ചീശമംഗളവും തൊഴിലാളി വിരുദ്ധമാണെന്നു രാഘവൻ സ്ഥാപി ക്കാൻ ശ്രമിച്ചു. ഈ രാഷ്ട്രീയ പ്രചാരണം തൊഴിലാളികളുടെ ഇടയിൽ ഫലപ്രദമായില്ല. അതിനു പ്രധാന കാരണം രാഘവനും, തൊഴിലാളി കളും തമ്മിലുള്ള സൗഹൃദം വളരുന്നതിനു മുമ്പേ രാഷ്ട്രീയ ആശയങ്ങൾ സഞ്ചരിച്ചതാണ്. ട്രേഡ് യൂണിയൻ ഉണ്ടാവാൻ തുടങ്ങുന്ന കാലത്ത് ട്രേഡ് യൂണിയനിലേയ്ക്ക് ഒരാളെ ചേർക്കാൻ ഒരുപാട് പണിയെടുക്കേ ണ്ടതുണ്ടായിരുന്നു. ആദ്യം ചെയ്യേണ്ടത് തൊഴിലാളിയുമായി ചങ്ങാത്തം

സ്ഥാപിക്കലാണ്. തൊഴിലാളിക്ക് ബീഡി കൊടുത്തും 'തീപ്പെട്ടിയുണ്ടോ സഖാവേ, ഒരു ബീഡി കത്തിക്കാൻ' എന്നൊക്കെ പറഞ്ഞുമാണ് സൗഹൃദത്തിന്റെ ചരട് കെട്ടുന്നത്. സൗഹൃദം പാകമാകാൻ സമയ മെടുക്കും. രാഘവൻ കളമശ്ശേരിയിൽ തൊഴിലാളികളുമായി ബന്ധം സൃഷ്ടിച്ചെടുക്കാൻ ആവശ്യമായ സമയം ചിലവഴിച്ചില്ല. സമയമാകാതെ രാഷ്ട്രീയ ആശയ പ്രചാരണത്തിനിറങ്ങിയത് രാഘവനെ പരാജയപ്പെടുത്ത ത്തി. തൊഴിലാളികൾ അപ്പോഴും രാജഭക്തരും തീവ്രമതവിശ്വാസികളും ആയിരുന്നു. അതിനാൽ രാജാവിനെതിരെയുള്ള രാഘവന്റെ രാഷ്ട്രീയ ഭാഷണം അവരിൽ ഭയപ്പാട് സൃഷ്ടിച്ചു. രാഘവൻ കുഴപ്പക്കാരനാണെന്ന അഭിപ്രായം ശക്തിപ്പെട്ടു. മാത്രമല്ല, ആലുവ ചന്തയുടെ സംഭവവികാസ ങ്ങൾ രാഘവൻ കലാപകാരിയാണെന്ന അഭിപ്രായത്തെ ബലപ്പെടുത്തു കയായിരുന്നു. ചന്തയിൽ നിന്ന് വാർത്തകൾ കളമശ്ശേരിവരെ നടന്നു വന്നു.

ഒരു വശത്ത് തൊഴിലാളികളുടെ വിശ്വാസം ആർജ്ജിക്കുന്നതിൽ രാഘവൻ പരാജയപ്പെട്ടപ്പോൾ മറുവശത്ത് ദിവാന്റെ രഹസ്യപോ ലീസ് രാഘവന് പിന്നാലെ തന്നെയുണ്ടായിരുന്നു. അവർ രാഘവന്റെ പ്രവർത്തനങ്ങളെക്കുറിച്ചും ആലുവയിലെ സംഭവങ്ങളെക്കുറിച്ചും അധി കാരികൾക്കും രാജാവിനും റിപ്പോർട്ട് നൽകിക്കൊണ്ടിരുന്നു. ആലുവ കളമശ്ശേരി മേഖലയിൽ രാഘവനെ സ്വതന്ത്രമായി പ്രവർത്തിക്കാൻ അനുവദിക്കുന്നത് രാജ്യസുരക്ഷയ്ക്ക് ആപത്താണെന്ന് അവർ റിപ്പോർട്ട് നൽകി. രാഘവൻ ഉണ്ടാക്കാൻ സാധ്യതയുള്ള അപകടസാധ്യതയാണ് അവർ അധികാരികളുടെ മുന്നിൽ അവതരിപ്പിച്ചത്.

ആലുവ ഫാക്ടറി ലേബറേഴ്സ് യൂണിയൻ പ്രസിഡന്റ് അഡ്വക്കേറ്റ് സി. എ. കാസ്പർ രാഘവൻ തന്റെ യൂണിയൻ പ്രവർത്തനത്തിന തന്നെ ശല്യക്കാരനാണ് എന്ന വിലയിരുത്തൽ ഉള്ള ആളായിരുന്നു. പൊയുവെ രാഘവന്റെ സ്വഭാവത്തിൽ റെബെലിയസ് ക്യാരക്ടർ കൂടുത ലായിരുന്നു. അതിനാൽ യാഥാസ്ഥിതിക സംഘം രാഘവനെതിരായി. അവർ ഗൂഢാലോചനയിൽ ഏർപ്പെടുകയും രാഘവനെതിരെ കുറ്റപ ത്രം തയ്യാറാക്കുകയും ചെയ്തു. ഒരു ദിവസം പ്രത്യേകിച്ച് കാരണമൊ ന്നുമില്ലാതെ പോലീസ് രാഘവനെ അറസ്റ്റ് ചെയ്യുന്നു. മൂന്ന് ദിവസം ലോക്കപ്പിലിട്ട് ക്രൂരമായി പോലീസ് രാഘവനെ മൂന്നാം മുറയ്ക്ക് വിധേയ മാക്കി. നാലാം ദിവസം പോലീസ് വണ്ടിയിൽ രാഘവനെ വഴിയിൽ തള്ളി. രാഘവന്റെ അറസ്റ്റിലും മർദ്ദനത്തിലും ആരും പ്രതിഷേധിച്ചില്ല. ഫാക്ടറി തൊഴിലാളികളോ ബീഡിത്തൊഴിലാളികളോ രാഘവനെ തിരിഞ്ഞു നോക്കിയില്ല. ജീവച്ഛവമായ രാഘവൻ ആലപ്പുഴയിലേയ്ക്ക്

മടക്കയാത്രയായി. ഭീകരമർദ്ദനത്തിനിരയായ രാഘവൻ ആലപ്പഴ
യിലെത്തി മരിച്ചു. അങ്ങനെ ആലുവ വ്യവസായമേഖലയിൽ ട്രേഡ്
യൂണിയൻ കെട്ടിപ്പടുക്കാൻ കമ്മ്യൂണിസ്റ്റ് പാർട്ടി നിയോഗിച്ച കേഡറെ
പോലീസും ഗുണ്ടകളും ചേർന്ന് തല്ലിക്കൊന്നു.

ട്രേഡ് യൂണിയൻ ചുവന്നുതുടുക്കുന്നു

രാഘവന്റെ മരണം കമ്മ്യൂണിസ്റ്റ് പാർട്ടി ഗൗരവമായി കണ്ടു. പാർ ട്ടിയുടെ ഒരു പരാജയമായി അത് വിലയിരുത്തപ്പെട്ടു. പാർട്ടി നേതാവിനെ തല്ലിക്കൊന്ന കേന്ദ്രത്തിലേക്ക് മറ്റൊരു നേതാവിനെ നിയോഗിക്കാൻ പാർട്ടി തീരുമാനിച്ചു. അങ്ങനെ തീരുമാനിക്കുമ്പോൾ ഇനി ഒരു പരാജയംകൂടി ഏറ്റുവാങ്ങാൻ പാർട്ടിക്ക് ആഗ്രഹമുണ്ടായിരു ന്നില്ല. മാത്രമല്ല കുറച്ചുകൂടി രാഷ്ട്രീയമായി മുന്നോട്ടുപോകാൻ കഴിയണം എന്നും പാർട്ടി ആഗ്രഹിച്ചു. കമ്മ്യൂണിസ്റ്റ് പാർട്ടി വളർന്നുകൊണ്ടിരി ക്കയാണ്. ആ വളർച്ചാനുപാതം ആലുവായിലും പ്രതിഫലിക്കണം എന്നാണ് പാർട്ടി ആഗ്രഹിച്ചത്. അതിന് പറ്റിയ കേഡറാണ് ഇനി ആലുവയിലേയ്ക്ക് പോകേണ്ടതെന്ന് പാർട്ടി നിശ്ചയിച്ചു.

അങ്ങനെയാണ് ആ ഉത്തരവാദിത്വം എൻ. കെ. മാധവനിൽ എത്തിയത്. രാഘവനെക്കാൾ കൂടുതൽ രാഷ്ട്രീയ പരിചയവും പോരാട്ട വീര്യവും ആജ്ഞാശക്തിയും എൻ. കെ. മാധവനുണ്ടായിരുന്നു. ആലപ്പുഴയിൽ, എഴുപുന്നയിൽ താഴ്ന്ന ഇടത്തരം കുടുംബത്തിലായിരുന്ന മാധവന്റെ ജനനം. അമ്മാവന് നല്ലനിലയിലുള്ള കയർ ബിസിനസ്സ് ഉണ്ടായിരുന്നു. അതിൽ സഹായിയായിട്ടായിരുന്ന തുടക്കം. അമ്മാ വന്റെ ബിസിനസ്സിന്റെ ഭാഗമായി പല മേഖലകളിലും പ്രവർത്തിച്ചു. ബിസിനസ് സംബന്ധമായി സിലോൺ യാത്ര നടത്തുകയും ചെയ്തു. എന്നാൽ ഈ ബിസിനസ്സ് സൗഹൃദം ഏറെ നാൾ നീണ്ടുനിന്നില്ല. അവർ തമ്മിൽ തെറ്റി. മാധവൻ സ്വാതന്ത്ര്യസമര പ്രസ്ഥാനവുമായി ബന്ധപ്പെട്ടു പ്രവർത്തിക്കാൻ ആരംഭിച്ചതോടുകൂടി വീട്ടിൽ നിന്നും

പുറത്തായ അവസ്ഥയിലെത്തി. അങ്ങനെ എരമല്ലൂരിൽ പോളണ്ടുകാർ തുടങ്ങിയ കാർപെറ്റ് ഫാക്ടറിയിൽ ജോലിക്ക് കയറി. പരവതാനികൾ നെയ്യുന്നതിൽ അതിവിദഗ്ദ്ധനായിരുന്ന മാധവൻ. പരവതാനി നെയ്യ്ത്തിലു ള്ള പ്രത്യേക കഴിവ് പല ഫാക്ടറികളിലേക്കും അദ്ദേഹത്തെ എത്തിച്ചു. നല്ല ജോലിക്കാരനും പരവതാനി വിദഗ്ദ്ധനുമായി അദ്ദേഹം അറിയപ്പെട്ടു.

ആലപ്പുഴയിലെ തൊഴിലാളികളുടെ സാധാരണ ജീവിതത്തെ അട്ടിമറിച്ചുകൊണ്ടാണ് രണ്ടാംലോക മഹായുദ്ധം കടന്നു വന്നത്. പട്ടിണിയും ദുരിതവും തൊഴിലാളികളുടെ ജീവിതത്തെ ദുസ്സഹമാക്കി. നിത്യോപയോഗ സാധനങ്ങളുടെ വില ക്രമാതീതമായി വർദ്ധിച്ചു. ഒപ്പം കരിഞ്ചന്തയും പൂഴ്ഴിവെയ്പ്പും കാര്യങ്ങളെ കൂടുതൽ സങ്കീർണമാക്കി. തൊഴിലാളികൾ എന്തുചെയ്യണമെന്നറിയാത്ത അവസ്ഥയിലായി. യൂണിയൻ ശക്തമായതിനാൽ അവർ പണിമുടക്കാൻ തീരുമാനിച്ചു. അങ്ങനെ കാര്യങ്ങൾ പണിമുടക്കിലേയ്ക്ക് നീങ്ങി. 1939-ൽ ആലപ്പുഴ യിൽ ഉയർന്നത് സെലീറ്റ് കൂലിത്തർക്കവും തുടർന്നുള്ള സമരവുമാണ്. ഇതായിരുന്നു മാധവന്റെ ആദ്യത്തെ സമര മുഖം. ആ പോരാട്ടത്തിൽ വിജയിച്ചു. അതാണ് മാധവനെ തൊഴിലാളി നേതാവായി മാറ്റിയത്.

മാധവൻ തൊഴിലാളികൾക്കിടയിൽ നിന്ന് നേതൃത്വത്തിലേയ്ക്ക് ഈ സമരം വഴി ഉയർന്നുവരികയായിരുന്നു. ആലപ്പുഴയിലെ ഈ സമരത്തിന് മാർഗദർശിയും നേതൃത്വവുമായി നിന്നത് ടി. വി. തോമ സായിരുന്നു. യുദ്ധകാലത്ത് പട്ടാളക്കാർക്ക് ആവശ്യമുള്ള ബാഗിന്റെ പേരാണ് സെലീറ്റ്. ഇത് കയറുകൊണ്ടാണ് നിർമ്മിച്ചിരുന്നത്. യുദ്ധം വന്നപ്പോൾ ഇതിന്റെ ആവശ്യം വർദ്ധിച്ചു. ബാഗുകൾ നിർമ്മിക്കാനുള്ള വലിയ ഓർഡറുകൾ ആലപ്പുഴയിലെ കയർ ഫാക്ടറികൾക്ക് ലഭിച്ചു. സെലീറ്റ് ബാഗ് നിർമ്മിക്കുന്ന തൊഴിലാളികൾക്ക് തുച്ഛമായ കൂലിയാണ് അപ്പോൾ ലഭിച്ചിരുന്നത്. ഒരു ബാഗിന് പരമാവധി 11 ചക്രം വരെ കിട്ടും. ഇരുപത്തെട്ടര ചക്രമാണ് ഒരു ബ്രിട്ടീഷ് രൂപ. ഒരു ചക്രം മൂന്നര പൈസ. അങ്ങനെയാകുമ്പോൾ ഒരു ബാഗ് തുന്നിയാൽ തൊഴിലാളിക്ക് കിട്ടു ന്നത് മുപ്പത്തെട്ടര പൈസയാണ്. ഇത് വർദ്ധിപ്പിക്കാനുള്ള സമരമാണ് പിന്നീട് സെലീറ്റ് സമരമെന്നപേരിൽ അറിയപ്പെട്ടത്.

ഈ സമരത്തിന്റെ മുന്നിൽ തൊഴിലാളികളെ സംഘടിപ്പിച്ചു നിറ ത്തുന്നതിൽ ഫാക്ടറികൾക്കകത്ത് വലിയ പങ്ക് വഹിച്ചത് എൻ. കെ. മാധവനായിരുന്നു. പുറത്ത് നിരവധി നേതാക്കൾ അതിന്റെ മുൻനിര യില്യുണ്ടായിരുന്നു. സമരമാരംഭിക്കുന്നതിന് മുമ്പ് തൊഴിലാളി ക്യാമ്പിൽ വലിയ ചർച്ചകൾ നടന്നിരുന്നു. അവസാനം ടി. വി. തോമസിന്റെ നിർ ദ്ദേശപ്രകാരം സമരം ആരംഭിച്ചു. കൂലി കൂടുതലിനു വേണ്ടി ആരംഭിച്ച

സമരത്തിൽ ടി. വി. തോമസ് മുന്നോട്ടുവെച്ച പുതിയ ആശയം ഇന്ത്യയിലെ തൊഴിലാളി വർഗത്തിന് തന്നെ പിന്നീട് മാതൃകയായി. സെലീറ്റ് ബാഗ് നിർമ്മാണം ആരംഭിച്ച സമയം മുതലുള്ള കൂലി വർദ്ധനവാണ് അദ്ദേഹം ഡിമാന്റ് ചെയ്തത്.

അതിന്റെ സന്ദേശം വ്യക്തമാണ്. മുൻകാല പ്രാബല്യത്തോടുകൂടിയ കൂലി വർദ്ധന. തൊഴിൽ സമരരംഗത്ത് മുൻകാല പ്രാബല്യത്തോടുകൂ ടിയ കൂലിവർദ്ധന ആദ്യമായി അവതരിപ്പിക്കപ്പെട്ടു. ഒരു തൊഴിലാളി നേതാവ് എന്ന നിലയിൽ ടി. വി. തോമസിനുണ്ടായിരുന്ന പ്രതിഭയും ദീർഘദർശനവും അതിൽ പ്രതിഫലിച്ചു. സമരത്തിന്റെ ഒരു പ്രത്യേക ഘട്ടത്തിൽ മുതലാളിമാർ കൂലികൂട്ടിക്കൊടുക്കാൻ തയ്യാറായി. എന്നാൽ മുൻകാല പ്രാബല്യം അവർ തള്ളി. ടി. വി. തോമസ് പിൻമാറിയില്ല.

സമരത്തിന് പുതിയ രൂപം നൽകാൻ ചർച്ചകൾ നടന്നു. എങ്ങിനെ യായയാലും തൊഴിലാളികളുടെ കൂട്ടായ വിലപേശൽ വിജയം കാണണം. വെറും പണിമുടക്കുകൊണ്ട് കാര്യമില്ലെങ്കിൽ മറ്റ് മാർഗങ്ങൾ തിരയണം. തുടർന്നാണ് സമരതന്ത്രത്തിന് മാറ്റം വരുത്തുന്നത്. തൊഴിൽ ശാലകളിൽ പണി സ്തംഭിപ്പിച്ചതിനുശേഷം പിന്നാലെ പൊതു ജീവിതം സ്തംഭിപ്പിക്കാനും ആലോചനകൾ നടന്നു. അങ്ങനെ കുത്തിയിരിപ്പ് സമരം ആരംഭിച്ചു. അതിന് ടി. വി. തോമസ് നേരിട്ട് നേതൃത്വം നൽകി. ആലപ്പുഴ കൊച്ചുവാൽ ചാവടിപ്പാലത്തിന് അടുത്ത് അത് ആരംഭിച്ചു. പാലത്തിന്റെ വടക്കേക്കര മുതൽ കണ്ണൻ വർക്കി പാലത്തിന് അടുത്ത വരെ തൊഴിലാളികൾ കുത്തിയിരുന്നു. ഗതാഗതം പൂർണമായി നിലച്ചു. സെലീറ്റ് ഉണ്ടാക്കുന്ന പ്രവർത്തനം മാത്രമല്ല; പ്രമുഖമായ എല്ലാ കമ്പ നികളുടെയും പ്രവർത്തനം നിലച്ചു. മുംബൈ കമ്പനി, ആസ്പിൻവാൾ കമ്പനി, വാൾക്കാട്ട് ബ്രദേഴ്സ് തുടങ്ങിയ യൂറോപ്യൻ കമ്പനികളും സ്തംഭിച്ചു.

സമരം തീർക്കാൻ കമ്പനികൾ ആഗ്രഹിച്ചു. മുതലാളിമാരുടെ പ്രതിനിധി കൃഷ്ണയ്യരും ആസ്പിൻവാൾ കമ്പനി മാനേജർ സ്മിത്തും ടി. വി. തോമസുമായി ചർച്ചയ്ക്ക് തയ്യാറായി. സമരത്തിൽ അന്ന് പിന്നാമ്പുറ ഒത്തു തീർപ്പുകളില്ല. അത് യുദ്ധമാണ്. അതിൽ തോൽക്കാൻ പാടില്ല. ഈ നിർബന്ധബുദ്ധി തൊഴിലാളി യൂണിയൻ നേതാക്കൾ കാത്തു സൂക്ഷിച്ചിരുന്നതുകൊണ്ട് മുതലാളിമാർ ഉറന്ന ചർച്ചയ്ക്ക് തയ്യാറാവുകയാ യിരുന്നു. ചില ചെറിയ വിട്ടുവീഴ്ചകളോടുകൂടി സമരം ഒത്തുതീർപ്പിലെത്തി. പക്ഷെ ഒരു കാര്യത്തിൽ ടി. വി. തോമസ് ഉറച്ചുനിന്നു. മുൻകാല പ്രാബ ല്യത്തിന്റെ കാര്യത്തിൽ. അങ്ങനെ ഇന്ത്യയിൽ ആദ്യമായി വേതന വർധനവിന് മുൻകാല പ്രാബല്യം എന്ന തത്ത്വം അംഗീകരിക്കപ്പെട്ടു.

സെലീറ്റ് ബാഗ് നിർമ്മാണത്തിന് ഇരുപത് ശതമാനം കൂലിക്കൂടുതൽ ലഭിച്ചു. ടി. വി. തോമസിനെ പ്രശസ്തനാക്കിയ സമരമാണിത്.

ആസ്പിൻവാൾ കമ്പനിയിലെ യൂണിയൻ കൺവീനറായിരുന്ന നാണു ആശാൻ, ഏ. കെ. ശ്രീധരൻ, കെ. കെ. കുഞ്ഞൻ, പി. കെ. മാധവൻ, എം. ടി. ചന്ദ്രസേനൻ എന്നിവർ സമര മുന്നണിയുടെ നേതൃത്വത്തിൽ ഉണ്ടായിരുന്നു. ഈ സമരത്തിന് ചരിത്രപരമായ മറ്റൊരു പ്രാധാന്യം കൂടി ഉണ്ടായിരുന്നു. ഇന്ത്യയിലെ ആദ്യത്തെ വ്യവസായബന്ധ സമിതി ഈ സമരത്തെ തുടർന്നാണ് ഉണ്ടായത്. തൊഴിലാളികളെ സംബന്ധി ച്ചിടത്തോളം സെലീറ്റ് കൂലിതർക്കം ഇരട്ട നേട്ടങ്ങൾ സൃഷ്ടിച്ചു. ഒന്ന്; കൂലിക്കൂടുതലിന് മുൻകാല പ്രാബല്യം ലഭിച്ചു. രണ്ട്; തൊഴിലാളികളുടെ പ്രതിനിധികളും മുതലാളികളുടെ പ്രതിനിധികളും ഒരുമിച്ച് തൊഴിൽ പ്രശ്നങ്ങൾ ചർച്ച ചെയ്യാനുള്ള വ്യവസായബന്ധ സമിതി രൂപീകരി ച്ചു. ആദ്യത്തെ വ്യവസായബന്ധ സമിതിയിൽ അംഗങ്ങളായിരുന്നത് ആസ്പിൻ വാൾ കമ്പനി മാനേജർ എച്ച്. സ്മിത്ത്, വില്യം ഗ്രഡെക്കർ കമ്പനി മാനേജർ റൊണാൾഡ്, തൊഴിലാളി നേതാക്കളായ ടി. വി. തോമസ്, കെ. സി. കരുണാകരൻ എന്നിവരായിരുന്നു.

ഉജ്ജ്വലമായ ഈ പോരാട്ട വേദിയിൽ നിന്നാണ് എൻ. കെ. മാധവനെ ആലുവയിലേക്ക് അയക്കാൻ പാർട്ടി തീരുമാനിച്ചത്. അപ്പോൾ ആലപ്പുഴയുടെ പാർട്ടി ചുമതല ഇ. കെ. നായനാർക്കും എ. വി. കുഞ്ഞമ്പുവിനുമായിരുന്നു. 1942-44 ൽ പാർട്ടി തിരുവിതാംകൂർ സ്റ്റേറ്റ് സെക്രട്ടറിയായിരുന്ന എ. വി. കുഞ്ഞമ്പു. പോലീസും ഗുണ്ടകളും ചേർന്ന് തല്ലിക്കൊന്ന രാഘവന് പകരം ആലുവയിലേക്ക് പോകാൻ എൻ. കെ. മാധവനോട് കുഞ്ഞമ്പു നിർദ്ദേശിച്ചു. ആ നിർദ്ദേശത്തിന്റെ പിന്നിൽ ജാഗ്രത നിർദ്ദേശം കൂടി ഉണ്ടായിരുന്നു. കൊലക്കളത്തിലേയ ക്കാണ് പോകുന്നതെന്ന സന്ദേശം. കരുതലും കരളുറപ്പും ആവശ്യമായ ജോലിയാണ് ഏറ്റെടുക്കാൻ പോകുന്നത് എന്ന മുന്നറിയിപ്പും.

തിരുവിതാംകൂർ കയർ വർക്കേഴ്സ് യൂണിയൻ 32 വീരശ്ശരപരാ ക്രമികളായ പ്രവർത്തകരെ തെരഞ്ഞെടുത്ത് തിരുവിതാംകൂറിലെ 32 താലൂക്ക് കേന്ദ്രങ്ങളിലേക്ക് അയക്കുകയായിരുന്നു. പ്രൊഫഷണൽ വിപ്ലവകാരികളായ ഇവരുടെ ജോലി ചെല്ലുന്ന സ്ഥലത്തെ വിപ്ലവ ത്തിന് പാകപ്പെടുത്തുക എന്നതായിരുന്നു. പാർട്ടി നിർദ്ദേശ പ്രകാരം എൻ. കെ. മാധവൻ ആലുവയ്ക്ക് വണ്ടി കയറി. അപ്പോൾ മാധവന്റെ കയ്യിൽ വണ്ടിക്കൂലി മാത്രമാണ് പാർട്ടി നൽകിയത്. ബാക്കിയെല്ലാം ചെല്ലുന്നിടത്തുനിന്ന് തരപ്പെടുത്തി ജീവിക്കണം. അതിജീവനത്തിന് കഴിയാത്ത വിപ്ലവകാരിക്ക് ലോകം മാറ്റാൻ ആവില്ലല്ലോ? ആലുവയിൽ

എൻ. കെ. മാധവൻ

മാധവന് ആരെയും മുൻപരിചയമില്ല. വന്നിറങ്ങിയ ദിവസം ഭക്ഷണം സംഘ ടിപ്പിക്കാൻ പോലും കഴിഞ്ഞില്ല. വിശപ്പ് സഹിക്കാൻ പറ്റാതായപ്പോൾ പോലീസ് ഓഫീസിലേയ്ക്ക് തന്നെ കയറിച്ചെല്ലാ നാണ് മാധവൻ തീരുമാനിക്കുന്നത്. ഈ സമയത്ത് രഹസ്യ പോലീസ് മാധവനെ പിടിക്കാൻ നടക്കുകയായിരുന്നു. ആലുവ എ.എസ്.പി. ഓഫീസിൽ കയറിച്ചെന്ന് മാധവൻ, അത്രുള്ള ഒരു പോലീസുകാ രന്റെ പേര് പറഞ്ഞു. അദ്ദേഹത്തിന്റെ സുഹൃത്താണെന്ന് പരിചയപ്പെടുത്തി.

ആ പരിചയപ്പെടുത്തൽ അന്നത്തെ അത്താഴവും താമസ സൗകര്യവും തരപ്പെടുത്തി. അന്ന് രാത്രി പോലീസ് ഓഫീസിൽ ഉറങ്ങി. പിറ്റേന്ന് രാവിലെ കാപ്പികുടി കഴിഞ്ഞ് തന്റെ ദൗത്യയാത്ര ആരംഭിച്ചു.

1943-ലാണ് ആലപ്പുഴ പാർട്ടി ആലുവയിൽ വിപ്ലവം സംഘടിപ്പി ക്കാൻ പുതിയ ആളെ റിക്രൂട്ട് ചെയ്തത്. അന്തരിച്ച പി. ജി. രാഘവന് പകരം എൻ. കെ. മാധവൻ. ഈ വാർത്ത അധികം കഴിയുന്നതിന് മുമ്പുതന്നെ ദിവാൻ സർ സി. പി. രാമസ്വാമിയുടെ രഹസ്യപോലീസിന് ലഭിച്ചു. അവർ എൻ. കെ. മാധവന്റെ പിന്നാലെ കൂട്ടകയും ചെയ്ത. എന്നാൽ അവർ ഒരുക്കിയ കെണികളിൽപ്പെടാതെ അദ്ദേഹം ഒഴിഞ്ഞു മാറി. ആലുവായിൽ ആദ്യം എൻ. കെ. മാധവൻ അന്വേഷിച്ചത് ഒരു നല്ല തൊഴിലാളിയെയായിരുന്നു. അങ്ങനെ കെ. ആർ. കൃഷ്ണൻ

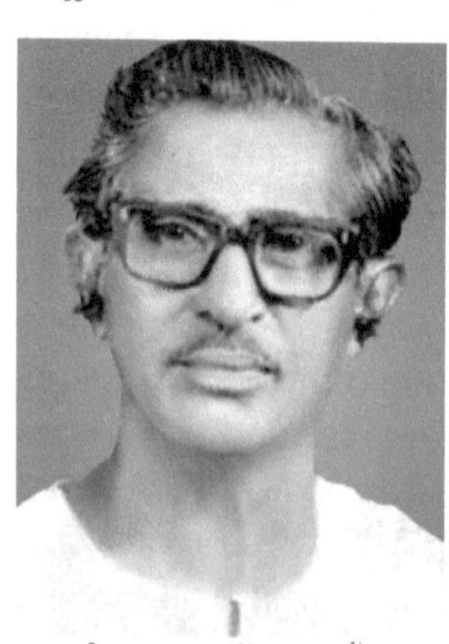

ജെ. ടി. കായനാട്ട്

കുട്ടിയെ മാധവൻ പരിചയപ്പെട്ടു. കൃഷ്ണൻ കുട്ടി അപ്പോൾ ശ്രീചിത്തിരയിലെ തൊഴിലാളിയും യൂണിയൻ പ്രവർത്തകന മായിരുന്നു. തുടർന്ന് എൻ. കെ. മാധവൻ ജെ. ടി. കായനാട്ടിനെ കണ്ടെത്തുന്നു. ആലുവയിലെ ആദ്യത്തെ ട്രെയ്ഡ് യൂണിയൻ രജിസ്റ്റർ ചെയ്തത് കായനാട്ടാ യിരുന്നല്ലോ.

രാഘവനിൽ നിന്ന് വ്യത്യസ്തമായ സമീപനമാണ് എൻ. കെ. സ്വീകരി ച്ചത്. എൻ. കെ. മാധവൻ പ്രത്യക്ഷ ത്തിൽ ഒരിടത്തും വെളിച്ചപ്പെട്ടില്ല.

കൃഷ്ണൻകുട്ടിയുമായി അദ്ദേഹം സൗഹൃദം വർധിപ്പിച്ചു. കൃഷ്ണൻകുട്ടിയെ രാഷ്ട്രീയ മായി ബോധ്യപ്പെടുത്തി. കരുത്തുറ്റ ഒരു രാഷ്ട്രീയ മണ്ഡലം കൃഷ്ണൻകുട്ടിയിൽ എൻ. കെ. നിർമ്മിച്ചു. അതിനുശേഷം ശ്രീചിത്തിരയിലെ ഓരോ തൊഴിലാളി യെയും കണ്ട് സംസാരിച്ചു. ഒറ്റക്കൊറ്റയ്ക്ക് അവരെ കണ്ട് സംസാരിച്ച് കാര്യങ്ങൾ ബോധ്യപ്പെടുത്തി. വളരെ ശ്രമകരമായ ജോലിയായിരുന്നു അത്. തുടർന്ന് രാത്രികാലങ്ങളിൽ തൊഴിലാളികളുടെ വീട്ടുകളിൽ രഹസ്യയോഗം നടന്നു. മൂന്ന് തൊഴിലാളികളാണ് ആ രഹസ്യയോ ഗങ്ങളിൽ പങ്കെടുത്തിരുന്നത്. ആ

കെ. സി. മാത്യു

യോഗങ്ങൾ വളരെ ഫലപ്രദമായിരുന്നു. തൊഴിലാളികൾ അവരുടെ പ്രശ്നങ്ങൾ തുറന്ന് പറഞ്ഞു. നേതാവും തൊഴിലാളിയും തമ്മിൽ മാനസിക അടുപ്പം വർദ്ധിച്ചു. പരസ്പരമുള്ള വിശ്വാസം ശക്തിപ്പെട്ടു.

ആശയങ്ങൾ വിതയ്ക്കാൻ സമയമായെന്ന് കണ്ട് ചർച്ചകൾ രാഷ്ട്രീയ ചർച്ചകളാക്കി മാറ്റി. മുതലാളിത്ത ഉൽപാദന ബന്ധങ്ങൾ ശാസ്ത്രീയ മായി തൊഴിലാളിക്ക് മുന്നിൽ അവതരിപ്പിക്കപ്പെട്ടു. ചരക്കുകളുടെ മൂല്യവർദ്ധന എങ്ങിനെ ഉണ്ടാവുന്നു? ലാഭം എന്താണ് ? ചൂഷണം എന്താണ്? ഇതെല്ലാം പരിശോധനയ്ക്ക് വിധേയമായി. കൂലിയും വേലയും വേതനവും തമ്മില്ലുള്ള ബന്ധങ്ങൾ വിശകലനം ചെയ്തു. ചൂഷണവും ലാഭവും തമ്മില്ലുള്ള ബന്ധവും രാജാവും ദിവാനും ഭരണകൂടവും ആർക്ക് വേണ്ടിയാണ് നിലകൊള്ളുന്നത്, അവർ എങ്ങിനെയാണ് തൊഴിലാളി കളെ കാണുന്നത് എന്ന കാര്യങ്ങൾ ലളിതമായി തന്നെ അവരെ പഠി പ്പിച്ചു. ഈ അന്തരീക്ഷത്തിലേയ്ക്കാണ് യൂണിയൻ ക്രിസ്ത്യൻ കോളേജിൽ നിന്ന് ഒരു ബുദ്ധിജീവി കമ്മ്യൂണിസ്റ്റ് പാർട്ടിയിലേയ്ക്ക് ആകർഷിക്കപ്പെ ടുന്നത്. അദ്ദേഹത്തിന്റെ പേരാണ് കെ. സി. മാത്യു. കെ. സി. മാത്യു വിന്റെ പിതാവ് എഞ്ചിനീയറായിരുന്നു. യു. സി. കോളേജിലെ പഠനം പൂർത്തകരിച്ചിറങ്ങുന്ന കെ. സി. മാത്യുവിന് ഉന്നതമായ ജോലി പിതാവ് തയ്യാറാക്കി വെച്ചിരുന്നു. പക്ഷെ, അത് അദ്ദേഹത്തിന്റെ വഴിയായിര ന്നില്ല. അതിനാൽ മാത്യു യൂ.സി. കോളേജിൽ നിന്ന് നേരെ പോയത് ആലപ്പുഴ കയർ വർക്കേഴ്സ് യൂണിയൻ ഓഫീസിലേയ്ക്കായിരുന്നു. അവിടെ ആറുമാസം മാർക്സിസവും അതിന്റെ പ്രയോഗ പരിപാടികളും

പഠിച്ചു. ശേഷം പാർട്ടി നിർദ്ദേശപ്രകാരം ആലുവയിലെത്തി എൻ. കെ. മാധവനൊപ്പം ചേർന്നു.

ദീർഘമായ ഇടപെടലില്ലുടെ ഭൂരിപക്ഷം തൊഴിലാളികളെയും തൊഴിലാളിവർഗബോധവും രാഷ്ട്രീയവും പഠിപ്പിച്ചതിനുശേഷമാണ് യൂണിയൻ മീറ്റിംഗിൽ നേരിട്ട് പ്രത്യക്ഷപ്പെടാൻ എൻ. കെ. മാധവൻ തയ്യാറായത്. യൂണിയൻ പ്രവർത്തനത്തിന്റെ അലകുംപിടിയും മാറ്റാൻ അദ്ദേഹത്തിനു കഴിഞ്ഞു. ശ്രീചിത്തിര മില്ലിലെ യൂണിയൻ നേതാക്ക ളായ കെ. ആർ. കൃഷ്ണൻകുട്ടിയും ഏ. കെ. മുഹമ്മദിനുമൊപ്പം എൻ. കെ. ഒരു ദിവസം യൂണിയൻ ജനറൽബോഡി യോഗത്തിലേയ്ക്ക് കയറിച്ചെന്നു. വേദിയിൽ അദ്ധ്യക്ഷനു പുറമേ സി.ഐ.ഡി. ഉദ്യോഗസ്ഥനുണ്ടായിരുന്നു. യൂണിയൻ ജനറൽ ബോഡിയുടെ കാര്യപരിപാടിയുടെ ആദ്യ ഇനം വഞ്ചീശമംഗളം. അടുത്തത് രാജഭക്തി പ്രമേയം. മീറ്റിംഗ് കഴിഞ്ഞാൽ യോഗത്തിന്റെ മിനിട്ട്സ് പോലീസ് സ്റ്റേഷനിൽ കൊണ്ടുപോയി ഇൻസ്പെക്ടറെകൊണ്ട് ഒപ്പ് വെപ്പിക്കണം. എൻ. കെ. മാധവൻ ആ മീറ്റിംഗിൽ പ്രസംഗിച്ചു. മീറ്റിംഗിന്റെ ഈ ശൈലി ഇതോട്ടുകൂടി അവസാ നിപ്പിക്കണമെന്ന് പ്രഖ്യാപിച്ചു.

മുൻകൂട്ടി ഓരോ തൊഴിലാളിയെയും ബോധവത്കരിച്ചിരുന്നതു കൊണ്ട് തൊഴിലാളികൾക്ക് അതിൽ അത്ഭുതമുണ്ടായില്ല. അഭിപ്രായ വ്യത്യാസവുമുണ്ടായില്ല. ഞെട്ടിയത് സി.ഐ.ഡി. മാത്രമാണ്. ആർക്ക് വേണ്ടിയാണ് യൂണിയൻ പ്രവർത്തിക്കുന്നത് എന്ന് പ്രസ്താവിക്കപ്പെട്ടു. അതിൽ രാജാവിനും വഞ്ചീശമംഗളത്തിനും പോലീസിനും ഒരു കാര്യമി ല്ലെന്നും വ്യക്തമാക്കപ്പെട്ടു. തൊഴിലാളി യൂണിയൻ തൊഴിലാളികളുടെ താൽപര്യങ്ങൾ സംരക്ഷിക്കാനുള്ള സംവിധാനമാണ്. അവരുടെ അവകാശങ്ങൾ സംരക്ഷിക്കാനും ഉത്തരവാദിത്വങ്ങൾ നിറവേറ്റാനുമു ള്ള സംഘടന. അതിലോ അതിന്റെ മീറ്റിംഗകളിലോ പോലീസിനോ രാജാവിന്റെ ഉദ്യോഗസ്ഥന്മാർക്കോ കാര്യമില്ല. ഇതൊരു വിപ്ലവകര മായ പ്രഖ്യാപനമായിരുന്നു.

അങ്ങനെ തൊഴിലാളി യൂണിയൻ പ്രവർത്തനം അതുവരെ തുടർന്ന പോന്ന രീതിയിൽ നിന്ന് മുക്തി നേടി. ഇതിന് വലിയ രാഷ്ട്രീയ മാന ങ്ങളുണ്ടായിരുന്നു. പുന്നപ്രവയലാർ സമരത്തിന്റെ രണ്ടാംഘട്ടമായി ഇതിനെ പലരും വ്യാഖ്യാനിച്ചു. തൊഴിലാളി വർഗത്തിന്റെ വിമോചന മാർഗത്തിൽ സ്വീകരിക്കേണ്ട കർശനമായ നിലപാടാണ് എൻ.കെ. മാധവൻ തൊഴിലാളികളെ പഠിപ്പിച്ചത്. പഠിപ്പിച്ച കാര്യങ്ങളുടെ പ്രയോ ഗശാലയായി അവരുടെ യൂണിയൻ പ്രവർത്തനം മാറി. ആലുവ ഫാക്ടറി ലേബറേഴ്സ് യൂണിയൻ മതത്തിന്റെ പിടിയിൽ നിന്നും പോലീസിന്റെ

കാവലിൽ നിന്നും വിമോചിക്കപ്പെട്ടു. എന്തിനാണോ ട്രേഡ് യൂണിയൻ പ്രവർത്തിക്കേണ്ടത് അതിനുവേണ്ടി പ്രവർത്തിക്കുന്ന ഒരു സംവിധാന മായി അതിനെ മാറ്റി. തൊഴിലാളികളുടെ സ്വാതന്ത്ര്യത്തിനും അവകാശ ങ്ങൾക്കും വേണ്ടി ഉത്തരവാദിത്വപൂർണമായ പ്രവർത്തനം ആരംഭിച്ചു. രാജഭക്തി പ്രമേയത്തിൽ നിന്നും വഞ്ചീശമംഗളം പാടലിൽനിന്നും യൂണിയൻ സ്വതന്ത്രമായി. 1944-ൽ ജെ. ടി. കായനാട്ട് വീണ്ടും യൂണിയൻ പ്രസിഡന്റായി. എൻ. കെ. മാധവൻ യൂണിയൻ സെക്രട്ടറിയായും തെര ഞ്ഞെടുക്കപ്പെട്ടു. തൊഴിലാളി യൂണിയൻ പ്രവർത്തനം പുതിയ രൂപത്തി ലായി. അതിനൊരു കമ്മ്യൂണിസ്റ്റ് ശൈലി ഉണ്ടാകാൻ തുടങ്ങി. എൻ. കെ. മാധവൻ, കെ. സി. മാത്യു, ജെ. ടി. കായനാട്ട് എന്നിവർ ചേർന്ന ആലുവയിലെ ആദ്യത്തെ കമ്മ്യൂണിസ്റ്റ് പാർട്ടി സെൽ നിലവിൽ വന്നു.

ബാലാനന്ദൻ

പുതിയ യൂണിയൻ പ്രവർത്തനം ആരംഭിച്ചതോടുകൂടി തൊഴിലാ ളികളിൽ പുതിയ ആവേശം അലയടിച്ചു. എല്ലാ ഫാക്ടറികളിലും യൂണിയൻ പ്രവർത്തനം വ്യാപിച്ചുതുടങ്ങി. ഇതിനിടയിൽ ശബരി എന്ന് പേരുള്ള ഒരു തൊഴിലാളി സ്ത്രീയെ ചിത്തരമിൽ പിരിച്ചവിട്ടു. തൊഴിലാ ളികളെ പിരിച്ചവിടൽ ഒരു സാധാരണ അനുഭവം മാത്രമാണ്. ആരും അതിൽ വിഷമിക്കാറില്ല. പിരിച്ചവിടപ്പെടുന്ന തൊഴിലാളി പോലും. പക്ഷെ പുതിയ യൂണിയൻ അതിനെ വെറുതെ വിട്ടില്ല. അവർ മാനേ ജ്മെന്റിന മുന്നിൽ പ്രശ്നം അവതരിപ്പിച്ചു. മാനേജ്മെന്റ് ആ വിഷയം പരിഗണിക്കാൻ തയ്യാറായില്ല. യൂണിയൻ പ്രതിഷേധിച്ചു. പ്രതിഷേധി ക്കുക മാത്രമല്ല യൂണിയൻ സമരം പ്രഖ്യാ പിക്കുകയും ചെയ്തു. തുടർന്ന് ശബരിയെ കമ്പനി തിരിച്ചെടുത്തു. അതിന്റെ ഇംപാക്ട് വല്യതായിരുന്നു. തൊഴിലാളി സംഘടിത ശക്തിയായി മാറിയാൽ അതിന്റെ ശേഷി വിസ്മയകരമാണെന്ന് തൊഴിലാളി തിരിച്ചറിഞ്ഞു.

തൊഴിലാളികളിൽ അതുയർത്തിയ ആവേശം ചെറുതല്ലായിരുന്നു. കമ്പ നിയോട്ടും മുതലാളിമാരോട്ടും കമ്പനി മാനേജ്മെന്റിന്റെ ശിങ്കിടികളോട്ടും പോരിനിറങ്ങാൻ കഴിയുമെന്ന അമിത

ഇ. ബാലാനന്ദൻ

ആത്മവിശ്വാസമാണ് തൊഴിലാളികൾക്കുണ്ടായത്. യഥാർത്ഥ ത്തിൽ ശബരി എന്ന തൊഴിലാളിസ്ത്രീ നൽകിയ ഊർജ്ജം വിലമ തിക്കാനാവാത്തതായിരുന്നു. എല്ലാ ഫാക്ടറികളിലേയ്ക്കും അതിന്റെ ആവേശം പടർന്നു. അവിടെയൊക്കെ യൂണിയൻ ഉണ്ടാക്കണമെന്ന ആവശ്യം തൊഴിലാളികളിൽ നിന്നുയർന്നു. അങ്ങനെയാണ് ഇന്ത്യൻ അല്ലുമിനിയം കമ്പനിയിൽ യൂണിയൻ ഉണ്ടാക്കാൻ ശ്രമം ആരംഭിക്ക ന്നത്. കായനാട്ടം മാധവനും മാത്യുവും ചേർന്ന് 1943 ഒക്ടോബർ 30-ന് ഇന്ത്യൻ അല്ലുമിനിയം കമ്പനിയുടെ തൊഴിലാളികളുടെ യോഗം വിളിച്ചു. കമ്പനിയുടെ സമീപമുള്ള ആൽത്തറയിലായിരുന്നു യോഗം. സമയം നാലുമണി. ഷിഫ്റ്റ് കഴിഞ്ഞ് കമ്പനിയിൽ നിന്ന് ഇറങ്ങുന്ന തൊഴിലാ ളികൾ ഓരോരുത്തരായി മീറ്റിംഗിൽ പങ്കെടുക്കാനെത്തി. കൂട്ടത്തിൽ കമ്പനിയിൽ നിന്നിറങ്ങിയ ഇലക്ട്രീഷ്യൻ ഇ. ബാലാനന്ദനും ഉണ്ടായി രുന്നു. ഇരുപത് പേരാണ് ആ യോഗത്തിൽ പങ്കെടുത്തത്. യൂണിയൻ രജിസ്റ്റർ ചെയ്യാൻ കമ്പനി ജോലിക്കാരായ ഏഴ് പേരുടെ ഒപ്പ് വേണം. ആ ഏഴ് പേരിൽ ഒരാളായി ബാലാനന്ദനെയും അവർ ചേർത്തു. അന്ന് അപേക്ഷയിൽ ഒപ്പിട്ട ഏഴ് പേർ ഇവരാണ്. സി.കെ. അബ്ദുൾ ഖാദർ, എം. പൗലോസ്, എം. എസ്. രാവുണ്ണി, എം. ബെയ്സിൽ, ഇ. ബാലാ നന്ദൻ, ടി. ആർ. തങ്കപ്പൻ പിള്ള, കെ. കൊച്ചചെറുക്കൻ. യഥാർത്ഥ ത്തിൽ ബാലാനന്ദൻ എന്ന തൊഴിലാളി നേതാവ് കണ്ടെടുക്കപ്പെട്ട നിമിഷമായിരുന്നു അത്.

യൂണിയൻ ഉണ്ടാക്കാനുള്ള തീരുമാനത്തിൽ ഒപ്പിടുന്ന സമയത്ത് അതിന്റെ ഗൗരവം ബാലാനന്ദന് അറിയില്ലായിരുന്നു. ഇലക്ട്രീഷ്യൻ ജോലി ഭംഗിയായി ചെയ്തിരുന്ന ബാലാനന്ദൻ കമ്പനിയുടെ പ്രിയപ്പെട്ട തൊഴിലാളിയായിരുന്നു. മികച്ച രീതിയിൽ പണി ചെയ്തതിന്റെ പേരിൽ ബാലാനന്ദന് ഉദ്യോഗകയറ്റം കിട്ടിയ സമയമായിരുന്നു അത്. സ്ഥിരം തൊഴിലാളിയായ ബാലാനന്ദൻ കമ്പനിയുടെ സ്വന്തക്കാരനായിരു ന്നു. കമ്പനിയുടെ സ്വന്തക്കാരനെ യൂണിയൻ പ്രവർത്തകനാക്കുന്നത് നല്ലതല്ലെന്ന ചില വാദം തൊഴിലാളികളിൽ ചിലർ ഉന്നയിച്ചു. എന്നാൽ മാധവനും മാത്യുവും അത് തള്ളി. അവരുടെ തീരുമാനത്തിന് ചരിത്രത്തിൽ പിന്നീട് വലിയ പ്രാധാന്യമുണ്ടായി. ഇന്ത്യൻ തൊഴിലാളി വർഗത്തിന്റെ പിൽക്കാല രാഷ്ട്രീയ മുഖമായി മാറിയ ബാലാനന്ദൻ മാധ വന്റെയും മാത്യുവിന്റെയും കണ്ടെത്തലായിരുന്നു. പിന്നീട് ബാലാനന്ദൻ സി.പി.എം.ന്റെ പോളിറ്റ് ബ്യൂറോ മെമ്പറായി, സി.ഐ.ടി.യു.വിന്റെ അഖിലേന്ത്യാ പ്രസിഡന്റുമായി.

പുന്നപ്ര-വയലാർ സമരത്തിന് പ്രേരകമായ പൊതുപണിമുടക്ക് 1946 ഒക്ടോബർ 23-നാണ് എം.ടി.ടി.യു.സി. പ്രഖ്യാപിക്കുന്നത്. ആ പൊതുപണിമുടക്കിൽ ആലുവ യൂണിയൻ പങ്ക് ചേർന്നു. അന്ന് രാത്രി ആലുവയിലെ കുറ്റിക്കാട്ട് കരയിൽ ബാലാനന്ദൻ താമസിച്ചിരുന്ന വീട്ടിൽ രഹസ്യയോഗം ചേർന്നു. വിശാലമായ ഒരേക്കർ പുരയിടത്തിൽ യാതൊരു സംശയവ്യമില്ലാതെയാണ് ആക്ഷൻ കൗൺസിലിന്റെ യോഗം ആരംഭിച്ചത്. യോഗത്തിൽ മാധവൻ, അബ്ദുൾ ഖാദർ, വളണ്ടിയർ ക്യാപ്റ്റൻ സണ്ണി സെബാസ്റ്റ്യൻ, ബാലാനന്ദൻ എന്നിവർ പങ്കെടുത്തു. യോഗം ആരംഭിച്ച് അധികം കഴിയുന്നതിന് മുമ്പ് പോലീസ് വീട് വളഞ്ഞു. പക്ഷെ, പോലീസിന് അവരെ പിടിക്കാൻ കഴിഞ്ഞില്ല. പോലീസിനെ വെട്ടിച്ച് അവർ പുറത്തുചാടി. മാധവൻ ആദ്യം ചാടി. മാധവനെ പിടിക്കാൻ പോലീസ് അദ്ദേഹം ചാടിയ ദിശയിലേയ്ക്ക് ഓടി. മാധവൻ ഒരു മുളംകാട്ടിലേയ്ക്ക് കയറിപ്പോയി. അതൊരു വലിയ ഇല്ലിക്കൂടായിരുന്നു. പകൽപോലും പാമ്പിനെ പേടിച്ച് ആരും അടുക്കാത്ത സ്ഥലം. രാത്രിയിൽ അതൊരു നിഗൂഢമേഖലയായി നിറഞ്ഞുനിന്നു. പോലീസിന് വഴിമുട്ടി. ഇതിനിടയിൽ മറ്റ് മൂന്ന് പേരും പുരയിടത്തിന്റെ പടിഞ്ഞാറ് വശത്തുള്ള വേലി ചാടി ഏല്ലൂർ ഭാഗത്തേയ്ക്ക് പോയി. പോലീസിന് ആരെയും പിടിക്കാൻ കഴിഞ്ഞില്ല. ഇതിനുശേഷം ഏല്ലൂർ പ്രദേശത്ത് പോലീസ് ഭീകരാന്തരീക്ഷം സൃഷ്ടിക്കാൻ ആരംഭിച്ചു. ഫാക്ടറികളിലും തൊഴിലാളികളുടെ വീടുകളിലും പോലീസ് തിരച്ചിൽ തുടങ്ങി. മഞ്ഞുമ്മലിൽ മാധവന്റെ ഒളിവിടമായ ടി. എം. കൃഷ്ണന്റെ വീട്ടിലും പോലീസെത്തി. അവരെ ഭീഷണിപ്പെടുത്തുകയും ഭയപ്പെടുത്തുകയും ചെയ്തു. മാധവനും കൂട്ടരും ദീർഘകാല ഒളിവ് ജീവിതത്തിലേയ്ക്ക് കടന്നു.

ആ രാത്രി യോഗത്തിന് നാല്പദിവസം മുമ്പ് 1946 ഒക്ടോബർ 18-ന് പാലിയത്ത് സഞ്ചാരസ്വാതന്ത്ര്യത്തിനു വേണ്ടിയുള്ള സമരം അതിന്റെ ക്ലൈമാക്സിലെത്തിയിരുന്നു. തൊണ്ണൂറിലധികം ദിവസം നീണ്ട സമരം എ. ജി. വേലായുധന്റെ രക്തസാക്ഷിത്വത്തോടെ അവസാനിച്ചു. സമരം അടിച്ചൊതുക്കാൻ പാലിയത്തേക്ക് വന്ന നാല് പോലീസ് വണ്ടികൾ സഖാക്കൾ തടഞ്ഞു. അതിന്റെ മുന്നണിയിൽ എൻ.കെ. മാധവനുണ്ടായിരുന്നു. പാലിയത്തെ തെക്കേമഠത്തിലാണ് ശിവരാത്രി ദിവസം ഉച്ചതിരിഞ്ഞ് എ. ജി. വേലായുധനെ പോലീസ് തല്ലിക്കൊന്നത്. രക്തസാക്ഷിയായാലും പാലിയം റോഡിൽ പിന്നാക്ക ജാതിക്കാർ പ്രവേശിക്കും എന്നത് സാക്ഷാത്കരിക്കപ്പെട്ടു. ആ സമയത്ത് ക്യാമ്പിൽ രക്തംവാർന്ന് സമരനേതാവ് കാളിയും കിടക്കുന്നുണ്ടായിരുന്നു. ഈ സമരങ്ങളുടെ ഒക്കെ പശ്ചാത്തലത്തിൽ കമ്മ്യൂണിസ്റ്റ് പാർട്ടി ശക്തി പ്പെട്ടുവരികയായിരുന്നു.

പാലിയം സമരവും പൊതുപണിമുടക്കം കഴിഞ്ഞ് ഒളിവിൽ പോയ എൻ. കെ. മാധവന് പിന്നീട് പുറത്തുവരാൻ കഴിഞ്ഞത് സ്വാതന്ത്ര്യല ബ്ലിക്ക് ശേഷമാണ്. ഒഴിവുകാലത്ത് കോട്ടയം, ചങ്ങനാശ്ശേരി, തൃശ്ശൂർ, ചാലക്കുടി എന്നിവിടങ്ങളായിരുന്ന മാധവന്റെ പ്രവർത്തന മേഖല. ചായക്കടകളിൽ ലഘുലേഖ വിതരണമായിരുന്ന പ്രധാന പ്രവർത്തനം. ചായക്കട കണ്ടാൽ അവിടെ കയറും. ഒരു ചായക്ക് ഓഡർ കൊടുക്കും. ചായ വരുന്നതിനിടയിൽ ചായക്കടയുടെ ബഞ്ചിൽ അവിടെയും ഇവിടെയും ആയി ലഘുലേഖ ആരും കാണാതെ വിതർത്തിടും. പോലീസ് പിന്നാലെ ഉണ്ടായിരുന്നു. അവരെ കബളിപ്പിച്ച് രക്ഷപ്പെ ട്ടുകൊണ്ടിരുന്നു. പക്ഷേ, അവസാനം പെട്ടു. ഇരിങ്ങാലക്കടയിൽ ഒരു പ്രസ്സിൽ അച്ചടിച്ച "വാക്കിൽ സ്വാരസ്യം, പ്രവൃത്തിയിൽ സി.പി. യുടെ ചെരുപ്പ് നക്കൽ" എന്ന ലഘുലേഖ പെരുമ്പാവൂരിൽ വിതരണം ചെയ്യുമ്പോൾ പോലീസുകാരൻ പിടിക്കൂടി. പോലീസും എൻ. കെയും തമ്മിൽ മൽപ്പിടുത്തമായി. പോലീസുകാരനെ സഹായിക്കാൻ ഒരു കൊല്ലപണിക്കാരൻ എത്തിയതോടുകൂടി മാധവന് കീഴടങ്ങേണ്ടിവന്നു. തുടർന്ന് രണ്ട് വർഷം പൂജപ്പുര ജയിലിൽ ചെലവഴിച്ച മാധവൻ ഇന്ത്യ യ്ക്ക് സ്വാതന്ത്ര്യം കിട്ടിയപ്പോൾ ജയിൽമോചിതനായി. പിന്നീട് പാർട്ടി വടക്കൻ ഡിവിഷൻ സെക്രട്ടറിയായി പ്രവർത്തനം പുനരാരംഭിച്ചു.

റെയിൽ തൊഴിലാളികളുടെ പോരാട്ടവും രക്തസാക്ഷിത്വവും

ഇന്ത്യൻ കമ്മ്യൂണിസ്റ്റ് പാർട്ടി രണ്ടാം കോൺഗ്രസ്സ് ചേർന്നിരുന്നില്ല. കൽക്കത്ത തിസീസ് അംഗീകരിച്ചിരുന്നില്ല. പക്ഷെ തൊഴിലാളി കൾക്ക് അവരുടെ ന്യായമായ ആവശ്യങ്ങൾ അംഗീകരിച്ച കൊടുക്കാൻ ബ്രിട്ടീഷ് ഭരണകൂടവും തുടർന്ന് അധികാരത്തിലെത്തിയ കോൺഗ്രസ്സി ന്റെ ഇടക്കാല ഗവൺമെന്റും തയ്യാറല്ലായിരുന്നു. ബ്രിട്ടീഷുകാർ ഇന്ത്യ യിൽ നിന്ന് പോകാൻ തയ്യാറായ സാഹചര്യത്തിലാണ് ഇടക്കാല ഗവൺമെന്റ് അധികാരമേൽക്കുന്നത്. ആ ഗവൺമെന്റ് വെളത്ത സായിപ്പിന്റെ അധികാരം ഏറ്റെടുത്ത കറുത്ത സായിപ്പ് മാത്രമായി മാറി. ബ്രിട്ടീഷ് സർക്കാരിന്റെ തൊഴിലാളി വിരുദ്ധനയം തന്നെ തുടരുന്ന സർക്കാർ. ബ്രിട്ടീഷ് ഭരണത്തിന്റെ ഇന്ത്യൻ പതിപ്പ്. ബ്രിട്ടീഷ് ഭരണത്തി ന്റെ തന്നെ മാറ്റൊലി. ആ ക്രൂരതയുടെ ചോരയിലെഴുതിയ കഥയാണ് ഗോൾഡൻ റോക്ക് കൂട്ടക്കൊല. ഈ സംഭവത്തിന്റെ തീപ്പൊരി പാറി വീണതാണ് ഇടപ്പള്ളി പോലീസ് സ്റ്റേഷൻ അക്രമണം.

ദക്ഷിണേന്ത്യയിലെ ഏറ്റവും വലിയ റെയിൽവേ വർക്ക് ഷോപ്പാ യിരുന്ന തമിഴ്നാട്ടിലെ തിരുച്ചിറപ്പിള്ളിയിലെ ഗോൾഡൻ റോക്ക് വർക്ക്ഷോപ്പ്. തൊഴിലാളി യൂണിയൻ സംഘടിതമായി ശക്തിപ്രാപിച്ച തൊഴിൽ മേഖലയായിരുന്ന അത്. ഒരു ദിവസം ഈ വർക്ക്ഷോപ്പിൽ നിന്ന് ആറ് തൊഴിലാളികളെ പിരിച്ചവിട്ടു. പിരിച്ചവിടലിന് പ്രത്യേക കാരണമൊന്നും മാനേജ്മെന്റ് പറഞ്ഞില്ല. ചാർജ്ഷീറ്റില്ലാത്ത ഒരു സസ്പെൻഷൻ. ഒരു തൊഴിലാളിയെ പിരിച്ചവിടാൻ എന്തെങ്കിലും

കാരണം കാണിക്കണമെന്ന് മാനേജ്മെന്റിന് ചിന്തിക്കേണ്ടതില്ലാത്ത കാലം. കോൺഗ്രസ്സിന്റെ ഇടക്കാല സർക്കാരും മുഖ്യമന്ത്രിയുമുണ്ട്. പക്ഷെ വെള്ളക്കാരുടെ ഭരണം തുടരുകയാണ്.

തൊഴിലാളിയെ പിരിച്ചവിടുന്നതിന് ന്യായമായ കാരണമുണ്ടാവണ മെന്നും അത് വ്യക്തമാക്കി നോട്ടീസ് നൽകിയാണ് പിരിച്ച വിടേണ്ട തെന്നും അതിന ശേഷം നീതിപൂർവ്വമായ അന്വേഷണത്തിലൂടെ അത് സ്ഥിരീകരിക്കണമെന്നും യൂണിയൻ ആവശ്യപ്പെടുന്ന കാലംകൂടിയായി രുന്നു അത്. ഇതൊരു പ്രാഥമികമായ ട്രേഡ്യൂണിയൻ അവകാശമായി അംഗീകരിപ്പിക്കാൻ ഇന്ത്യയിലെമ്പാട്ടും കമ്മ്യൂണിസ്റ്റ് പാർട്ടിയുടെ നേതൃത്വത്തിൽ സമരം നടക്കുന്ന കാലം കൂടിയായിരുന്നു അപ്പോൾ. അതിനാൽ ഗോൾഡൻ റോക്കിലെ തൊഴിലാളി യൂണിയൻ പിരിച്ച വിടലിൽ പ്രതിഷേധിക്കാനും സമരം ആരംഭിക്കവാനും ആലോചന തുടങ്ങി. 1946 ജൂലൈ 23-ന് സമരം പ്രഖ്യാപിച്ചു. പണിമുടക്ക് ആരംഭി ച്ചുകൊണ്ടാണ് സമരം തുടങ്ങിയത്. പണിമുടക്കിയ തൊഴിലാളികൾ വർക്ക്ഷോപ്പിന് മുന്നിൽ കുത്തിയിരിപ്പ് സത്യാഗ്രഹം തുടർന്നു. സമരം കത്തിപ്പടർന്നു. വർക്ക്ഷോപ്പ് നിശ്ചലമായി. തൊഴിലാളികളോട് ഐക്യദാർഢ്യം പ്രഖ്യാപിച്ചുകൊണ്ട് സ്റ്റേഷൻ മാസ്റ്റേഴ്സ് അസോ സിയേഷനും പണിമുടക്കി. റെയിൽ നിശ്ചലമായി. റെയിൽ രോക്ക് അക്ഷരാർത്ഥത്തിൽ നടപ്പിലായി. ആയിരത്തി ഇരുനൂറ് റെയിൽവേ സ്റ്റേഷനുകൾ അടച്ചുപൂട്ടി.

ഇടക്കാല സർക്കാരിന്റെ മുഖ്യമന്ത്രി കോൺഗ്രസ്സുകാരനാണ്. പേര് ടി. പ്രകാശം. പ്രകാശം മന്ത്രിസഭയ്ക്ക് എതിരായിരുന്നില്ല സമരം. സമരം റെയിൽവേക്കെതിരായിരുന്നു. ബ്രിട്ടീഷുകാർക്ക് എതിരായിരു ന്നു. അന്ന് ദക്ഷിണ റെയിൽവേയുടെ കീഴിലുള്ള ഗോൾഡൻ റോക്ക് വർക്ക്ഷോപ്പിന്റെ മാനേജർ ബ്രിട്ടീഷുകാരനായ ഒരു ധൂരയായിരുന്നു. അദ്ദേഹത്തിന്റെ വർണവെറിയും ഈ സമരത്തെ ചോരയിൽ മുക്കി ക്കൊല്ലാൻ കാരണമായി.

സമരം ആരംഭിച്ചിട്ട് ഒരു മാസമായി. അവസാനം മാനേജ്മെന്റ് തൊഴിലാളികൾക്ക് അന്ത്യശാസനം നൽകി. നിശ്ചിത സമയത്തി നുള്ളിൽ പണിക്ക് കയറിയില്ലെങ്കിൽ അവരെ പിരിച്ചവിടും. അന്ത്യ ശാസനം തള്ളാൻ യൂണിയൻ ആഹ്വാനം ചെയ്തു. തൊഴിലാളികൾ കുത്തിയിരിപ്പിൽ നിന്ന് പിക്കറ്റിംഗിലേയ്ക്ക് കടന്നു. സമരം കൂടുതൽ തീവ്രമായി. മാനേജ്മെന്റ് ഗവൺമെന്റുമായി കൂടിയാലോചന നടത്തി. പിക്കറ്റിംഗ്രം വൻ വിജയമായതുകൊണ്ട് ഇനി സമരം പൊളിക്കാൻ ഇടിവണ്ടി ഇറക്കുക എന്നതു മാത്രമായി മാനേജ്മെന്റിന്റെ ഏക വഴി.

കെ. അനന്തൻ നമ്പ്യാർ

മാനേജ്മെന്റ് ബ്രിട്ടീഷ് പോലീസ് ഉദ്യോ ഗസ്ഥരുമായി ഗൂഢാലോചന നടത്തി. സമരം അടിച്ചമർത്താൻ തീരുമാനിച്ചു. അതിന്റെ തന്ത്രങ്ങളും മെനഞ്ഞു.

തൊഴിലാളികൾ പിക്കറ്റിംഗിന് പോകുന്നതിന് മുമ്പ് എല്ലാ ദിവസവും രാവിലെ യൂണിയൻ ഓഫീസിലെത്തും. അവിടെ ആയിരത്തിലധികം തൊഴി ലാളികൾ മീറ്റിംഗിൽ പങ്കെടുക്കും. അതിന് ശേഷമാണ് കൂട്ടപ്പിക്കറ്റിംഗിന് പോകുന്നത്. സമരം 43 ദിവസങ്ങൾ പിന്നിട്ട് കഴിഞ്ഞു. തൊഴിലാളികൾ ക്ഷീ ണിതരാണ്, ഒപ്പം സങ്കടവും ദേഷ്യവും അവരിൽ നരഞ്ഞുയർന്നു. ഫാക്ടറി ഇപ്പോൾ ലോക്കൗട്ടിലാണ്. അതിന്റെ തീവ്രത സമരത്തിനുണ്ടായിരുന്നു. ചുറ്റുപാടിനും അതിന്റെ തീയുണ്ടായിരുന്നു.

സെപ്തംബർ അഞ്ചാം തീയതി കാര്യങ്ങൾ കൈവിട്ടുപോയി. അന്ന് രാവിലെ യൂണിയൻ ഓഫീസ് അങ്കണത്തിൽ വെടിപൊട്ടി. അഞ്ച് തൊഴിലാളികൾ പിടഞ്ഞുവീണ് മരിച്ചു. ആയിരങ്ങൾ പരിക്കേറ്റ് ജീവ ച്ഛവങ്ങളായി. പോലീസ് മനുഷ്യ ശരീരത്തിനു മുകളിലൂടെ ബൂട്ട്സ് ഇട്ട് ഇടിച്ചുകയറി. യൂണിയൻ ഓഫീസ് അങ്കണം നിലവിളികളിൽ മുങ്ങി.

സംഭവത്തിന്റെ ആരംഭം പോലീസ് ആസൂത്രണം ചെയ്തതുപോലെ യാണ് നടന്നത്. സെപ്തംബർ അഞ്ചിന് രാവിലെ തന്നെ നൂറുകണക്കിന് പോലീസ് പാർട്ടി ഓഫീസിലേയ്ക്ക് മാർച്ച് ചെയ്തു. മലബാർ സ്പെഷ്യൽ പോലീസിന്റെ നിരവധി ബെറ്റാലിയൻ അവിടെ നിരനിരയായി പോസ്റ്റ് ചെയ്യപ്പെട്ടു. നേതൃത്വം തിരുച്ചിറപ്പിള്ളി പോലീസ് സൂപ്രണ്ടിനായിരുന്നു. വെള്ളക്കാരനായ അദ്ദേഹത്തിന്റെ പേര് ഹാരിസൺ. അന്ന് പതിവില്ലും വലിയ മീറ്റിംഗാണ് ഓഫീസ് അങ്കണത്തിൽ. ഏതാണ്ട് പതിനായിര ത്തോളം പേർ അതിൽ പങ്കെടുത്തിരുന്നു. കൂട്ടപ്പിക്കറ്റിംഗിന് തൊഴി ലാളികൾ പോകുന്നത് ഈ മീറ്റിംഗിനു ശേഷമാണ്.

പാർട്ടി ഓഫീസ് വിശാലമായ ഒരു ഗ്രൗണ്ടിലാണ്. ആ ഗ്രൗണ്ടിന് ഗേറ്റ് ഉണ്ട്. ഗേറ്റിന് കാവൽ തൊഴിലാളികളാണ്. സമര വളണ്ടിയർ മാർ. എം.എസ്.പി.ക്കാർ ഗേറ്റിന് പുറത്താണ് നിലയുറപ്പിച്ചിരുന്നത്. പ്രകോപനം സൃഷ്ടിച്ച് അതിക്രമിച്ച് അകത്ത് കടക്കാനായിരുന്ന പോലീസിന്റെ പദ്ധതി. ഈ സമയത്താണ് യൂണിയന്റെ ഗോൾഡൻ

റോക്ക് ബ്രാഞ്ച് പ്രസിഡന്റ് ഇസ്മയില്‍ഖാനും സെക്രട്ടറി പരമേശ്വരന്‍ നായരും യൂണിയന്‍ ഓഫീസിനു മുന്നിലെ തൊഴിലാളികളുടെ അടുത്തേ ക്ക് വരുന്നത്. ഉടനെ പോലീസ് അവരുടെ മേല്‍ ചാടിവീണ് അവരെ അറസ്റ്റ് ചെയ്തു.

അറസ്റ്റ് അത്ര സമാധാനപരമായിരുന്നില്ല. പെട്ടെന്ന് തങ്ങളുടെ നേരെ ചാടിവീണ പോലീസിനെ ചെറുക്കാന്‍ യൂണിയന്‍ നേതാക്കള്‍ ശ്രമിക്കുകയും അവര്‍ തമ്മില്‍ ചെറിയ മല്‍പിടുത്തം നടക്കുകയും ചെയ്തു. ഇതിനിടയില്‍ ഏതാനും കല്ലുകള്‍ പോലീസിന് നേരെ ചീറി പ്പാഞ്ഞുവന്നു. ഇത് പോലീസ് തന്നെ എറിഞ്ഞതാണെന്നാണ് പിന്നീട് തൊഴിലാളികള്‍ പറഞ്ഞത്. എന്നാല്‍ പോലീസ് പറഞ്ഞത് യൂണിയന്‍ നേതാക്കളെ അറസ്റ്റ് ചെയ്യാന്‍ ശ്രമിച്ച പോലീസിനെ തൊഴിലാളികള്‍ കല്ലെറിഞ്ഞ് അക്രമിച്ചെന്നാണ്. പോലീസ് സൂപ്രണ്ട് ഹാരിസണ്‍ അലറി 'ചാര്‍ജ്'.

പോലീസ് ഇരച്ചുകയറി. കണ്ടവരെയെല്ലാം തല്ലി അവര്‍ മുന്നോട്ട നീങ്ങി. ഓഫീസ് മുറ്റത്തേയ്ക്ക് ഇരച്ചുകയറാന്‍ ശ്രമിച്ച പോലീസിനെ തൊഴിലാളികള്‍ ഗേറ്റില്‍ തടഞ്ഞു. അവര്‍ എന്തിനും തയ്യാറായിരുന്നു. ഗേറ്റില്‍ നിന്ന് പോലീസിനെ തടഞ്ഞ കൃഷ്ണമൂര്‍ത്തി എന്ന ധീരന്റെ നെഞ്ചില്‍ എം.എസ്.പി.ക്കാരന്‍ തോക്കിന്‍ കുഴലമര്‍ത്തി. അയാള്‍ കൃഷ്ണമൂര്‍ത്തിയെനോക്കി അലറി. 'മാറി നില്ലെട'. കൃഷ്ണമൂര്‍ത്തി അനങ്ങി യില്ല. അയാള്‍ തിരിച്ച് എം.എസ്.പി.ക്കാരനോട് പറഞ്ഞു.

"നിങ്ങളാണ് മാറേണ്ടത്. ഇത് ഞങ്ങളുടെ ഓഫീസ്. നിങ്ങള്‍ ഇങ്ങോട്ട് കടക്കരുത്".

അതിന് മറുപടി പറഞ്ഞത് പോലീസുകാരനായിരുന്നില്ല. നെഞ്ച ത്തുവെച്ച തോക്കിന്‍ കുഴല്‍ ശബ്ദിച്ചു. തീയുണ്ട കൃഷ്ണമൂര്‍ത്തിയുടെ നെഞ്ച് ഉളച്ച് കടന്നുപോയി. വെടിപൊട്ടിയതോടുകൂടി പ്രതിരോധം ചിതറി. കൃഷ്ണമൂര്‍ത്തിയുടെ ശരീരത്തിനു മുകളില്ലൂടെ ഓഫീസ് മുറ്റത്തേയ്ക്ക് പോലീസ് ഇരച്ചുകയറി. പോലീസിന്റെ മുന്നില്‍പെട്ടവരെല്ലാം തല്ലുകൊ ണ്ട് വീണു. തുടര്‍ന്നും വെടിപൊട്ടി. അന്തരീക്ഷം വെടിയൊച്ചകള്‍കൊ ണ്ടും നിലവിളികള്‍ കൊണ്ടും ഭയാനകമായി. തൊഴിലാളികള്‍ ചിതറി ഓടി. ആളൊഴിഞ്ഞപ്പോള്‍ യൂണിയന്‍ ഓഫീസിന്റെ മുറ്റത്ത് പലയിട ത്തുമായി അഞ്ച് തൊഴിലാളികളുടെ ശവം അവശേഷിച്ചു.

പോലീസ് സൂപ്രണ്ട് ഹാരിസണ്‍ന്റെ കലിയടങ്ങിയില്ല. അയാള്‍ യൂണിയന്‍ ജനറല്‍ സെക്രട്ടറി അനന്തന്‍ നമ്പ്യാരെ തിരയുകയായിരുന്നു. പോലീസുകാരോട് ചോദിച്ച് മനസ്സിലാക്കി യൂണിയന്‍ ഓഫീസിന്റെ അറ്റത്തുള്ള ഒരു ചെറിയ വീട്ടിലേയ്ക്ക് അദ്ദേഹവും പരിവാരങ്ങളും നീങ്ങി.

ആ ചെറിയ വീട്ടിലാണ് അനന്തൻ നമ്പ്യാരും കുടുംബവും താമസിക്കു ന്നത്. അവർ അങ്ങോട്ട് ഇരച്ചുകയറി. വീടിനുള്ളിലേയ്ക്ക് ഇരച്ചുകയറിയ പോലീസിന്റെ മുന്നിൽപ്പെട്ടത് ഒരു കൊച്ചുകുട്ടിയാണ്. പോലീസ് കുട്ടിയുടെ തലയ്ക്കടിച്ചു. ഒരു കൈയ്യ് അത് തടഞ്ഞു. അത് നമ്പ്യാരുടെ അമ്മയുടെ കയ്യായിരുന്നു. അതൊടിഞ്ഞുതൂങ്ങി. മുത്തശ്ശി ബോധംകെട്ട് വീണു. കുട്ടിയും നിശബ്ദയായി. പോലീസിന് നമ്പ്യാരെ കണ്ടെത്താൻ കഴിഞ്ഞില്ല.

പിന്നീടവർ യൂണിയൻ ഓഫീസിലേയ്ക്ക് തിരിച്ചു. നമ്പ്യാരെ കിട്ടാത്ത ദേഷ്യത്തിൽ പോലീസ് സൂപ്രണ്ട് ഹാരിസൺ അലറി "വെയറീസ് നമ്പ്യാർ ?"

അതൊരു അലർച്ച മാത്രമായിരുന്നില്ല. ഇരയെ കിട്ടാത്ത വേട്ടക്കാ രന്റെ നിരാശക്കൂടി അതിലുണ്ടായിരുന്നു.

പുറത്ത് വെടിവെപ്പും ലാത്തിചാർജ്ജും നടക്കുന്ന സമയത്ത്, നമ്പ്യാരെ രക്ഷിക്കാൻ തൊഴിലാളികൾ പാടുപെടുകയായിരുന്നു. കുറച്ച് തൊഴിലാളികൾ നമ്പ്യാരെ യൂണിയൻ ഓഫീസിന്റെ ഉൾമുറിയിൽ പൂട്ടിയിട്ട് കാവൽ നിൽക്കുകയായിരുന്നു. അവർ നമ്പ്യാരുടെ മനുഷ്യ കവചങ്ങളാവാൻ ശ്രമിക്കുകയായിരുന്നു. പക്ഷെ അതൊരു പാഴ്ശ്രമ മായിരുന്നു. ഓഫീസിന്റെ പിറകുവശത്തുള്ള മുറിയായിരുന്നു സംരക്ഷണ മുറി. സംരക്ഷണ സംഘത്തിൽ കൂടുതലും സ്ത്രീ തൊഴിലാളികളായിരുന്നു. അധികം കഴിയുന്നതിന് മുമ്പ് പോലീസ് സംഘം അവിടെയെത്തി. അവിടെ നിന്നിരുന്ന മുഴുവൻ തൊഴിലാളികളെയും പോലീസ് തല്ലി

തവിട്ടുപൊടിയാക്കി. പലരെയും വലി ച്ചെറിഞ്ഞു. മുറി തല്ലിപ്പൊളിച്ചു. അപ്പോഴും നമ്പ്യാരെ കണ്ടില്ല. ഹാരിസൺ വീണ്ടും അലറി 'നമ്പ്യാർ എവിടെ'?

മുന്നിൽ നടക്കുന്ന ക്രൂരത സഹിക്കാൻ കഴിയാതെ നമ്പ്യാർ കൂടെയുള്ളവരെ തള്ളി പുറത്തേയ്ക്ക് ചാടി. ദേഷ്യം കൊണ്ട് ജ്വലിച്ച നമ്പ്യാർ പൊട്ടിത്തെറിച്ചു. "നമ്പ്യാർ ഇവിടെയുണ്ടെടാ. ഞാനാണ് നമ്പ്യാർ. നിനക്കെന്തെ വേണം ?".

അത് നമ്പ്യാരിൽ നിന്നുയർന്ന അവസാനത്തെ ശബ്ദമായിരുന്നു. എം.എസ്.പി.ക്കാരും ഹാരിസൺ ഉൾപ്പെടെ അയാളുടെമേൽ ഇടിമഴക്കം തീർത്തു. മലർന്നടിച്ച വീണ

നമ്പ്യാരെ പോലീസ് ബൂട്ടുകൾ ചവിട്ടിക്കൂട്ടി. അയാളുടെ ശബ്ദം നിലച്ചു. അനക്കമില്ല. ഡി.എസ്.പി. ഹാരിസൺ തൃപ്തനായില്ല, അയാളുടെ ചോരക്കൊതി അടങ്ങിയില്ല. നമ്പ്യാർ മരിച്ചോ എന്നറപ്പവരുത്താൻ ആജ്ഞ നൽകി. ഒരു പോലീസുകാരൻ ബയണറ്റിന് നമ്പ്യാരുടെ ശരീര ത്തിൽ ആഞ്ഞുകുത്തി. നമ്പ്യാരുടെ ശരീരം ഒന്ന് പിടഞ്ഞു. പിന്നെ അത് നിശ്ചലമായി. ശരീരം അനങ്ങിയയതുകണ്ട് ഹാരിസൺ വീണ്ടും ഒച്ചവെച്ചു.

"ഷൂട്ട് ഹിം"

ശവത്തിൽ വെടിവെക്കാനുള്ള ആജ്ഞ തടഞ്ഞത് എം.എസ്.പി. സർജന്റ് രാമൻനായരായിരുന്നു. അദ്ദേഹം പറഞ്ഞു.

"സർ, അദ്ദേഹം മരിച്ച കഴിഞ്ഞു. ജഡത്തിൽ നിറയൊഴിക്കരുത്".

വെള്ളക്കാർക്ക് ജീവനുള്ള മനുഷ്യരോട് ബഹുമാനമില്ലെങ്കിലും ശവത്തോട് ബഹുമാനമുണ്ടായിരുന്നു. അത്കൊണ്ട് വെടിവെച്ചില്ല. ഇന്ന് അസമിൽ വെടിവെച്ചിട്ട മനുഷ്യന്റെ ശവത്തിന് മുകളിൽ ഫോട്ടോഗ്രാ ഫറുടെ വേഷത്തിൽ മഫ്ടി പോലീസ് പ്രേതനൃത്തം നടത്തുന്നത് നമ്മൾ കണ്ടതാണ്.

രാമൻ നായർ നമ്പ്യാരെ രക്ഷിച്ചു. പുറത്ത് അപ്പോഴും വെടിവെപ്പ് നടക്കുന്നുണ്ടായിരുന്നു. ഗേറ്റിൽ മരിച്ച കൃഷ്ണ മൂർത്തിയെ കൂടാതെ എം. രാജു, ആർ. രാമചന്ദ്രൻ, എം. ത്യാഗരാജൻ, സി. തങ്കവേലു എന്നിവർ കൂടി കൊല്ലപ്പെട്ടു. ആ ആക്രമണത്തിന്റെ ബാക്കി പത്രം അഞ്ച് ശവങ്ങ ളായിരുന്നു. ചോര ചിതറി ആ ചിത്രങ്ങൾ ഹാരിസൺ സായ്പിനെ ഭ്രാന്തനാക്കി. കൊച്ചി തുറമുഖത്തിന്റെ ശിൽപി റോബോർട്ട് ബ്രിസ്റ്റോ ഭ്രാന്തനായതുപോലെ; ഖൈബർ ചുരത്തിൽ തീവണ്ടിപ്പാത പണിത സർ ഗോർഡൻ ഹിയേൻസിനു ഭ്രാന്തു വന്നതുപോലെ. അനന്തൻ നമ്പ്യാരുടെ പ്രേതത്തെ കണ്ട് പല രാത്രികളിലും ഹാരിസൺ ഞെട്ടി എഴുന്നേറ്റു. ഒരു ദിവസം രാത്രിയിൽ ഞെട്ടിയുണർന്ന ഹാരിസൺ പുറത്ത് നിഴലനങ്ങുന്നതുകണ്ട് അലറി 'നമ്പ്യാർ, നമ്പ്യാർ'. അയാൾ തോക്കെടുത്ത് നിറയൊഴിച്ചു. സായിപ്പിന്റെ അരുമയായ വെള്ളക്ക തിര പിടഞ്ഞുവീണു. പിന്നീട് ഹാരിസൺ പുകയുന്ന തോക്കിൻകുഴൽ സ്വന്തം നെഞ്ചിലേയ്ക്ക് തിരിച്ചു. വെടിയൊച്ചയ്ക്കൊപ്പം ഹാരിസണിന്റെ പ്രാണനും പറന്നകന്നു.

1947-ൽ ഇന്ത്യാ വിഭജനത്തെ തുടർന്ന് പഞ്ചാബിൽ കലാപം കൊടുമ്പിരി കൊണ്ടപ്പോൾ റെയിൽ ഗതാഗതം നിശ്ചലമായി. അപ്പോൾ അവിടെ തീവണ്ടിയോടിക്കാൻ സർക്കാർ കമ്മ്യൂണിസ്റ്റുകാ രുടെ സഹായം തേടി. സൗത്ത് ഇന്ത്യൻ ലേബർ യൂണിയൻ വൈസ് പ്രസിഡന്റ് പി.എം. സുബ്രഹ്മണ്യത്തിന്റെ ഒപ്പം അന്ന് പഞ്ചാബിൽ

വണ്ടി ഓടിക്കാൻ പോയ ശൗരി മുത്തു പിന്നീട് ഇടപ്പള്ളി കേസിൽ പ്രതിയായി.

ഗോൾഡൻ റോക്കിലെ അസാധാരണ സ്ത്രീശക്തിയായിരുന്ന ബങ്കാരമ്മ. ധീരരക്തസാക്ഷി കൃഷ്ണമൂർത്തിയുടെ അമ്മ. മകൻ രക്ത സാക്ഷിയായ സമരവേളയിൽ അവരുടെ ഭർത്താവ് കരിങ്കാലിയായി ബ്രിട്ടീഷ് മാനേജ്മെന്റിന് ഒപ്പം ചേർന്നു. ബങ്കാരമ്മയ്ക്ക് രണ്ടുവട്ടം ആലോ ചിക്കാനുണ്ടായിരുന്നില്ല. അവർ കെട്ട്താലി പൊട്ടിച്ചെറിഞ്ഞു. വീട്ടുവിട്ട അവർ യൂണിയൻ ഓഫീസിൽ അഭയം തേടി. ഏതാണ്ട് നാൽപത് വർഷത്തോളം അവർ മകന്റെ രക്തസാക്ഷിത്വത്തിന്റെ കാവലാളായി യൂണിയൻ ഓഫീസിനരികിലുള്ള ചെറിയ മുറിയിൽ ജീവിച്ചു.

പോലീസ് മർദ്ദനത്തിന് ഇരയായി മരിച്ചെന്നു കരുതിയ അനന്തൻ നമ്പ്യാർ ദീർഘകാല ചികിത്സയ്ക്കശേഷം ജീവിതത്തിലേയ്ക്കും രാഷ്ട്രീയ ത്തിലേയ്ക്കും തിരിച്ചവന്നു. ഗോൾഡൻ റോക്ക് കൂട്ടക്കൊലയ്ക്ക് നേതൃത്വം നൽകിയ ആന്ധ്രകേസരി ടി. പ്രകാശം മന്ത്രിസഭയിലെ റെയിൽവേ മന്ത്രിയെ വെല്ലുവിളിക്കാൻ നമ്പ്യാർക്ക് അവസരം ലഭിച്ചു. ഇന്ത്യയിലെ ആദ്യത്തെ പൊതുതെരഞ്ഞെടുപ്പിൽ 1952-ൽ തഞ്ചാവൂർ നിയോജകമ ണ്ഡലത്തിൽ റെയിൽവേ മന്ത്രി കോൺഗ്രസ്സ് നേതാവ് കെ. സന്താനം മത്സരിച്ചു. എതിരാളി അനന്തൻ നമ്പ്യാർ. സന്താനം നമ്പ്യാരോട് തോറ്റു. ഗോൾഡൻ റോക്കിലൊഴുകിയ രക്തത്തിന്റെ കണക്കുതീർക്കലായിരു ന്നു അത്.

ആലുവായിൽ
അണ്ടർഗ്രൗണ്ട് പാർട്ടി കേന്ദ്രം

2021 ആഗസ്റ്റ് പതിനഞ്ചിന് മാർക്സിസ്റ്റ് കമ്മ്യൂണിസ്റ്റ് പാർ ട്ടിയുടെ ഓഫീസുകളിൽ ചെങ്കൊടിക്കൊപ്പം ഇന്ത്യൻ ദേശീയപതാക ഉയർത്തി. ഇത് വലിയ വിവാദങ്ങൾക്കും ചർച്ചകൾക്കും വഴിയൊരുക്കി. വൈകി ഉദിച്ച വസന്തം എന്ന് പറഞ്ഞ് കോൺഗ്രസ്സ് അതിനെ പരിഹസിച്ചു. പക്ഷെ പാർട്ടി അതിന്റെ രാഷ്ട്രീയ സാഹച ര്യത്തെ വിശദീകരിച്ചു. വർദ്ധിച്ചു വരുന്ന വർഗ്ഗീയ ഫാസിസത്തിന്റെ മുന്നിൽ ഇടതു പക്ഷത്തിന്റെ മുഖ്യച്ചമതല അതിനെ ചെറുക്കുക എന്നതു തന്നെയാണ്. രാഷ്ട്രീയസ്വാതന്ത്ര്യത്തെ വർഗ്ഗീയത വിഴുങ്ങാൻ ശ്രമിക്കുമ്പോൾ സ്വാതന്ത്ര്യ ദിനം എന്നതിന്റെ പ്രസക്തി പുനർ നിർമ്മിതമാവുകയാണ്. അന്ന് ഇന്ത്യയ്ക്ക് ലഭിച്ച സ്വാതന്ത്ര്യം ദേശീയ ബൂർഷ്വാസി സ്വന്തമാക്കിയപ്പോൾ അത് തിരിച്ചറി ഞ്ഞ് പ്രതികരിക്കുക എന്നതായിരുന്ന അന്നത്തെ രാഷ്ട്രീയ ദൗത്യം. ഇന്ന് കാലം മാറി. രാഷ്ട്രീയ സാഹചര്യങ്ങളും മാറി. കൂട്ടൽ സമകാലികമാവുക എന്നതാണ് രാഷ്ട്രീയ അതിജീവനത്തിന്റെ വഴി.

കൃഷ്ണപിള്ള

പാർട്ടി അത് തെരഞ്ഞെടുത്തത് നല്ലതു തന്നെ. ദേശീയ പതാക സ്വാത ന്ത്ര്യദിനത്തിൽ പാർട്ടി ഓഫീസുകളിൽ ഉയർത്തണം. നേരത്തെ തന്നെ അത് ചെയ്യേണ്ടതായിരുന്നു.

1947 മധ്യത്തിൽ കമ്മ്യൂണിസ്റ്റ് നേതാവ് സ്റ്റാലിൻ പുതിയ ലൈൻ ലോകത്തുള്ള എല്ലാ കമ്മ്യൂണിസ്റ്റ് പാർട്ടികളുടെയും മുന്നിൽ വെച്ചു. ഐക്യമുന്നണിയല്ല കമ്മ്യൂണിസ്റ്റ് പാർട്ടിയുടെ ആധിപത്യമാണ് വേണ്ട തെന്ന് ആ ലൈൻ വ്യക്തമാക്കി. മധ്യ, പൂർവ്വ യൂറോപ്യൻ രാഷ്ട്രങ്ങളിൽ കമ്മ്യൂണിസ്റ്റ് പാർട്ടി അധികാരത്തിലേറിയതിന്റെ വെളിച്ചത്തിലായി രുന്നു ഈ ലൈൻമാറ്റം. ഈ സമയത്താണ് കോമിൻഫോം അഥവാ ഇന്റർനാഷണൽ ബ്യൂറോ ഓഫ് കമ്മ്യൂണിസ്റ്റ് ആന്റ് വർക്കേഴ്സ് പാർട്ടീസ് രൂപീകരിക്കുന്നത്. ഇത് രൂപീകരിക്കുന്ന യോഗത്തിൽ സോവിയറ്റ് സൈദ്ധാന്തികൻ ഷഡാനോവ് പറഞ്ഞു.

'ഇനി ലോകത്ത് രണ്ട് ചേരികളെയുള്ളൂ. ഒന്ന്, സോഷ്യലിസ്റ്റ്, സാമ്രാ ജ്യവിരുദ്ധ ചേരി. രണ്ട്, മുതലാളിത്ത, സാമ്രാജ്യത്വ ചേരി'.

ഈ ലൈൻ അംഗീകരിച്ചാൽ ഇന്ത്യയ്ക്ക് കിട്ടിയത് സ്വാതന്ത്ര്യമായി കണക്കാക്കാനാവില്ല. അതിനാൽ ഇന്ത്യൻ കമ്മ്യൂണിസ്റ്റ് പാർട്ടിയിൽ ആശയക്കുഴപ്പമുണ്ടായി. ഇതിന് പരിഹാരം തേടി കമ്മ്യൂണിസ്റ്റ് നേതാവ് ഡാങ്കെ ബൽഗ്രേഡിലെത്തി. അവിടെ കോമിൻഫോമിന്റെ വക്താവും ടിറ്റോയുടെ വലംകൈയ്യമായ എഡ്വേഡ് കർദേജിനെ കണ്ടു. കർദേജി ന്റെ നിർദ്ദേശം ഇന്ത്യൻ കമ്മ്യൂണിസ്റ്റുകൾ കോൺഗ്രസ്സിനെതിരെ നീങ്ങ ണമെന്നായിരുന്നു. ഇത് സ്റ്റാലിന്റെ കാഴ്ചപ്പാടാണ് എന്ന് തിരിച്ചറിഞ്ഞ് ഡാങ്കെ ഇന്ത്യയിലേയ്ക്ക് തിരിച്ചു വന്ന് വിവരം പോളിറ്റ് ബ്യൂറോയെ അറിയിച്ചു. അന്ന് പാർട്ടിയുടെ സെക്രട്ടറി പി. സി ജോഷിയായിരുന്നു. ഇന്ത്യയിലെ പാർട്ടിയുടെ നയവും നേതൃത്വവും മാറണമെന്നായിരുന്നു സ്റ്റാലിന്റെ അഭിപ്രായം. പാർട്ടിക്കകത്ത് ശക്തമായ ചേരിപ്പോര് ഉയർന്നു.

ഇന്ത്യയുടെ അധികാരകൈമാറ്റത്തിനുവേണ്ടിയുള്ള ആലോചനകൾ നടക്കുന്ന 1947 ജൂണിൽ തന്നെ അതിന്റെ പദ്ധതി രേഖ പുറത്തു വന്നിരു ന്നു. മൗണ്ട്ബാറ്റൺ തയ്യാറാക്കിയ പദ്ധതിയുടെ കരട് പുറത്തു വരുന്നത് ജൂൺ 3-നായിരുന്നു. അപ്പോൾ പി. സി. ജോഷി നേതൃത്വം നൽകുന്ന പാർട്ടിയുടെ തീരുമാനം അത് അംഗീകരിക്കണമെന്നായിരുന്നു. മൗണ്ട് ബാറ്റൺ മുന്നോട്ട് വെക്കുന്ന പദ്ധതി സ്വീകരിക്കുകയും പരീക്ഷണാടി സ്ഥാനത്തിൽ പരിശോധിക്കുകയും ചെയ്യണമെന്നായിരുന്നു. പാർട്ടി യുടെ ജൂൺ പ്രമേയം അത് വ്യക്തമാക്കുന്നു.

"പഴയ രീതിയിൽ ഇന്ത്യയിൽ കോളനി വാഴ്ച തുടരുക സാധ്യമല്ല.

ഇത് അനുഭവം കൊണ്ട് തിരിച്ചറിഞ്ഞ ബ്രിട്ടീഷ് സാമ്രാജ്യത്വം അധികാരം ഇന്ത്യക്കാർക്ക് കൈമാറാൻ നിർബ ന്ധിക്കപ്പെട്ടിരിക്കയാണ്. ഇന്ത്യയിലെ പൊതുജനശക്തിയുടെയും ദേശീയ പ്രസ്ഥാനത്തിന്റെയും വലിയ വിജയ മാണിത്. പുതിയ ഗവൺമെന്റിനെയും ജനപ്രതിനിധി സഭയെയും സമര തന്ത്രപ്രാധാന്യമുള്ള ആയുധങ്ങളായി ഉപയോഗിക്കാം. അവ ഉപയോഗ പ്പെടുത്താൻ പുരോഗമന ശക്തികൾ കരുതലോടെ നീങ്ങണം." തുടർന്ന് പി. സി. ജോഷിയുടെ നേതൃത്വം സ്വീകരിച്ച പ്രധാന മുദ്രാവാക്യം. "ഗാന്ധി മുതൽ

ഇ.എം.എസ്.

കമ്മ്യൂണിസ്റ്റുകാർ വരെ എല്ലാവരും യോജിക്കുക എന്നതായിരുന്നു." കേന്ദ്രകമ്മറ്റി അത് അംഗീകരിച്ചു.

പക്ഷേ പാർട്ടിയുടെ തീരുമാനം സംവാദങ്ങൾക്ക് വഴി തുറന്നു. വളരെയധികം പേർ പാർട്ടിയുടെ ജൂൺ സി. സി യോഗ തീരുമാനം തെറ്റാണെന്ന് വിലയിരുത്തി. അത് തിരുത്തണം എന്ന മുറവിളി ശക്തിപ്പെട്ടു. തിരുത്തൽ ശക്തിയുടെ നേതൃത്വം ബി. ടി. രണദിവെക്കാ യിരുന്നു. സ്വാതന്ത്ര്യാനന്തരം പൊട്ടിപ്പുറപ്പെട്ട വർഗ്ഗീയ ലഹളകളും മഹാത്മാഗാന്ധി വധവും കമ്മ്യൂണിസ്റ്റ് പാർട്ടിയുടെ ചർച്ചയെ ഗതി തിരി ച്ചുവിട്ടു. കോൺഗ്രസ്സിലും കമ്മ്യൂണിസ്റ്റ് പാർട്ടിയിലും പുറത്തും ഉള്ള എല്ലാ പുരോഗമന ചിന്താഗതിക്കാരും ഒന്നിക്കണം എന്നതായിരുന്നു നേതൃത്വ ആഗ്രഹം. രണദിവെ ഈ ഐക്യമുന്നണി വാദത്തെ എതിർത്തു. പാർട്ടി രണ്ടു തട്ടായി.

അന്ന് പാർട്ടിയിൽ നിലനിന്ന സംഘർഷത്തെ പി. സുന്ദരയ്യ പിന്നീട് അദ്ദേഹത്തിന്റെ ആത്മകഥയിൽ ഇങ്ങനെ വിലയിരുത്തി.

"1948 ൽ കമ്മ്യൂണിസ്റ്റ് പാർട്ടിയുടെ രണ്ടാം കോൺഗ്രസ്സ് നടക്കു ന്നതുവരെ പി. സി. ജോഷി അഖിലേന്ത്യാ സെക്രട്ടറിയായി തുടർന്നു. രണ്ടാം കോൺഗ്രസ്സിനു ശേഷവും ആ സ്ഥാനത്ത് തുടരണമെന്ന് അദ്ദേഹം ആഗ്രഹിച്ചിരുന്നു. ജോഷിയുടെ നേതൃത്വത്തിൽ ആവിഷ്ക രിച്ച പാർട്ടിയുടെ സമീപനം പ്രായോഗികമായി നടപ്പാക്കുന്നതിൽ പ്രധാന പങ്കു വഹിച്ച ഒരാളാണല്ലോ ഞാൻ. 1946 ൽ ജോഷിയുടെ നയസമീപനങ്ങളുടെ വെളിച്ചത്തിൽ ഞാൻ ഒരു കുറിപ്പ് എഴുതി

തയ്യാറാക്കി. കോൺഗ്രസ്സിലുള്ള പുരോഗമനവാദികളുമായി സഹക രിച്ച് വലതുപക്ഷ ചിന്താഗതിക്കാരെ ഒറ്റപ്പെടുത്തണമെന്നായിരുന്ന അതിലെ സാരാംശം. എന്റെ ഈ കുറിപ്പ് ചർച്ചകൾക്ക് ശേഷം തള്ള പ്പെട്ടു. ആദ്യഘട്ടത്തിൽ ജോഷിയുടെ അഭിപ്രായത്തോട് ഭാഗീകമായ യോജിപ്പാണ് ഉണ്ടായിരുന്നതെങ്കിലും പിന്നീട് ഈ നിലപാട് അത്ര ശരിയല്ല എന്നെനിക്കു തോന്നി."

"1947 ആഗസ്റ്റ് 15ന് സ്വാതന്ത്ര്യ സമരത്തിലൂടെ ജനങ്ങൾ വിജയം നേടി എന്നവകാശപ്പെടുന്നത് ശരിയല്ല. ഇന്ത്യയിലും, ലോകത്താകെയും വളർന്നു വന്ന വിപ്ലവ മുന്നേറ്റത്തെ തടയാൻ ബ്രിട്ടീഷ് ഭരണാധികാ രികൾ നടത്തിയ ശ്രദ്ധാലോചനയുടെ ഭാഗമാണ് ഇത്. മാത്രമല്ല, ഇന്ത്യൻ ബൂർഷ്വാവർഗ്ഗവും ബ്രിട്ടീഷ് ഭരണാധികാരികളും തമ്മിൽ നടന്ന ഒരൊത്തുതീർപ്പിന്റെ അടിസ്ഥാനത്തിലാണ് ഇവിടെ ഭരണമാ റ്റം നടന്നത്. അതിനാൽ, നാം ഊർജ്ജിതമായ പോരാട്ടം തുടരണം എന്നായിരുന്നു ബി. ടി. രണദിവെ തുടങ്ങിയവരുടെ വാദഗതി. ബി. ടി. ആറിന്റെ വാദം അംഗീകരിച്ചാൽ ഇടത്തരക്കാരും ധനിക കൃഷിക്കാരും പ്രസ്ഥാനത്തിൽ നിന്ന് അകന്നു പോകുമെന്ന വിമർശനമുണ്ടായി. അവരെ അകറ്റി മാറ്റാതെ വിപ്ലവ പ്രസ്ഥാനത്തിന്റെ ജാഗ്രതാബോധം ഊർജ്ജിതമാക്കണമെന്ന തീരുമാനത്തിലാണ് പാർട്ടി എത്തിച്ചേർ ന്നത്."

"സൂത്രശാലികളായ വിദേശ ഭരണാധികാരികളുടെ കപട മൗണ്ട് ബാറ്റൺ പദ്ധതിയെന്ന് വിലയിരുത്തുകയും അതിന്റെ അടിസ്ഥാന ത്തിൽ പുതിയ നയപരിപാടികൾ ആവിഷ്കരിക്കുകയുമാണ് രണ്ടാം കോൺഗ്രസ്സ് ചെയ്തത്. പുതിയ നയ സമീപനത്തിന്റെ പ്രായോഗിക വശം രണ്ടാം കോൺഗ്രസ്സിൽ ഉയർന്നു വന്ന ഒരൊറ്റ മുദ്രാവാക്യത്തിൽ ഉൾക്കൊണ്ടിരുന്ന - തെലുങ്കാന മാർഗ്ഗമാണ് നമ്മുടെ മാർഗ്ഗം."

സുന്ദരയ്യ വിശദീകരിച്ച സംഭവവികാസങ്ങളാണ് കൽക്കത്ത തീസിസിന്റെ ഇടക്കം കുറിച്ചത്.

1948 ഫെബ്രുവരി-മാർച്ച് മാസത്തിൽ കൽക്കത്തയിൽ കമ്മ്യൂണി സ്റ്റ് പാർട്ടിയുടെ രണ്ടാം കോൺഗ്രസ്സ് നടന്നു. സമ്മേളനത്തിൽ ഈ വിഷയം ഏറ്റുമുട്ടലിന്റെ വക്കിലെത്തി. കൽക്കത്ത പാർട്ടി കോൺഗ്ര സ്സിൽ രണ്ട് തീസിസുകൾ ചർച്ചയ്ക്ക് വന്നു. ഒന്ന്, രണ്ടാം പാർട്ടി കോൺ ഗ്രസ്സിന്റെ രാഷ്ട്രീയ തീസിസായിരുന്നു. രണ്ട്, പരിഷ്കരണവാദികളുടെ വ്യതിയാനം എന്ന തീസിസായിരുന്നു. ഇത് രണ്ടും തമ്മിലുള്ള താരത മ്യവും ചർച്ചയും പൂർത്തിയാക്കി സമ്മേളനം അധികാര കൈമാറ്റത്തി ലൂടെ വരുന്ന കോൺഗ്രസ്സ് സർക്കാരിനെ അംഗീകരിക്കേണ്ടതില്ലെന്ന്

തീരുമാനിച്ചു. യഥാർഥ സ്വാതന്ത്ര്യം നേടാൻ ഒരുപാട് സഞ്ചരിക്കേണ്ട തുണ്ടെന്നും വ്യക്തമാക്കി.

പാർട്ടിയുടെ രണ്ടാം കോൺഗ്രസ്സിൽ അംഗീകരിക്കപ്പെട്ടത് പരി ഷ്കരണവാദികൾക്കെതിരെ ഉയർത്തിയ വിമർശനമാണ്. അതിന്റെ സംഗ്രഹം നമുക്കിവിടെ ഇങ്ങനെ കുറിക്കാം. "അധികാര കൈമാറ്റം ജനകീയ ശക്തികളുടെ വിജയമല്ല; ദേശീയ നേതൃത്വത്തിന്റെ കീഴട ങ്ങലാണ് അത് സൂചിപ്പിക്കുന്നത്. ജനങ്ങൾ വഞ്ചിക്കപ്പെട്ടിരിക്കുന്നു. സാമ്രാജ്യത്വശക്തി ഇന്ത്യയെ നാട്ടുവാഴിത്ത-മുതലാളിത്ത വർഗ്ഗങ്ങളെ സ്വാധീനിച്ച് ഇന്ത്യൻ വിപ്ലവത്തെ പരാജയപ്പെടുത്താനും അടിച്ചമർ ത്താനും പുതിയൊരു സംവിധാനം സൃഷ്ടിച്ചിരിക്കുകയാണ്. ഈ കൂട്ട കെട്ടിനെയും അതിന്റെ സന്തതിയായ പുതിയ ഗവൺമെന്റിനെയും എതിർത്ത് തോൽപ്പിച്ച് അധികാരത്തിൽ നിന്നും പുറം തള്ളുകയല്ലാതെ ജനങ്ങൾക്ക് മറ്റ് മാർഗ്ഗങ്ങളില്ല. തൊഴിലാളികൾ, ദരിദ്ര കൃഷിക്കാർ, കൈത്തൊഴിലുകാർ, താഴ്ന്ന ഇടത്തരക്കാർ എന്നിവരുടെ ഒരു കൂട്ടമുന്ന ണിക്ക് മാത്രമേ ഇത് നിർവ്വഹിക്കാനാവൂ. ദേശീയ ജനാധിപത്യത്തിൽ കൂടിയല്ല, ജനകീയ ജനാധിപത്യത്തിൽ കൂടിയാണ് ഇന്ത്യയ്ക്ക് മുന്നോറാ നുള്ളത്."

ഇതിന്റെ അടിസ്ഥാനത്തിൽ പാർട്ടി കൽക്കത്ത സമ്മേളനത്തിൽ പുതിയ തീരുമാനമെടുത്തു. ബ്രിട്ടീഷുകാർ ഇന്ത്യ വിട്ടുപോയതിനശേഷം അധികാരത്തിൽ വന്ന സർക്കാരിനെതിരെ ഐതിഹാസികമായ തെലങ്കാന, പുന്നപ്ര-വയലാർ മാതൃകയിൽ വിപ്ലവസമരം തുടരാൻ പാർട്ടി കോൺഗ്രസ്സ് ആഹ്വാനം ചെയ്തു. പാർട്ടിയുടെ രണ്ടാം കോൺ ഗ്രസ്സിൽ ഉയർന്ന മുദ്രാവാക്യം "തെലങ്കാന മാർഗ്ഗം നമ്മുടെ മാർഗ്ഗം" എന്നതായിരുന്നു.

31 അംഗ കേന്ദ്രകമ്മറ്റിയെയും പോളിറ്റ് ബ്യൂറോയെയും കോൺഗ്ര സ്സ് തെരഞ്ഞെടുത്തു. ബംഗാളിലെ കർഷക പ്രസ്ഥാനത്തിന്റെ പ്രമുഖ നേതാവ് ഭവാനി സെൻ, ഇന്ത്യൻ ഭരണഘടന തയ്യാറാക്കുന്നതിന് രൂപീകരിച്ച കോൺസ്റ്റിറ്റ്യുവന്റ് അസംബ്ലിയിലെ ഏക കമ്മ്യൂണിസ്റ്റംഗം സോമനാഥ് ലാഹിരി. ജർമ്മനിയിൽ നിന്ന് മാർക്സിസ്റ്റ് പ്രത്യയശാ സ്ത്രത്തിലും, രസതന്ത്രത്തിലും ഡോക്ടറേറ്റ് നേടിയ ജി. അധികാരി, അജയഘോഷ്, സി. രാജേശ്വര റാവു, കാൺപൂരിലെ പ്രമുഖ തൊഴിലാളി നേതാവ് എസ്. എസ്. യൂസഫ്, തൃശ്ശേരിലെ എഞ്ചിനീയറുടെ മകനും ബ്രിട്ടനിൽ നിന്ന് കമ്മ്യൂണിസ്റ്റ് പാർട്ടിയുടെ പ്രവർത്തനം ആരംഭിക്കുക യും ചെയ്ത. എൻ. കെ. കൃഷ്ണൻ, വിദ്യാർത്ഥി നേതാവ് അരുൺ ബോസ് എന്നിവരായിരുന്ന ജനറൽ സെക്രട്ടറി ബി. ടി. രണദിവെയെ കൂടാതെ

പോളിറ്റ് ബ്യൂറോയിലുള്ള അംഗങ്ങൾ. ഇ.എം.എസ്, പി. കൃഷ്ണപിള്ള, കെ. സി. ജോർജ്ജ് എന്നിവർ കേരളത്തിൽ നിന്നുള്ള കേന്ദ്ര കമ്മറ്റി അംഗങ്ങളായിരുന്നു.

1948 ലെ കൽക്കത്ത തീസിസിനെ ഇടർന്ന് കമ്മ്യൂണിസ്റ്റ് പാർട്ടിയെ കേന്ദ്ര ഗവൺമെന്റ് നിരോധിച്ചു. ഈ സാഹചര്യത്തിൽ കേരളത്തിലെ പാർട്ടി അതിന്റെ ഭാവിപ്രവർത്തനങ്ങൾ എങ്ങിനെയായിരിക്കണം എന്ന കാര്യം നിരന്തരം ചർച്ച ചെയ്തു. കേരളത്തിന്റെ മധ്യഭാഗത്ത് പാർട്ടിക്ക് ഒരു രഹസ്യകേന്ദ്രം വേണമെന്നത് ഈ ചർച്ചയിലാണ് ഉരുത്തിരിഞ്ഞത്. കേരളത്തിൽ അങ്ങോളമിങ്ങോളമുള്ള പാർട്ടിനേതാക്കന്മാർക്കും പ്രധാന പ്രവർത്തകർക്കും പ്രവർത്തിക്കാൻ സഹായിക്കുന്ന ഒരു അണ്ടർഗ്രൗണ്ട് പ്രവർത്തന കേന്ദ്രമായിരിക്കണം അത്. അങ്ങനെയാണ് കൃഷ്ണപിള്ള ആലുവ-അങ്കമാലി പ്രദേശത്ത് അതാക നതാണ് നല്ലതെന്ന് നിർദ്ദേശിച്ചത്. അതുവരെ പാർട്ടിയുടെ കേന്ദ്രം കോഴിക്കോടായിരുന്നു. എന്നാൽ അത് ആലുവായിലേയ്ക്ക് മാറ്റുന്നതിന് മറ്റ് ചില കാരണങ്ങൾ കൂടി ഉണ്ടായിരുന്നു. ആലുവ-അങ്കമാലി പ്രദേശ ങ്ങൾ കൃഷ്ണപിള്ളയ്ക്ക് സുപരിചിതമായ സ്ഥലങ്ങളായിരുന്നു. ഇവിടേയ്ക്ക് പാർട്ടി പ്രവർത്തനത്തിന്റെ കേന്ദ്രം മാറ്റുന്നതോട്ടുകൂടി ക്രിസ്ത്യൻ മതവി ഭാഗങ്ങൾക്ക് ഇടയിൽ കൂടി പാർട്ടിയുടെ പ്രവർത്തനം വ്യാപിപ്പിക്കാൻ കഴിയും. അതിൽ ഏറ്റവും പ്രധാനം മധ്യകേരളം എന്ന നിലയ്ക്ക് ലഭിക്കുന്ന യാത്രാസൗകര്യ സാധ്യതയായിരുന്നു. വ്യവസായ കേന്ദ്രം എന്ന നിലയിലുള്ള സാധ്യതയും പ്രധാനപ്പെട്ടതായിരുന്നു.

രഹസ്യകേന്ദ്രം ഉറക്കാൻ തീരുമാനിച്ചതോട്ടുകൂടി അതിന്റെ മറ്റ് സംവിധാനങ്ങൾ പൂർത്തീകരിക്കാനുള്ള ശ്രമം നടന്നു. രഹസ്യകേന്ദ്രത്തി ന്റെ പ്രധാന ചുമതലക്കാരനായി ഐ.സി.പി നമ്പൂതിരിയെ നിശ്ചയിച്ചു. ആലുവ-അങ്കമാലി പ്രദേശങ്ങൾ ഐ.സി.പി നമ്പൂതിരിയ്ക്ക് നന്നായി അറിയാമെന്ന് കൃഷ്ണപിള്ളയ്ക്ക് അറിയാമായിരുന്നു. അവിടെ പലയിടത്തും ഐ.സി.പി നമ്പൂതിരിക്ക് ധാരാളം ബന്ധുക്കളുണ്ടായിരുന്നു.

ചങ്ങനാശേരി കുമാരമംഗലത്ത് നീലമണി നമ്പൂതിരിയുടെ പേരിൽ ഒരു മുറി വാടകയ്ക്ക് എടുത്ത് പാർട്ടി സെന്ററിന്റെ പ്രവർത്തനം ആരംഭിച്ചു. പാർട്ടി പ്രവർത്തനകേന്ദ്രം അങ്ങനെ യാഥാർത്ഥ്യമായി. അതിന്റെ പ്രധാന നടത്തിപ്പുകാരൻ യോഗക്ഷേമസഭയുടെ പ്രവർത്തകനായിരു ന്ന കെ.ജി.എൻ. തമ്പാനായി. തലശേരി എരത്തോളി കെ. പി. നാണു, പപ്പ ഏട്ടൻ, പി. കെ. കുഞ്ഞനന്തൻ നായർ, കൊച്ചുനജ പിഷാരടി ഇടങ്ങിയവരായിരുന്നു മറ്റ് പ്രധാനികൾ. കേന്ദ്രത്തിൽ അരിവെപ്പിനും മറ്റ് സഹായങ്ങൾക്കുമായി വി. ടി. നാരായണനെ ചുമതലപ്പെടുത്തി. ഒരു

രഹസ്യകേന്ദ്രം പ്രവർത്തിപ്പിച്ചു കൊണ്ടു പോകുന്നതിനുള്ള സംവിധാനം തയ്യാറായി.

എല്ലാ കാര്യങ്ങളും എങ്ങിനെ ചെയ്യണം എന്നതിന്റെ നിർദ്ദേശങ്ങൾ ഇ.എം.എസും കൃഷ്ണപിള്ളയും നൽകി. ആദ്യത്തെ പ്രവർത്തനം പാർട്ടി നേതൃത്വത്തിന് ഒളിവിലിരുന്ന് പ്രവർത്തിക്കാൻ പറ്റിയ ഷെൽട്ടറും ടെക് വിഭാഗവും തയ്യാറാക്കലായിരുന്നു. അതിന്റെ സംഘാടനം ആദ്യം പൂർത്തീകരിച്ചു. ആലുവാപ്പുഴയുടെ വടക്കേ തീരത്തുള്ള ചൊവ്വരയും വെള്ളാരപ്പള്ളിയും, ആലുവായ്ക്കുള്ള മഞ്ഞുമ്മൽ, ചേരാനല്ലൂർ, ഇടപ്പ ള്ളി പ്രദേശവും അതിന് ചുറ്റുമുള്ള ഗ്രാമങ്ങളും അടങ്ങിയ പ്രവിശ്യയാണ് രഹസ്യപ്രവർത്തന കേന്ദ്രത്തിന്റെ ബഫർ റീജിയൺ. ഈ പ്രദേശങ്ങ ളിൽ നേരത്തെ തന്നെ സുസംഘടിതമായ ദരിദ്ര കൃഷിക്കാരുടെയും കർഷക തൊഴിലാളികളുടെയും കമ്പനി തൊഴിലാളികളുടെയും വീട്ടുകൾ രഹസ്യ പ്രവർത്തനത്തിനുള്ള അനുയോജ്യകേന്ദ്രങ്ങളായിരുന്നു.

കൃഷ്ണപിള്ളയുടെ നിർദ്ദേശത്തിലും മേൽനോട്ടത്തിലുമാണ് കാര്യങ്ങൾ നടന്നത്. മൂന്ന് മാസം കൊണ്ട് രഹസ്യസംഘടനയുടെ സംവിധാനങ്ങൾ പൂർത്തിയായി. നേതാക്കന്മാർക്ക് താമസിക്കാനും കമ്മറ്റികൾ കൂടാനും സാങ്കേതിക പ്രവർത്തനങ്ങൾ നടത്താനും പതിനാറ് ഷെൽട്ടറുകൾ സ്ഥാപിച്ചു. ഇവയെ കൂട്ടിയിണക്കാനും ബാഹ്യലോകവുമായി ബന്ധം പുലർത്താനും 'ടെക്' എന്ന സംഘടനയ്ക്ക് രൂപം നൽകി. ടെക് അടിമുടി രഹസ്യമായിരുന്നു. ആർക്കും ഒന്നും തിരിച്ചറിയാൻ സാധ്യമല്ലാത്തവിധം അതിനെ കോർത്തിണക്കി. ടെക്കിനു കീഴിൽ ഡസൻ കണക്കിൽ എസ്കോർട്ടുകൾ, കൊറിയർമാർ, ചാരന്മാർ എന്നിവരുടെ സംഘം രൂപപ്പെട്ടു.

ടെക്കിന്റെ പ്രധാന ചുമതലകൾ മൂന്നായിരുന്നു. പാർട്ടി സന്ദേശ ങ്ങൾ കൈമാറുക, കൽക്കത്തയിൽ പ്രവർത്തിക്കുന്ന പാർട്ടി കേന്ദ്രവു മായും ബോംബെയിലെ പാർട്ടിയുടെ പ്രചാരണ കേന്ദ്രവുമായും പി.പി. എച്ചുമായും ആശയവിനിമയം സാധ്യമാക്കുക. പി.പി.എച്ച് എന്നത് പാർട്ടിയുടെ പ്രസിദ്ധീകരണശാലയാണ് പീപ്പിൾസ് പബ്ലിഷിംഗ് ഹൗസ്. ടെക്കിനെ നിയന്ത്രിച്ചിരുന്നത് നാൽവർ സംഘമായിരുന്നു. കെ. പി. നാണു (രഹസ്യപ്പേര് രവി), പപ്പ ഏട്ടൻ (രഹസ്യപ്പേര് സുരൻ), പി. കെ. കുഞ്ഞനന്തൻ നായർ (രഹസ്യപ്പേര് കേരളത്തിൽ ബാലകൃ ഷ്ണൻ, ബോംബെയിൽ സാധു, കൽക്കത്തയിൽ ക്യാപ്റ്റൻ ചൗധരി), കൊച്ചനുജപ്പിഷാരടി. രഹസ്യ സങ്കേതത്തിലെ നേതാക്കളെ സഹായി ക്കാൻ ടെക്-മാൻ (ഡെൻ-കീപ്പർ) കൊറിയർ, എസ്കോർട്ട്, കട്ട്-ഔട്ട് തുടങ്ങിയ സാങ്കേതിക നാമധാരികൾ ഉണ്ടായിരുന്നു.

പാർട്ടിയുടെ രഹസ്യസങ്കേതത്തിന്റെ കേന്ദ്രബിന്ദു അങ്കമാലിയിലെ ആവണംകോട്ടു മനയായിരുന്നു. ആ പ്രദേശത്തെ ഏറ്റവും വലിയ ജന്മിത്തറവാട്. മനയിലെ പരമേശ്വരൻ ഭട്ടതിരിപ്പാട് സമുദായത്തിലെ അനാചാരങ്ങൾക്കെതിരെ പൊരുതാൻ ഒരുങ്ങിയ വ്യക്തിയായിരുന്നു. യോഗക്ഷേമ സഭയുമായി ബന്ധപ്പെട്ട് പല പ്രക്ഷോഭങ്ങളിലും പങ്കെടുത്ത അദ്ദേഹം കമ്മ്യൂണിസ്റ്റുകാരുമായി അടുത്ത ബന്ധം പുലർത്തി. കൊച്ചനുജപിഷാരടി അവിടുത്തെ അനൗപചാരിക കാര്യസ്ഥനായി. മനയുമായി ബന്ധപ്പെട്ട് രാവുണ്ണി തമ്പാന്റെ കീഴിൽ ഇ. ബാലാനന്ദനും കൊച്ചനുജപിഷാരടിയും ചേർന്ന് ഒളിവ് പ്രവർത്തനങ്ങൾക്ക് ചുക്കാൻ പിടിച്ചു.

ആലുവ ടൗണിൽ വാടകക്കെടുത്ത വീട്ടിലായിരുന്നു അണ്ടർഗ്രൗണ്ട് പാർട്ടിയുടെ കേന്ദ്ര ഓഫീസ് പ്രവർത്തിച്ചിരുന്നത്. ഓരോ സ്ഥലത്തു നിന്നും പാർട്ടി കേന്ദ്രത്തിൽ എത്തിക്കേണ്ട വിവരങ്ങളുമായി വരുന്നവർക്ക് ആലുവ റെയിൽവേസ്റ്റേഷനു മുൻപിലുള്ള ഒല്ലൂർ മൂസതിന്റെ വൈദ്യശാല പ്രധാന കേന്ദ്രമായിരുന്നു. തെക്കു നിന്നും വടക്കു നിന്നും കിഴക്കു നിന്നും വരുന്ന സന്ദേശവാഹകർക്ക് മരുന്നു വാങ്ങാനെന്ന വ്യാജേന വൈദ്യശാലയിൽ കയറി കത്തുകൾ കൈമാറാൻ പ്രയാസമില്ലായിരുന്നു. വൈദ്യശാലയിലെ ശൂലപാണിവാര്യരും നാരായണൻനായരും കൊച്ചനുജപിഷാരടിയും ഒളിവ് സംവിധാനത്തെ വിജയകരമായി പ്രവർത്തിപ്പിച്ചു.

ഇ. ബാലാനന്ദനും രാവുണ്ണി തമ്പാനും പകൽ കഴിഞ്ഞിരുന്നത് എഫ്.എ.സി.റ്റി.യിലെ തൊഴിലാളിയായ മഞ്ഞുമ്മൽ വറുതുട്ടിയുടെ വീട്ടിലാണ്. അതൊരു പ്രധാന ഒളിസങ്കേതമായിരുന്നു. ഈ വറുതുട്ടിയെയും എൻ. കെ. മാധവനെയും അറസ്റ്റ് ചെയ്ത സാഹചര്യത്തിലാണ് പോലീസ് സ്റ്റേഷൻ ആക്രമിക്കപ്പെട്ടത്. ഒളിവു സങ്കേതത്തിൽ ബാലാനന്ദന്റെ പ്രധാന ജോലി പാർട്ടിയുടെ പ്രധാന നേതാക്കളെ ഉചിതമായ ഇടങ്ങളിൽ ഒളിവിലിരുത്തുക എന്നതും നിത്യവും വരുന്ന സന്ദേശങ്ങൾ എത്തേണ്ടിടത്ത് എത്തിക്കുകയും ചെയ്യുക എന്നതുമായിരുന്നു. കൃഷ്ണപിള്ള, ഇ.എം.എസ്, എം. എസ്. ദേവദാസ്, എൻ. സി. ശേഖർ, കെ. സി. ജോർജ്ജ് എന്നിവർ ഇടയ്ക്കിടയ്ക്ക് വരുമായിരുന്നു. ഇ.എം.എസിന്റെ വിക്കും കെ. സി. ജോർജ്ജിന്റെ മുടന്തും എം. എസ്. ദേവദാസിന്റെ വെളുപ്പും ഇവരെ ഒളിവിലിരുത്താൻ ബുദ്ധിമുട്ട് ഉണ്ടാക്കിയ ഘടകങ്ങളായിരുന്നു എന്നാണ് ഇ. ബാലാനന്ദൻ പിന്നീട് പറഞ്ഞത്.

എഫ്.എ.സി.റ്റി.യിൽ യൂണിയൻ പ്രവർത്തനം സംഘടിപ്പിക്കുന്നതിൽ വറുതുട്ടിയുടെ സംഭാവന വലുതായിരുന്നു. മഞ്ഞുമ്മൽ വറുതുട്ടി

എന്നാണ് അദ്ദേഹം അറിയപ്പെട്ടിരുന്നത്. ദരിദ്രമായ ആ കുടുംബം ഒളിവ് പ്രവർത്തനത്തിൽ കഴിഞ്ഞിരുന്ന സഖാക്കളെ ഒളിവിലിരുത്തുകയും അവർക്ക് ഭക്ഷണം നൽകുകയും ചെയ്തിരുന്നു. ഇതിന് പോലീസിൽ നിന്ന് അവർക്ക് ഉപദ്രവങ്ങൾ ഉണ്ടായിരുന്നു. വറുത്തട്ടിയെ അന്വേഷിച്ച് വീട്ടിൽ പോലീസെത്തുമ്പോൾ അതിനെ ധീരമായി നേരിട്ടിരുന്നത് വറുത്തട്ടിയുടെ ഭാര്യ ഫ്രസ്റ്റീനയായിരുന്നു. പോലീസുകാർ സാധാരണ സന്ധ്യയാകുമ്പോഴാണ് വീട്ടിലേയ്ക്ക് വരിക. ഫ്രസ്റ്റീന ഈ സമയത്ത് വെളുത്ത വസ്ത്രം ധരിച്ച് വീടിന് മുന്നിലിരിക്കുന്നുണ്ടാകും. വറുത്തട്ടി വീട്ടില്ലുള്ള സമയത്താണ് വരുന്നതെങ്കിൽ കത്തിക്കൊണ്ടിരിക്കുന്ന മെഴുകുതിരി കെടുത്തി ഫ്രസ്റ്റീന വരുന്നവർ കാണേ അകലെയുള്ള പുലയകുടിയിലേ യ്ക്ക് ഓടും. വെളുത്ത വസ്ത്രമായതുകൊണ്ട് വരുന്നവർക്ക് ഓടിപ്പോകുന്ന വ്യക്തിയെ വ്യക്തമായി കാണാൻ പറ്റും. അവർ പിന്നാലെ ചെല്ലും. അപ്പോൾ അവിടത്തെ കർഷകത്തൊഴിലാളി സ്ത്രീ അരിവാളെടുത്ത് പുറത്തു വന്ന് "ആരെടാ സ്ത്രീകളെ ഓടിച്ചിട്ടുന്നതെന്ന്" ചോദിച്ച് അലറും. അതൊരു കലാപ സീനാണ്. വരുന്ന പോലീസുകാർ അതിൽപ്പെട്ടുപോ കും. അതിനിടയിൽ വറുത്തട്ടി വീട്ടിൽ നിന്ന് രക്ഷപെടും. വറുത്തട്ടിയുടെ പെങ്ങൾ മേരിയെയാണ് കെ. സി. മാത്യു വിവാഹം കഴിച്ചത്. അതൊരു കമ്മ്യൂണിസ്റ്റ് പ്രണയഗാഥയായിരുന്നു. പലപ്പോഴും പോലീസിന്റെ പിടിയിൽ നിന്ന് രക്ഷപെടാൻ പല വഴികളും വറുത്തട്ടി പയറ്റിയിട്ടുണ്ട്. വീട്ടിൽ ചെന്ന സമയത്തൊന്നും വറുത്തട്ടിയെ കിട്ടാറില്ല. അങ്ങനെ ഒരു ദിവസം മഞ്ഞുമ്മൽ വറുത്തട്ടി മഞ്ഞുമ്മൽ പള്ളി സെമിത്തേരിയിൽ ഒളിച്ചിട്ടുണ്ടെന്ന് അറിവ് കിട്ടി പോലീസ് അങ്ങോട്ട് നീങ്ങി. സെമിത്തേരി യിലെ കാട്ടം പടല്യം പിടിച്ച മൂലയിലാണ് ഒളിവിടം. പോലീസ് ഭയപ്പെ ട്ടാണ് അങ്ങോട്ട് കയറാൻ ശ്രമിച്ചത് അപ്പോൾ അവർക്ക് നേരെ ഒരു തീഗോളം ആകാശത്തുയർന്നുവരുന്നതാണ് കണ്ടത്. പോലീസുകാർ ജീവനും കൊണ്ടോടി രക്ഷപ്പെട്ടു. ആ തീഗോളം കാടിനുള്ളിൽ കഴിഞ്ഞ വറുത്തട്ടിയുടെ മാജിക്കായിരുന്നു. തീപ്പെട്ടികൊള്ളി കൂട്ടിക്കെട്ടി അതിന് തീപിടിപ്പിച്ച് ആഞ്ഞെറിഞ്ഞതാണ്. സെമിത്തേരിയിലെ തീ ഗോളം അക്കാലത്ത് ഏത് ധൈര്യമുള്ളവനെയും ഭയപ്പെടുത്തും. അതൊരു പ്രേതക്കാഴ്ചയാണ്.

വറുത്തട്ടിയുടെ വീട്ടിൽ താമസിച്ചുകൊണ്ടാണ് ബാലാനന്ദനും തമ്പാനും അണ്ടർഗ്രൗണ്ട് പാർട്ടി കേന്ദ്രത്തിന്റെ പ്രവർത്തനം നടത്തി കൊണ്ടിരുന്നത്. ആ സമയത്ത് ഇ.എം.എസ്സിനെ താമസിപ്പിച്ചിരുന്നത് ചൊവ്വര കിഴക്കേ അറ്റത്ത് പാറപ്പുറത്തിനപ്പുറമാണ്. വറുത്തട്ടിയുടെ വീട്ടിൽ നിന്ന് എല്ലാ ദിവസവും സന്ധ്യ മയങ്ങുമ്പോൾ ബാലാനന്ദൻ

ആലുവ പാലം കടന്ന് ചൊവ്വര എത്തണം. ഇ.എം.എസ്സിനുള്ള കത്ത് ഇ.എം.എസ്സിന് കൈമാറണം. ഇ.എം.എസ് തയ്യാറാക്കി വെച്ചിരിക്ക ന്ന കത്തുകളുടെ കെട്ട് തിരിച്ച കൊണ്ടു വരണം. കൊണ്ടുവരുന്നത് തമ്പാനെ ഏൽപ്പിക്കണം. റെയിൽപാലത്തിലൂടെ യാത്ര ദുഷ്കരമാ യിരുന്നു. എങ്കിലും അത് ദിവസവും തുടർന്നു.

ആവണംകോട്ട് മനയിൽ പത്തിരുപതു പേർ ദിവസവും ഭക്ഷണം കഴിക്കാനുണ്ടാവും. അതിൽ പകുതിയും കമ്മ്യൂണിസ്റ്റുകളായിരുന്നു. ഒരു ദിവസം കൃഷ്ണപിള്ള ആവണംകോട്ട് മനയിലെത്തി. ഇ.എം.എസ്സിനെയും മറ്റ പ്രധാനപ്പെട്ട സഖാക്കളെയും കണ്ടു. തിരിച്ച് ആലപ്പുഴയ്ക്ക് പോകണം. ആലപ്പുഴയിൽ എത്തുന്നതിന് മുമ്പ് ഒരു ദിവസം ഇടത്താവളത്തി ലാണ് കഴിയേണ്ടത്. അതിന് നിശ്ചയിച്ച സ്ഥലത്ത് കൃഷ്ണപിള്ളയെ എത്തിക്കാനുള്ള ചുമതല ബാലാനന്ദനായിരുന്നു. തൃക്കാക്കരയിൽ തെങ്ങോട്ട് ആണ് ഇടത്താവളം. രാവിലെ വെട്ടം വീഴാൻ തുടങ്ങുന്നതിന് മുമ്പ് ബാലാനന്ദനും കൃഷ്ണപിള്ളയും ആവണംകോട്ട് നിന്ന് നടപ്പാരം ഭിച്ചു. റെയിൽ പാലം കടന്ന് ആലുവ പിന്നിട്ട് ഉച്ചകഴിഞ്ഞ് പറഞ്ഞ സ്ഥലത്തെത്തി. അവിടെ അബ്ദുൾറഹ്മാൻ നിൽക്കുന്നുണ്ടായിരുന്നു. തെങ്ങോട്ടിലെ വലിയ ജന്മിയായ പൗലോസിന്റെ സഹായത്താലാണ് ഇടത്താവള താമസം. പൗലോസിന്റെ കുടികിടപ്പുകാരനായ പുലയ കർഷകത്തൊഴിലാളി സഖാവിന്റെ വീട്ടിലായിരുന്നു അന്ന് കൃഷ്ണപി ള്ളയുടെ ക്യാമ്പ്. രാത്രിയിൽ കുത്തരിയുടെ ചോറും പരൽമീൻ കറിയും സ്വാദോടെ ബാലാനന്ദനും കൃഷ്ണപിള്ളയും കഴിച്ചു. ബാലാനന്ദൻ രാത്രി തന്നെ ആലുവയ്ക്ക് മടങ്ങി. കൃഷ്ണപിള്ള പിറ്റേ ദിവസം ആലപ്പുഴയ്ക്ക് പോയി. ആ പോക്കിലാണ് മുഹമ്മയിൽ വച്ച് കൃഷ്ണപിള്ള പാമ്പു കടിയേറ്റ് മരിച്ചത്.

അന്നത്തെ അണ്ടർഗ്രൗണ്ട് പാർട്ടിയും അതിന്റെ നേതൃത്വവും സായുധ വിപ്ലവത്തിന്റെ കാലാൾപ്പടയായിരുന്നു. ജനകീയ ജനാധിപ ത്യഗവൺമെന്റ് സ്ഥാപിക്കുന്നതിനു വേണ്ടി നടന്ന തൊഴിലാളി സമര ങ്ങൾക്കും കർഷക സമരങ്ങൾക്കും അത് ശക്തി പകർന്നു. പിന്നീട് ഇടപ്പള്ളി പോലീസ് സ്റ്റേഷൻ ആക്രമണത്തിനു ശേഷം ഭരണകൂടം കമ്മ്യൂണിസ്റ്റുകളെ ഇടിച്ച നീക്കിയ കൂട്ടത്തിൽ ആവണംകോട് മനയും പോലീസ് തേർവാഴ്ചയ്ക്ക് വിധേയമായി. ആലുവയിലെ അണ്ടർഗ്രൗണ്ട് പാർട്ടി പ്രവർത്തനം സമ്പൂർണ്ണമായി പോലീസ് പിടിയിലമർന്നു. ആവണംകോട് മനയിലെ നമ്പ്യാത്തൻ ഭട്ടതിരിപ്പാടിനും പരമേ ശ്വൻ ഭട്ടതിരിപ്പാടിനും ഭീകരമായ പോലീസ് മർദ്ദനം ഏൽക്കേണ്ടി വന്നു. പോലീസ് അണ്ടർഗ്രൗണ്ട് കേന്ദ്രം വളഞ്ഞെങ്കിലും തലനാരിഴ

നേരത്തിന്റെ വ്യത്യാസത്തിൽ ഒളികേന്ദ്രത്തിലുണ്ടായിരുന്ന ഇ.എം. എസ് രക്ഷപെട്ടു. അണ്ടർഗ്രൗണ്ട് കേന്ദ്രത്തിന്റെ പ്രതിരോധത്തിനായി ഒരു യന്ത്രത്തോക്ക് കരുതിയിരുന്നു. അത് രാവുണ്ണി തമ്പാൻ പിന്നീട് ഒളിപ്പിച്ചുവച്ചത് ചെങ്ങമനാട് പഞ്ചായത്തിൽ അത്താണിക്കവലയിൽ പ്രഭാകരൻ നായരുടെ ചായക്കടയിലായിരുന്നു. പോലീസ് പ്രഭാകരൻ നായരെ പിടിക്കൂടി. തൊണ്ടിയായി യന്ത്രത്തോക്കും പിടിച്ചെടുത്തു. പോലീസ് ഭീകരമായി നായരെ തല്ലി. അദ്ദേഹത്തിന്റെ ശരീരത്തിൽ അടികൊള്ളാതെ അവശേഷിച്ച ഭാഗങ്ങൾ ഒന്നുമുണ്ടായിരുന്നില്ല. ആ സംഭവത്തിനു ശേഷം പ്രഭാകരൻ നായർ അറിയപ്പെട്ടത് സ്റ്റെൻഗൺ പ്രഭാകരൻ എന്നായിരുന്നു

തീവണ്ടി ഓടരുത്

കൽക്കത്ത തിസീസിന്റെ ആവേശത്തിൽ കേരളത്തിലെ കമ്മ്യൂണിസ്റ്റ് പാർട്ടി അന്ന് സുപ്രധാനമായ ഒരു തീരുമാനമെടുത്തു. നെഹ്രു ഗവൺമെന്റിന് എതിരെയുള്ള ഉജ്ജ്വലമായ താക്കീതായി മാർച്ച് 9-ന്റെ റെയിൽവേ പണിമുടക്ക് മാറണം. കേന്ദ്രസർക്കാരിന്റെ തീവണ്ടി കേരളത്തിൽ ഓടരുത്. അഥവാ തീവണ്ടി ഓടിയാൽ അത് മറിക്കണം. പാളം ബോംബ് വെച്ച് തകർക്കണം. ഈ തീരുമാനം നടപ്പാക്കാനുള്ള തീവ്രമായ ശ്രമമാണ് ഫലത്തിൽ പോലീസ് സ്റ്റേഷൻ ആക്രമണത്തിൽ കലാശിച്ചത്.

കാര്യങ്ങൾ അതിലേയ്ക്ക് വരുന്നതിന് ഒരു റെയിൽ സഞ്ചാരം ഉണ്ടായിരുന്നു. ഇടപ്പള്ളി പോലീസ് സ്റ്റേഷൻ അക്രമം റയിൽ വഴിയാണ് വന്നതെന്ന് വേണമെങ്കിൽ പറയാം. ദക്ഷിണേന്ത്യയിലെ റെയിൽവേ തൊഴിലാളികളുടെ സംഘടന ഇന്ത്യയിലെ തന്നെ ഏറ്റവും സുസംഘടിതമായ പ്രസ്ഥാനമായിരുന്നു. ദേശീയ സ്വാതന്ത്ര്യസമരത്തിന്റെ ഭാഗമായിട്ടാണ് അത് വളർന്ന് വികസിച്ചത്. സമരത്തിന്റെ എല്ലാ തലങ്ങളിലും സൗത്ത് ഇന്ത്യൻ റെയിൽവേ യൂണിയന്റെ സ്പർശമുണ്ടായിരുന്നു. 1918-ലാണ് സൗത്ത് ഇന്ത്യൻ റെയിൽവേ ലേബർ യൂണിയൻ രൂപം കൊണ്ടത്. അതിന്റെ കേന്ദ്ര ഓഫീസ് ഗോൾഡൻ റോക്കായിരുന്നു. ആ ഓഫീസിന് ശിലാസ്ഥാപനം നടത്തിയത് മഹാത്മാഗാന്ധിയായിരുന്നു. 1927 സെപ്റ്റംബർ 17-നാണ് ഗാന്ധിജി അത് നിർവ്വഹിച്ചത്.

ഇന്ത്യയിൽ ബ്രിട്ടീഷുകാർ കൊണ്ടുവന്ന കരിനിയമമായിരുന്ന റൗലറ്റ് ആക്ട്. ഇത് 1919-ലായിരുന്നു. ഈ നിയമമനുസരിച്ച് ഏതൊരാളെയും

സർക്കാരിന് സംശയത്തിന്റെ പേരിൽ അറസ്റ്റ് ചെയ്ത് ജയിലിൽ അടയ്ക്കാം. വിചാരണകൂടാതെ രണ്ട് വർഷം തടവിൽ പാർപ്പിക്കാം. ഇതിനെതിരെ ഗാന്ധിജി ആരംഭിച്ച നിസഹകരണ പ്രസ്ഥാനത്തെ ആവേശപൂർവ്വം ഏറ്റെടുത്ത തൊഴിലാളി സംഘടനയാണ് സൗത്ത് ഇന്ത്യൻ ലേബർ യൂണിയൻ. സൈമൺ കമ്മീഷനെതിരെയും ശക്തമായി അവർ പ്രതിഷേധിച്ചു. അന്ന് പത്തുദിവസം കൊട്ടങ്കാറ്റ് പോലെ ഒരു പ്രക്ഷോഭം ദക്ഷിണേന്ത്യയിൽ ആഞ്ഞടിച്ചു. 1928-ൽ നടന്ന ആ പ്രക്ഷോഭം, പിന്നീട് 'തെക്കിനെ പിടിച്ച കുലുക്കിയ പത്തു ദിവസങ്ങൾ' എന്നറിയപ്പെട്ടു. അതിന്റെ പ്രഭവകേന്ദ്രവും റെയിൽവേ തൊഴിലാളികളായിരുന്നു. 1940-ൽ ജനുവരി 26-ന് ത്രിവർണ്ണ പതാക ഉയർത്തി പൂർണ സ്വാതന്ത്ര്യം പ്രഖ്യാപിക്കാനും അവർ തയ്യാറായി.

ഇതെല്ലാം രാഷ്ട്രീയ പോരാട്ടങ്ങളായിരുന്നു. അവർ രാഷ്ട്രീയമായി ബ്രിട്ടീഷ് കോളനിവാഴ്ചയ്ക്കെതിരായിരുന്നു. ഇത് ബ്രിട്ടീഷ് ഭരണകൂട ത്തിന് എപ്പോഴും ഒരു ഭീഷണിയായിരുന്നു. വർക്ക്ഷോപ്പിൽ അന്ന് ബ്രിട്ടീഷുകാർ ബോംബ് ഷെല്ലുകൾ നിർമ്മിക്കുന്നുണ്ടായിരുന്നു. സ്വാ തന്ത്ര്യത്തിനുവേണ്ടി നിരന്തരം പോരടിച്ചുകൊണ്ടിരുന്ന റെയിൽവേ തൊഴിലാളികൾ ബ്രിട്ടീഷ് ആഗ്രഹങ്ങൾക്കെതിരായിരുന്നു. ഈ കാര്യങ്ങളെല്ലാം നിരന്തരം സസൂക്ഷ്മം വീക്ഷിച്ചുകൊണ്ടിരുന്ന കമ്പനി മാനേജർമാർ മേലധികാരികൾക്ക് റിപ്പോർട്ട് നൽകി. ആ റിപ്പോർട്ടിന് മാരകമായ ഫലങ്ങൾ സൃഷ്ടിക്കാൻ കഴിഞ്ഞു. റിപ്പോർട്ടിനെ തുടർന്ന് സജീവ യൂണിയൻ പ്രവർത്തകർ അറസ്റ്റ് ചെയ്യപ്പെട്ടു. യൂണിയൻ നേതാവ് പരമശിവത്തെ അറസ്റ്റ് ചെയ്ത് ലോക്കപ്പിലിട്ട് തല്ലിക്കൊന്നു. 1946-ലെ ആർ.ഐ.എൻ. പ്രക്ഷോഭവും റെയിൽ പണിമുടക്കിന് കാരണമായിട്ടുണ്ട്. എന്നാൽ വലിയ ഒരു സമരത്തിലേക്ക് അവരെ നയിച്ചത് അവരുടെ ആനുകൂല്യങ്ങൾ അധികാരികൾ കവരാൻ ഇട ങ്ങുന്നതോടുകൂടിയാണ്.

സ്വകാര്യമേഖലയിൽ പ്രവർത്തിച്ചിരുന്ന ഫാക്ടറി തൊഴിലാ ളികൾക്ക് 50ക ശമ്പളം കിട്ടിക്കൊണ്ടിരുന്നപ്പോൾ റെയിൽവേ തൊഴിലാളികൾക്ക് 42ക ആയിരുന്നു. അസംതൃപ്തരല്ലാതെ കുറഞ്ഞ ശമ്പളത്തിന് റെയിൽവേ തൊഴിലാളികൾ പണിയെടുത്തിരുന്നതിന് പ്രധാനകാരണം അവർക്ക് കിട്ടിക്കൊണ്ടിരുന്ന മറ്റ് ചില ആനുകൂല്യ ങ്ങളാണ്. അന്നത്തെ റെയിൽവേ തൊഴിലാളികളുടെ ഏറ്റവും വലിയ ആകർഷണം 'ഗ്രെയിൻ ഷോപ്പുകൾ' ആയിരുന്നു. ഗ്രെയിൻ ഷോപ്പുകൾ വഴി അരി, പയർ, കടല, ഉഴന്ന്, ഉണക്കമീൻ തുടങ്ങി ഇരുപത്താറ് നിത്യോപയോഗസാധനങ്ങൾ സൗജന്യനിരക്കിൽ ലഭിച്ചിരുന്നു. ബ്രി ട്ടീഷുകാർ ഏർപ്പെടുത്തിയിരുന്ന സംവിധാനമായിരുന്നു അത്.

ഇന്ത്യയ്ക്ക് സ്വാതന്ത്ര്യം ലഭിച്ചപ്പോൾ നെഹ്റു ഗവൺമെന്റ് അത് നിറുത്തലാക്കി. തൊഴിലാളികളുടെ ജീവിതം ക്ലേശം നിറഞ്ഞതാകാൻ ഇത് കാരണമായി. അതിന മുന്നേ തന്നെ തൊഴിലാളികൾ ക്ലേശ ങ്ങളും ബുദ്ധിമുട്ടുകളും അനുഭവിക്കാൻ തുടങ്ങിയിരുന്നു. രണ്ടാംലോക മഹായുദ്ധം ആരംഭിച്ചതിനശേഷമുള്ള കാലം പട്ടിണിയുടെയും വറ തിയുടെയും കാലമായിരുന്നു. അതിന്റെ ക്ലേശങ്ങളും ബുദ്ധിമുട്ടുകളും തൊഴിലാളികളെ വേട്ടയാടിക്കൊണ്ടിരുന്നതിനിടയിലാണ് ഗ്രെയിൻ ഷോപ്പുകളുടെ അടച്ചപൂട്ടലുണ്ടായത്. അതോടെ വിലക്കയറ്റം കൊണ്ട് പൊറുതിമുട്ടിയ വിപണിയിലേയ്ക്ക് റെയിൽവേ തൊഴിലാളികളും എടു ത്തെറിയപ്പെട്ടു.

ഗ്രെയിൻ ഷോപ്പുകൾ അടച്ച് തൊഴിലാളികളെ വെറുപ്പിലേയ്ക്ക് തള്ളി വിട്ട അന്തരീക്ഷത്തിലാണ് റെയിൽവേ മാനേജ്മെന്റ് തൊഴിലാളിക ളുടെ ക്ഷമ പരീക്ഷിക്കാൻ കുറച്ച് തൊഴിലാളികളെ പിരിച്ചവിടുന്നത്. തമിഴ്നാട്ടിലെ ഈറോഡ് ഡിവിഷനിൽ നിന്ന് അറുപതോളം ഡ്രൈ വർമാരെയും ഫയർമാന്മാരെയും പിരിച്ചവിട്ടു. ഇതിനൊരു കാരണമുണ്ടാ യിരുന്നു. മാനേജ്മെന്റ് എടുത്ത ഒരു തീരുമാനത്തിൽ പ്രതിഷേധിച്ച് അവർ പണിമുടക്കി. അന്നത്തെ കീഴ്വഴക്കമനുസരിച്ച് ഡ്രൈവർമാരും ഫയർമാന്മാരും മദ്രാസ് സെൻട്രൽ മുതൽ ജൊലാർപേട് വരെ ഡ്യൂട്ടി നോക്കിയാൽ മതി എന്നതായിരുന്നു. മാനേജ്മെന്റ് തൊഴിലാളി കളോട് ആലോചിക്കാതെ തന്നിഷ്ടപ്രകാരം അത് മാറ്റി. പുതിയ തീരുമാനം അനുസരിച്ച് ഡ്രൈവർമാരും ഫയർമാൻമാരും മദ്രാസ് സെൻട്രൽ മുതൽ ഈറോഡുവരെ ഡ്യൂട്ടി ചെയ്യണം.

കൂടിയാലോചന വഴിയല്ലാതെ മാനേജ്മെന്റ് എടുത്ത തീരുമാന ത്തെ അനുസരിക്കണ്ടെന്ന് തൊഴിലാളികൾ തീരുമാനിച്ചു. കാരണം മാനേജ്മെന്റിന്റെ പുതിയ തീരുമാനം തൊഴിലാളികളുടെ ജോലിഭാരം ഇരട്ടിപ്പിച്ചു. മാനേജ്മെന്റ് തീരുമാനം അനുസരിക്കാത്തതിന്റെ പേരിൽ അറുപതുപേരെ മാനേജ്മെന്റ് പിരിച്ചവിട്ടു. അതിൽ ഒരാൾ വി. ശൗരി മുത്തുവായിരുന്നു. ഇദ്ദേഹം പിന്നീട് ഇടപ്പള്ളി പോലീസ് സ്റ്റേഷൻ അക്രമണക്കേസിൽ പ്രതിയായി.

പിരിച്ചവിടലിനെതിരെ യൂണിയൻ രംഗത്തുവന്നു. അഖിലേന്ത്യാ അടിസ്ഥാനത്തിൽ തന്നെ പ്രതിഷേധം ഉയർന്നു. ചർച്ചകൾ അലസി. അവസാനം അഖിലേന്ത്യാ പണിമുടക്കിന് യൂണിയൻ ആഹ്വാനം ചെയ്തു. 1946 മാർച്ച് 9-ന് റെയിൽവേ തൊഴിലാളികൾ പണിമുടക്ക് പ്രഖ്യാ പിച്ചു. എ.ഐ.ടി.ടി.സി.ക്കൊപ്പം അഖിലേന്ത്യാ റെയിൽവേ മെൻസ് ഫെഡറേഷനും പണിമുടക്കിൽ പങ്ക് ചേരാൻ തീരുമാനിച്ചു.

ഈ സമര നീക്കങ്ങളെ ഭരണകൂടം ഗൗരവമായി കണ്ടു. സമരം പൊളിക്കാനും ട്രെയ്ഡ് യൂണിയൻ തന്നെ ഇല്ലാതാക്കാനും എന്തുചെയ്യണം എന്നതിനെക്കുറിച്ചാണ് സർക്കാർ ആലോചിച്ചത്. ഇതിന്റെ ഭാഗമായി നിരവധി തന്ത്രങ്ങൾ ആവിഷ്കരിക്കപ്പെട്ടു. അതിൽ ഏറ്റവും പ്രധാനം മദിരാശി ഗവൺമെന്റ് കെട്ടിച്ചമച്ച ഗൂഢാലോചനകേസ് ആയിരുന്നു. സർക്കാരിനെ അട്ടിമറിക്കാൻ ആയുധങ്ങൾ നിർമ്മിച്ച് സായുധപ്രവർത്തനം നടത്തി എന്നതായിരുന്ന കേസ്. ഇതിനെ സർക്കാർ തന്നെ 'ട്രിച്ചി ഗൂഢാലോചന' എന്ന പേരിട്ടു. സർക്കാർ മാത്രം സൃഷ്ടിച്ച ഒരു ഗൂഢാലോചന കേസ്. കേസ് സൃഷ്ടിച്ചത് ആദ്യപടി. രണ്ടാംഘട്ടം ആരംഭിക്കുന്നത് പ്രതികളുടെ ലിസ്റ്റ് ഉണ്ടാക്കുന്നതോട്ടുകൂടിയാണ്. സർക്കാരിനെതിരെ പ്രവർത്തിക്കുന്നവരെല്ലാം ഗൂഢാലോചനക്കാരാണ്. സർക്കാരിനെതിരെ ചിന്തിക്കുന്നവരും അതിനെ അനുകൂലിക്കുന്നവരും ഗൂഢാലോചനക്കാർ തന്നെ. പ്രമുഖരായ പോലീസ് ഉദ്യോഗസ്ഥന്മാരും രഹസ്യപ്പോലീസ് മേധാവികളും ചേർന്നിരുന്ന് തയ്യാറാക്കിയ ലിസ്റ്റിൽ 146 പ്രതികൾ ഉണ്ടായിരുന്നു.

ആദ്യം സർക്കാർ ചെയ്തത് സൗത്ത് ഇന്ത്യൻ റെയിൽവേ ലേബർ യൂണിയന്റെ പ്രധാന നേതാക്കളെയും പ്രവർത്തകരെയും അർദ്ധരാത്രിയിൽ അറസ്റ്റ് ചെയ്ത് ജയിലിൽ അടക്കുകയായിരുന്നു. ഇതൊരു അപ്രതീക്ഷിത നീക്കമായിരുന്നു. യൂണിയൻ പ്രസിഡന്റ് എം. കല്യാണസുന്ദരം, വൈസ് പ്രസിഡന്റുമാരായ ഉമാനാഥും പി. വി. സുബ്രഹ്മണ്യവും ആദ്യമെ അറസ്റ്റ് ചെയ്യപ്പെട്ടു. പ്രധാന നേതാക്കളും പ്രവർത്തകരും അറസ്റ്റ് ചെയ്യപ്പെട്ടശേഷം പോലീസ് യൂണിയൻ ഓഫീസ് റെയ്ഡ് ചെയ്തു. അവിടന്ന് എല്ലാ രേഖകളും പോലീസ് പിടിച്ചെടുക്കുകയും കത്തിച്ചുകളയുകയും ചെയ്തു. അതുമാത്രമല്ല യൂണിയൻ ഓഫീസ് തല്ലി തകർക്കുകയും തീയിട്ടുകയും ചെയ്തു.

സമരം പൊളിഞ്ഞു. സർക്കാർ ആഗ്രഹിച്ചതു നടന്നു. തുടർന്ന് സർക്കാർ തീരുമാനിച്ചത് റെയിൽവേയിൽ ഇനി ഒരു യൂണിയൻ പ്രവർത്തനം വേണ്ട എന്നതായിരുന്നു. അതിന്നും ഫലപ്രദമായി തുടരുന്നു. 2021-ൽ പോലും രാഷ്ടീയ സമരത്തിനുള്ള യൂണിയൻ ഇല്ല. രാഷ്ടീയ ശക്തിയായി യൂണിയൻ വളരാതിരിക്കാൻ അന്ന് സർക്കാർ കൊണ്ടു വന്ന നിയമമാണ് ദേശീയ ഭദ്രതാ സംരക്ഷണ റെയിൽവേ സേവന നിയമം. 1946-ലെ റെയിൽവേ സർവ്വീസ് റൂൾസിൽ അത് എഴുതിച്ചേർത്തു. സേഫ് ഗാർഡിംഗ് ഓഫ് നാഷണൽ സെക്യൂരിറ്റി ആക്ട്.

എന്നാൽ ഇതിനെ അവഗണിക്കാനാണ് അന്ന് യൂണിയൻ തീരുമാനിച്ചത്. 1949 മാർച്ച് 9-ന് പണിമുടക്ക് നടത്തി. പിന്നീട് 1949

ആഗസ്റ്റ് 20-ന് ദക്ഷിണ റെയിൽവേയിൽ സൂചനാ പണിമുടക്ക് നടത്തി. നവംബർ 26-ന് വീണ്ടും പണിമുടക്കി. ഈ സമരങ്ങളിൽ പങ്കെടുത്ത നിരവധിപേരെ അച്ചടക്കനടപടിയുടെ ഭാഗമായി പിരിച്ചുവിട്ടു.

1949 റെയിൽവേ തൊഴിലാളികളെ സംബന്ധിച്ച് നഷ്ടങ്ങളുടെ വർഷമായി. രാഷ്ട്രീയമായി കരുത്തുള്ള ഒരു സംഘടനയെ നെഹ്രു സർക്കാർ ദുർബലമാക്കി. അധികാരത്തിന്റെ ഇരുമ്പ ഹസ്തങ്ങൾ ഉയർത്തി യൂണിയനെ ഞെരിച്ചമർത്തി. ഇത് തുടർന്നാൽ സംഘടിത തൊഴിലാളി വർഗം വലിയൊരു ഇല്ലായ്മയായി മാറുമെന്ന് കമ്മ്യൂണിസ്റ്റ് പാർട്ടി വിലയിരുത്തി. സമരം കമ്മ്യൂണിസ്റ്റ് പാർട്ടി ഏറ്റെടുക്കുന്നതി നെക്കുറിച്ചുള്ള ആലോചനകൾ നടന്നു. ആ ആലോചന ദീർഘകാല രാഷ്ട്രീയ ലക്ഷ്യം വച്ചുകൊണ്ടാണ് നടന്നത്. അങ്ങനെ 1950 മാർച്ച് 9-ന് അഖിലേന്ത്യാതലത്തിൽ ഒരു റെയിൽവേ പണിമുടക്ക് നടത്താൻ കമ്മ്യൂണിസ്റ്റ് പാർട്ടി തീരുമാനിച്ചു.

കമ്മ്യൂണിസ്റ്റ് പാർട്ടി നേരിട്ട് നടത്തുന്ന ഈ സമരം വൻ വിജയമാ ക്കണമെന്ന് എല്ലാവരും ആഗ്രഹിച്ചു. സായുധ വിപ്ലവം സ്വപ്നം കണ്ട് നടക്കുന്ന കമ്മ്യൂണിസ്റ്റുകാരുടെ കാലം. എ.ഐ.ടി.യു.സി.യുടെ അഖിലേ ന്ത്യാ പാർട്ടി ഫ്രാക്ഷൻ ഇതിനെക്കുറിച്ച് ചർച്ച ചെയ്തു. അവർ വിശദമായി ഈ വിഷയം പഠിച്ചാണ് റിപ്പോർട്ട് ചെയ്തത്. അതനുസരിച്ച് ഓരോ റെയിൽവേ കേന്ദ്രത്തിലും ഭൂരിപക്ഷം തൊഴിലാളികളും പണിമുടക്കിൽ പങ്കുചേരുമെന്ന് വ്യക്തമാക്കി. നെഹ്രു ഗവൺമെന്റിന് എതിരെയുള്ള ഉജ്ജ്വല പ്രതിഷേധമായിരിക്കുമെന്ന് റിപ്പോർട്ട് വ്യക്തമാക്കി.

1950 മാർച്ച് 9-ന്റെ പണിമുടക്ക് ഇന്ത്യയിലെ കമ്മ്യൂണിസ്റ്റുകാരുടെ മുഖ്യച്ചുമതലയായി മാറി. കേരളത്തിലും അതിന്റെ പ്രതിധ്വനി ഉണ്ടായി. കേരളത്തിലെ കമ്മ്യൂണിസ്റ്റ് സെല്ലുകളെല്ലാം സജീവമായി. അവർ രഹസ്യ കേന്ദ്രങ്ങളിൽ ഇരുന്ന് പണിമുടക്ക് വിജയിപ്പിക്കുന്നതിനെക്ക റിച്ച് ചർച്ച ചെയ്തു. അവർ എടുത്ത തീരുമാനം കേരളത്തിൽ തീവണ്ടി ഓടാൻ പാടില്ല എന്നായിരുന്നു. ഇതിന്റെ രാഷ്ട്രീയ ഇന്ധനം കൽക്കത്ത തീസീസിനുണ്ടായിരുന്നു.

റെയിൽവേ പണിമുടക്കിന്റെ മുന്നൊരുക്കങ്ങൾ

ഇന്ത്യൻ കമ്മ്യൂണിസ്റ്റ് പാർട്ടിയെ സായുധ വിപ്ലവത്തിന്റെ പാത യിലേയ്ക്ക് നയിച്ചത് കൽക്കത്ത തീസിസായിരുന്നു. കൽക്കത്ത തീസിസിന്റെ ആവേശത്തിലാണ് റെയിൽവേ പണിമുടക്കിന് തീവ്ര സ്വഭാവമുണ്ടാവുന്നത്. റെയിൽവേ പണിമുടക്ക് ആഹ്വാനം ചെയ്യേണ്ടത് റെയിൽവെ തൊഴിലാളി യൂണിയൻ നേതൃത്വമാണ്. എന്നാൽ 1950 മാർച്ചിലെ അഖിലേന്ത്യാ റെയിൽവേ പണിമുടക്ക് പാർട്ടി ജനറൽ സെക്രട്ടറി ബി. ടി. രണദിവെ നേരിട്ട് ആഹ്വാനം ചെയ്യുകയായിരുന്നു. ഗ്രാമങ്ങൾ തോറും പാർട്ടിയുടെയും അനുഭാവികളുടെയും യോഗങ്ങൾ നടന്നു. സായുധ സമരങ്ങൾക്കുള്ള ആഹ്വാനം ആ യോഗങ്ങളിൽ മുഴങ്ങി. പാർട്ടി മെമ്പർമാർ സർക്കാരിനെതിരെ സായുധ കലാപത്തിന് സജ്ജമായിക്കഴിഞ്ഞിരിക്കുന്നു.

കൽക്കത്ത തീസിസിന്റെ ആവേശത്തിൽ 1949 ഒക്ടോബർ 3-ന് തിരുവനന്തപുരം പൂജപ്പുര സെൻട്രൽ ജയിലിൽ പാർട്ടി കമ്മറ്റി ചെങ്കൊടി ഉയർത്തി. പുന്നപ്ര-വയലാർ സ്മരണദിനം പാർട്ടി ആചരി ച്ചത് ചോരക്കൊടി ഉയർത്തിയാണ്. പോലീസ് മർദ്ദനത്തിൽ മുഹമ്മ അയ്യപ്പനും കുത്താട്ടുകളം രാമകൃഷ്ണപിള്ളയും മരിച്ചു. പാർട്ടി ജയിൽ കൺവീനർ വിജയനും 'വയലാർ ഐ.ജി' കേശവനും ചേർന്നാണ് കൊടി ഉയർത്താൻ സജ്ജീകരണങ്ങൾ തയ്യാറാക്കിയത്. ജയിലിലെ അഞ്ചാം കെട്ടിലാണ് കൊടി ഉയർത്തിയത്. അതു കണ്ടു കൊണ്ടു വന്ന പോലീസ് തടവുകാരോട് ജയിൽ മുറികളിലേയ്ക്ക് പോകാൻ ആവശ്യപ്പെട്ടു.

വിജയൻ നിഷേധിച്ചു. പോലീസ് ജയിലിനകത്ത് ആക്രമണം അഴിച്ചു വിട്ടു. ജയിലിലെ അഞ്ചാംകെട്ടിൽ മൂന്ന് മുറികളായിരുന്നു. പോലീസ് ആക്രമിച്ചപ്പോൾ ഒന്നാം മുറിയിലേയ്ക്ക് ഓടിക്കയറിയത് പി. കെ. കുഞ്ഞച്ച നും മുഹമ്മ അയ്യപ്പനും ആയിരുന്നു. മറ്റുള്ളവർ മറ്റ മുറികളിലേയ്ക്ക് പോയി. ഒന്നാം മുറിയിൽ ഓടിക്കയറിയവരാണ് കൊടി കാത്ത് രാത്രി കിടന്നത് എന്ന നിഗമനത്തിൽ പോലീസ് അവരെ ക്രൂരമായി തല്ലി. ജയിലിൽ പോകുന്ന സഖാക്കൾക്ക് കൽക്കത്ത തീസിസ് കാലത്ത് ലഭിച്ച നിർദ്ദേശം ജയിലിൽ പുലികളെപ്പോലെ പെരുമാറണം എന്നായിരുന്നു. നെല്ലെടുപ്പ് സമരങ്ങളും കയ്യൂർ സമരവും തെലങ്കാന പോരാട്ടവും സഖാക്കൾക്ക് ആവേശം ചൊരിഞ്ഞ യുദ്ധമുന്നണികൾ ആയിരുന്നു. ഈ ആവേശത്തിലാണ് 1949 ഡിസംബർ 31 രാത്രി ശൂരനാട്ട് അഞ്ച പോലീസുകാരെ സഖാക്കളും നാട്ടുകാരും ചേർന്ന് തല്ലിക്കൊന്നത്. പകരം അഞ്ച സഖാക്കളെ പോലീസ് ലോക്കപ്പിലിട്ട് തല്ലിക്കൊന്നു. അഞ്ച് പോലീസുകാരെ കൊന്നാൽ അഞ്ച് കമ്മ്യൂണിസ്റ്റുകാരെ കൊല്ലും. അതാണ് പോലീസ് നയം. 1950 ഫെബ്രുവരി 11ന് സേലം ജയിലിൽ 19 സഖാക്കളെ പോലീസ് ഏറ്റുമുട്ടലിൽ കൊലപ്പെടുത്തി.

ഈ സംഭവങ്ങളുടെ രക്തം മണക്കുന്ന അന്തരീക്ഷം ഇടപ്പള്ളി പോലീസ് സ്റ്റേഷൻ അക്രമണത്തിന്റെ അന്തർധാരയായിരുന്നു. പോലീസ് സ്റ്റേഷൻ ആക്രമണം ഒരിക്കലും അജണ്ടയിൽ ഉണ്ടായി രുന്നില്ല. ഒരു സഖാവിന്റെ സ്വപ്നത്തിൽ പോലും അത്തരം ചിന്തകൾ ഉണ്ടായിരുന്നില്ല. കാരണം, അതുവരെ ഒരിടത്തും പോലീസ് സ്റ്റേഷൻ ആക്രമണം നടന്നിരുന്നില്ല.

റെയിൽവേ പണിമുടക്ക് കമ്മ്യൂണിസ്റ്റ് പാർട്ടി നേരിട്ട് ഏറ്റെടുത്ത പ്പോൾ അതിനൊരു തീർച്ചയും മൂർച്ചയും കൈവന്നു. സമരത്തിന്റെ ഭാഗമായി രാജ്യത്ത് പലയിടത്തും തീവണ്ടി കൂട്ടമായി തടയുമെന്ന് നേതാക്കൾ അനുയായികളെ വിശ്വസിപ്പിച്ചു. തടഞ്ഞിട്ടും ഓടാൻ ശ്രമിക്കുന്ന വണ്ടികൾ പാളം ബോംബുവെച്ച് തകർത്തും അട്ടിമറിക്കും. സായുധ വിപ്ലവത്തിന്റെ കൈവഴികളിലൊന്നായി റെയിൽവേ സമരം മാറും. ജനങ്ങളുടെ വൻ പങ്കാളിത്തത്തിൽ സമരം വിജയിക്കും. ഇന്ത്യൻ ബൂർഷ്വാസിയെ അധികാരത്തിൽ നിന്ന് പുറത്താക്കും. ഇത് ആ സമര കാലത്ത് പാർട്ടി പ്രവർത്തകരുടെ വിശ്വാസമായിരുന്നു.

ദക്ഷിണേന്ത്യയിൽ മാത്രമായി ഒതുങ്ങുന്ന ഒന്നല്ല സമരമെന്ന് എല്ലാവരെയും ട്രേഡ് യൂണിയൻ നേതൃത്വം ബോധ്യപ്പെടുത്തിയിരുന്നു. ഇത് അഖിലേന്ത്യാ റെയിൽ പണിമുടക്കാണ്. ഒരു തീവണ്ടി പോലും ചലിക്കില്ല. ഇന്ത്യയെ വിമോചിപ്പിക്കുന്ന കമ്മ്യൂണിസ്റ്റ് പോരാട്ടമായി

അത് മാറ്റം. എ.ഐ.ടി.യു.സിയുടെ അഖിലേന്ത്യാ പാർട്ടി ഫ്രാക്ഷൻ തയ്യാറാക്കിയ റിപ്പോർട്ട് അത് വ്യക്തമാക്കുന്നതായിരുന്നു. ഇന്ത്യയിലെ ഓരോ റെയിൽവേ കേന്ദ്രത്തിന്റെയും സ്ഥിതിഗതികൾ പ്രത്യേകം പ്രത്യേകം വിവരിക്കുന്ന റിപ്പോർട്ട് സമരത്തിൽ തൊഴിലാളികളുടെ വൻ സാന്നിദ്ധ്യം ഉറപ്പ് നൽകി. ബഹുഭൂരിപക്ഷം തൊഴിലാളികളും സമരത്തിൽ പങ്കെടുക്കുമെന്ന് ആ റിപ്പോർട്ട് ഇന്ത്യയിലെ കമ്മ്യൂണിസ്റ്റ് കേഡർമാരെ വിശ്വസിപ്പിച്ചു. ഈ റിപ്പോർട്ട് യാഥാർത്ഥ്യബോധമില്ലാ ത്തയും തയ്യാറാക്കിയവരുടെ ഭാവന വിലാസത്തിന് അനുസരിച്ച് നിറം പിടിപ്പിച്ചതുമായിരുന്നെന്ന് പിന്നീടാണ് വെളിവാക്കപ്പെട്ടന്നത്. തീവ്ര സ്വഭാവത്തോടുകൂടി സമരത്തിൽ പങ്കെടുക്കാൻ പാർട്ടി കേഡർമാരെ ആവേശം കൊള്ളിച്ചത് ഈ റിപ്പോർട്ട് കൂടിയായിരുന്നു.

പാർട്ടി സെക്രട്ടറിയുടെ ആഹ്വാനവും ട്രേഡ് യൂണിയൻ പാർട്ടി ഫ്രാക്ഷന്റെ വിജയപ്രതീക്ഷയും പാർട്ടി സഖാക്കളിൽ ചലനമുണ്ടാക്കി. ആലുവായിലെ പാർട്ടിയും സമരസജ്ജമായി. ആലുവ പാർട്ടിയുടെ മുഖ്യ ചുമതല അങ്കമാലിക്കും എറണാകുളം അതിർത്തിയായ വടുതലയ്ക്കും ഇടയിൽ തീവണ്ടി ഓടിക്കാതിരിക്കുക എന്നതായിരുന്നു.

സമരത്തിന്റ ആവശ്യകത, അതിന്റെ രാഷ്ട്രീയ പ്രാധാന്യം, തൊഴിലാ ളികളുടെ ചുമതല, വിപ്ലവത്തിൽ അതിന്റെ പങ്ക് - ഇവ ബോധ്യപ്പെടുത്തു ന്നതിനു വേണ്ടി ചെയ്ത തീർക്കേണ്ട വിവിധതരം പ്രവർത്തനങ്ങളെക്ക റിച്ച് കമ്മ്യൂണിസ്റ്റ് പാർട്ടിയുടെ രഹസ്യ യോഗങ്ങളിൽ തീരുമാനമായി.

ടെക്ക് വഴി എസ്. ശിവശങ്കരപിള്ളയ്ക്ക് ലഭിച്ച നിർദ്ദേശം സമരത്തി ന്റെ സന്ദേശം പ്രചരിപ്പിക്കുന്ന പോസ്റ്ററുകൾ തയ്യാറാക്കി ജില്ലയുടെ വിവിധ കേന്ദ്രങ്ങളിൽ ഒട്ടിക്കുക എന്നതായിരുന്നു. അദ്ദേഹം ഉപേന്ദ്രൻ എന്ന ടെഡശമാന് ആവശ്യമായ നിർദ്ദേശങ്ങൾ എത്തിച്ച കൊടുത്തു. ചൊവ്വര മുതൽ ആലുവ വരെ പോസ്റ്ററൊട്ടിക്കാൻ ടി. കെ. രാമകൃഷ്ണൻ കൂടെയുണ്ടാവും. ചൊവ്വരയിൽ ടി. കെ. യെ കാണാൻ കഴിയുന്ന സ്ഥലവും സമയവും ടെക്കുമാന് നൽകി. നിർദ്ദേശ പ്രകാരം പോസ്റ്റർ തയ്യാറാക്കി. "മാർച്ച് 9 ന് റെയിൽവേ പണിമുടക്ക്" "മാർച്ച് 9 ലെ വണ്ടി കരിങ്കാലി വണ്ടി. കരിങ്കാലി വണ്ടി മരണവണ്ടി." നിശ്ചയിച്ച ദിവസം ശിവശങ്കര പിള്ളയും അച്ചുതൻ നായരും പോസ്റ്ററുകളുമായി ടി. കെ. രാമകൃഷ്ണൻ നിൽക്കുമെന്ന് പറഞ്ഞ സ്ഥലത്തെത്തി. മൂവരും ചേർന്ന് നിശ്ചയിച്ച സമയത്തിനുള്ളിൽ നിശ്ചയിച്ച സ്ഥലങ്ങളിൽ പോസ്റ്റർ പതിച്ച് തീർത്തു.

അങ്കമാലി മുതലാണ് ആലുവ സഖാക്കൾക്ക് ചുമതല. അവർ പലരും കരുതിയത് വടക്കു നിന്ന് അങ്കമാലിയിലേയ്ക്ക് തീവണ്ടിക ളൊന്നും വരില്ലെന്ന് തന്നെയാണ്. കാരണം, അതിനു മുമ്പുള്ള ഓരോ

പോയിന്റിലും സഖാക്കൾ അത് തടയുകയോ മറിച്ചിട്ടുകയോ ചെയ്യും. എല്ലാ പോയിന്റിലും സഖാക്കൾ പരാജയപ്പെട്ടാൽ മാത്രമായിരിക്കും അങ്കമാലിയിൽ വണ്ടിയെത്തുകയുള്ളൂ. അങ്ങനെ എത്തുന്ന വണ്ടിയെ പാളം തകർത്ത് മറിക്കും.

സമരകാലത്ത് ഇടപ്പള്ളി റെയിൽവേ സ്റ്റേഷൻ പ്രത്യേക ശ്രദ്ധയോ കർഷിച്ച കഴിഞ്ഞിരുന്നു. അതിന് പ്രധാന കാരണം, ഇടപ്പള്ളി ഒരു ഷണ്ടിംഗ് സ്റ്റേഷൻ ആയിരുന്നു എന്നതാണ്. എറണാകുളത്തേയ്ക്കും കൊച്ചിൻ ഹാർബറിലേയ്ക്കും പോകുന്ന വണ്ടികൾ ഇവിടെ നിന്നാണ് തിരിച്ച വിട്ടിരുന്നത്. വടക്കോട്ട് പോകുന്ന വണ്ടികളും ഷണ്ടിംഗിനായി ഇടപ്പള്ളിയിൽ നിറുത്തും. ചെറിയ സ്റ്റേഷനും കുറച്ച് യാത്രക്കാരും എങ്കിലും തൊഴിലാളികളുടെ എണ്ണം കൂടുതലായിരുന്നു. റെയിൽ സംബന്ധമായ ജോലികൾ ചെയ്യാൻ ധാരാളം തൊഴിലാളികൾ അവിടെയുണ്ടായിരുന്നു. തൊഴിലാളികളുടെ ഈ പെരുക്കം യൂണിയൻ നേതൃത്വത്തിന്റെ ശ്രദ്ധ ഇടപ്പള്ളിയിലേയ്ക്ക് കൊണ്ടു വന്നു. ഇടപ്പള്ളി സ്റ്റേഷൻ യഥാർത്ഥത്തിൽ പോണേക്കരയിലാണ്.

പോണേക്കര തൊഴിലാളികളുടെ ഒരു കേന്ദ്രമായിരുന്നു. ഏലൂരിലെ വിവിധ ഫാക്ടറികളിൽ പണിയെടുക്കുന്ന തൊഴിലാളികൾ പോണേ ക്കരയിലാണ് താമസിച്ചിരുന്നത്. അതുകൂടാതെ വിവിധ മേഖലകളിൽ പണിയെടുക്കുന്ന തൊഴിലാളികൾ, റെയിൽവേയിൽ ജോലിചെയ്യുന്ന കൂലി തൊഴിലാളികൾ എറണാകുളത്തെ വിവിധ സ്ഥാപനങ്ങളിൽ ജോലി ചെയ്യുന്നവർ എല്ലാം പോണേക്കരയിൽ താമസിക്കാൻ ആഗ്ര ഹിച്ച. കാരണം കുറഞ്ഞ വാടകയ്ക്ക് വീട്ടുകൾ ലഭിച്ചിരുന്നു എന്നതാണ്. എറണാകുളത്ത് അന്നും ഉയർന്ന വാടകയായിരുന്നു.

പോണേക്കരയുടെ ഈ തൊഴിലാളി സാന്ദ്രത പാർട്ടിയെയും യൂണിയനെയും ഇവിടേയ്ക്ക് ആകർഷിച്ച. ഇവിടെയുള്ള റെയിൽവേ തൊഴിലാളികളെ പൂർണ്ണമായും സമരത്തിൽ പങ്കെടുപ്പിക്കണമെന്ന് നേതൃത്വം ആഗ്രഹിച്ച. കരിങ്കാലികളായി ആരും ഉണ്ടാവരുതെന്ന് അവർ നിർബന്ധബുദ്ധിയോട്ടുകൂടി ചിന്തിച്ച. മാർച്ച്9 ചരിത്രത്തിൽ ഇടം നേട്ടമെന്ന് തന്നെ അവർ വിശ്വസിച്ച.

ആ വിശ്വാസം പ്രവർത്തനത്തിന്റെ എല്ലാ മേഖലകളിലും നിറഞ്ഞു നിന്നു. പോണേക്കരയിലേയ്ക്ക് നേതൃത്വം പതുക്കെ ചലിച്ച. കമ്മ്യൂണിസ്റ്റ് പാർട്ടിയുടെ ആലുവ ഘടകവും എറണാകുളം ഘടകവും കരുതലോട്ട കൂടി പ്രവർത്തിച്ച. ജില്ലയുടെ തെക്കൻ ഡിവിഷൻ കമ്മറ്റിയും വടക്കൻ ഡിവിഷൻ കമ്മറ്റിയും സജീവമായി രംഗത്തുണ്ടായിരുന്നു. പാർട്ടി സഖാക്കളും ട്രേഡ് യൂണിയൻ ഫ്രാക്ഷന്റെ ജില്ലാ ഘടകവും

പോണേക്കരയ്ക്ക് ചുറ്റമായി വിളിപ്പാടകലങ്ങളിൽ അവരുടെ സാന്നിദ്ധ്യം സാക്ഷ്യപ്പെടുത്തി.

അക്കാലത്തെ പാർട്ടി പ്രവർത്തനം സൂക്ഷ്മവും കരുതലോട്ടുകൂടിയതുമായിരുന്നു. തൊഴിലാളികളെ നേരിൽ കണ്ട് സംസാരിച്ച് രാഷ്ട്രീയ ചായ്‌വ് ഉറപ്പ് വരുത്തലായിരുന്നു പ്രധാനം. വിവിധ സ്ക്വാഡുകൾ നിശ്ചയിച്ച് ശാസ്ത്രീയമായി പ്രചാരണം മുന്നോട്ട കൊണ്ടുപോയി. ഓരോ തൊഴിലാളിയുടെയും വീട്ടിൽ സമരപ്രചാരണ സ്ക്വാഡ് എത്തുമായിരുന്നു. സന്ദർശനവും സംഭാഷണവും പ്രധാനപ്പെട്ടതായിരുന്നു. രാഷ്ട്രീയ ബോധവത്കരണത്തിന്റെ മൈക്രോ ആക്ടിവിറ്റിയായിരുന്നു അവ.

അവസാനം സ്ക്വാഡ് പ്രവർത്തനത്തിന്റെ കലാശക്കൊട്ട് അന്തിച്ചന്തയിലാണ് നടന്നത്. ഫെബ്രുവരി 25നാണ് സ്ക്വാഡ് പ്രവർത്തനത്തിന്റെ സമാപനം. എളമക്കരയിലെ അന്തിച്ചന്തയിൽ സമാപന സമ്മേളനം നടന്നു. ഇരുന്നൂറോളം പേർ റോഡരികിലും പീടികത്തിണ്ണയിലും മൈതാനത്തുമായി തടിച്ചുകൂടി. അത് അമ്പരപ്പുണ്ടാക്കുന്ന കാഴ്ചയായിരുന്നു. കമ്മ്യൂണിസ്റ്റ് പാർട്ടി അപ്പോൾ നിയമവിരുദ്ധ പാർട്ടിയാണ്. ആ പാർട്ടിയുടെ നേതാക്കളാണ് എല്ലാ നിയമങ്ങളും ലംഘിച്ച് അന്തിച്ചന്തയിൽ പ്രസംഗിച്ചത്. പങ്കെടുത്തവരെക്കാൾ കൂടുതൽ പരിഭ്രാന്തരായത് കാഴ്ചക്കാരായിരുന്നു.

കമ്മ്യൂണിസ്റ്റുകളെ അറസ്റ്റ് ചെയ്യുന്നു

അന്തിച്ചന്തയിലെ പൊതുയോഗം കഴിഞ്ഞ് എല്ലാവരും പിരിഞ്ഞു. അതുവരെ കാര്യങ്ങൾ പാർട്ടി ആസൂത്രണം ചെയ്തതനുസരിച്ച് നടന്നു. ഇനിയും ഇതുപോലെ കുറച്ചദിവസം മുന്നോട്ട് പോകേണ്ടതുണ്ട്. അതുകൊണ്ട് ഫെബ്രുവരി 26-ന് പാർട്ടിയുടെ ആലുവ ലോക്കൽ കമ്മറ്റി കൂടി. വട്ടേക്കുന്നത്ത് ഒരു പാർട്ടി അനുഭാവിയുടെ വീട്ടിലാണ് യോഗം. അതൊരു ഷെൽട്ടർ അല്ല. സമ്മേളനത്തിനുള്ള ഇടത്താവളം മാത്രം. ആ വീട്ടിലെ വീട്ടുകാരിക്ക് അവിടെ ആരും ഷെൽട്ടറിൽ ഇരിക്കുന്നത് ഇഷ്ടമായിരുന്നില്ല. ഇതിന്റെ പരിമിതി യോഗം നേരത്തേ നിറുത്തി പങ്കെടുക്കുന്ന ഓരോരുത്തരും അവരവരുടെ ഒളിത്താവളങ്ങളിലേയ്ക്ക് പോകണം എന്നതാണ്. ആ ജാഗ്രത ഈ യോഗത്തിനുണ്ടായില്ല.

പണിമുടക്കിന്റെ അതുവരെയെയുള്ള പുരോഗതി വിശദമായിതന്നെ ചർച്ച ചെയ്തു. ഇനി എങ്ങിനെ മുന്നോട്ട നീങ്ങണം, പണിമുടക്കിന്റെ വിവിധ മേഖല പ്രവർത്തനങ്ങളെ ഏകോപിപ്പിക്കണം. സഖാക്കളുടെ കഴിവിനും പരിമിതികൾക്കും അനുസരിച്ച് തന്ത്രങ്ങൾ രൂപപ്പെടുത്തണം. ചർച്ചകൾ നീണ്ടു. രാത്രി പത്തുമണിക്ക് ആരംഭിച്ച യോഗം പിറ്റേദിവസം വെളുപ്പിന് 4.30-നാണ് തീർന്നത്.

യോഗത്തിന്റെ പ്രധാന അജണ്ട മാർച്ച് 9-ന്റെ റെയിൽവേ പണിമുടക്ക തന്നെ. പണിമുടക്ക് വിജയിപ്പിക്കുന്നതിനുവേണ്ടിയുള്ള അതുവരെയെയുള്ള ശ്രമങ്ങൾ തൃപ്തികരമായിരുന്നു. ഭാവി പരിപാടികൾ ആസൂത്രണം ചെയ്യാൻ ഫെബ്രുവരി 27-ന് പോണേക്കരയിൽ പ്രധാന സഖാക്കളുടെ യോഗം ചേരാൻ തീരുമാനിച്ചു. അതിന് ആവശ്യമായ

എൻ.കെ. മാധവൻ

നിർദേശങ്ങൾ എല്ലാവർക്കും നൽകി. പോണേക്കരയിലെ സംയുക്ത യോഗം ആക്ഷൻ കമ്മറ്റിയെ തെരഞ്ഞെടുക്കും. അവരായിരിക്കും പിന്നീട് പണിമുടക്കി ന്റെ ചുക്കാൻ പിടിക്കുന്നത്. ജില്ലയിൽ റെയിൽവേ സമരം വിജയിപ്പിക്കുന്ന തിന്റെ മുഖ്യ ചുമതല ആക്ഷൻ കമ്മറ്റി നിർവ്വഹിക്കണം.

യോഗം കഴിഞ്ഞ് എല്ലാവരും പിരിഞ്ഞു. പല സഖാക്കളും ഒളിവിൽ കഴിയുന്നവരാണ്. അവർ അവരുടെ ഷെൽട്ടറുകളിൽ എത്തണം. പുറത്തുചുറ്റി നടന്നാൽ പോലീസ് പിടിയിലാവും. അത് തുടർന്നുള്ള പ്രവർത്തനങ്ങളെ പ്ര തികൂലമായി ബാധിക്കും. അതുകൊണ്ട് സാധാരണ രീതിയിൽ രാത്രി ആരംഭിക്കുന്ന യോഗം നേരത്തേ തീർത്ത് ഷെൽട്ടറുകളിൽ എല്ലാവ രെയും എത്തിക്കുന്ന രീതിയാണ് തുടർന്ന പോന്നിരുന്നത്. അന്നത്തെ ലോക്കൽ കമ്മറ്റി വൈകിയതുകൊണ്ട് ചില പ്രധാന നേതാക്കൾക്ക് ഷെൽട്ടറിൽ എത്താൻ കഴിഞ്ഞില്ല.

നേരം വെളുത്തു പോയതുകൊണ്ട് എൻ. കെ. മാധവന് ഷെൽട്ടറിൽ എത്താൻ കഴിഞ്ഞില്ല. എൻ. കെ. മാധവനൊപ്പം സഹപ്രവർത്തക നായ വറ്റുട്ടിയും ഉണ്ടായിരുന്നു. നേരം വെളുത്തത് കൊണ്ട് അവർ തൊട്ടടുത്തുള്ള ഒരു കശുമാവിൻ തോട്ടത്തിൽ കയറി. ഇടപ്പള്ളി റെയിൽവേ സ്റ്റേഷന് അര മയിൽ കിഴക്ക് ഭാഗത്തായിരുന്ന കശു മാവിൻതോട്ടം. അവർ അവിടെ കുറേ നേരം ചിലവഴിച്ചു. ഏതാണ്ട് പതിനൊന്ന് മണിയോട് അടുത്ത് അവർ റെയിൽവേ തൊഴിലാളികളെ കണ്ട് സംസാരിക്കാൻ തീരുമാനിച്ചു. വിശപ്പും ഉറക്കക്ഷീണവും അവരെ തളർത്തിയിരുന്നു. എങ്കിലും തൊട്ടടുത്ത് റെയിൽ ട്രാക്കിൽ പണിയെടു ക്കുന്ന ഗാംഗ് തൊഴിലാളികളെ നേരിട്ട് കണ്ട് സംസാരിക്കാൻ ഒരു ശ്രമം നടത്തി. പക്ഷെ അത് പരാജയപ്പെട്ടു. യോഗത്തെക്കുറിച്ചും പണിമുടക്കി നെക്കുറിച്ചും അവരോട് സംസാരിക്കാനുള്ള ഉദ്ദേശത്തോടുകൂടി മുന്നോട്ട നീങ്ങിയ അവരുടെ മുന്നിൽ തടസമായി നിന്നത് മേസ്ത്രിയും എഞ്ചി നീയറുമാണ്. മേസ്ത്രി യൂണിയൻ വിരുദ്ധനായിരുന്നു. എഞ്ചിനീയർ മാനേജ്മെന്റ് സംവിധാനത്തിന്റെ ഭാഗവുമാണ്. തൊഴിലാളികളെ കണ്ട് അപരിചിതർ സംസാരിക്കുന്നതു കണ്ടാൽ സംശയം ഉണ്ടാവും.

പദ്ധതികൾ പൊളിയും. അതുകൊണ്ട് തത്കാലം ആ ശ്രമത്തിൽ നിന്ന് അവർ പിൻവാങ്ങി. അകലെ നിന്ന് ട്രോളിയിൽ എഞ്ചിനീയർ വരുന്നുണ്ടായിരുന്നു. പക്ഷെ മേസ്തിരി തൊഴിലാളികൾക്കൊപ്പം തന്നെയുണ്ടായിരുന്നു.

തൊഴിലാളികളോട് ഫ്രീയായി സംസാരിക്കാൻ കഴിഞ്ഞാൽ മാത്രമേ അവരുടെ അനുഭാവം നേടിയെടുക്കാനാവൂ. അതിനാൽ ഉച്ചഭക്ഷണശേഷം തൊഴിലാളികൾ മരത്തണലിൽ വിശ്രമിക്കുമ്പോൾ സംസാരിക്കാം എന്ന് തീരുമാനിച്ച് എൻ. കെ. മാധവനും വറുത

കെ. എ. വറുളുട്ടി

ട്ടിയും പിൻവാങ്ങി. അപ്പോൾ സമയം ഉച്ചയായി. ഉച്ചഭക്ഷണത്തിനായി എൻ. കെ. മാധവനും വറുത്തട്ടിയും റെയിൽവേ സ്റ്റേഷൻ പരിസരത്തുള്ള കൃഷ്ണന്റെ ഹോട്ടലിൽ കയറി. അവർ അവിടെ സുരക്ഷിതരായിരുന്നു. ഊണ് കഴിഞ്ഞ് അവർ പുറത്തിറങ്ങി. തൊഴിലാളികളെ കണ്ട് സംസാരിക്കണം. കാലത്ത് നടക്കാതെപോയ കാര്യം പൂർത്തിയാക്കണം. അവർ പതുക്കെ തൊഴിലാളികൾ വിശ്രമിക്കുന്ന മരത്തണലിലേക്ക് നടന്നു തുടങ്ങി. അപ്പോൾ വറുത്തട്ടിയുടെ ഒരു പരിചയക്കാരനെ വഴിയിൽ കണ്ടു. അയാൾ ശ്രീ ചിത്തിര മിൽസിലെ ഒരു പഴയ തൊഴിലാളിയാണ്. അയാളുടെ പേര് ഇബ്രാഹിം എന്നായിരുന്നു. അവർ കുറച്ചുനേരം സംസാരിച്ചു. സംസാരമധ്യേ സുഹൃത്തിനോട് വറുത്തട്ടി കുറച്ച് പണം ചോദിച്ചു. ഇപ്പോൾ തന്റെ കയ്യിൽ പണമില്ലെന്നും അൽപ സമയത്തിനുള്ളിൽ ആവശ്യപ്പെട്ട തുകയുമായി എത്താമെന്നും പറഞ്ഞ് അയാൾ പോയി.

അയാൾ പണവുമായി വരുന്നതുകാത്ത് വറുത്തട്ടി നിന്നു. കൂടെ എൻ. കെ. മാധവനും. പക്ഷെ, പണവുമായി ഉടനെ വരാമെന്ന് പറഞ്ഞ സുഹൃത്തിനു പകരം എത്തിയത് പോലീസായിരുന്നു. പണവുമായി വരുന്ന സുഹൃത്തിനെ കാത്തുനിന്ന വറുത്തട്ടിയുടെയും എൻ. കെ. മാധവന്റെയും അരികിലേക്ക് അഞ്ച് പോലീസുകാർ പാഞ്ഞുവന്നു. അവർ ഇരുവരെയും വളഞ്ഞു.

പോലീസ് സംഘം വളഞ്ഞപ്പോൾ വറുത്തട്ടിയോട് ഓടി രക്ഷപ്പെടാൻ എൻ. കെ. മാധവൻ നിർദ്ദേശിച്ചു. നിർദ്ദേശം കൊടുത്തിട്ട് മാധവൻ എതിർ ദിശയിലേക്ക് പാഞ്ഞു. കാര്യമായ പ്രതിരോധത്തിന്

മുതിരാതെ വറുത്തട്ടി പോലീസിനു കീഴടങ്ങി. എൻ. കെ. മാധവൻ റെയിൽ പാളത്തിലൂടെ ശരം കണക്കെ പാഞ്ഞുപോയപ്പോൾ പോലീസിന് അദ്ദേഹത്തെ കീഴടക്കാനായില്ല. പോലീസ് പിന്നാലെ ഓടി. കുറച്ചദൂരം ഓടിയപ്പോൾ പോലീസ് ഉപായത്തിൽ മാധവനെ കീഴ്പ്പെടുത്താൻ തീരുമാനിച്ചു. അവർ മാധവന്റെ നേരെ റെയിൽ ട്രാക്കിലുള്ള കല്ലുകൾ പെറുക്കി എറിഞ്ഞു. അവസാനം മാധവനെ എറിഞ്ഞു വീഴ്ത്താൻ പോലീസിന് കഴിഞ്ഞു. വീണിടത്തുനിന്ന് എഴുന്നേൽക്കുമ്പോളേക്കും പോലീസ് മാധവനെ പിടിക്കൂടി. പക്ഷെ, മാധവൻ പോലീസിനെ തിരി ച്ചാക്രമിച്ചു. മൽപിടത്തത്തിൽ പോലീസ് കോൺസ്റ്റബിൾ വേലായുധൻ റെയിൽ ട്രാക്കിൽ കമിഴ്ന്നടിച്ച വീണു. എൻ. കെ. മാധവൻ പോലീസിനെ കടിക്കാനും മാന്താനും ശ്രമിച്ചു. ഏതാണ്ട് പത്തു മിനിറ്റ് നീണ്ട മൽപിട ത്തിൽ മാധവനെ പോലീസ് കീഴ്പ്പെടുത്തി വിലങ്ങ് വച്ചു.

പോലീസ് അവിടെവെച്ചതന്നെ കൈത്തരിപ്പ് തീർത്തു തുടങ്ങി. വിലങ്ങുവെച്ച കയറുകൊണ്ട് കെട്ടി രണ്ട് കമ്മ്യൂണിസ്റ്റുകളെയും തൊട്ട ടുത്തുള്ള ഇടപ്പള്ളി പോലീസ് സ്റ്റേഷനിലേയ്ക്ക് നടത്തി കൊണ്ടുപോയി. ഏകദേശം ഒരു മൈൽ ദൂരം ഈ ഘോഷയാത്ര സഞ്ചരിച്ചു. ചെറിയ ആൾക്കൂട്ടം കാഴ്ചക്കാരായി മാറി. പോലീസുകാരും കമ്മ്യൂണിസ്റ്റുകാരും തമ്മിലുള്ള തല്ല് നിറം പിടിപ്പിച്ച കഥകളായി കരക്കമ്പിപോലെ പരന്നു. എൻ. കെ. മാധവനെ കീഴ്പ്പെടുത്താൻ ശ്രമിച്ച സമയത്ത് വേലായുധൻ എന്ന പോലീസുകാരൻ റെയിൽ പാളത്തിൽ കമിഴ്ന്നടിച്ച് വീണത് ആളുകൾ കണ്ടിരുന്നു. ഒപ്പം കമ്മ്യൂണിസ്റ്റുകളെ പോലീസ് മർദ്ദിക്കുന്നതും അവരുടെ കാഴ്ചയിൽ പെട്ടു.

ഈ കാഴ്ചകളെല്ലാം നിറം പിടിപ്പിച്ച നുണകളായി പെയ്തിറങ്ങി. ഒളിവില്ലുള്ള രണ്ട് കമ്മ്യൂണിസ്റ്റുകാരെ പോലീസ് ബലപ്രയോഗത്തിലൂടെ കീഴ്പ്പെടുത്തിയെന്നും ബലപ്രയോഗത്തിനിടയിൽ ഒരാൾ പോലീസു കാരനെ കുത്തിവീഴ്ത്തിയെന്നുമായിരുന്ന ഒരു കഥ. ഒളിവിലിരുന്ന രണ്ട് കമ്മ്യൂണിസ്റ്റുകാരെ പോലീസ് കീഴടക്കി. പോലീസുമായുള്ള ഏറ്റുമുട്ടലിൽ ഒരാൾ മരിച്ചെന്നായിരുന്ന മറ്റൊരു കഥ. മൂന്നാമത്തെ കഥ ഒളിവില്ലുള്ള കമ്മ്യൂണിസ്റ്റുകാരുടെ സങ്കേതമാണ് പോണേക്കര. പോലീസ് അത് തിരിച്ചറിഞ്ഞ് അവിടെ നിറതോക്കുകളുമായി റെയ്ഡ് നടത്തുകയാണ്. എല്ലാ വീട്ടുകളും സെർച്ച് ചെയ്യുന്നുണ്ട്. പോലീസും അച്ചുകുട്ടിയുടെ ഗുണ്ടകളും ചേർന്നാണ് കമ്മ്യൂണിസ്റ്റ് വേട്ട ആരംഭിച്ചിരിക്കുന്നത്. മുന്നിൽ ചെന്ന് പെടുന്നവർ അപകടത്തിലാവും.

വാർത്തകൾ കരക്കമ്പിയായി പരന്നു. ഭയം എല്ലായിടത്തും നിറഞ്ഞു. കമ്മ്യൂണിസ്റ്റ് ക്യാമ്പുകൾ നിശബ്ദമായി. കാരണം പോലീസിനെ

അക്രമിച്ചവർ ജീവനോടുകൂടി ലോക്കപ്പിൽ നിന്നും പുറത്തുവരില്ല. ഒന്നുകിൽ രണ്ടുപേരും മരിക്കും. അല്ലെങ്കിൽ ഒരാൾ മരിക്കും മറ്റെയാൾ ചത്തുജീവിക്കും. എണ്ണമറ്റ ക്രൂരതകളുടെ കഥ അക്കാലത്ത് അവർ കേട്ടിരുന്നു. ഇരിങ്ങാലക്കുടയിൽ അറസ്റ്റിലായ പി. കെ. കുമാരനോട് സ്റ്റേഷനിലുണ്ടായിരുന്ന മഹിളാസംഘം പ്രവർത്തക പി. സി. കുറുമ്പയുടെ യോനി നക്കാൻ പോലീസ് ആവശ്യപ്പെട്ടു. വിസമ്മതിച്ച കുമാരന്റെ മുഖം പോലീസ് ബലമായി യോനിയിൽ ഉരുമ്മി. ക്രത്താട്ടുകുളം മേരിയെ രണ്ട് കാലുകളും നേർരേഖയിലാക്കി അവളുടെ യോനിയിലേയ്ക്ക് പോലീസ് ലാത്തി കയറ്റി. അന്ന് പോലീസ് ലോക്കപ്പിൽ ആരെയെങ്കിലും പിടിച്ചിട്ടാൽ ആദ്യ നാല്നാൾ സ്ത്രീയും പുരുഷനും നഗ്നരായി നിൽക്കണം. അതായിരുന്നു അന്നത്തെ ലോക്കപ്പ് വ്യവസ്ഥ. എല്ലാ സ്ത്രീകളുടെയും മുലക്കണ്ണുകളിൽ പോലീസ് വെള്ളക്കാമേടം ഋക്കി പിതൃശൂന്യതയുടെ വൈകൃതങ്ങൾ ആഘോഷിച്ചു.

ജയിൽ അന്ന് കൊലയറയാണ്. നേരം വെളുക്കുമ്പോൾ പിടിയിലായ കമ്മ്യൂണിസ്റ്റുകൾ ജീവനോടെ ഉണ്ടായിരിക്കുമെന്ന് പുറത്തുള്ള കമ്മ്യൂണിസ്റ്റുകൾക്ക് ഉറപ്പുണ്ടായിരുന്നില്ല. അറസ്റ്റ് ചെയ്യപ്പെട്ട പലരും ശവമായാണ് ലോക്കപ്പിന് പുറത്തെത്തിയത്. മൊയ്യാരത്ത് ശങ്കരനെ പോലീസ് മർദ്ദിച്ച കൊന്നു. എറണാകുളം ജില്ലയിലെ എരൂരിലെ സി. കെ. ദാമോദരേട്ടനെ അറസ്റ്റ് ചെയ്ത് ലോക്കപ്പിൽ അടച്ചു. ദിവസങ്ങൾക്കുള്ളിൽ തല്ലിക്കൊന്നു. മരിക്കുന്നതിന് മുൻപ് മരണം റിപ്പോർട്ട് ചെയ്യാൻ ആശുപത്രിയിൽ കയറ്റി. ക്രത്താട്ടുകുളത്ത് നടന്ന ആദ്യ റിപ്പബ്ലിക്ക് ദിന പ്രതിഷേധത്തിലാണ് വൈക്കം ദാമോദരൻ മരിച്ചത്. പ്രതിഷേധ ജാഥ നടത്തിയതാണ് കുറ്റം. മുപ്പത് വയസുകാരനായ ആ ചെറുപ്പക്കാരന്റെ ജീവൻ ലോക്കപ്പിൽ കുരുങ്ങി. ക്രത്താട്ടുകുളത്തെ നരസിംഹ അയ്യർ ലോക്കപ്പിലാണ് മരിച്ചത്. ഒളിവിലായിരുന്ന അദ്ദേഹത്തെ പോലീസ് അറസ്റ്റ് ചെയ്തത് തിരുമാറാടിയിൽ വച്ചായിരുന്നു. ഒറ്റമുണ്ട് ഉടുപ്പിച്ച് കൈകൾ രണ്ടും പിറകിൽ കെട്ടി ഏഴ് കിലോമീറ്റർ ദൂരെയുള്ള പോലീസ് സ്റ്റേഷൻ വരെ നടത്തിക്കൊണ്ടുപോവുകയും വഴിനീളെ മർദ്ദിക്കുകയും ചെയ്തു. നടത്തിക്കൊണ്ടുപോയ അയ്യരെ വഴിനീളെ തോക്കിന്റെ പാത്തികൊണ്ട് ഇടിച്ചു. ഇടിയുടെ ആഘാതത്തിൽ ഇടയ്ക്കിടെ വേച്ചുവീണു. വീണിടത്ത് നിന്ന് പിടിച്ചുയർത്തി വീണ്ടും ഇടിച്ചു. പത്തു മണിക്കൂറെടുത്തു ക്രത്താട്ടുകുളം പോലീസ് സ്റ്റേഷനിൽ എത്താൻ. അവിടെ എത്തിയപ്പോളേക്കും അയ്യർ ജീവച്ഛവമായി മാറി. ഓരോ ഇടി കൊള്ളുമ്പോഴും നരസിംഹ അയ്യർ ഉറക്കെ വിളിച്ചു. "കമ്മ്യൂണിസ്റ്റ് പാർട്ടി സിന്ദാബാദ്", "പോലീസ് മർദ്ദനം അവസാനിപ്പിക്കുക".

പക്ഷെ, അന്ന് രാത്രി ആ ശബ്ദം നിലച്ചു. പിന്നെയും നിരവധി പേരെ ലോക്കപ്പിൽ പോലീസ് കശാപ്പ് ചെയ്തു. തിരുമാറാടി രാമകൃഷ്ണൻ, മണ്ണ ത്തൂർ വർഗീസ്, പാമ്പാക്കുട രാജപ്പൻ, ഉല്ലല ദാമോദരൻ എന്നിവർ ലോക്കപ്പ് രക്തസാക്ഷികളാണ്. ഇതിൽ നിന്ന് വ്യത്യസ്തമായ വിധി അവർ എൻ. കെ. മാധവന് കൽപിച്ചില്ല.

മുൻ സൂചിപ്പിച്ച രക്തസാക്ഷികളിൽ നിന്ന് എൻ. കെ. മാധവനെ വ്യ ത്യസ്തനാക്കിയത് മാധവൻ പോലീസിനെ അക്രമിച്ചതാണ്. അറസ്റ്റിന് വഴങ്ങാൻ തയ്യാറാവാതിരിക്കുകയും കോൺസ്റ്റബിൾ വേലായുധനെ റെയിൽവേ ട്രാക്കിൽ മറിച്ചിട്ടുകയും ചെയ്തു. കമ്മ്യൂണിസ്റ്റിനെ കാലപുരി ക്കയ്യില്ലിൽ കുറച്ചൊന്നും ചെയ്യാൻ പോലീസ് ആഗ്രഹിക്കില്ല.

അതിനാൽ ശവമായോ ജീവച്ഛവമായോ മാധവനെ കാണണം എന്ന് ജയിലിനു പുറത്തുള്ള കമ്മ്യൂണിസ്റ്റുകാർ ആഗ്രഹിച്ചത് സ്വാഭാവികം മാത്രം. മാധവൻ അന്ന് പാർട്ടിയുടെ ധീരനായ നേതാ വായിരുന്നു. ആലുവ-കളമശ്ശേരി-ഏലൂർ വ്യവസായ മേഖലയിലും കുന്നത്തുനാട്-പറവൂർ-ആലുവ താലൂക്കുകളിലും കമ്മ്യൂണിസ്റ്റ് വിപ്ലവ ബഹുജന പ്രസ്ഥാനത്തിന്റെ ആദ്യ ശിൽപികളിൽ പ്രമുഖൻ, മികവുറ്റ സംഘാടകൻ, തീപ്പൊരി പ്രക്ഷോഭകാരി. സഖാക്കൾ അൽപം അതി ശയോക്തി കലർത്തി എൻ. കെ. മാധവനെ അവതരിപ്പിച്ചിരുന്നത് ഇങ്ങനെയാണ്. "സഖാവ് എൻ. കെ. ചെല്ലുന്നിടത്ത് പച്ചവെള്ളത്തിന് തീ പിടിപ്പിക്കും. മൺതരികളെ തുള്ളി വിറപ്പിക്കും". മുൻ സൂചിപ്പിച്ച പോലീസ് ഭീകരതയും മാധവന്റെ സംഘാടക നേതൃത്വവും മാധവനെ വിമോചിപ്പിക്കാനുള്ള പ്രേരക ഘടകങ്ങൾ ആയിരുന്നു.

ആത്മഹത്യാ സ്ക്വാഡ് റെഡി

കമ്മ്യൂണിസ്റ്റുകളെ അറസ്റ്റ് ചെയ്ത വാർത്ത കാറ്റിന്റെ വേഗത്തിൽ സഞ്ചരിച്ചു. നിരോധിത സംഘടനയിലെ അംഗങ്ങളാണ് കമ്മ്യൂണിസ്റ്റുകാർ. അവർ എന്തിനും മടിയില്ലാത്തവരാണ്. വിപ്ലവത്തിന്റെ തീപ്പന്തങ്ങളായിരുന്നു. ജനങ്ങളുടെ ന്യായമായ കാര്യങ്ങൾക്ക് വേണ്ടി പോലീസിനെയും ഗുണ്ടകളെയും വെല്ലുവിളിക്കാൻ അവർ സർവ്വസന്നദ്ധരായിരുന്നു. അതിനാൽ ജനങ്ങൾക്ക് അവരോട് ഇഷ്ടമുണ്ടായിരുന്നു. എങ്കിലും ഭയമായിരുന്നു. ഭയവും ഇഷ്ടവും ഇടകലർന്ന വികാരത്തോടെ കൂടിയാണ് ജനങ്ങൾ അവരെ കണ്ടത്.

വാർത്ത ആദ്യം പടർന്നത് വ്യവസായ മേഖലയായ ഏലൂരിലായിരുന്നു. ഏലൂരിൽനിന്ന് വടക്കോട്ട് ആലുവയിലേക്കും അത് ലീക്ക് ചെയ്തു. നാല് മണിയുടെ ഷിഫ്റ്റിൽ ജോലിയ്ക്ക് കയറിയ തൊഴിലാളികൾ ഈ വാർത്തയുമായാണ് ഫാക്ടറികളിലേയ്ക്ക് പോയത്. റെയിൽവേ പണിമുടക്ക് വിജയിപ്പിക്കുന്നതിനുവേണ്ടിയുള്ള അവസാന മിനുക്ക് പണികൾ ആസൂത്രണം ചെയ്യാൻ കൂടേണ്ട ഏറ്റവും ഗൗരവമുള്ള രഹസ്യയോഗം കുറച്ച് സമയത്തിനുള്ളിൽ പോണേക്കരയിൽ നടക്കും. അതിന്റെ പ്രധാന സംഘാടകനായ എൻ. കെ. മാധവൻ പോലീസ് പിടിയിലായി. പോണേക്കരയിൽ എത്തേണ്ട പലരും പോണേക്കരയിൽ എത്തിയില്ല. വൻ സംഘർഷവും പോലീസ് അതിക്രമവും പ്രതീക്ഷിച്ച് വടക്കൻ മേഖല സഖാക്കൾ യോഗത്തിൽ നിന്ന് സ്വയം പിൻവാങ്ങി.

അതിനു പ്രധാന കാരണം ഒളിവിലായിരുന്ന കമ്മ്യൂണിസ്റ്റുകളും പോലീസും തമ്മിലുണ്ടായ ബഹളത്തിന്റെ പശ്ചാത്തലത്തിൽ രൂപപ്പെട്ട

ഊഹക്കഥകളായിരുന്നു. അറസ്റ്റ് നടക്കുന്ന സമയത്ത് കമ്മ്യൂണിസ്റ്റുകളും പോലീസും തമ്മിലുണ്ടായ കശപിശയുടെ പശ്ചാത്തലത്തിൽ രൂപ പ്പെട്ടവ. അറസ്റ്റ് നടക്കുന്ന സമയത്ത് കമ്മ്യൂണിസ്റ്റുകളും പോലീസും തമ്മിൽ ഉന്തും തള്ളുമുണ്ടായി. കമ്മ്യൂണിസ്റ്റുകളിൽ ഒരാൾ ഒരു പോലീസു കാരനെ കുത്തി വീഴ്ത്തി എന്ന സംഭ്രമജനകമായ കഥ പരന്നു. ജനങ്ങളിൽ അത് പരിഭ്രാന്തി സൃഷ്ടിച്ചു. ഫാക്ടിൽ പണിയെടുത്തിരുന്ന തൊഴിലാളി കളും കമ്മ്യൂണിസ്റ്റ് അനുഭാവി സംഘവും വിഷയത്തെ ഗൗരവത്തിൽ വിലയിരുത്തി. അപ്പോൾ അവിടെ പാർട്ടിയുടെ ചാർജ്ജുണ്ടായിരുന്ന പയ്യപ്പള്ളി ബാലൻ വാർത്തയുടെ സത്യാവസ്ഥ മനസ്സിലാക്കാൻ കൊറിയറെ അന്വേഷണത്തിന് അയച്ചു. കൊറിയർ പുറത്തിറങ്ങി പരി സരങ്ങളിൽ അന്വേഷണം നടത്തി. സംഭവ സ്ഥലത്തേയ്ക്ക് എത്താൻ അയാൾക്ക് കഴിഞ്ഞില്ല. കൊറിയർ മുട്ടാർ കടത്തുവരെയേ പോയുള്ളൂ.

അപ്പോഴേയ്ക്കും വാർത്ത കൂടുതൽ പരിഭ്രമജനകമായി മാറിയിരുന്നു. പോലീസ് മർദ്ദിച്ചു കൊണ്ടുപോയവരിൽ ഒരാൾ മരിച്ചു. അപരൻ മൃത പ്രായനാണ്. മാത്രമല്ല പൊണ്ണേക്കര മുഴുവൻ പോലീസ് നിയന്ത്രണ ത്തിലാണ്. ഒളിച്ചു താമസിക്കുന്ന കമ്മ്യൂണിസ്റ്റുകളുടെ ഒരു പ്രധാന കേന്ദ്ര മായി പൊണ്ണേക്കരമാറി എന്ന് പോലീസ് തിരിച്ചറിഞ്ഞു. അതിനാൽ അവിടെ റെയ്ഡ് നടക്കുകയാണ്. പോലീസ് ഓരോ വീട്ടും കയറി ഒളിവില്ലുള്ള കമ്മ്യൂണിസ്റ്റുകൾക്ക് വേണ്ടി തെരച്ചിൽ നടത്തുകയാണ്.

ഇതറിഞ്ഞ് വൈകീട്ടുള്ള യോഗത്തിലേയ്ക്ക് പോകേണ്ടതില്ലെന്ന് അവർ തീരുമാനിച്ചു. പയ്യപ്പിള്ളി ആ വിവരം മഞ്ഞുമ്മൽ-ഏലൂർ ഭാഗ ത്തുള്ള സഖാക്കളെ അറിയിച്ചു. ആലുവായിൽ നിന്നുള്ള സഖാക്കൾ റെയിൽവേ ട്രാക്കിലൂടെ നടന്നു വരുന്നുണ്ടായിരുന്നു. അവർ കളമശ്ശേ രിയിൽ എത്തിയപ്പോൾ അവർക്ക് വിവരം കൈമാറിക്കിട്ടി. ആലുവ സംഘത്തെ നയിച്ചിരുന്നത് ശൗരിമുത്തുവായിരുന്നു. കൊറിയറും ടെക്കും നൽകിയ വിവരത്തെ തുടർന്ന് അവരും യാത്ര നിറുത്തി. ഏതാനും നിമിഷത്തെ കൂടിയാലോചനയ്ക്ക് ശേഷം സംഘം ആലുവയിലേയ്ക്ക് തിരിച്ചുപോയി.

എൻ. കെ. മാധവനെയും വറുത്തട്ടിയെയും അറസ്റ്റ് ചെയ്ത വിവരം അറിയുകയും അതിനോട് ക്രിയാത്മകമായി പ്രതികരിക്കാൻ തയ്യാ റാവുകയും ചെയ്തത് സെൻട്രൽ സഖാക്കളായിരുന്നു. പാർട്ടിയുടെ ബുദ്ധിജീവിയും ആലുവായിലെ തൊഴിലാളി സംഘാടകനുമായ കെ. സി. മാത്യു യോഗത്തിനുള്ള സഖാക്കൾ എത്താൻ കാത്തിരുന്നു. മുൻ പട്ടാളക്കാരനായ കെ. യു. ദാസും പൊണ്ണേക്കരയിൽ തന്നെ ഉണ്ടാ യിരുന്നു. പെരുമ്പാവൂർ ഗവ. ഹൈസ്ക്കൂൾ വിദ്യാർത്ഥിയായിരുന്ന

ശിവശങ്കരപ്പിള്ള തിരുവനന്തപുരത്ത് അഖിലതിരുവിതാംകൂർ വിദ്യാർ
ത്ഥി യൂണിയന്റെ സമ്മേളനത്തിൽ പങ്കെടുക്കാൻ പോയിരുന്നതാണ്.
കോൺഫറൻസ് കഴിഞ്ഞ് തിരുവനന്തപുരത്ത് നിൽക്കുന്ന ശിവശങ്ക
രപിള്ളയ്ക്ക് പാർട്ടിയുടെ സന്ദേശം ലഭിക്കുന്നു. തിരുവനന്തപുരത്തുനിന്ന്
മടങ്ങുമ്പോൾ എറണാകുളം വഴി മടങ്ങണമെന്നാണ് നിർദ്ദേശം. അതന
സരിച്ച് അദ്ദേഹം എറണാകുളത്ത് എത്തി. എറണാകുളത്ത് എത്തിയ
അദ്ദേഹത്തിന് രഹസ്യ നിർദ്ദേശം കിട്ടിയത് കാടിപറമ്പത്ത് ചേരുന്ന
യോഗത്തിൽ സംബന്ധിക്കാനാണ്. അങ്ങനെ അദ്ദേഹം കാടിപറമ്പ
ത്ത് പുരയിടത്തിലെത്തി.

എറണാകുളത്ത് ആർക്കും എൻ. കെ. മാധവനെയും വറുതുട്ടിയെയും
അറസ്റ്റ് ചെയ്ത വിവരം അറിയില്ലായിരുന്നു. അവർ അറസ്റ്റിനെ തുടർന്ന്
പ്രചരിച്ച വാർത്തകളും കേട്ടില്ല.

എറണാകുളത്തുനിന്ന് ഏതാനും വിപ്ലവകാരികളുമായി സന്ധ്യ
കഴിഞ്ഞപ്പോൾ എം. എം. ലോറൻസ് ഇടപ്പള്ളിയിലേയ്ക്ക് തിരിക്കാൻ
തീരുമാനിച്ചിരുന്നു. പോണേക്കരയിലെ കാടിപറമ്പത്ത് പുരയിടത്തിൽ
എത്താൻ എളുപ്പവഴി റെയിൽ വഴിയാണ്. അതുകൊണ്ട് ലോറൻസും
സംഘവും നോർത്ത് റെയിൽവേ സ്റ്റേഷനിൽ എത്തി. അവിടെ നിന്നവർ
വടക്കോട്ട പോകുന്ന വണ്ടിയിൽ ടിക്കറ്റെടുക്കാതെ കയറി. കള്ളവണ്ടി
കയറിയവർ പോണേക്കരയിൽ ഇറങ്ങി. ഇടപ്പള്ളി റെയിൽവേ സ്റ്റേ
ഷനാണ് പോണേക്കര. ലോറൻസിന്റെ സംഘം വലിയ ടീമായിരുന്നു.
ആ സംഘത്തിൽ വി വിശ്വനാഥമേനോൻ, വി. സി. ചാണ്ടൻ, വി. പി.
സുരേന്ദ്രൻ, ടി. ടി. മാധവൻ, കുഞ്ഞപ്പൻ, പാർട്ടി ജില്ലാ സെക്രട്ടറി പി.
ഗംഗാധരന്റെ അംഗരക്ഷകൻ കൃഷ്ണപിള്ള എന്നിവരുണ്ടായിരുന്നു.
ലോറൻസ് ആ സമയത്ത് ഒളിവിലാണ്. 1949 ജൂൺ 25-ന് എറണാക
ളത്ത് വിദ്യാർത്ഥി പ്രകടനം നടത്തിയതിന്റെ കേസ് നിലവിലുണ്ടായി
രുന്നു. പാർട്ടിയിൽ അപ്പോൾ അദ്ദേഹം ജില്ലാ കമ്മറ്റി അംഗമായിരുന്നു.

വിശ്വനാഥമേനോൻ അവധിക്കാലത്തായിരുന്നു. മുംബെയിലും
പൂനെയിലും നിയമപഠനത്തിനുപോയിരുന്ന വിശ്വനാഥ മേനോന്റെ
അവധിക്കാലമായിരുന്നു അത്. നേരത്തെ പല പോരാട്ടങ്ങളും
നടത്തി പോലീസ് പേടി നഷ്ടപ്പെട്ട കോമ്രേഡ്. ചാണ്ടൻ ഹരിജൻ
നേതാവായിരുന്നു. ആരോഗ്യദൃഢഗാത്രനായ ചാണ്ടൻ കർഷകതൊഴി
ലാളികളുടെ നേതാവായിരുന്നു. സംഘത്തിൽ ചേർന്ന ടി. ടി. മാധവനും
കുഞ്ഞപ്പനും ചാണ്ടന്റെ പ്രേരണയിൽ ചേർന്നതാണ്. പങ്കെടുക്കാൻ
പോകുന്ന യോഗത്തിന്റെ ഗൗരവം പോലും അവർക്കറിയില്ലായിരുന്നു.

ഇടപ്പള്ളി റെയിൽവേ സ്റ്റേഷന്റെ വടക്ക പടിഞ്ഞാറേമൂലയിൽ

ഏതാണ്ട് അര മയിൽ ദൂരത്ത് ആളൊഴിഞ്ഞ വലിയ ഒരു പുരയിടമാ
യിരുന്നു കാടിപ്പറമ്പത്ത് പുരയിടം. പകൽ പോലും അധികമാരുടെയും
ശ്രദ്ധയിൽപ്പെടാത്ത പ്രദേശം. ഇത് ഒരു ബ്രാഹ്മണ ജന്മിയുടെ ഉടമ
സ്ഥതയിൽ ഉള്ള സ്ഥലമാണ്. അതിന്റെ ഒഴിഞ്ഞ കോണിൽ ഫാക്ടിൽ
ടൈം കീപ്പറായ കെ. എം. കണ്ണന്റെ വീടുണ്ടായിരുന്നു. ആ വീടിന്റെ ഒരു
വശം മുഴുവൻ വലിയ പൊക്കാളിപ്പാടമായിരുന്നു. മറുവശത്ത് ഒഴിഞ്ഞു
കിടക്കുന്ന കുറ്റിക്കാട് പിടിച്ച കാടിപ്പറമ്പ്.

കാടിപ്പറമ്പിന്റെ ഭൂമിശാസ്ത്രപരമായ ഈ സാധ്യത കമ്മ്യൂണിസ്റ്റ്
പാർട്ടി ഉപയോഗിക്കാൻ തീരുമാനിക്കുകയായിരുന്നു. ഹോമിയോ
ഡോക്ടർ ആയ കെ. എം. അയ്യപ്പന്റെ സഹോദരനാണ് കണ്ണൻ.
കണ്ണന് പാർട്ടിക്കൂറുണ്ടായിരുന്നു. വിപ്ലവത്തിൽ പ്രതീക്ഷയുണ്ടായിരു
ന്നു. അതിനാൽ കണ്ണന്റെ വീട് പാർട്ടിയുടെ പ്രവർത്തന കേന്ദ്രമായി
മാറി. അതൊരു പാർട്ടി ഷെൽട്ടറാക്കി പാർട്ടി മാറ്റിയിരുന്നു. മാത്രമല്ല
ഒട്ടനവധി ജില്ലാസെക്രട്ടേറിയറ്റ് യോഗങ്ങൾ അവിടെ നടന്നിരുന്നു.
ഇവിടെ എത്തിച്ചേരാനാണ് എല്ലാ സഖാക്കൾക്കും നിർദ്ദേശം ലഭിച്ചത്.
ഇടപ്പള്ളി പോലീസ് സ്റ്റേഷൻ അക്രമിക്കാനുള്ള സുപ്രധാന തീരുമാനം
പാർട്ടി എടുക്കുന്നത് ഈ പുരയിടത്തിൽ വച്ചാണ്. ഇപ്പോൾ ആ സ്ഥലം
പ്രശസ്തമായ ആരോഗ്യ സർവ്വകലാശാലയുടെ ആസ്ഥാനമാണ്.
അമൃത മെഡിക്കൽ ഇൻസ്റ്റിറ്റ്യൂട്ട് ഓഫ് സയൻസും അമൃതമെഡിക്കൽ
കോളേജും ഇവിടെയാണ് പ്രവർത്തിക്കുന്നത്.

സന്ധ്യകഴിഞ്ഞപ്പോൾ കാടിപ്പറമ്പത്തു പുരയിടത്തിലേയ്ക്ക്
സഖാക്കൾ ഓരോരുത്തരായി വരാൻ ഇടങ്ങി. അവരെ സ്വീകരി
ക്കാൻ അവിടെ അപ്പോൾ കെ.യു. ദാസും കെ.സി. മാതൃവും
ആണ് ഉണ്ടായിരുന്നത്. കെ. യു. ദാസ് പട്ടാളത്തിലായിരുന്നു. പട്ടാ
ളത്തിൽ നിന്ന് വന്ന അദ്ദേഹം കമ്മ്യൂണിസ്റ്റ് പാർട്ടിയുടെ ആയുധ
പരിശീലകനായി മാറിയിരുന്നു. പറവൂർ, വടക്കേക്കര, വാവക്കാട്,
മൂത്തകുന്നം പ്രദേശങ്ങളിൽ കയർ തൊഴിലാളികളെയും ചെത്തു
തൊഴിലാളികളെയും സംഘടിപ്പിക്കുന്നതിൽ സജീവ പങ്കാളിയായിരു
ന്നു. പുന്നപ്രവയലാറിൻശേഷം ആരംഭിച്ച പാലിയം സമരം മനുഷ്യന്
വഴിനടക്കാനുള്ള സ്വാതന്ത്ര്യത്തിനു വേണ്ടിയുള്ള പോരാട്ടമായിരുന്നു.
അതിന്റെ സംഘാടക ഇടങ്ങളിൽ കെ. യു. ദാസ് ഉണ്ടായിരുന്നു. അന്ന്
കമ്മ്യൂണിസ്റ്റ് പാർട്ടിയുടെ നേതാവായിരുന്ന പി. ഗംഗാധരൻ പറഞ്ഞ
വാക്കുകൾ പ്രധാനമായിരുന്നു. "പട്ടിയും പൂച്ചയും വഴി നടക്കാൻ സ്വാത
ന്ത്ര്യമുണ്ട്. എന്നാൽ അയിത്ത ജാതിയിൽപ്പെട്ടവർക്ക് ആ അവകാശം
നിഷേധിക്കപ്പെടുന്നു. അവരും മനുഷ്യരല്ലേ? വഴിയിൽ നടക്കുന്ന ചില

വിഭാഗങ്ങളിൽപ്പെട്ടവർക്ക് ഇറച്ചിക്കട്ടകളുമായി അമ്പലപരിസരത്തു പോകാം- വിലക്കില്ല. ഈഴവർ തുടങ്ങിയ പിന്നാക്കക്കാർക്ക് ആ അവകാശം നിഷേധിക്കപ്പെടുന്നു. ഈ അനാചാരത്തിനെതിരെ ആഞ്ഞടിച്ചേ പറ്റൂ".

നാട്ടുവാഴിത്വത്തിനും ഫ്യൂഡൽ തെമ്മാടിത്തത്തിനും സവർണ ഫാസിസത്തിനും എതിരെ ചേന്ദമംഗലം പാലിയത്ത് 1946 ഒക്ടോബർ 18-ന് അവർണ്ണരും പട്ടിണിപ്പാവങ്ങളും പുരോഗമനവാദികളായ സവർണരും തോളോട് തോൾ ചേർന്ന് നടത്തിയ ചെറുത്തുനിൽപിന്റെ വീരഗാഥയാണ് പാലിയം സമരം. സമരത്തിൽ എ. ജി. വേലായുധൻ രക്തസാക്ഷിയായി. കാളി അയ്യപ്പൻ എന്ന ദളിത് പെൺകുട്ടിയെ പോലീസ് തല്ലിച്ചതച്ച. "അയിത്തം തുലയട്ടെ" എന്ന് അവർ ഉരുവിട്ട മുദ്രാവാക്യം പിന്നീട് യാഥാർത്ഥ്യമായി. അന്ന് പാലിയം സമരത്തെ അടിച്ചമർത്താൻ എറണാകുളത്തുനിന്ന്‌ വന്ന നാല്‌വണ്ടി പോലീസിനെ ചേന്ദമംഗലം കവലയിൽ വച്ച് എൻ. ശിവൻപിള്ളയും, എൻ. കെ. മാധവനും, ഐസക് തോമസും ചേർന്ന് തടഞ്ഞു. നാല്‌വണ്ടിയില്‌ മായി 200 പോലീസുകാരുണ്ടായിരുന്നു. വൻജനാവലിയുടെ സഹായത്താലാണ് കമ്മ്യൂണിസ്റ്റ് നേതാക്കൾ വണ്ടി തടഞ്ഞത്. പോലീസ് ബോണറ്റിന്റെ മുകളിൽ കയറി ശിവൻപിള്ളയും എൻ. കെ. മാധവനും ഐസക്ക് തോമസും തീപ്പൊരി പ്രസംഗം നടത്തി. ഈ സമരങ്ങളി ലൊക്കെ സഹയാത്രികനായിരുന്ന കെ. യു. ദാസ്, ഒരു തീപ്പൊരി സഖാവ്.

കെ. സി. മാത്യു ആലുവ വ്യവസായ മേഖലയുടെ തൊഴിലാളി നേതാവ്, പാർട്ടിയുടെ ബുദ്ധികേന്ദ്രം. ആലപ്പുഴയിൽ ഒരു വർഷം പാർട്ടി പരിശീലനം നേടിയ കേഡർ. അതുകൊണ്ട് കാടിപ്പറമ്പത്ത് കൂടിയ രഹസ്യയോഗത്തിന്റെ അദ്ധ്യക്ഷസ്ഥാനത്ത് അദ്ദേഹം സ്ഥാനമുറപ്പിച്ച. അവിടത്തെ നേതാവ് അദ്ദേഹമായിരുന്നു. യോഗത്തിന് എല്ലാവരും എത്തുന്നതിനു മുൻപ് തന്നെ മാത്യു തീരുമാനമെടുത്തിരുന്നു. ഒരു കമാൻ്റ റിന്റേതുപോലെ അദ്ദേഹത്തിന്റെ തീരുമാനം അലംഘനീയമായിരുന്നു. അദ്ദേഹം പറഞ്ഞു ഈ യോഗം വിളിച്ച ചേർത്ത എൻ. കെ. മാധവൻ അറസ്റ്റിലായി. മാധവനൊപ്പം വറുത്തട്ടിയും ഉണ്ടായിരുന്നു. ഒരാൾ മരി ച്ചെന്നാണ് വിവരം. മാധവൻ മൂതപ്രായനാണെന്ന് കേൾക്കുന്നു. ഈ വിവരം യോഗത്തിന് എത്തിയ എല്ലാവരും അറിഞ്ഞു. പിന്നീട് അമ്പര പ്പിക്കുന്ന നിർദ്ദേശം കമാൻ്ററുടെ ചുണ്ടുകളിൽ നിന്ന് പുറത്തുവന്നു. കെ. സി. മാത്യു പറഞ്ഞു. "നമുക്ക് പോലീസ് സ്റ്റേഷനിൽ പോയി എൻ. കെ. യെ ബലമായി മോചിപ്പിക്കണം". അതൊരു നിർദ്ദേശമായിരുന്നില്ല.

അതൊരു കമാൻറ്റുടെ ആജ്ഞയായിരുന്നു. ബോൾഷെവിക് വിപ്ലവ കാലത്തെ പാർട്ടി കമ്മീസാറെ ഓർമ്മപ്പെടുത്തുന്ന പ്രവൃത്തിയായിരുന്നു മാത്യുവിന്റേത്. കമ്മ്യൂണിസ്റ്റ് പാർട്ടി നേതൃത്വത്തിന്റെ ആജ്ഞകൾ എതിർപ്പില്ലാതെ നടപ്പാക്കപ്പെടുന്ന കാലം. എല്ലാത്തിനെയും നയിച്ചിരുന്നത് കൽക്കത്ത തിസീസിന്റെ തീയായിരുന്നു.

ആരും എതിർപ്പ് പ്രകടിപ്പിച്ചില്ല. അതിന്റെ അനന്തര ഫലങ്ങളെക്കുറിച്ച് ആരും ചിന്തിച്ചില്ല. പുന്നപ്രയിലും വയലാറിലും പോലീസിനു നേരെ നെഞ്ചുവിരിച്ചവരാണ് മാതൃക. വെടിയുണ്ടകളെ നെഞ്ചിലേറ്റാൻ അവർ റെഡി. വാരിക്കുന്തവുമായി നിറതോക്കിന് മുന്നിലേയ്ക്ക് ചാടിയ സഖാക്കൾ ആശയംകൊണ്ട് കാരിരുമ്പുപോലെ ശക്തരായിരുന്നു. എങ്കിലും പലരുടെയും മുന്നിൽ പോലീസ് സ്റ്റേഷനിൽ പോയി ഒരു ബലപ്രയോഗം വേണോ എന്ന ചിന്ത ഉയർന്നിരുന്നു. ലോറൻസ് വിശ്വനാഥമേനോനെ അരികിലേയ്ക്ക് മാറ്റി നിറുത്തി ഇങ്ങനെ സംസാരിച്ചു "സഖാവേ, എനിക്ക് ഇതിനോട് യോജിപ്പില്ല. നമുക്ക് സ്ഥലമറിയില്ല. എത്ര പോലീസുകാരുണ്ടെന്ന് അറിയില്ല. നമ്മുടെ കയ്യിൽ ആയുധങ്ങളുമില്ല. പോലീസിനു മുന്നിൽ പിടിച്ചുനിൽക്കാനാവില്ല". ഉടനെ വിശ്വനാഥ മേനോൻ പറഞ്ഞു. "സഖാവ് പറഞ്ഞത് ഞാൻ മാത്യുവിനെ അറിയിക്കാം". എന്നാൽ അതിനോട് ലോറൻസിന് യോജിപ്പുണ്ടായില്ല. പരിപാടിയിലുള്ള വിയോജിപ്പ് അവസാനിപ്പിച്ചുകൊണ്ട് ലോറൻസ് പറഞ്ഞു. "താൻ പറയേണ്ട, പറഞ്ഞാൽ താൻ ഭീരുവാണെന്ന് വരും. നാം ഭീരുക്കളാണെന്ന് വരും. ഏതായാലും ചാവാൻ വന്നതല്ലേ, പോയാൽ പോകട്ടെ!". അതോടെ ഒറ്റക്കെട്ടായി പോലീസ് സ്റ്റേഷൻ ആക്രമണത്തിന് തീരുമാനമായി.

അങ്ങനെ കെ. സി. മാത്യുവിന്റെ നിർദ്ദേശം ഐകകണ്ഠേന അംഗീകരിച്ചു. എല്ലാവർക്കും ആവേശമായി. ഭ്രാന്തമായ ഒരു പോരാട്ട വീര്യം അവരെ മദിച്ചു. ഏതാണ്ട് രാത്രി പത്തുമണിയായിട്ടുണ്ട് തീരുമാനം അംഗീകരിച്ചപ്പോൾ. പോലീസ് സ്റ്റേഷൻ ഓപ്പറേഷന് നാലംഗ ആത്മഹത്യാ സ്ക്വാഡ് രൂപീകരിച്ചു. എതിർപ്പ് പരസ്പരം പങ്കുവെച്ച സുഹൃത്തുക്കൾ ആവേശഭരിതരായി ആത്മഹത്യാസ്ക്വാഡ് അംഗങ്ങളായി. ജീവന്മരണ പോരാട്ടത്തിന് തയ്യാറായ സംഘത്തിലെ ആത്മഹത്യാ സ്ക്വാഡിൽ നാല്പേരാണ് ഉണ്ടായത്. കെ. സി. മാത്യു, എം. എം. ലോറൻസ്, വി. വിശ്വനാഥമേനോൻ, കെ. യു. ദാസ്. ഇനി തയ്യാറെടുപ്പാണ്.

പോലീസ് സ്റ്റേഷൻ ആക്രമിക്കന്നു

പോലീസ് സ്റ്റേഷനിൽ കടന്നുചെന്ന് തടവിലുള്ള കമ്മ്യൂണിസ്റ്റുകാരെ ബലമായി മോചിപ്പിക്കാൻ കമ്മ്യൂണിസ്റ്റ് പാർട്ടിയുടെ അവയ്ലബിൾ ജില്ലാക്കമ്മറ്റി തീരുമാനിച്ചു. അന്ന് യഥാർത്ഥത്തിൽ ഓരോ കമ്മ്യൂണിസ്റ്റുകാരനും സ്വതന്ത്ര റിപ്പബ്ലിക്കായിരുന്നു. പാർട്ടിയുടെ നയരേഖയാണ് മാനദണ്ഡം. അതന്ന് കൽക്കത്ത തിസീസായിരുന്നു. ഇന്നത്തെപ്പോലെ ശീതീകരിച്ച മുറിയിലിരുന്ന് സെക്രട്ടേറിയറ്റ് യോഗം ചേർന്ന് അണികൾക്ക് പരിപാടി നിശ്ചയിച്ച് കൊടുക്കുന്ന രീതിയായിരുന്നില്ല അന്നുണ്ടായിരുന്നത്. അന്ന് നേതാക്കളാണ് നയിക്കുന്നത്. നേതാക്കളാണ് മുൻനിരയിൽ. അവർ തീരുമാനിക്കുന്നു. അവർ തന്നെ അത് നടപ്പിലാക്കുന്നു. തീരുമാനവും പ്രയോഗവും ഒരിടത്തുതന്നെ നടക്കുന്ന ഒരു ഇമ്മീഡിയസി അതിലുണ്ടായിരുന്നു.

പോലീസ് സ്റ്റേഷൻ ആക്രമിക്കാൻ ആവശ്യമായ ആയുധങ്ങൾ സംഘടിപ്പിക്കലായിരുന്ന അടുത്ത പരിപാടി. അയൽ പ്രദേശത്തുള്ള വീടുകളിൽ ചെന്ന് വടി വെട്ടാൻ രണ്ട് വാക്കത്തി സംഘടിപ്പിച്ചു. വടിവെട്ടിക്കഴിഞ്ഞപ്പോൾ വാക്കത്തി പോലീസ് സ്റ്റേഷൻ ആക്രമണത്തിനുള്ള ആയുധമായി പരിണമിച്ചു. കുറച്ച് കരിമരുന്ന് സംഘാംഗങ്ങളിലൊരുടെയോ പക്കൽ ഉണ്ടായിരുന്നു. അതുകൊണ്ട് ഒരു നാടൻ ബോംബുണ്ടാക്കി. പ്രാഥമിക തയ്യാറെടുപ്പുകൾ കഴിഞ്ഞു. ആരും ഭക്ഷണം കഴിച്ചിരുന്നില്ല. എല്ലാവർക്കും നല്ല വിശപ്പ്. പുരയിടത്തിൽ നിന്ന് കരിക്കും മന്നങ്ങയും പറിച്ചു. എല്ലാവരും കൂടി അത് കഴിച്ച് വിശപ്പടക്കി.

സ്റ്റേഷനിലേയ്ക്ക് നീങ്ങാൻ തീരുമാനിച്ചു. അതിനുമുമ്പ് എങ്ങിനെയായി രിക്കും പോലീസ് സ്റ്റേഷൻ കയ്യേറുക എന്നത് ഒരു ഡ്രസ് റീഹേഴ്സൽ പറഞ്ഞ് ഉറപ്പിച്ചു. പോലീസ് സ്റ്റേഷൻ ആദ്യം വളയണം. പോലീസ് സ്റ്റേഷൻ വളഞ്ഞു കഴിഞ്ഞാൽ ക്യാപ്റ്റൻ കെ. സി. മാത്യു അകത്തു കയറും. സ്റ്റേഷൻ ഇൻ ചാർജ്ജിനോട് ലോക്കപ്പിലുള്ള സഖാക്കളെ വിട്ടയക്കാൻ ആവശ്യപ്പെടും. ആവശ്യം നിരസിച്ചാൽ മാത്യു വിസിലടിക്കും. അപ്പോൾ സഖാക്കൾ എല്ലാ വശങ്ങളിൽ നിന്നും ആക്രമണം ആരംഭിക്കണം. എല്ലാം പറഞ്ഞുറപ്പിച്ച് ആത്മഹത്യാ സ്ക്വോഡിന്റെ നേതാവ് മാത്യുവിന്റെ മുൻനിര നീക്കത്തിനനുസരിച്ച് സംഘം മുന്നോട്ട നീങ്ങി. കാടിപ്പറമ്പത്തു പുരയിടത്തിൽ നിന്ന് ഏകദേശം ഒന്നര മയിൽ അകലെയാണ് പോലീസ് സ്റ്റേഷൻ. അവർ നടന്നു തുടങ്ങി. മുന്നിൽ കെ. സി. മാത്യു പിന്നാലെ ആത്മഹത്യാ സ്ക്വാഡ് അംഗങ്ങൾ. തുടർന്ന് ബാക്കിയുള്ളവർ. സംഘത്തിൽ 17 പേരുണ്ടായിരുന്നു. കെ. സി. മാത്യു, കെ. യു. ദാസ്, എം. എം. ലോറൻസ്, വി. വിശ്വനാഥമേനോൻ, കെ. എ. ഏബ്രഹാം, മഞ്ഞുമ്മൽ കൃഷ്ണൻകുട്ടി, ഒ. രാഘവൻ, എം. എ. അരവി ന്ദാക്ഷൻ, വി. സി. ചാഞ്ചൻ, വി. പി. സുരേന്ദ്രൻ, വി. കെ. സുബ്രണൻ, കുഞ്ഞൻ ബാവ എന്ന കുഞ്ഞുമോൻ, ടി. ടി. മാധവൻ, എസ്. ശിവശ ങ്കരപ്പിള്ള, സി. എൻ. കൃഷ്ണൻ, കുഞ്ഞപ്പൻ, കൃഷ്ണപിള്ള എന്നിവരാണ് പോലീസ് സ്റ്റേഷൻ അക്രമിക്കാൻ മുന്നോട്ട് നീങ്ങിയത്.

സംഘം പോണേക്കരയിലെ ഇടവഴിയിലേയ്ക്ക് പ്രവേശിച്ചപ്പോൾ ചെറിയ ചാറ്റൽ മഴ പെയ്യാൻ തുടങ്ങി. ആരും ഒന്നും സംസാരിച്ചില്ല. നിശബ്ദതയിൽ സ്വന്തം ഹൃദയമിടിപ്പ് അവർ പരസ്പരം കേട്ടു. ശ്വാസം അടക്കി ഒന്നിനു പിന്നാലെ ഒന്നായി അവർ ചാവേറാവാൻ മുന്നേറി. ഈടുവഴിയിലൂടെ മുന്നോട്ട നടക്കുമ്പോൾ വീണ്ടും ജീവിതത്തിലേയ്ക്ക് തിരിച്ചു വരാൻ കഴിയുമെന്ന് ആരും പ്രതീക്ഷിച്ചിരുന്നില്ല. അതിസാഹ സികതയുടെ നെഞ്ചാവരണം അവരെ പൊതിഞ്ഞു.

അവർ സ്റ്റേഷൻ മുന്നിലെത്തിയപ്പോൾ സമയം രണ്ട് മണി കഴിഞ്ഞ് പതിനഞ്ച് മിനിറ്റായി. മഴ നനഞ്ഞ അന്തരീക്ഷത്തിന് ഘനം കൂടുത ലായിരുന്നു. തണുത്ത അന്തരീക്ഷത്തിൽ ശബ്ദവീചികൾക്ക് വേഗത കൂടുതലായിരിക്കും. ഇരുട്ടിനെ കീറിമുറിച്ചുകൊണ്ട് ഒരു ഗർജ്ജനം മുഴങ്ങി. "അറ്റാക്ക്". ആ കൽപന അപ്രതീക്ഷിതമായിരുന്നു. മുൻപ് പറഞ്ഞുറപ്പിച്ചതുപോലെയല്ല കാര്യങ്ങൾ ആരംഭിച്ചത്. സംഘം പ്രതീ ക്ഷിച്ചതിൽ നിന്ന് വ്യത്യസ്തമായി പാറാവുകാരൻ ആൾക്കൂട്ടത്തെ കണ്ടു. അതുകൊണ്ട് നേതാവിന് സ്റ്റേഷൻ ഇൻചാർജ്ജിനെ കണ്ട് സഹപ്ര വർത്തകരുടെ മോചനം ആവശ്യപ്പെടാൻ കഴിഞ്ഞില്ല. അതിനാൽ

ഇടപ്പള്ളി പോലീസ് സ്റ്റേഷൻ

സംഘത്തിന് സഡൻ ആക്ഷനിലേക്ക് പോകേണ്ടിവന്നു. ഗർജ്ജനം കേട്ട് പോലീസ് സ്റ്റേഷൻ പരിസരം ഞെട്ടി. ഇരുട്ടിൽ നിന്ന് സംഘം സ്റ്റേഷനകത്തേയ്ക്ക് ഇരച്ച കയറി. പാറാവ്യ ഡ്യൂട്ടിയിലുണ്ടായിരുന്ന കോൺസ്റ്റബിൾ മാത്യു ഉറങ്ങുന്നവരെ ചൂരലിന് തട്ടിയുണർത്തിയിട്ട് തോക്ക ചൂണ്ടി മുന്നിലേയ്ക്ക് കുതിച്ചു. നിറയൊഴിക്കാൻ കഴിയാത്തവിധം ശത്രു അടുത്തെത്തി. വെടിവക്കാൻ ആവശ്യമായ അകലമില്ല. മാത്യു അചഞ്ചലനായിരുന്നു. തന്റെ ഡ്യൂട്ടി. അതിനോട് അയാൾ നൂറുവട്ടം കൂറുപുലർത്തി. ബയണറ്റുകൊണ്ടയാൾ മുന്നിലെത്തിയ ശത്രുവിനെ കുത്തി. ശത്രുവിന്റെ നെഞ്ചിനനേരെ ബയണറ്റ് നീണ്ടു. പക്ഷെ, രണ്ട് കരങ്ങൾ ബയണറ്റിൽ കയറിപ്പിടിച്ചു. രക്തം ഇറ്റിറ്റുവീണു. കുത്തേറ്റത് പോലീസ് സ്റ്റേഷൻ ആക്രമിച്ച് കമ്മ്യൂണിസ്റ്റുകളെ വിമോചിപ്പിക്കാൻ വന്ന സംഘത്തിന്റെ ക്യാപ്റ്റൻ കെ. സി. മാത്യുവിന്റെ നെഞ്ചിലാണ്. പക്ഷെ, അത് തടയാൻ കെ. യു. ദാസിന് കഴിഞ്ഞു. കെ. സി. മാത്യുവും കെ. യു. ദാസും ബയണറ്റിൽ പിടിമുറുക്കിയപ്പോൾ കോൺസ്റ്റബിൾ മാത്യുവിന് മുന്നോറാനായില്ല. വിപ്ലവകാരികളുടെ പിൻനിര കുതിച്ചെത്തി വടിക്കടിച്ച് മാത്യുവിനെ വീഴ്ത്തി.

ഇതിനിടയിൽ സഖാക്കളുടെ ശ്രദ്ധ ഇൻസ്പെക്ടറുടെ മുറിയിലേയ്ക്ക് നീണ്ടു. അവിടെ ഒരു പോലീസ് കോൺസ്റ്റബിൾ അകത്തേയ്ക്ക് പാഞ്ഞു കയറി ടെലിഫോൺ റിസീവറെടുത്തു. ഒരു കൈകൊണ്ട് ടെലിഫോൺ റിസീവർ എടുക്കാനും മറുകൈകൊണ്ട് വാതിലടയ്ക്കാനും അയാൾ ശ്രമിച്ചു. അക്രമികൾ കതക് തള്ളിത്തുറന്ന് അകത്തുകടന്നു. അവർ ടെലിഫോൺ ബന്ധം വിച്ഛേദിച്ചു. അക്രമികളെ നേരിടാൻ തന്നെ ധീരനായ പോലീസ് കാരൻ തയ്യാറായി. അദ്ദേഹത്തിന്റെ പേര് വേലായുധൻ എന്നായിരു ന്നു. വേലായുധൻ പോക്കറ്റിൽ നിന്ന് കഠാര ഊരി അക്രമികളെ നേരിട്ടു. പക്ഷെ, എണ്ണത്തിൽ കൂടുതലുള്ള സംഘത്തിന മുന്നിൽ വേലായുധന്

പിടിച്ചനിൽക്കാനായില്ല. അടികൊണ്ടും വെട്ടുകൊണ്ടും വേലായുധനും വീണു.

ആക്രമണം ആരംഭിച്ച സമയത്ത് സ്റ്റേഷനിൽ ഏഴ് പോലീസുകാ രുണ്ടായിരുന്നു. ചിലർ ഉറക്കത്തിലായിരുന്നു. മറ്റള്ളവർ ഉണർന്നിരി ക്കുകയായിരുന്നു. കോൺസ്റ്റബിൾ മാത്യു ഉണർത്തിയ പോലീസുകാര ടക്കം എല്ലാവരും സ്റ്റേഷനിൽ നിന്ന് ഓടിപ്പോയി. അവർ കരുതിയത് വലിയൊരു ജനക്കൂട്ടം സ്റ്റേഷൻ അക്രമിക്കുകയാണെന്ന്. അതിനാൽ അവർ ഓടി രക്ഷപ്പെട്ടു. ധീരരായ കോൺസ്റ്റബിൾ മാത്യുവും കോൺസ്റ്റ ബിൾ വേലായുധനും മാത്രമാണ് സ്വന്തം ഉത്തരവാദിത്വം പൂർത്തീകരി ക്കാൻ ധൈര്യം കാണിച്ചത്. ബാക്കി എല്ലാവരും ഓടിപ്പോയി സ്വന്തം ജീവൻ രക്ഷിക്കുകയായിരുന്നു.

സ്റ്റേഷൻ ആക്രമിക്കപ്പെട്ട അന്ന് രാത്രി കരുതലോട്ടുകൂടിയാണ് പോലീസ് സംഘം നിലയുറപ്പിച്ചത്. സ്റ്റേഷന് ചുറ്റിലും കൂടുതൽ ലൈറ്റി ട്ടിട്ടുണ്ടായിരുന്നു. ഏഴ് പോലീസുകാർ ഉണ്ടായിരുന്നു. സാധാരണ അത്രയും പേർ ഉണ്ടാകുമായിരുന്നില്ല. പക്ഷെ പോലീസ് ഒരു ആക്രമണം പ്രതീക്ഷിച്ചിരുന്നില്ല. അതുകൊണ്ടാണ് പോലീസിന് പിടിച്ചു നിൽക്കാ നാവാതെ പോയത്.

നാടൻ ബോംബുണ്ടാക്കി കയ്യിൽ സൂക്ഷിച്ചിരുന്ന സഖാവ് അത് പ്രയോഗിച്ചു. പക്ഷെ; അത് പൊട്ടിയില്ല. ചാറ്റൽ മഴയിൽ നനഞ്ഞ ബോംബ് വെറും ഒരു ഉണ്ടയായി മാറി. ആക്രമണം ആരംഭിച്ചിട്ട് പത്ത് മിനിറ്റ് കഴിഞ്ഞു. പതിനഞ്ച് മിനിറ്റിനുള്ളിൽ തിരിച്ച പോരണം എന്നാണ് മുൻ തീരുമാനം. ഒന്നര കിലോമീറ്റർ അകലെയാണ് കളമശ്ശേരി. രണ്ടര കിലോമീറ്റർ അകലെയാണ് എറണാകുളം. ഈ രണ്ട് സ്ഥലത്തും റിസർവ്വ് പോലീസ് ക്യാമ്പുണ്ട്. അവിടെ വിവരം അറിഞ്ഞാൽ നൂറ് കണക്കിന് പോലീസ് ചീറിപ്പാഞ്ഞ് വരും. പിന്നീട് ആക്രമണ നിരയി ല്യള്ളവരുടെ ബാക്കി കാണില്ല.

അവർ വന്ന ദൗത്യത്തിലേയ്ക്ക് കടന്നു. അവർ ലോക്കപ്പ് മുറിയുടെ അട ത്തേയ്ക്ക് നീങ്ങി. താക്കോൽ എവിടെയാണെന്ന് ആർക്കും അറിയില്ല. ലോക്കപ്പ് മുറിയുടെ താഴിൽ അവർ വാക്കത്തികൊണ്ട് ആഞ്ഞുവെ ട്ടി. ഒന്നും സംഭവിച്ചില്ല. വാക്കത്തിയുടെ വായ മടങ്ങി അത്രമാത്രം. ഓടാമ്പല്യം പൂട്ടും ഘടിപ്പിച്ച ഇരുമ്പ് ചട്ടക്കൂടിന് ഒന്നും സംഭവിച്ചില്ല. വാക്കത്തി പ്രയോഗിച്ചവർ പിൻവാങ്ങി. മറ്റ് രണ്ട് പേർ തോക്കിന്റെ പാത്തി കൊണ്ട് താഴ് ഇടിച്ചിടാൻ ശ്രമിച്ചു. വീണ്ടും പരാജയപ്പെട്ടു. അഞ്ചു മിനിറ്റുകൂടി കഴിഞ്ഞു. ഇനി സ്റ്റേഷനിൽ തുടരാനാവില്ല. ക്യാപ്റ്റൻ പിൻ വാങ്ങാനുള്ള ആജ്ഞ നൽകി.

"റിട്ടേൺ".

ആ വാക്കുകൾ ഞെട്ടിച്ചത് ലോക്കപ്പിലുള്ള സഖാക്കളെയായിരുന്നു.

ലോക്കപ്പിൽനിന്നും വറുഇട്ടി ഉച്ചത്തിൽ കരഞ്ഞു.

"ഞങ്ങളെ കൊണ്ടുപോകണം. അല്ലെങ്കിൽ ഞങ്ങളെക്കൂടി കൊന്നിട്ട പോകണം".

എല്ലാവർക്കും സങ്കടമായി. പക്ഷെ, കാത്തുനിൽക്കാൻ നേരമില്ല. പോലീസ് എത്തുന്നതിനു മുമ്പ് രക്ഷപ്പെടണം. അതല്ലെങ്കിൽ സഖാ ക്കളടെ ശവക്കുന ഉയരും.

പോലീസ് സ്റ്റേഷൻ ആക്രമണ സമയത്ത് ലോക്കപ്പിലുള്ള സഖാക്കൾ തല്ലുകൊണ്ട് തളർന്ന് മയങ്ങുകയായിരുന്നു. പുറത്തു പ്രച രിച്ച വാർത്തപോലെ അതിലൊരാൾ മരിച്ചിരുന്നില്ല. രണ്ടു പേർക്കും പോലീസിന്റെ ഭാഷയിൽ ആവശ്യത്തിന് കിട്ടി എന്ന മാത്രം.

ഇടപ്പള്ളി ലോക്കപ്പിൽ തളർന്ന് കിടന്ന് ഉറങ്ങുകയായിരുന്ന എൻ. കെ. മാധവൻ ഉണർന്നത് ഗോദ്റെജ് താഴിൽ തോക്കിന്റെ പാത്തി കൊണ്ട് ഇടിക്കുന്ന ശബ്ദം കേട്ടാണ്. അപ്പോൾ മുതൽ എൻ. കെ. മാധവന്റെയും വറുഇട്ടിയുടെയും ജീവിതം അഗ്നിപരീക്ഷകൾ കൊണ്ട് നിറഞ്ഞു. ഏതാണ്ട് പതിനഞ്ചോളം മിനിറ്റുകൾ കൊണ്ട് സഖാക്കൾ വിമോചന ശ്രമം ഉപേക്ഷിച്ച് പിന്തിരിഞ്ഞു. ലോക്കപ്പ് മുറിയിൽ എൻ.കെ. യും വറുഇട്ടിയും മാത്രം. വറുഇട്ടി നിലവിളിച്ചു. കാരണം, അദ്ദേഹം നല്ല നാളെ സ്വപ്നംകണ്ട ഒരു കമ്മ്യൂണിസ്റ്റുകാരനായിരുന്നു. അല്ലാതെ ചോരച്ചാലുകൾ നീന്തിക്കയറാൻ ഇറങ്ങിത്തിരിച്ച പ്രൊഫ ഷണൽ വിപ്ലവകാരിയായിരുന്നില്ല. എൻ. കെ. മാധവൻ അങ്ങനെയാ യിരുന്നില്ല. പുന്നപ്രയിലെ കലാപഭൂമിയിൽ നിന്ന് തന്റെ മുൻഗാമിയായ പി. ജി. രാഘവനെപ്പോലെ തല്ലുകൊണ്ട് ചാകാൻ ഇറങ്ങിത്തിരിച്ച വിപ്ലവകാരി. അദ്ദേഹത്തിന് മരണം ഏത് നേരത്തും അരികിലെത്താ വുന്ന അതിഥി മാത്രം. അദ്ദേഹം വറുഇട്ടിയെ ആശ്വസിപ്പിക്കാൻ ശ്രമിച്ചു. ഇനി കരഞ്ഞതുകൊണ്ടും ബഹളംവച്ചതുകൊണ്ടും ഒരു പ്രയോജനവുമി ല്ലെന്ന് വറുഇട്ടിയെ ബോധ്യപ്പെടുത്താൻ എൻ. കെ. ശ്രമിച്ചു. പോലീസ് തിരിച്ചെത്തിയാൽ സംഭവിക്കാൻ പോകുന്ന കാര്യങ്ങളടെ രൂപരേഖ വറുഇട്ടിയുടെ മുന്നിൽ അവതരിപ്പിച്ചു. തല്ലിക്കൊല്ലും എന്നത് ഉറപ്പാണ്. ആരൊക്കെയാണ് സ്റ്റേഷൻ അക്രമിച്ചതെന്ന് ചോദിക്കും. അറിയില്ല എന്ന ഉത്തരം മാത്രമേ നൽകാവൂ.

പോലീസ് സ്റ്റേഷന്റെ അപ്പോളത്തെ അവസ്ഥ ഭയാനകമായിരുന്നു. അടികൊണ്ടുവീണ പോലീസുകാർ മരിച്ചിട്ടില്ലായിരുന്നു. ജീവനുവേണ്ടി

പിടയുന്ന അവരുടെ ശബ്ദം ഭീതിജനിപ്പിക്കുന്നതായിരുന്നു. ഓടിപ്പോയ പോലീസുകാർ വിവരം അറിയിക്കുകയും പോലീസ് ഉടനെ എത്തിച്ചേ രുകയും ചെയ്തിരുന്നെങ്കിൽ അവർ മരിക്കില്ലായിരുന്നു. രക്തം വാർ ന്നൊലിച്ചാണ് അവർ മരിച്ചത്. പോലീസുകാരുടെ മുറിയിൽ നിന്ന് വാർന്നൊഴുകിയ രക്തം ലോക്കപ്പിലേയ്ക്ക് പരന്നൊഴുകി. പിടയുന്ന ജീവന്റെ ശബ്ദവും ഒഴുകിവരുന്ന രക്തവും കനത്ത നിശബ്ദതയും ആരെയും ഭയപ്പെടുത്തുന്നതായിരുന്നു. എൻ. കെ. മാധവൻ മാത്രം ലോക്കപ്പ് മുറിയിൽ അങ്ങോട്ടും ഇങ്ങോട്ടും ഉലാത്തിക്കൊണ്ടിരുന്നു. അദ്ദേഹത്തിന്റെ കാലടി ശബ്ദം മാത്രം. അൽപം കഴിഞ്ഞ് അഞ്ച് വണ്ടി പോലീസാണ് എത്തിയത്. എൻ. കെ. മാധവന്റെയും വറുട്ടട്ടിയുടെയും ശരീരത്തിലൂടെ അവർ കയറിയിറങ്ങി. അന്നാരംഭിച്ച മർദ്ദനം 87 ദിവസം തുടർന്നു. എൻ.കെ. യും വറുട്ടട്ടിയും മരിക്കാത്തത് അത്ഭുതമായിരുന്നു.

സ്റ്റേഷൻ ആക്രമിച്ച് പ്രതികളെ മോചിപ്പിക്കാൻ കലാപകാരികൾ ക്ക് കഴിയാതിരുന്നത് രണ്ട് കാര്യങ്ങൾ കൊണ്ടായിരുന്നു. അതിലൊന്ന് സ്റ്റേഷൻ ചാർജ്ജുള്ള ഹെഡ് കോൺസ്റ്റബിൾ കൃഷ്ണപിള്ള തടവുകാർക്ക് ഭക്ഷണം വാങ്ങിക്കൊടുത്തതിനുശേഷം ലോക്കപ്പ് പൂട്ടി താക്കോൽ പോക്കറ്റിലിട്ട് വീട്ടിലേയ്ക്ക് പോയതാണ്. രണ്ട്; പട്ടാളക്കാരനായ കെ. യു. ദാസിന് സ്റ്റേഷനിലുള്ള ഏതെങ്കിലും തോക്കെടുത്ത് വെടിവച്ച് താഴ് തകർക്കാമായിരുന്നു. ആക്രമണം ആസൂത്രിതമല്ലാത്തതുകൊ ണ്ട് അങ്ങനെ ബുദ്ധി പ്രവർത്തിച്ചില്ല. എന്നാൽ ആക്രമണശേഷം പോലീസ് ബുദ്ധിപൂർവ്വം പ്രവർത്തിച്ചു. ലോക്കപ്പിൽ കിടന്ന എൻ. കെ. മാധവനെയും വറുട്ടട്ടിയെയും 32ഉം 33ഉം പ്രതികളായി പ്രതിപ്പട്ടികയിൽ ചേർത്ത് സാക്ഷികൾ അല്ലാതാക്കി. എൻ. കെ. മാധവനും വറുട്ടട്ടിയും ഒന്നും രണ്ടും സാക്ഷികളായി വന്നാൽ ഇടപ്പള്ളി പോലീസ് സ്റ്റേഷൻ ആക്രമണക്കേസിൽ പ്രതികളെ ശിക്ഷിക്കാൻ കോടതിയ്ക്ക് കഴിയുമായി രുന്നില്ല. ഇത് മനസ്സിലാക്കി പ്രവർത്തിക്കാനുള്ള ബുദ്ധി പോലീസിന്റെ ഭാഗത്തുനിന്നുമുണ്ടായി.

തോക്കുകൾ ഉപേക്ഷിച്ച് ഷെൽട്ടറിലേയ്ക്ക്

ആക്രമണത്തിനു ശേഷം എല്ലാവരും പുറത്തു വന്നു. അപ്പോൾ അവർക്കറിയില്ലായിരുന്നു പോലീസുകാർ മരിച്ചത്. ആക്രമണ ശേഷം സഖാക്കൾ പുറത്തു നിന്ന് ചർച്ച ചെയ്യുമ്പോൾ പോലീസുകാർ മരിച്ചിട്ടുമുണ്ടായിരുന്നില്ല. അവരെ രക്ഷിക്കാൻ പോലീസ് ഫോഴ്സ് എത്താതിരുന്നതുകൊണ്ട് ചോര വാർന്നാണ് അവർ മരിച്ചത്. അതുകൊണ്ട തന്നെ സംഭവത്തിനവർ വലിയ ഗൗരവം നൽകിയില്ല. സ്വാഭാവികമായും അതിനനുസരിച്ച തന്ത്രമാണ് രൂപപ്പെടുത്തിയത്. ഇനി എന്താണ് ചെയ്യേണ്ടത്? ഈ ചോദ്യത്തിനുള്ള ഉത്തരം പെട്ടെന്ന് റെഡിയായി. ഒളിവിൽ ഇല്ലാത്തവർ വിട്ടുപോകാനും അവരവരുടെ ജോലികൾ തുടരാനും തീരുമാനിച്ചു. അങ്ങനെ കുറേ പേർ പിരിഞ്ഞു. അവസാനം ഒളിവിലെ സഖാക്കൾ അവശേഷിച്ചു. അവർ ഒരുമിച്ച മുന്നോട്ട നീങ്ങി. കെ. സി. മാത്യു, എം. എം. ലോറൻസ്, വിശ്വനാഥമേ നോൻ, ശിവശങ്കരപിള്ള.

അവർ യാത്ര ആരംഭിച്ചു. അവരുടെ കൈയ്യിൽ മൂന്ന് തോക്കും ഒരു വാളും ഉണ്ടായിരുന്നു. സ്റ്റേഷനിൽ ആറേഴ് തോക്കുണ്ടായിരുന്നു. അത് പലരായി എടുത്തു കൊണ്ട് പോന്നു. അവർ കല്ലൂരിൽ ചില വീടുകളിൽ കയറി നോക്കി. അവരാരും അവരെ വീട്ടിൽ കയറ്റിയില്ല. ചോര പുരണ്ട വസ്ത്രങ്ങളും, തോക്കും അവരെ ഭീകരരൂപികളാക്കി കഴിഞ്ഞി രുന്നു. ഷെൽട്ടറായി ഉപയോഗിച്ചിരുന്ന വീടുകളിൽ പോലും അഭയം നിഷേധിച്ചു. തോക്കും കൊണ്ട് നടക്കുന്നത് അത്ര പന്തിയല്ലെന്ന് തിരി ച്ചറിഞ്ഞ് അത് ഉപേക്ഷിക്കാൻ തീരുമാനിച്ചു. കല്ലൂരിലെ ഒരു കുളത്തിൽ

അത് ഉപേക്ഷിച്ച. ഈ ഉപേക്ഷിച്ച തോക്കുകൾ അന്വേഷിച്ച് കെ. സി.
മാത്യു പലവട്ടം ഒളിവുകാലത്ത് അവിടെയെത്തിയെങ്കിലും അത് കണ്ടെ
ത്താൻ കഴിഞ്ഞില്ല. പിന്നീട് അവ കണ്ടെത്തിയത് പറമ്പടമ കുളം വറ്റിച്ച
സമയത്താണ്. ഉടമതന്നെ പോലീസിൽ അറിയിച്ചതിനെത്തുടർന്ന്
ഇവ തൊണ്ടിമുതലായി രേഖപ്പെടുത്തി.

അതിനു ശേഷം സംഘം കല്ലൂരിലേയ്ക് നീങ്ങി. ലക്ഷ്യം വറ്റുട്ടിയുടെ
ഇളയമ്മയുടെ വീട്. അവരുടെ പേര് ഫിലോമിന. കല്ലൂർ പുഞ്ചപ്പാടത്തി
ന്റെ അരികിലായിരുന്ന ആ ചെറ്റപ്പുര. ഇപ്പോൾ തിരിച്ചറിയാൻ ഇന്റർനാ
ഷണൽ നെഫ്രു സ്റ്റേഡിയത്തിന്റെ പടിഞ്ഞാറുവശം എന്നു പറഞ്ഞാൽ
മതിയാകും. സ്റ്റേഡിയം ഇരിക്കുന്നിടത്തുനിന്ന് കുറേ തെക്കുമാറിയാ
യിരുന്ന വീട്. അവിടെയെത്തിയപ്പോഴേയ്ക്കും നേരം പരപരാ വെളുത്തു
തുടങ്ങി. നാല് പേരുടേയും ഷർട്ടിലും, മുണ്ടിലും ചോര ചിതറിത്തെറി
ച്ചിട്ടുണ്ടായിരുന്ന. ആദ്യ കാഴ്ചയിൽ ഫിലോമിന ഞെട്ടി. ലോറൻസും
വിശ്വനാഥമേനോനം സ്ഥിരമായി ഒളിച്ചിരിക്കുന്ന സ്ഥലമായതുകൊണ്ട്
ഫിലോമിന എല്ലാവരേയും അകത്തു കയറ്റി കതകടച്ച. മാത്യു എല്ലാ
കാര്യവും ഫിലോമിനയെ ബോദ്ധ്യപ്പെടുത്തി. ഫിലോമിന അവർക്ക്
ഭക്ഷണം നൽകി. അവരുടെ ചോര പുരണ്ട വസ്ത്രങ്ങൾ വാങ്ങി അലക്കി
വൃത്തിയാക്കി. ഇതിനിടയിൽ ഫിലോമിനയുടെ മകൻ ജോസഫിനെ
പറഞ്ഞുവിട്ട് പത്രം വാങ്ങിച്ച. പതിനെട്ട് വയസ്സുകാരനായ ജോസഫ്
എറണാകുളത്തെ ഒരു പ്രസ്സിലാണ് ജോലി ചെയ്തിരുന്നത്. പത്രങ്ങളിൽ
ഭീകരമായ വാർത്തകൾ കണ്ട് മാത്യുവും സംഘവും ഞെട്ടി. മലയാള
മനോരമയുടെ ഹെഡിംഗ് ഇങ്ങനെയായിരുന്നു. "രണ്ട് പോലീസുകാരെ
കൊന്നു. അക്രമാസക്തരായ കമ്മ്യൂണിസ്റ്റുകാർ ഇടപ്പള്ളി പോലീസ്
സ്റ്റേഷനാക്രമിച്ച- കമ്മ്യൂണിസ്റ്റ് തടവുകാരെ മോചിപ്പിക്കുന്നതിന്".

രണ്ട് പോലീസുകാരെ വെട്ടിക്കൊന്നു. അക്രമികളായ കമ്മ്യൂണി
സ്റ്റുകാർ ഇടപ്പള്ളി പോലീസ് സ്റ്റേഷൻ അക്രമിച്ചത് കമ്മ്യൂണിസ്റ്റ്
തടവുകാരെ മോചിപ്പിക്കാൻ എന്ന ലീഡുമായിട്ടായിരുന്നു പത്രങ്ങൾ
പുറത്തിറങ്ങിയത്. അമ്പതോളം പേർ വരുന്ന ഒരു സംഘം അരിവാൾ,
വെട്ടുകത്തി, വടിവാൾ മുതലായ ആയുധങ്ങൾ ഏന്തി ഇടപ്പള്ളി
പോലീസ് സ്റ്റേഷൻ ആക്രമിച്ച. ആക്രമണം മൂന്ന് വഴിക്കായിരുന്നു.
പ്രധാന ഗെയ്റ്റുവഴിയും കിഴക്കുവശത്തെയും വടക്കുവശത്തെയും വേലി
പൊളിച്ചുമാണ് ഒരേസമയം ആക്രമണം അഴിച്ചു വിട്ടത്.

വാർത്ത തുടരുന്നു. രാത്രി 11 മണി വരെ പാറാവു നിന്ന നാരായ
ണപ്പണിക്കരും രാമൻനായരും സ്റ്റേഷൻ വരാന്തയിൽ കിടന്നുറങ്ങു
കയായിരുന്നു. ആലുവായിൽ നിന്ന് സ്പെഷ്യൽ ഡ്യൂട്ടിക്ക് വന്നിരുന്ന

അബ്ദുൾഖാദറും വരാന്തയിലുണ്ടായിരുന്നു. രാത്രിയിൽ എന്തോ ശബ്ദം കേട്ട് ഉറങ്ങിക്കിടന്ന നാരായണപ്പണിക്കർ ഉണർന്ന നോക്കിയപ്പോൾ ഏതാനും പേർ അയാളുടെ തലക്കടിക്കാൻ ഓങ്ങിനിൽക്കുന്നതായാണ് കണ്ടത്. അയാൾ നിലവിളിച്ചുകൊണ്ട് ചാടി എഴുന്നേറ്റ് ഓടിയെങ്കിലും കൈക്കും തോളിനും പ്രഹരമേൽക്കുകയുണ്ടായി. നാരായണപ്പണിക്കർ ഒരുവിധം അടിയും തല്ലും സഹിച്ച് അക്രമികളിൽ നിന്ന് വഴുതി മാറി അഞ്ചലാഫീസിലേയ്ക്ക് ഓടി. അഞ്ചലാഫീസിൽ നിന്ന് ആലുവായിലെ പോലീസ് അധികൃതർക്ക് ഫോൺ ചെയ്ത വിവരം ധരിപ്പിച്ചു. നാരായ ണപ്പണിക്കർ ഓടി രക്ഷപെട്ടപ്പോൾ "കൈവിട്ടുപോയല്ലോ" എന്ന് അക്രമികൾ പറയുകയുണ്ടായി. ഒരാൾ രക്ഷപെട്ടുപോയെന്ന് അറിഞ്ഞ പ്പോൾ ഉടൻ തന്നെ റിസർവ്വ് പോലീസ് വന്നു ചേർന്നേക്കുമെന്ന ഭയം മൂലം കമ്മ്യൂണിസ്റ്റ് തടവുകാരെ രക്ഷിക്കാനുള്ള ശ്രമം കൂടി ഉപേക്ഷിച്ച് അക്രമികൾ ഓടി രക്ഷപെടുകയാണ് ഉണ്ടായത്. അക്രമികൾ പട്ടാളമുറ യിൽ വിസിൽ അടിച്ച് എല്ലാവരും കൂടി തെക്കോട്ട് ഓടിപ്പോവുകയാണ് ഉണ്ടായത്. 9 വെട്ടുകത്തിയും 2 പടക്കവും ഒരു പന്തവും 7 കുറുവടിയും സ്റ്റേഷനിൽ നിന്ന് കണ്ടു കിട്ടി. സ്റ്റേഷനിലെ 16 തോക്കുകളും 8 തോട്ടയും കുറെ റിക്കാഡ്ഡുകളും അക്രമികൾ കൊണ്ടുപോയിട്ടുണ്ട്.

ഈ സംഭ്രമജനകമായ വാർത്തയിൽ ഞെട്ടി സഖാക്കൾ രാത്രി ഒമ്പതുമണിക്ക് ഫിലോമിനയുടെ വീട്ടിൽ നിന്ന് ഇറങ്ങി. ലോറൻസും, വിശ്വനാഥമേനോനും എറണാകുളത്തേയ്ക്കും കെ. സി. മാത്യുവും, ശിവശ ങ്കരപിള്ളയും അവരവരുടെ മേഖലകളിലേയ്ക്കും യാത്ര തിരിച്ചു. മാത്യുവും, ശിവശങ്കരപിള്ളയും അവിടെ നിന്ന് നേരെ പോയത് ലോകോളേജ് ഹോസ്റ്റലിലേയ്ക്ക് ആയിരുന്നു. ഹോസ്റ്റലിൽ ജലീലിന്റെ അനുജൻ ലോ വിദ്യാർത്ഥിയായ ഇബ്രാഹിംകുട്ടി ഉണ്ടായിരുന്നു. കുറച്ചനേരം അവിടെ ചിലവഴിച്ചതിനു ശേഷം നാട്ടിലേയ്ക്ക് തിരിക്കാൻ തീരുമാനമായി. വീട്ടി ലെത്തിയാൽ പോലീസ് പിടിക്കുമെന്ന് ഉറപ്പായിരുന്നു. അതിനാൽ ഇരുവരും ഒളിത്താവളങ്ങളിലേയ്ക്ക് യാത്ര തിരിച്ചു.

തൊട്ടടുത്ത ദിവസം വീണ്ടും പത്രുവാർത്ത വന്നു. കൂടുതൽ ഭയാ നകമായ വാർത്തകൾ. പോലീസ് ഇൻസ്പെക്ടർ ജനറൽ ഇന്ന് വൈകുന്നേരം 5 മണിക്ക് ഇടപ്പള്ളിയിൽ എത്തിയിട്ടുണ്ട്. കോട്ടയം ഡി.എസ്.പിയും സ്ഥലത്തെത്തി അന്വേഷണം നടത്തുന്നുണ്ട്. മരിച്ച പോലീസുകാരുടെ ബന്ധുക്കളെ സന്ദർശിക്കുന്നതിനായി ഐ.ജി ഇന്ന് വൈകുന്നേരം പറവൂർക്ക് പോകുന്നതാണ്. മരിച്ച മാത്യുവും വേലായുധനും പറവൂർ സ്വദേശികളാണ്.

നാരായണപ്പണിക്കർ എന്ന കോൺസ്റ്റബിൾ ഓടി രക്ഷപെട്ട് വിവ
രമറിയിച്ചിരുന്നില്ലെങ്കിൽ പോലീസ് സ്റ്റേഷൻ തീവെച്ച് നശിപ്പിക്കാനും
അനന്തരം റെയിൽവേ സ്റ്റേഷൻ ആക്രമിക്കാനുമായിരുന്ന അക്രമിക
ളുടെ ഉദ്ദേശമെന്ന് അറിയുന്നു. പോലീസ് സ്റ്റേഷൻ ആക്രമണത്തിന്
ശേഷം രണ്ടാം ദിവസം മലയാളമനോരമയുടെ വാർത്തയായിരുന്ന
ഇത്.

ആദ്യത്തെ അറസ്റ്റ്

സ്റ്റേഷൻ ആക്രമണത്തിനു ശേഷം ആദ്യം അറസ്റ്റ് ചെയ്തത് കമ്മ്യൂണിസ്റ്റ് നേതാവ് കെ. എ. രാജനെയായിരുന്നു. രാജൻ പോലീസ് സ്റ്റേഷൻ ആക്രമണസംഘത്തിൽ ഉണ്ടായിരുന്നില്ല. കമ്മ്യൂണിസ്റ്റുകാരെ, കമ്മ്യൂണിസ്റ്റുകാരുടെ പരിചയക്കാരെ, സഹായികളെ അറസ്റ്റ് ചെയ്യാനാണ് പോലീസിന് നിർദ്ദേശം നൽകിയത്. അതനു സരിച്ചാണ് കമ്മ്യൂണിസ്റ്റ് നേതാവ് കെ. എ. രാജനെ അറസ്റ്റ് ചെയ്തത്. പിൽക്കാലത്ത് രാജൻ പാർലമെന്റ് അംഗമായി. സി.പി.ഐ ദേശീയ നേതാവായി. പോലീസ് സ്റ്റേഷൻ ആക്രമണത്തിൽ പങ്കാളിയല്ലാതിരു ന്നിട്ടും പോലീസ് രാജനെ മൂന്നാം പ്രതിയാക്കി.

എറണാകുളം തിരുമല ദേവസ്വം ക്ഷേത്രത്തിന് (ടി. ഡി. ക്ഷേത്രം) അടുത്തുള്ള ലോഡ്ജിൽ കഥാകൃത്ത് കെ. എ. ജബ്ബാറിന്റെ മുറിയിലാ യിരുന്നു രാജൻ. മുറിയുടെ പുറത്ത് വലിയൊരു പോലീസ് സന്നാഹം തന്നെയുണ്ടായിരുന്നു. അറസ്റ്റ് ചെയ്ത പാടെ രാജന്റെ മുണ്ടും ഷർട്ടും പോലീസ് ഊരിയെടുത്തു. പൂർണ്ണ വിവസ്ത്രനാക്കി വഴിയിലൂടെ നടത്തി. വിലങ്ങു വെച്ച രാജന് മുന്നിൽ പോലീസ് ജീപ്പ്. മാർക്കറ്റ് റോഡിലൂടെ എറണാകുളം ടൗൺ സ്റ്റേഷൻ വരെ രാജനെ തുണിയില്ലാതെ വിലങ്ങു വെച്ച് നടത്തിക്കൊണ്ടുപോയത് ജനങ്ങളെ ഭയപ്പെടുത്താൻ കൂടിയാ യിരുന്നു.

സ്റ്റേഷനിലെത്തിയ രാജനെ സബ് ജയിലിലെ ഒരു സെല്ലിലിട്ട് പൂട്ടി. അപ്പോൾ അവിടെ നിറയെ ആളുകളായിരുന്നു. അവരെയെല്ലാം പോലീസ് തല്ലുന്നുണ്ടായിരുന്നു. ടാറ്റാ ഓയിൽ മില്ലിലും, ബർമ്മ

കെ. എ. രാജൻ

ഷെല്ലിലും ജോലിക്കുപോയ തൊഴിലാ
ളികളെ വഴിയിൽ നിന്ന് പിടിച്ചുകൊണ്ടു
വന്ന് ചോദ്യം ചെയ്യുകയാണ്. തൊഴിലാ
ളികളെ ഓരോരുത്തരെയും തല്ലുന്നത്
ഏതെങ്കിലും കമ്മ്യൂണിസ്റ്റുകാരന്റെ പേര്
കിട്ടാനായിരുന്നു. ഈ ചോദ്യം ചെയ്യലും
മർദ്ദനവും രാത്രി വൈകും വരെ തുടർന്നു.

ഈ സമയമത്രയും രാജൻ സ്വതന്ത്ര
നായിരുന്നു. അദ്ദേഹത്തിനടുത്ത് ഒരു
പോലീസുകാരനും ചെന്നില്ല. പാതിരാത്രി
കഴിഞ്ഞപ്പോഴാണ് പോലീസ് അവി
ടെയെത്തിയത്. വളരെ മൃദുലമായ
രീതിയിൽ ചോദ്യം ചെയ്തു. അവർക്ക്
അറിയേണ്ടത് ഒരു കാര്യം മാത്രമായിരുന്നു. ഇടപ്പള്ളി സ്റ്റേഷൻ
അക്രമിക്കാൻ ആരൊക്കെയാണ് ഉണ്ടായിരുന്നത്? രാജനോട് അതു
മാത്രമാണ് ചോദിച്ചത്. രാജന് ഉത്തരം അറിയില്ലായിരുന്നു. അതിനാൽ
തൃപ്തികരമായ മറുപടി കിട്ടിയില്ല. അവർ രാജനെ മർദ്ദിച്ചില്ല. വീണ്ടും
സെല്ലിൽ അടച്ചു. സെല്ലിൽ വെള്ളമൊഴിച്ച് നന്നായി നനച്ചിട്ടു. വെള്ളം
തളം കെട്ടും വിധം. കാല് മുഴുവൻ നനഞ്ഞ് കുതിരാനായിരുന്നു അത്.

പിറ്റേ ദിവസം ഉച്ചയ്ക്കാണ് പിന്നെ ചോദ്യം ചെയ്യാൻ പോലീസ്
എത്തിയത്. അവർ രാജനെ കിടത്തി ഉള്ളം കാലിൽ ചൂരലിന് അടി
തുടങ്ങി. വൈകീട്ട് അഞ്ചുവരെ ചൂരൽ പ്രയോഗം തുടർന്നു. ആംഡ്
റിസർച്ച് ക്യാമ്പിൽ കൊണ്ടുപോയി ഭക്ഷണം കൊടുത്തു. തിരിച്ചുവ
ന്നപ്പോൾ ലേഡി വാർഡന്റെ കൈയ്യിൽ ഒരു ചെറിയ ഇലപ്പൊതി
ഉണ്ടായിരുന്നു. മുളക് അരച്ച പൊതിയായിരുന്നു അത്. അരച്ച മുളക്
രാജന്റെ ലിംഗാഗ്രത്തിലും ഗുദദ്വാരത്തിലും കണ്ണിലും മൂക്കിലും തേച്ചു.
അതിനു ശേഷം സെല്ലിലേയ്ക്ക് തള്ളി. ഒരു ദിവസം മുഴുവൻ നരകവേദന
അനുഭവിച്ച് കഴിഞ്ഞു. പിറ്റേന്ന് രാവിലെ രണ്ട് മൊട്ടസൂചി കൊണ്ടു വന്നു.
രാജനെ വിളിച്ച് രാജന്റെ കൈനഖങ്ങൾക്ക് ഇടയിൽ വച്ച് മെല്ലെ മെല്ലെ
റൂൾത്തടികൊണ്ട് അടിച്ച കയറ്റി. പ്രാണൻ പിടഞ്ഞു. കടിച്ചെടുക്കാൻ
വയ്യാത്തവിധം ആഴത്തിൽ മൊട്ടസൂചി മാംസത്തിൽ കയറിയിരുന്നു.
രാജൻ ബോധം കെട്ട് വീണു. പിന്നീട് ആശുപത്രിയിൽ എത്തിച്ചാണ്
മൊട്ടസൂചി ഊരിമാറ്റിയത്.

മീശയ്ക്ക് കമ്മ്യൂണിസ്റ്റ് മുഖം

പോലീസ് സ്റ്റേഷൻ ആക്രമണം കഴിഞ്ഞതിന് ശേഷം പോലീസ് കമ്മ്യൂണിസ്റ്റുകളെ കൂട്ടത്തോടെ പിടിക്കൂടാ നാണ് ശ്രമിച്ചത്. കമ്മ്യൂണിസ്റ്റുകളോ കമ്മ്യൂണിസ്റ്റ് സഹയാത്രികരോ അല്ലെങ്കിൽ അവരുമായി എന്തെങ്കിലും ബന്ധം പുലർത്തുന്നവർ. അവരെയെല്ലാം പെറുക്കിയെടുക്കാൻ പോലീസ് വണ്ടികൾ വിവിധ ദിശകളിലേയ്ക്ക് സഞ്ചരിച്ചു. പ്രതികൾ ആരെന്ന് മനസ്സിലാക്കുന്നതിന് മുമ്പ് തന്നെ തെരച്ചിലും അറസ്റ്റും മർദ്ദനവും ആരംഭിച്ചു. കമ്മ്യൂണിസ്റ്റുകാ രെന്ന് കാഴ്ചയിൽ തോന്നുന്നവരെ കാരണം പറയാതെ അറസ്റ്റ് ചെയ്തു സ്റ്റേഷനിൽ കൊണ്ട് വന്ന് മർദ്ദിക്കുകയായിരുന്നു. സ്റ്റേഷൻ ആക്രമിച്ചവ രിൽ ബഹുഭൂരിപക്ഷവും ഇരുപത്തിമൂന്നിനും ഇരുപത്തഞ്ചിനും ഇടയിൽ പ്രായമുള്ളവരായിരുന്നു. അതിനാൽ പോലീസ് അന്വേഷിച്ചത് സമാന പ്രായക്കാരെയാണ്. താടിയും മീശയും ഉള്ളവർ നോട്ടപ്പുള്ളികളായി. മീശയുള്ളവരെ കണ്ടാൽ ഉടനെ അറസ്റ്റ് ചെയ്യും. മീശ കമ്മ്യൂണിസ്റ്റാണ്. അതിനാൽ യുവാക്കൾ മീശ വടിക്കാൻ തുടങ്ങി.

സ്റ്റേഷൻ ആക്രമണം നടന്നത് വെളുപ്പിന് രണ്ടേകാൽ മണി ക്കായിരുന്നു. സ്റ്റേഷനിൽ നിന്ന് ഓടിപ്പോയ കോൺസ്റ്റബിൾ നാരായണ പണിക്കർ ഒരു ഫർലോംഗ് ദൂരത്തുള്ള പോസ്റ്റ് ഓഫീസി ലെത്തി ടെലിഫോണിലൂടെ മേലധികാരികളെ അറിയിച്ചു. എന്നാൽ പോലീസ് അനാസ്ഥ കാട്ടിയതുപോലെ ആയിരുന്നു പ്രവർത്തിച്ചത്. ഒരുപക്ഷെ സ്റ്റേഷൻ ആക്രമിച്ച കമ്മ്യൂണിസ്റ്റുകാർ സുസംഘടിത രും സായുധരുമാണെന്ന് കരുതി പോലീസ് ഭയപ്പെട്ട കാണും.

അതിനാൽ കരുതലോടുകൂടിയാണ് അവർ പ്രവർത്തിച്ചത്. അഞ്ച് വണ്ടി പോലീസുമായാണ് ആക്രമണം നടന്ന സ്റ്റേഷനിൽ പോലീസ് സംഘം എത്തിയത്. ഇത് ആക്രമണ വാർത്ത ലഭിച്ചതിന് ശേഷം മൂന്നരമണിക്കൂർ കഴിഞ്ഞാണ്. എറണാകുളത്തു നിന്ന് ഡിവിഷണൽ ഇൻസ്പെക്ടർ വേണുഗോപാലിന്റെ നേതൃത്വത്തിലുള്ള സംഘമാണ് സംഭവസ്ഥലത്ത് ആദ്യമെത്തിയത്. അവരെത്തുന്നതിന് ഏതാനും മിനിറ്റ് മുമ്പ് മാത്രമാണ് മുറിവേറ്റ പോലീസുകാരിൽ ഒരാൾ മരിച്ചത്. ജീവൻ അവശേഷിച്ചിരുന്ന അപരനെ ആലുവാ ആശുപത്രിയിലേയ്ക്ക് നീക്കി. എന്നാൽ ആശുപത്രിയിൽ എത്തുന്നതിന് മുമ്പ് തന്നെ അപരനും മരിച്ചു. നാരായണപണിക്കർ വിവരം അറിയിച്ച ഉടനെ പോലീസ് രക്ഷാദൗത്യം നിർവ്വഹിച്ചിരുന്നെങ്കിൽ രണ്ട് പോലീസുകാരുടേയും ജീവൻ രക്ഷിക്കാൻ കഴിയുമായിരുന്നു. ആക്രമണത്തിനെത്തിയവരുടെ അംഗബലത്തെക്കുറിച്ചും ആയുധബലത്തെക്കുറിച്ചും അറിവില്ലാതിരുന്ന തുകൊണ്ട് വലിയൊരു പോലീസ് സന്നാഹം സംഘടിപ്പിച്ചതിനുശേഷ മാണ് പോലീസ് സേന അക്രമം നടന്നിടത്ത് എത്തിയത്.

പോലീസിനെ കൊന്നവരെ ഉന്മൂലനം ചെയ്യുക എന്ന പദ്ധതി അവിടെ ആവിഷ്കരിക്കപ്പെട്ടു. നേരിട്ട് സ്റ്റേഷൻ ആക്രമണത്തിൽ പങ്കെടുത്തവരെ തെരഞ്ഞ് പിടിക്കുന്നതിനെക്കാൾ പ്രാധാന്യം കമ്മ്യൂ ണിസ്റ്റുകാരെ പിടിക്കാനാണ് വിനിയോഗിച്ചത്. അതുകൊണ്ടാണ് പിന്നീട് പ്രതി പട്ടിക തയ്യാറാക്കിയപ്പോൾ യഥാർത്ഥത്തിൽ ആക്രമ ണത്തിൽ പങ്കാളിയായയവരിൽ ചിലർ അതിൽ പെടാതെ പോവുകയും നിരപരാധികളായ നിരവധി പേർ അതിൽ പെട്ടുപോവുകയും ചെയ്തത്. ആക്ഷനിൽ പങ്കെടുത്തത് 17 പേർ ആയിരുന്നു. ഇതിൽ പലരും പ്രതികളായില്ല. പ്രതി പട്ടികയിൽ 33 പേരുണ്ടായി.

കമ്മ്യൂണിസ്റ്റ് പാർട്ടിയുമായി ആശയവിനിമനവും നടത്തിയവർ പോലും പോലീസിന്റെ നിരീക്ഷണ വലയത്തിലായി. അവരുടെ ജോലിസ്ഥലത്തും താമസസ്ഥലത്തും പോലീസെത്തി. ബാലകൃഷ്ണൻ എന്ന പയ്യപ്പിള്ളി ബാലൻ അന്ന് രാവിലെ എഴുന്നേറ്റിരുന്നു. വെളുപ്പിന് പോലീസ് സ്റ്റേഷൻ ആക്രമിച്ചത് അറിഞ്ഞിരുന്നില്ല. തലേന്ന് പാർട്ടി ജില്ലാ കേന്ദ്രത്തിൽ നിന്ന് കിട്ടിയ സർക്കുലറുകൾ വായിച്ചു തീർത്തു. പിന്നീട് "തീപ്പൊരി" വായിച്ചു. തീപ്പൊരി എല്ലാ കമ്മ്യൂണിസ്റ്റുകൾക്കും അഗ്നി പകർന്നിരുന്ന രഹസ്യരേഖയായിരുന്നു. കല്ലച്ചിലാണ് പ്രിന്റ് ചെയ്തിരുന്നത്. അതൊരു നിയമവിരുദ്ധ പത്രമാണ്. ബാലൻ ആവേ ശഭരിതനായി. ചുറ്റപാടും പ്രശ്നം സങ്കീർണ്ണമായികൊണ്ടിരിക്കയാണ്. റെയിൽവേ പണിമുടക്കമായി ബന്ധപ്പെട്ട് ഒരു പോലീസ് റെയ്ഡ്

പ്രതീക്ഷിക്കാവുന്നതാണ്. അതിനാൽ സർക്കുലറുകളും നിയമവിരുദ്ധ ലഘുലേഖകളും പാർട്ടിയുടെ രഹസ്യകേന്ദ്രത്തിൽ എത്തിക്കണം. ഫാക്ടിൽ അദ്ദേഹത്തിന്റെ ജോലി ആരംഭിക്കുന്നത് 11 മണിക്കാണ്. രഹസ്യ സാമഗ്രികൾ ഭദ്രമായി പൊതിഞ്ഞു കെട്ടി. പുറത്തേക്കിറങ്ങി. സാധാരണ പോകുന്ന വഴി ഉപേക്ഷിച്ചു. വീടിന്റെ മുൻവശത്തെ പാട ത്തേക്കിറങ്ങി. നട വരമ്പു വഴി മുന്നോട്ട് നടന്നു. അത് എത്തിച്ചേർന്നത് രഹസ്യകേന്ദ്രത്തിൽ. അവിടെ നിന്ന് കമ്പനിയിലേയ്ക്ക് നടന്നു നീങ്ങി.

ഓഫീസിലെത്തിയപ്പോൾ ബാലന്റെ സുഹൃത്തുക്കൾ ബാലനെ സൂക്ഷിച്ചു നോക്കുന്നു. ആ തറച്ച നോട്ടത്തിന്റെ അർത്ഥം ബാലന് മനസ്സിലായില്ല. അപ്പോൾ ഒരാൾ അടുത്തു വന്ന് രഹസ്യമായി ചോദിച്ചു.

"ബാലനറിഞ്ഞോ"

"ഇല്ല"

"ഇടപ്പള്ളി പോലീസ് സ്റ്റേഷനിൽ രണ്ട് പോലീസുകാരെ കുത്തിക്കൊ ന്നു. മഞ്ഞുമ്മല്യുള്ള കമ്മ്യൂണിസ്റ്റുകാരാണ് പിന്നിലെന്നാണ് സംസാരം. സൂക്ഷിക്കണം." ബാലന്റെ ഉള്ളിൽ ഒരു ആളല്യുണ്ടായി. അദ്ദേഹം ശരിക്കും ഞെട്ടിപ്പോയി. ഇന്നലെത്തന്നെ കാര്യങ്ങൾ കുഴഞ്ഞു മറിഞ്ഞി രുന്നു. എൻ. കെ.യെയും വറുള്ളട്ടിയെയും പോലീസ് അറസ്റ്റ ചെയ്തതും മർദ്ദിച്ചതും വലിയ വാർത്തയായിരുന്നു. ഒപ്പം കരക്കമ്പിപോലെ പരന്ന അമ്പരപ്പിക്കുന്ന ന ണകളും, ആദ്യം ബാലൻ ആശ്വസിക്കാൻ ശ്രമിച്ചു. പോലീസുകാരുടെ കൊലയും ഇന്നലത്തെ പോലെ നിറം പിടിച്ച ഏതെങ്കിലും ന ണയായിരിക്കുമെന്ന്. എങ്കിലും അയാളുടെ ഉള്ളില്യുള്ള കമ്മ്യൂണിസ്റ്റിന് അടങ്ങിയിരിക്കാൻ ആയില്ല. കാര്യങ്ങൾ ഭയങ്കരമായ കുഴപ്പത്തിലേയ്ക്കാണ് നീങ്ങുന്നത്. അയാൾ ഓഫീസിൽ നിന്ന് പുറത്തു കടക്കാൻ തീരുമാനിച്ചു. ജോലി ചെയ്യുന്ന മേശ പൂട്ടി. എഴുന്നേറ്റ് മാറു ന്നതിന് മുമ്പ് ഒരു പോലീസ് ജീപ്പ് ചീറിപ്പാഞ്ഞ് വന്ന് ഓഫീസിന്റെ വാതിൽക്കൽ കിതച്ച നിന്നു. പെട്ടെന്നാണ് നാലഞ്ച് പോലീസുകാർ ജീപ്പിൽ നിന്ന് ചാടി ഇറങ്ങിയത്. അവർ ഓഫീസിലേയ്ക്ക് തള്ളിക്കയറി. മുന്നിൽ ഇൻസ്പെക്ടർ. അദ്ദേഹത്തിന്റെ കൈയ്യിൽ റിവോൾവറുണ്ട്.

നിമിഷ നേരത്തിനുള്ളിൽ അവർ ബാലന്റെ മേശയ്ക്ക് മുന്നിലെത്തി. ഇൻസ്പെക്ടർ അൽപ്പം പിറകോട്ട് ചാഞ്ഞ് മഫ്ടിയില്യുള്ള സി.ഐ.ഡി യോട് ചോദിച്ചു.

"അവൻ ഇവിടെയുണ്ടോ"?

"ഉണ്ട് സർ. മുന്നിലിരിക്കുന്നത് അവനാണ്."

"അവന്റെ കൈയ്യിൽ ആയുധങ്ങളുണ്ടോ എന്ന് പരിശോധിക്ക്."

ബാലനടുത്തേയ്ക്ക് മഫ്റ്റി പോലീസ് കുതിച്ചെത്തി.

ശരീരം ആസകലം പരിശോധിച്ചു. അരയിലും നെഞ്ചിലും ഒന്നുക്കൂടി തപ്പിനോക്കി.

"ഒന്നുമില്ല"

ഇൻസ്പെക്ടർ പിന്നെ അമാന്തിച്ചില്ല. പയ്യപ്പിള്ളി ബാലന്റെ കരണ ത്തയാൾ ആഞ്ഞടിച്ചു. അയാൾ അലറി "ഇവനെ പിടിച്ച് ജീപ്പിലിട്". വേച്ച പോയ ബാലനെ രണ്ട് പോലീസുകാർ ജീപ്പിലേയ്ക്ക് ഇക്കിയെ റിഞ്ഞു. ജീപ്പിന് കാവലായി രണ്ട പോലീസുകാരുണ്ടായിരുന്നു. അവർ ബാലന്റെ നെഞ്ചിൻകൂട് തോക്കിന്റെ പാത്തികൊണ്ട് ഇടിച്ച തകർത്തു. പിന്നാലെ കമ്പനിയിൽ നിന്ന് ഒ. രാഘവനെ പിടിച്ച കൊണ്ടുവന്നു. കമ്പനിയിൽ നിന്ന് കൃഷ്ണൻകുട്ടിയെ ഇൻസ്പെക്ടർ തന്നെയാണ് പിടി കൂടിയത്. മൂവരെയും ജീപ്പിലേയ്ക്ക് ഇക്കിയെറിഞ്ഞു. അപ്പോൾ ഉച്ചയ്ക്കുള്ള 12 മണി സൈറൻ മുഴങ്ങി. പ്ലാന്റുകളിൽ നിന്നും ഓഫീസിൽ നിന്നും തൊഴിലാളികൾ ഉച്ചഭക്ഷണത്തിന് ഇറങ്ങാൻ തുടങ്ങി. അവർ കൂട്ടംകൂടി പോലീസ് വാഹനത്തിന് അരികിലേയ്ക്ക് വരുന്നത് ഒഴിവാ ക്കാൻ ഇൻസ്പെക്ടർ ആഗ്രഹിച്ചു. അയാൾ ജീപ്പ് മുന്നോട്ട് എടുക്കാൻ ആവശ്യപ്പെട്ടു. ജീപ്പ് ഇടപ്പിള്ളി പോലീസ് സ്റ്റേഷനിലേയ്ക്ക് ചീറിപ്പാ ഞ്ഞു. യാത്രയിൽ അഞ്ച് പോലീസുകാർ മൂന്ന് പേരുടെ ശരീരത്തെ തോക്കിന്റെ പാത്തികൊണ്ട് ഇടിച്ച് തകർത്തു. കൈയ്യിനും മുട്ടിനും ഇടിച്ചു. കൃഷ്ണൻകുട്ടിയുടെ വായിൽ നിന്ന് ചോര ചീറ്റി.

ഇതിന്റെ വാർത്ത പത്രത്തിൽ വന്നു. "ഫാക്ട് കമ്പനിയിൽ നിന്ന് രക്തം പുരണ്ട വസ്തുങ്ങളോട് കൂടി കൊല യാളികളെ കസ്റ്റഡിയിലെടുത്തു."

ജീപ്പ് ഇടപ്പള്ളി പള്ളിയുടെ മുന്നി ലെത്തി. തെക്കോട്ട് തിരിഞ്ഞ് നിന്നു. ബാലൻ നോക്കുമ്പോൾ പള്ളിക്കപ്പ റത്തേയ്ക്ക് മനുഷ്യരില്ല. കാക്കി മാത്രം. സംസ്ഥാനത്തുള്ള മുഴുവൻ പോലീസും ഇടപ്പള്ളിയിലെത്തിയെന്ന് ബാലനു തോന്നി. പോലീസ് വ്യൂഹത്തിന് നടുവില്ലൂടെ പോലീസ് ജീപ്പ് പ്രതികള മായി പതുക്കെ മുന്നോട്ട നീങ്ങി. ജീപ്പ് സ്റ്റേഷന്റെ മുന്നിൽ നിറുത്തി. വണ്ടിയിൽ നിന്ന് പ്രതികളെ പോലീസ് തല്ലില്ല ക്കി മുന്നോട്ട് കൊണ്ടുപോയി. അവർ

കെ. ആർ. കൃഷ്ണൻ കുട്ടി

ഒ. രാഘവൻ

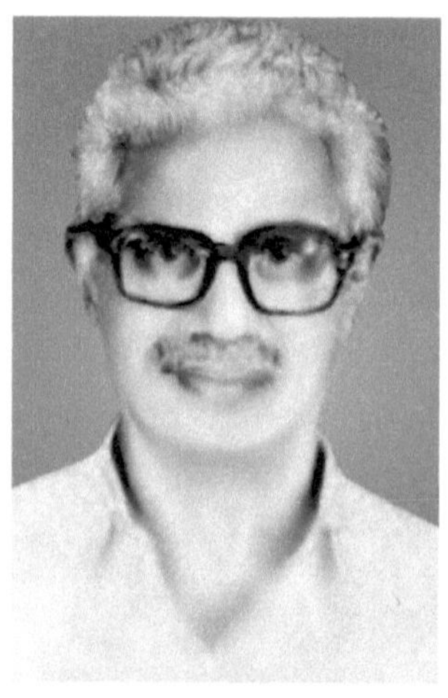

പയ്യപ്പിള്ളി ബാലൻ

ഹാളിലെത്തി. നിലം തൊടാതെയുള്ള പറക്കലായിരുന്നു അത്. ഹാളിലെ ചുവരിൽ ചാരി മൂന്ന് പേരെയും നിറുത്തി. പുറത്ത് റിസർവ്വ് പോലീസിന്റെ നീണ്ട നിര. അവർ രോഷാകുലരാണ്. പോലീസിനെ കൊന്ന തെമ്മാടിക ളാണ് മുന്നിലെത്തിയിരിക്കുന്നത്. കാക്കിയുടെ സ്നേഹം അവരെ ഭ്രാന്ത രാക്കി. ആരുടേയും നിർദ്ദേശം കാത്തു നിൽക്കാതെ അവർ ഹാളിലേയ്ക്ക് ഇരച്ച കയറി. മൂന്ന് പേരുടേയും നെഞ്ചിനിട്ട് ബൂട്ട്സ് കൊണ്ടവർ ചവിട്ടി. ഇത് അപക ടത്തിലേയ്ക്ക് പോകുമെന്ന് തിരിച്ചറിഞ്ഞ ചില പോലീസ് ഉദ്യോഗസ്ഥർ വന്ന് ചവിട്ട് നാടകത്തിന് താൽക്കാലിക അറുതി വരുത്തി.

മർദ്ദനം താൽക്കാലികമായി നിന്നപ്പോൾ ബാലനും, കൃഷ്ണകുട്ടിയും, രാഘവനും പരിസരത്തേയ്ക്ക് കണ്ണോടിച്ചു. മുറി യുദ്ധക്കളത്തിന്റെ ബാക്കിപത്രത്തെ ഓർമ്മപ്പെടുത്തി. തടവുകാരുടേയും മരിച്ച വീണ പോലീസുകാരുടേയും പരിക്കുകളിൽ നിന്ന് വാർന്ന് വീണ രക്തം കട്ടപിടിച്ച കറുത്ത പാടുകൾ. അതിലെല്ലാം ഈച്ച പറ്റി പറന്ന് നടക്കു ന്നു. സ്റ്റേഷൻ റിക്കോഡ്കൾ ചിതറി കിടക്കുന്നു. ഒടിഞ്ഞ മരക്കഷണങ്ങൾ അനാഥമായി ചിതറിത്തെറിച്ച് കിടക്ക

ന്നു. കൊലക്കളത്തിന്റെ പ്രേതക്കാഴ്ച അവരെയും ഭയപ്പെടുത്തി.

പുറത്തേയ്ക്ക് നോക്കിയപ്പോൾ അവിടെ ശ്മശാന മൂകത. പരിസരത്തു ള്ള വീട്ടുകളിൽ നിന്ന് എല്ലാവരും ഓടിപ്പോയിരിക്കുന്നു. എല്ലാം അടഞ്ഞു കിടന്നു. സ്റ്റേഷനുമുന്നിൽ റോഡിൽ നിറയെ പോലീസ്. അങ്ങാടി മുതൽ പോസ്റ്റോഫീസ് വരെ ലോക്കൽ പോലീസും റിസർവ്വ് പോലീസും നിരന്ന് നിറഞ്ഞ് നിൽക്കുന്നു.

പെട്ടെന്ന് സ്റ്റേഷന്റെ പിറകിൽ നിന്ന് അലർച്ചയും നിലവിളിയും ഉയർന്നു. മനുഷ്യശരീരത്തിൽ മുഷ്ടിച്ചരുട്ടി ഇടിക്കുന്നതിന്റെ ശബ്ദം. ഒപ്പം ചോദ്യമുയരുന്നു.

"നിനക്കറിയില്ല ; അല്ലേ."

പിന്നെയും ഇടിയും നിലവിളിയും

"നീ സത്യം പറയില്ല"

"നിന്നെ കൊണ്ട് സത്യം പറയിക്കും."

കുറച്ച നേരം നിശബ്ദത. പിന്നെ ഉന്തിത്തള്ളി തെറിപ്പിക്കുന്ന ശബ്ദം. ഹാളിലേയ്ക്ക് നാലുപേർ വലിച്ചെറിയപ്പെട്ടു. ബാലൻ സൂക്ഷിച്ച നോക്കി. റെയിൽവേ തൊഴിലാളി ഉണ്ണി. ഉണ്ണിയ്ക്ക് നാല്പതിനോട് അടുത്ത പ്രായം. ഒന്നുകൂടി സൂക്ഷിച്ചനോക്കിയപ്പോൾ മറ്റ് രണ്ട് പേരെയും മനസ്സിലായി. ഒന്ന് പോണേക്കരയിലെ അരവിന്ദാക്ഷൻ. മറ്റേത് പോണേക്കരയിലെ തന്നെ കൃഷ്ണൻകുട്ടി. നാലാമനെ മനസ്സിലായില്ല.

അധികം കഴിയുന്നതിന് മുമ്പ് ഒരു നീല പോലീസ് വാൻ സ്റ്റേഷന് മുന്നിലെത്തി. ഏഴ് പേരെയും തുക്കി അതിലേക്കെറിഞ്ഞു. കൂടെ അഞ്ചാറ് പോലീസും കയറി. അക്ഷരാർത്ഥത്തിൽ അത് ഇടിവണ്ടിയായി. ആലുവ ലോക്കപ്പിൽ എത്തുന്നതുവരെ ഇടി തുടർന്നു. ലോക്കപ്പിലേയ്ക്ക് അവരെ കയറ്റിയപ്പോൾ കണ്ട കാഴ്ച ഭയപ്പെടുത്തുന്നതായിരുന്നു. സെല്ലിന്റെ അഴിവാതിലിൽ രണ്ട് ജഡങ്ങൾ തൂങ്ങി കിടക്കുന്നു. ആദ്യം ബാലന് അവരെ മനസ്സിലായില്ല. കുറച്ച കൂടി അടുത്ത് സൂക്ഷിച്ച നോക്കിയപ്പോൾ ഒരു നിലവിളി ബാലന്റെ തൊണ്ടയിൽ കുടുങ്ങി. അത് ജയിലിൽ കിട നിന്നിരുന്ന സഖാക്കളാണ്. ഇവരെ മോചിപ്പിക്കാനാണ് സ്റ്റേഷൻ ആക്രമിച്ചത്. അവർ ജഡമായി സെല്ലിന്റെ അഴിവാതിലിൽ തൂങ്ങിയാടുന്നു.

കോൺഗ്രസ്സ് ഓഫീസിൽ
തയ്യാറാക്കിയ പ്രതിപ്പട്ടിക

പോലീസ് സ്റ്റേഷൻ ആക്രമണം ശത്രുസംഹാരത്തിനുള്ള മാർഗ്ഗമായി രാഷ്ട്രീയ ശത്രുക്കൾ കണ്ടു. ഭരണവർഗ്ഗവും അവരുടെ രാഷ്ട്രീയ പിണിയാളുകളും കമ്മ്യൂണിസ്റ്റ് വേട്ടയ്ക്ക് നേതൃത്വം നൽകി. കോൺഗ്രസ്സിന്റെ പ്രാദേശിക നേതാക്കൾ കെണിയിലാ ക്കേണ്ടവരുടെ പേരുകളെഴുതുന്ന തിരക്കിലായി. അതിനുള്ള പ്ലാനും സ്കെച്ചും റെഡിയായി. പലരും തങ്ങളുടെ എതിരാളികളോട്ടുള്ള മുൻവിരോധം തീർക്കാൻ അതുപയോഗിച്ചു. പോലീസ് മേധാവികൾ താഴെയുള്ള പോലീസിനു നൽകിയ പ്രധാന നിർദ്ദേശം സംശയമുള്ള വരെ മുഴുവൻ പിടിക്കൂട്ടുക എന്നതായിരുന്നു.

സ്റ്റേഷൻ ആക്രമണത്തിനു ശേഷം ആദ്യം ഇടപ്പള്ളിയിൽ എത്തിയ ഡിവിഷണൽ ഇൻസ്പെക്ടർ വേണുഗോപാലിന് എല്ലാവരെയും ഉപദ്ര വിക്കണം എന്നതായിരുന്നു ആഗ്രഹം. അദ്ദേഹം ഡി.എസ്.പി യോട് ആവശ്യപ്പെട്ടത് ഇങ്ങനെയാണ്.

"സർ, അഞ്ചുമൈൽ ചുറ്റിനുള്ളിൽ എല്ലാ വീട്ടുകളിലും കയറി നിരപ്പെ തല്ലണം."

ഇതിനോട് പോലീസ് നേതൃത്വം യോജിച്ചില്ല. കമ്മ്യൂണിസ്റ്റുകളെയും അവരുടെ സഹായികളെയും സംശയമുള്ളവരെയും മാത്രം കൈകാര്യം ചെയ്യാൽ മതിയെന്നായിരുന്നു അവരുടെ തീരുമാനം. എങ്കിലും അത് രണ്ട് രീതിയിൽ വിനിയോഗിക്കപ്പെട്ടുകയായിരുന്നു. പോലീസുകാർക്ക്

പി. കെ. രവീന്ദ്രൻ

കെ. എ. രാമൻ

മുൻവൈരാഗ്യമുള്ള വരെ കമ്മ്യൂണിസ്റ്റ് ചായത്തിൽ മുക്കിയെടുക്കുക. എന്നിട്ട് അവരെ ഉപദ്രവിക്കുക. രണ്ടാമത്തെ ഗുണഭോക്താക്കൾ കോൺഗ്രസ്സ് നേതൃത്വമായിരുന്നു. പ്രാദേശിക കോൺഗ്രസ്സ് നേതൃത്വത്തോട് ഇടഞ്ഞവരും പൂർവ്വ വൈരാഗ്യമുള്ളവരും പ്രതിസ്ഥാനത്തേയ്ക്ക് ചേർക്കപ്പെട്ടു. അവർ കമ്മ്യൂണിസ്റ്റുകളോ കമ്മ്യൂണിസ്റ്റ് അനുഭാവികളോ ആയി.

ഇതിന്റെ ഫലമായ ചെറുപ്പക്കാർ ഒളിവിലായി. തെരുവുകൾ ശൂന്യമായി. സന്ധ്യയായാൽ പുറത്തിറങ്ങാൻ പലരും മടിച്ചു. പുറത്തിറങ്ങുന്നവരെ പോലീസ് പൊക്കും. ചോദ്യം ചെയ്യലിന് ശേഷം ചിലർ തിരിച്ച വരും. ചിലർക്കത് കഴി ഞ്ഞിരുന്നില്ല. സിനിമാ തിയേറ്ററുകൾ ശൂന്യമായി. വഴിയിൽ ഓരോ അമ്പതു മീറ്ററിലും പോലീസ് ചെക്ക് പോസ്റ്റുകൾ. ആർക്കും സ്വതന്ത്രമായി സഞ്ചരിക്കാനാ വാത്ത അവസ്ഥ.

ഇതിനിടയിൽ പോലീസിനെയും, സർക്കാരിനെയും മുൾമുനയിലാക്കി കോൺഗ്രസ്സിന്റെ പ്രതിഷേധം. ഇടപ്പ ള്ളി പോലീസ് സ്റ്റേഷനടുത്തു തന്നെ കമ്മ്യൂണിസ്റ്റ് ഭീകരതയിൽ പ്രതിഷേധിച്ച് യോഗങ്ങൾ നടത്തി.

പോലീസിന്റെ മുൻവൈരാഗ്യത്തിന് ഇരയായത് എ. വി. ജോസഫാണ്. അദ്ദേഹം കേരള സോഷ്യലിസ്റ്റ് പാർട്ടിയുടെ നേതാവായിരുന്നു. ചുണ്ണാമ്പ് ജോസ് എന്ന അപരനാമത്തിലും അദ്ദേഹം അറിയപ്പെട്ടിരുന്നു. അദ്ദേഹത്തിന് ഇടപ്പള്ളി പോലീസ് സ്റ്റേഷൻ അക്രമണമായോ, കമ്മ്യൂ ണിസ്റ്റ് പാർട്ടിയുമായോ യാതൊരു ബന്ധവുമുണ്ടായിരുന്നില്ല. എന്നാൽ ജോസഫും ഡിവിഷണൽ ഇൻസ്പെക്ടർ വേണുഗോപാലുമായി പണ്ടാരിക്കൽ ഇടഞ്ഞിരുന്നു. സ്വതവേ ധിക്കാരിയും അഹങ്കാരിയുമായ വേണുഗോപാൽ പലപ്പോഴും അനീതിയുടെ പാറാവുകാരനായിരുന്നു.

കെ. എം. ബാവ

എം. ഉണ്ണി

അങ്ങനെ അനീതിയുടെ കാവലാളായി വേണുഗോപാൽ മാറിയപ്പോൾ ജോസഫ് അതിനെ ചോദ്യം ചെയ്തു. അത് ആളുകൾക്ക് മുന്നിൽ വച്ചായിരുന്നു. ജോസഫിനെ മർദ്ദിക്കാനുള്ള സാഹചര്യം അപ്പോൾ അവിടെയുണ്ടായിരുന്നില്ല. ആ തോൽവി വേണുഗോപാലിന് മറക്കാനായില്ല. അയാൾ അത് മനസ്സിൽ വച്ചുകൊണ്ട് നടന്നു. ഇടപ്പള്ളി പോലീസ് സ്റ്റേഷൻ ആക്രമണം തന്റെ ഇരയെ കുരുക്കാനുള്ള ഉപാധിയായി വേണുഗോപാൽ കണ്ടു.

ടാറ്റാ ഓയിൽ മില്ലിലെ ജോലിക്കാരനായ ജോസഫ് പച്ചാളം സ്വദേശിയായിരുന്നു. സ്റ്റേഷനാക്രമണത്തിന് ശേഷം പലരേയും അറസ്റ്റ ചെയ്ത കൂട്ടത്തിൽ ഡിവിഷണൽ ഇൻസ്പെക്ടർ വേണുഗോപാൽ ഒരു ദിവസം പോലീസുമായി ചെന്ന് ജോസഫിനെ അറസ്റ്റ് ചെയ്തു. ക്രൂരമായി മർദ്ദിച്ചു. വേണുഗോപാലിന്റെ ഉള്ളിലെ ചെന്നായ് ദാഹം തീരുംവരെ ജോസഫിനെ നുറുക്കി ചോര ചിതറിച്ചു. ആലുവ ലോക്കപ്പിലെ തുടർ മർദ്ദനത്തിൽ ജോസഫ് മരിച്ചു. ഇൻസ്പെക്ടർ വേണുഗോപാൽ ജോസഫിനെ തല്ലിക്കൊല്ലുകയായിരുന്നു. ഇടപ്പള്ളി ആക്ഷനിൽ പങ്കെടുക്കാത്ത ജോസഫ് പതിനാറാം പ്രതിയായി. ഇന്ന് ജോസഫിന്റെ രക്തസാക്ഷിത്വം പോലും അനുസ്മരിക്കപ്പെടുന്നില്ല. അദ്ദേഹത്തിന്റെ കുടുംബത്തെക്കുറിച്ചപോലും ഒരു വിവരവും ഇന്ന് ലഭ്യമല്ല.

പലരും പോലീസിന്റെ അനിഷ്ടത്തിന്റെ പേരിൽ പ്രതികളായി. പലചരക്ക് കടക്കാരനായ കുമാരൻ, ചെന്നൻകുട്ടി, അപ്പച്ചൻ, അരവിന്ദാക്ഷൻ, ഉണ്ണി - ഇവരെല്ലാം പലതരം കാരണങ്ങൾ കൊണ്ട് പ്രതികളായവരാണ്. കേസിൽ പത്താം പ്രതി റെയിൽവേ തൊഴിലാളി

ഉണ്ണിയാണ്. ഉണ്ണിയുടെ പുരയിടത്തിലെ തർക്കമാണ് കാരണം. ഉണ്ണിയുടെ പുരയിടവും അവിടത്തെ ജന്മിയും തമ്മിലുള്ള തർക്കത്തിൽ ജന്മി ഉണ്ണിയെ ഒതുക്കിയത് ഇടപ്പള്ളി കേസിൽ പ്രതിചേർത്തുകൊണ്ടായിരുന്നു. പോണേക്കരയിലെ എ. കെ. കുമാരൻ പ്രതിയാകുന്നതും അധികാരസ്ഥാനത്തിരിക്കുന്നവരുടെ വൈരാഗ്യം കൊണ്ടായിരുന്നു. കമ്മ്യൂണിസ്റ്റ് പാർട്ടിയുമായി അയാൾക്ക് ബന്ധമൊന്നുമുണ്ടായിരുന്നില്ല. അയാളുടെ പേര് പ്രതിസ്ഥാനത്ത് എഴുതി ചേർത്ത് അയാളെ അറസ്റ്റ് ചെയ്തു മർദ്ദിച്ചു. ഒഗ്ലെ ഗ്ലാസ്സ് ഫാക്ടറി തൊഴിലാളിയും പോണേക്കര സ്വദേശിയുമായ കെ. കെ. ഉണ്ണികൃഷ്ണനെ അറസ്റ്റ് ചെയ്തു ഭീകരമായി മർദ്ദിച്ചു. ഉണ്ണികൃഷ്ണനെ കേസുമായി ബന്ധപ്പെടുത്താൻ ഒരു തുമ്പും കിട്ടിയില്ല. അവസാനം പ്രോസിക്യൂഷൻ ഭാഗം സാക്ഷിയാകണമെന്ന വ്യവസ്ഥയിൽ കേസിൽ പ്രതിയാക്കാതെ വിട്ടയച്ചു. അക്രമികൾ ഗൂഢാലോചന നടത്തിയതും ആയുധങ്ങൾ ശേഖരിച്ചതും കാടിപ്പറമ്പിന് അടുത്ത താമസിക്കുന്ന ഉണ്ണികൃഷ്ണൻ കണ്ടെന്ന് പറയണമെന്നാണ് പ്രോസിക്യൂഷൻ ഉണ്ണികൃഷ്ണനോട് ആവശ്യപ്പെട്ടത്. പക്ഷേ കോടതിയിൽ എത്തിയ ഉണ്ണികൃഷ്ണന് അങ്ങനെ പറയാൻ കഴിഞ്ഞില്ല. സാക്ഷി കൂറുമാറിയതായി കോടതി പ്രഖ്യാപിച്ചു. കോൺഗ്രസ്സ് നേതൃത്വത്തിന് അനഭിമതരായതു കൊണ്ടാണ് മാലിപ്പറത്തെ കെ. എം. ബാവയും എറണാകുളത്തെ പി. കെ. രവീന്ദ്രനും ഇടപ്പള്ളി കേസിൽ പ്രതിയായത്. അതിന്റെ പിന്നിൽ രാഷ്ട്രീയ വൈരാഗ്യം മാത്രമായിരുന്നു. എറണാകുളത്തു നിന്നും മാലിപ്പറത്തു നിന്നും പ്രാദേശിക കോൺഗ്രസ്സ് നേതാക്കൾ കൊടുത്ത ലിസ്റ്റിൽ അവർ പെട്ടു. കെ. എ. രാമൻ അങ്ങനെ പ്രതിയായ മറ്റൊരാളാണ്. രാമൻ അന്ന് പെരുമ്പാവൂർ ലോക്കൽ കമ്മറ്റി സെക്രട്ടറിയാണ്. ബീഡിത്തൊഴിലാളി യൂണിയൻ നേതാവും പാർട്ടിയുടെ സജീവ പ്രവർത്തകനുമായിരുന്നു. കാലടിയായിരുന്നു പ്രവർത്തന കേന്ദ്രം. പെരുമ്പാവൂരിലെ കോൺഗ്രസ്സ് കമ്മറ്റിയാണ് രാമന്റെ പേര് നൽകിയത്. ഇന്ന് നമ്മൾ കാണുന്നതുപോലെ അന്നും പാർട്ടി ഓഫീസിൽ നിന്ന് പ്രതി പ്പട്ടിക പോകുമായിരുന്നു. ഇന്ന് പക്ഷെ പ്രതിപ്പട്ടികയിൽപെടുന്നവരെ രക്ഷിക്കാൻ പാർട്ടിയുണ്ട്. അന്ന് പ്രതിപ്പട്ടികയിൽ അകപ്പെടുന്നവൻ മരണത്തെ മുഖാമുഖം കാണും. അവനെ രക്ഷിക്കാൻ ഒരു പാർട്ടിയും ഉണ്ടായിരുന്നില്ല.

ചാഞ്ചൻ ബഞ്ച്

എറണാകുളം കസ്ബ പോലീസ് സ്റ്റേഷനിലെ ബഞ്ച് കുറേക്കാലം അറിയപ്പെട്ടത് ചാഞ്ചൻ ബഞ്ച് എന്നായിരുന്നു. ഇതിന് പിന്നിലെ കഥ കരളലിയിക്കുന്നതാണ്. വി. സി. ചാഞ്ചൻ പ്രമുഖനായ കർഷകത്തൊഴിലാളി നേതാവായിരുന്നു. കമ്മ്യൂണിസ്റ്റുകാരനായിരുന്നു. ഇടപ്പള്ളി സ്റ്റേഷൻ ആക്രമണത്തിൽ പങ്കാളിയായിരുന്നു. പക്ഷേ ചാഞ്ചന് അറിയില്ലായിരുന്നു സ്റ്റേഷൻ ആക്ഷനിൽ പോലീസുകാർ മരിച്ചത്. അതുകൊണ്ട് സംഭവത്തിനു ശേഷം ചാഞ്ചൻ വീട്ടിലേയ്ക്ക് പോയി.

കുറങ്കോട്ടയാണ് ചാഞ്ചന്റെ നാട്. അന്നത്തെ കമ്മ്യൂണിസ്റ്റ് കോട്ട യായിരുന്ന കുറങ്കോട്ട. നെല്ലും ചെമ്മീനും സമൃദ്ധമായി വിളയുന്ന ഒരു ദ്വീപ്. ഇവിടുത്തെ കൃഷി രീതിയാണ് പിൽക്കാലത്ത് ഒരു മീനും ഒരു നെല്ലും എന്ന പ്രയോഗത്തിന് പ്രചോദനമായത്. എറണാകുളത്തിന്റെ വടക്കേ അറ്റമായ വട്ടതലയ്ക്കും പടിഞ്ഞാറേ അറ്റമായ മുളവുകാടിനും ഇടയിലുള്ള ഒരു കൊച്ച തുരുത്താണ് കുറങ്കോട്ട. വിസ്തൃതമായ നെൽ പ്പാടങ്ങൾ, പാടങ്ങൾക്ക് അരിക് പിടിച്ച് നീണ്ട നീണ്ട പോകുന്ന ട്രാക്ക് പോലത്തെ വരമ്പുകൾ. അവയിൽ വരിവരിയായി നിൽക്കുന്ന തെങ്ങുകൾ. കാഴ്ചയ്ക്ക് അതിമനോഹരമായ പ്രദേശം. ഇതിനിടയിൽ കുറച്ച് കുടിലുകൾ കാണാം. ആ കുടിലുകളിലാണ് കർഷകത്തൊഴി ലാളികൾ താമസിക്കുന്നത്. അവരുടെ പ്രധാന ജോലിയും ജീവിതവും തന്നെ ജന്മിയ്ക്ക് വേണ്ടി നാളികേരവും നെല്ലും ചെമ്മീനും വിളയിക്കലാണ്. അന്ന് കുറങ്കോട്ടയിൽ പത്തു കുടിലുകൾ ഉണ്ടായിരുന്നു. ആ കുടിലുകളിൽ

വി.സി. ചാഞ്ചൻ

താമസിച്ചിരുന്നത് കർഷക തൊഴി ലാളികൾ. അവരുടെ കരുത്തനായ നേതാവായിരുന്ന ചാഞ്ചൻ. ഈട്ടിത്ത ടികൊണ്ട് കടഞ്ഞെടുത്തതുപോലെ യുള്ള ശരീര ഘടന. ആരുടെ മുന്നിലും കുനിയാത്ത ശിരസ്സ്. ധീരനായ ആ സമരപോരാളിയുടെ തണലിലായിരുന്ന അവിടത്തെ കർഷകത്തൊഴിലാളികൾ. മറ്റ് പലയിടത്തും കർഷകത്തൊഴിലാ ളികൾ അനുഭവിക്കുന്ന പീഡനം ഇവിടെ അവർക്ക് അനുഭവിക്കേണ്ടതില്ലായി രുന്നു. കാരണം, ചാഞ്ചനവിടെയുണ്ട്. കമ്മ്യൂണിസ്റ്റ് പാർട്ടി ശക്തമാണ്. ഒരു കമ്മ്യൂണിസ്റ്റ് കേന്ദ്രം. പോലീസ് മാപ്പിൽ അത് ചുവന്ന പൊട്ടിട്ട് അടയാളപ്പെടുത്തിയിരുന്നു.

സ്റ്റേഷനാക്രമണത്തിന്റെ പിറ്റേന്ന് പോലീസ് ദ്വീപ് വളഞ്ഞു. കാരണം, അതൊരു കമ്മ്യൂണിസ്റ്റ് ഒളിത്താവളമായിരുന്നു. പോലീസ് സ്റ്റേഷൻ അക്രമിച്ച് പോലീസുകാരെ കൊലപ്പെടുത്തിയ കൊല യാളികൾ കൂട്ടത്തോടെ പതുങ്ങാൻ സാധ്യതയുള്ള സ്ഥലം എന്ന നിലയിലാണ് എറണാകുളം പോലീസ് ഇതിനെ കണ്ടത്. ഇൻസ്പെ ക്ടർ ബർണാഡിന്റെ നേതൃത്വത്തിൽ ഒരു സംഘം പോലീസ് ദ്വീപിനെ കാക്കിയുടെ കാവലിലാക്കി. എന്നിട്ട് ഒരു സ്റ്റീം ബോട്ടിൽ കുറെയധികം പോലീസുകാർ ദ്വീപിലേയ്ക്ക് കയറി. അവർ ഓരോ കുടിലും അരിച്ച പെറുക്കി. അവർക്ക് പക്ഷെ ആരെയും കണ്ടെത്താൻ കഴിഞ്ഞില്ല. അവസാനത്തെ കുടിലും പരിശോധിച്ച് പോകാനാഞ്ഞപ്പോഴാണ് ഒരു പോലീസുകാരന്റെ ശ്രദ്ധയിൽ അത് പെട്ടത്. അവിടെ ഒരു നെല്ല് സംഭ രിക്കുന്ന പത്തായമിരിപ്പുണ്ടായിരുന്നു. പോലീസുകാരൻ അതിനടുത്തെ ത്തി. അയാൾ അടുത്തു നിന്ന കർഷകത്തൊഴിലാളിയോടു ചോദിച്ചു.

"ആ പത്തായത്തിലെന്താണ്"?

മറുപടി നൽകിയത് മൂത്തപുലയനായിരുന്നു

"ഒന്നൂല്ല തമ്പ്രാനെ"

പോലീസുകാരൻ മറുപടിയിൽ തൃപ്തനായില്ല. അയാൾ തോക്കിന്റെ ബയണറ്റ് പത്തായത്തിലേയ്ക്ക് കടത്തി. ബയണറ്റിന് കുത്തി അയാൾ ഓരോ മൂലയും ശൂന്യമാണെന്ന് ഉറപ്പ് വരുത്തിക്കൊണ്ടിരുന്നു.

നാലാമത്തെ മൂലയിൽ ബയണറ്റിന് സ്വതന്ത്രമായി സഞ്ചരിക്കാ
നായില്ല. എന്തോ തടസ്സം. പോലീസുകാരൻ അതൊന്നുകൂടി ആട്ടി
കുത്തി. ഇപ്പോൾ ബയണറ്റ് എന്തിലോ കുരുങ്ങി. തന്റെ കഴുത്തിനു
നേരെ നീണ്ടു വന്ന ബയണറ്റ് അതിലൊളിച്ചിരുന്ന ആൾ കയറി പിടിച്ചു.
പോലീസ് പത്തായം തുറപ്പിച്ചു. അവർ കണ്ടത് ചാഞ്ചൻ അതിലൊളി
ച്ചിരിക്കുന്നതാണ്. ചാഞ്ചനെ പോലീസ് പുറത്തെടുത്ത് പൊതിരെ തല്ലി.
ചാഞ്ചനെ മാത്രമല്ല; അവിടുത്തെ പത്തു കുടിലുകളിലും താമസിക്കുന്ന
എല്ലാവരെയും പോലീസ് തല്ലി തവിട്ടുപൊടിയാക്കി. അവസാനം കലി
ഒന്നടങ്ങിയപ്പോൾ അവർ ചാഞ്ചനെ കൈകാൽ കൂട്ടിക്കെട്ടി വള്ളത്തി
ലിട്ട് പോലീസ് സ്റ്റേഷനിലേയ്ക്ക് കൊണ്ടുപോയി.

ചാഞ്ചനെ പോലീസ് കൊണ്ടുപോയത് എറണാകുളം കസ്ബ
പോലീസ് സ്റ്റേഷനിലേയ്ക്കാണ്. ആക്രമണത്തിൽ പങ്കെടുത്തവരുടെ
പേര് പറയാൻ പോലീസ് ആവശ്യപ്പെട്ടു. ചാഞ്ചൻ ആക്ഷനിൽ ഉണ്ടായി
രുന്നു. പക്ഷെ കൂടെയുള്ളവരുടെ പേര പറയാൻ ചാഞ്ചൻ തയ്യാറായില്ല.
പോലീസ് മൂന്നാംമുറ ഉപയോഗിച്ചു. ചാഞ്ചനെ സ്റ്റേഷനിലെ ബഞ്ചിൽ
വരിഞ്ഞുകെട്ടി. ഉരുക്കുപോലെ ദൃഢമായ ആ ശരീരം വളഞ്ഞുനിന്ന്
തല്ലി പോലീസ് വികലമാക്കി. ചാഞ്ചന്റെ ഉള്ളംകാലിൽ ചൂരലിനടിച്ച്
അദ്ദേഹത്തെ അവർ നരകത്തിലെത്തിച്ചു. അതിഭീകരമായ ആ മർദ്ദ
നത്തിന്റെ ഓർമ്മപ്പൊട്ടുപോലെ ചാഞ്ചനെ കെട്ടിയിട്ട തല്ലിയ ബഞ്ച്
പിന്നീട് അറിയപ്പെട്ടത് 'ചാഞ്ചൻ ബഞ്ച്' എന്നായിരുന്നു.

കെ. യു. ദാസിനെ തല്ലിക്കൊന്നു

സ്റ്റേഷൻ ആക്രമണം കഴിഞ്ഞ് കെ. യു. ദാസ് നേരെ പറവൂരി ലേക്ക് പോയി. പോലീസ് സ്റ്റേഷനിൽ തങ്ങൾ അടിച്ചിട്ട പോലീസുകാർ മരിച്ചെന്ന കാര്യം ആദ്യം ദാസിനറിയില്ലായിരുന്നു. അതുകൊണ്ടാണ് പറവൂരിൽ സുരക്ഷിതമായി കഴിയാൻ പറ്റും എന്ന ദ്രേഹം കരുതിയത്. എന്നാൽ പിറ്റേ ദിവസം പത്രവാർത്ത വന്നതോടെ കൂടി കാര്യങ്ങൾ കൈവിട്ടുപോയെന്ന് ദാസിന് മനസ്സിലായി. സുരക്ഷിത മായി ഒരിടത്തും കഴിയാൻ സാധ്യമല്ലെന്ന് ബോധ്യപ്പെട്ടപ്പോൾ പുതിയ ഒളിത്താവളങ്ങളിലേക്ക് പോകാൻ ഒരുങ്ങി. ദാസിന്റെ സ്വദേശമായ വാവക്കാട് കമ്മ്യൂണിസ്റ്റ് കേന്ദ്രമായിരുന്നു. കയർതൊഴിലാളികൾ തിങ്ങി പാർക്കുന്ന അവിടെ ദാസിനെ ആരും ഒറ്റുകൊട്ടുക്കില്ല. പക്ഷേ പോലീസ് കേരളം മുഴുവൻ കമ്മ്യൂണിസ്റ്റ് വേട്ട ആരംഭിച്ച കഴിഞ്ഞിരുന്നു. ഒളിവിലെ കമ്മ്യൂണിസ്റ്റുകളുടെ താവളങ്ങളിൽ നിന്ന് അവരെ പുറത്തു കൊണ്ടു വരാൻ എല്ലാ കാര്യവും പോലീസ് ചെയ്തുകൊണ്ടിരുന്നു. പിൽ ക്കാലത്ത് വടക്കേക്കര എം.എൽ.എ ആയ ടി. കെ. അബ്ബു അപ്പോൾ ഒളിവിലാണ്. ദാസ് അബ്ബുവിനൊപ്പം ചേർന്നു. പോലീസ് തിരച്ചിൽ ശക്തമായപ്പോൾ അവർ ഒളിവിടങ്ങളായ വീടുകൾ ഉപേക്ഷിക്കാൻ തീരുമാനിച്ചു. അങ്ങനെ പുതിയകാവ് ക്ഷേത്രത്തിന് പടിഞ്ഞാറ് വശത്തു ള്ള ആലംതുരുത്തിലെ ആളൊഴിഞ്ഞ ഒരു മഠത്തിൽ അഭയം തേടി. ഭാർഗവി നിലയത്തിന് സമാനമായ ആ പ്രേതാലയത്തിൽ ആരും വരില്ല എന്ന് ഉറപ്പുണ്ടായിരുന്നു. പക്ഷേ അവിടെ ഒളിച്ചിരുന്ന സമയത്ത് ഭക്ഷണമൊന്നും കിട്ടിയില്ല. രണ്ട് മൂന്ന് ദിവസം പട്ടിണിയിൽ കഴിഞ്ഞു.

കെ.യു. ദാസ്

അവസാനം വിശപ്പ് സഹിക്കാതെ അവർ പുറത്തു ചാടി. ഒരു സഖാവിന്റെ വീട്ടിൽ നിന്ന് ഭക്ഷണം കഴിച്ചതിന ശേഷം ആളംതുരുത്ത് വിടാൻ തീരുമാനിച്ചു.

അത് തെറ്റായ നീക്കമായിരുന്നു. ആളംതുരുത്തിൽ നിന്ന് അവർ ആദ്യം പോയത് പൂയ്യപ്പിള്ളിയിലേയ്ക്കായിരുന്നു. പൂയ്യപ്പിള്ളിയിൽ അന്ന് അധികം വീടുകൾ ഇല്ല. പ്രദേശം പൊക്കാളിപാ ടങ്ങൾ കൊണ്ട് നിറഞ്ഞിരുന്നു. ചെക ത്താൻതറ എന്ന സ്ഥലം ആ പ്രദേശ ത്തെ ആളൊഴിഞ്ഞ പ്രദേശമാക്കി മാറ്റി. രാത്രിയിൽ ചെകുത്താൻമാർ ഇറങ്ങിവ

രുന്ന ഒരു തറ അവിടെ ഉണ്ടായിരുന്നു. അതൊരു വിശ്വാസമായിരുന്നു. അയ്ക്കൊണ്ട് പരിസരവാസികൾ ഇരുളവീണാൽ അവിടേയ്ക്ക് വരില്ല. ഈ സാഹചര്യം ആ പ്രദേശത്തെ ഒരു നല്ല ഒളിസങ്കേതമാക്കി മാറ്റി. രണ്ട് ദിവസത്തിൽ കൂടുതൽ ഒരു സ്ഥലത്ത് തങ്ങുന്നത് നല്ലതല്ല എന്ന തുകൊണ്ട് അവർ പിന്നീട് അവിടം വിടാൻ തീരുമാനിച്ചു. ഒരു വഞ്ചിക്ക് പുഴ കടന്ന് അവർ വൈപ്പിൻ കരയിലെത്തി. പൂയ്യപ്പിള്ളിയിൽ നിന്ന് പുഴ കടന്ന് സഹോദരൻ അയ്യപ്പന്റെ ഭവനത്തിനടുത്തുകൂടെ വൈപ്പിനിലേ യ്ക്ക് നീങ്ങി. നടന്ന് നടന്ന് പള്ളത്താംകുളങ്ങര വളവിലെത്തിയപ്പോൾ അപകടം മണത്തു. വഴിയിൽ ആളുകളുടെ എണ്ണം പതിവില്ലും കൂടുതൽ.

അവർ വഴിയരികിലേയ്ക്ക് ഒതുങ്ങി നിന്ന് അന്തരീക്ഷം നിരീക്ഷിച്ചു. വഴിയാത്രക്കാരിൽ ചിലരെങ്കിലും മഫ്ടി പോലീസാണെന്ന് അനുമാനിച്ചു. എങ്കിലും മുന്നോട്ട തന്നെ നീങ്ങി. ഇല്ലത്തുപടിയിൽ എത്തിയപ്പോൾ ഒരാൾ ദാസിനോട് കുശലം പറഞ്ഞു.

"തീപ്പെട്ടി ഉണ്ടോ സഖാവെ, ഒരു ബീഡി കത്തിക്കാൻ."

അയാൾ ദാസിനൊരു ബീഡി നൽകി.

അതൊരു സിഗ്നലായിരുന്നു. കുശലം പറഞ്ഞു വന്നത് മഫ്ടി പോലീ സായിരുന്നു. അയാൾ ദാസിനെ തിരിച്ചറിഞ്ഞപ്പോൾ മറ്റുള്ള പോലീ സുകാർക്ക് അത് വ്യക്തമാക്കിയത് ബീഡി കാണിച്ചായിരുന്നു. ബീഡി നൽകിയ ആളെ ടി. കെ. അബ്ബ തിരിച്ചറിഞ്ഞു. പോലീസ് കോൺസ്റ്റ ബിൾ തോമസ്, അബ്ബ ദാസിനെ തോണ്ടി. ചെവിയിൽ കാര്യം പറഞ്ഞു.

ഇരുവരും പെട്ടെന്ന് വെട്ടിത്തിരിഞ്ഞ് പടിഞ്ഞാറോട്ടുള്ള ഇടവഴിയി ലേയ്ക്ക് കയറി. തൊട്ടടുത്ത് ദാസിന് അറിയാവുന്ന ഒരു ചെത്തുതൊഴിലാ ളിയുടെ വീട്. അവർ അങ്ങോട്ട് ഓടിക്കയറി.

വീട് ഗുണ്ടകളും പോലീസും ചേർന്ന് വളഞ്ഞു. ദാസും അബ്ദുവും അവിടെയെത്തുന്നതിന് മുമ്പ് പ്രദേശം മറ്റൊരു സമരഭൂമിയായിരു ന്നു. എടവനക്കാട് കണ്ണപിള്ളക്കാപ്പിൽ കർഷകത്തൊഴിലാളികൾ ജന്മികൾക്കെതിരെ തീവ്രമായി സമരം നടത്തിയ സമയമായിരുന്നു. അതിന്റെ ശത്രുത അന്തരീക്ഷത്തിൽ നിറഞ്ഞു നിന്നിരുന്നു. കമ്മ്യൂണി സ്റ്റുകളോട് ശത്രുത കടുത്തു നിൽക്കുന്ന സമയം. ജന്മികളും ഗുണ്ടകളും കമ്മ്യൂണിസ്റ്റുകാരെ ഇല്ലാതാക്കാൻ എന്തും ചെയ്യാൻ തയ്യാറായി നിൽ ക്കുന്നു. അവിടെയാണ് സ്റ്റേഷൻ അക്രമിച്ച രണ്ട് കമ്മ്യൂണിസ്റ്റുകാർ ഒരു വീട്ടിൽ ഓടിക്കയറിയത്. ചുറ്റുപാടുമുള്ള ഗുണ്ടകൾ പോലീസിനൊപ്പം ചേർന്നു. കമ്മ്യൂണിസ്റ്റുകൾക്കെതിരെ പോലീസും ഗുണ്ടകളും അക്കാല ത്തുണ്ടാക്കിയിരുന്ന ബന്ധം അസാധാരണമായിരുന്നു. സി.ഐ.ഡി. തോമസ് പോലീസിന് നൽകിയ സൂചനയെത്തുടർന്ന് യൂണിഫോമി ല്ലുള്ള പോലീസ് ഗുണ്ടകളുടെ സഹായത്താൽ ദാസിനും അബ്ദുവിനും പിന്നാലെ പാഞ്ഞു. അവർ ദാസും അബ്ദുവും ഓടിക്കയറിയ വീട് വളഞ്ഞു. അബ്ദുവിനെ പോലീസ് അവിടെവെച്ചുതന്നെ പിടികൂടി. പക്ഷെ, ദാസിനെ പിടിക്കാനായില്ല. ദാസ് കുതറി ഓടി. ദാസിനെ കിട്ടിയില്ലെങ്കിലും കിട്ടിയ അബ്ദുവിനെയും കൊണ്ട് ഒരു സംഘം പോലീസ് ഞാറക്കൽ പോലീസ് സ്റ്റേഷനിലേയ്ക്ക് പോയി. മറ്റൊരു സംഘം ദാസിനെ പിന്തുടർന്നു. അബ്ദുവിനെ കൈയ്യുംകാലും കെട്ടിയാണ് കൊണ്ടുപോയത്. വഴിനീളെ ഇടിച്ച് പോലീസ് കലിതീർത്തു.

ചെത്തുതൊഴിലാളിയുടെ വീട്ടിൽ നിന്ന് പോലീസിന്റെയും ഗുണ്ടകളു ടെയും പിടിയിൽ നിന്ന് കുതറി ഓടിയ ദാസിന് അധികദൂരം പോകാൻ കഴിഞ്ഞില്ല. പല ദിക്കുകളിൽ നിന്ന് എതിരാളികൾ വളഞ്ഞു. അവസാനം പോലീസ് ദാസിനെ പിടിച്ചു. മർദ്ദിച്ച് അവശനാക്കിയ ദാസിനെയും ഞാറക്കൽ പോലീസ് സ്റ്റേഷനിൽ എത്തിച്ചു. സ്റ്റേഷനിലെത്തിയ ശേഷം ക്രൂരമായ മർദ്ദനം തുടർന്നു. സ്റ്റേഷനിലെ ബഞ്ചിൽ ദാസിനെ മലത്തിക്കിടത്തി കയറുകൊണ്ട് വരിഞ്ഞുകെട്ടി. പിന്നെ ഉള്ളം കാലിൽ ചൂരൽ പ്രഹരം ആരംഭിച്ചു. കുറേ നേരം അടിതുടർന്നപ്പോൾ ഉള്ളം കാലിലെ തൊലി ഉരിഞ്ഞുമാറി. അത് ബ്ലെയ്ഡിന് മുറിച്ച് മാറ്റി മുറിവിൽ മുളക് അരച്ച തേച്ചു. പൊതിരെ തല്ലുകിട്ടിയ അബ്ദു ദാഹിച്ചപ്പോൾ വെള്ളം ചോദിച്ചു. പോലീസ് അബ്ദുവിന് കുടിക്കാൻ മൂത്രം കൊടുത്തു. ഒന്നിറക്കിയ അബ്ദു മൂത്രം തിരിച്ചറിഞ്ഞ് അത് ദൂരേയ്ക്ക് വലിച്ചെറിഞ്ഞു.

അതിനും കിട്ടി ഇടി. അരിശം മൂത്ത പോലീസ് അബ്ബുവിനെ വീണ്ടും പൊതിരെ തല്ലി.

"ഞങ്ങൾ തരുന്ന വെള്ളം കുടിക്കില്ല. അല്ലേ" പോലീസ് അലറി.

"എങ്കിൽ നീ നിന്റെ സഖാവിന്റെ രക്തം കുടിക്കെടാ"

കെ. യു. ദാസിന്റെ ഉള്ളം കാലിൽ നിന്ന് ഊർന്ന് വീണകൊണ്ടിരുന്ന രക്തം ലോക്കപ്പ് മുറിയിൽ തളം കെട്ടി നിന്നിരുന്നു. അത് നക്കിക്കുടിക്കാൻ അവർ അബ്ബുവിനെ നിർബന്ധിച്ചു. വീണ്ടും മർദ്ദിച്ചു. അതിന് തയ്യാറാകാത്ത അബ്ബുവിനെ അടിച്ച് രക്തത്തിന് മുകളിൽ കമഴ്ത്തിയിട്ടു. എന്നിട്ട് മുഖവും വായയും രക്തത്തിൽ നിരക്കി. കലിയടങ്ങിയപ്പോൾ ചവിട്ടിക്കൂട്ടി മുറിയുടെ മൂലയിൽ തള്ളി.

ഞാറയ്ക്കലിൽ നിന്ന് ഇരുവരെയും എറണാകുളത്ത് എത്തിച്ചു. ഇതി നിടയിൽ അഞ്ചു ദിവസം തുടർച്ചയായി മർദ്ദനം. പിന്നെ ഇടപ്പള്ളിയിൽ. ഇതിനിടയിൽ ഇടപ്പള്ളിയിൽ വച്ച് ചുട്ടുപൊള്ളുന്ന ചൊരുമണലിൽ നിറുത്തി ഭീകരമായി മർദ്ദിച്ചു. കാലിലെ തൊലി മുഴുവൻ ഉരിഞ്ഞു പോയ ദാസിന് ചുട്ടുപഴുത്ത മണലില്ലൂടെ നടക്കാൻ കഴിയുമായിരുന്നില്ല. അതിനാൽ പോലീസ് തോക്കിന്റെ പാത്തികൊണ്ട് ഇടിച്ചു. അപ്പോൾ ദാസ് മുന്നോട്ട് മൂക്ക് കുത്തി വീഴും. വീണ്ടും പോലീസ് പിടിച്ചെഴുന്നേൽ പ്പിക്കും. തോക്കിന്റെ പാത്തിക്ക് ഇടി തുടരും. ഇതെല്ലാം കഴിഞ്ഞ് ആലുവ ലോക്കപ്പിൽ എത്തിയപ്പോൾ ഏതാണ്ട് മൃതപ്രായനായിരു ന്നു. സംസാരിക്കാനുള്ള ശേഷി നഷ്ടപ്പെട്ടിരിക്കുന്നു. അഞ്ചാം ദിവസം ആലുവ ലോക്കപ്പിൽ കൊണ്ടുവന്ന ദാസ് ജീവച്ഛവമായിരുന്നു.

ദാസിനെ ആശുപത്രിയിലേയ്ക്ക് കൊണ്ടുപോയി. ചികിത്സിക്കാനല്ല. നടപടിക്രമം പൂർത്തിയാക്കാൻ. അദ്ദേഹത്തിന് മരുന്നോ ചികിത്സയോ ആശുപത്രിയിൽ ലഭിച്ചില്ല. ഒരു തുള്ളി വെള്ളം പോലും കൊടുത്തില്ല. 1950 മാർച്ച് 23-ന് ദാസ് മരിച്ചതായി ആലുവായിലെ ഇടപ്പള്ളി പ്രതി കൾക്കിടയിൽ വാർത്ത പരന്നു. ദാസിനെ പോലീസ് തല്ലിക്കൊന്ന് ആലുവയിലെ അശോകപുരത്ത് പുറമ്പോക്കിൽ കഴിച്ചുമൂടി. ഒന്ന് രണ്ട് ദിവസം അവിടെ പോലീസ് പാറാവുണ്ടായിരുന്നു. പുറത്തുള്ള കമ്മ്യൂണി സ്റ്റുകാർ ദാസിന്റെ ജഡം തോണ്ടിയെടുത്ത് സർക്കാരിനെതിരെ പ്രതി ഷേധിക്കുമെന്ന ഭയം പോലീസിനുണ്ടായിരുന്നു. അതിനാൽ സായുധ സേനയുടെ കാവൽ തന്നെയാണ് ഉണ്ടായിരുന്നത്.

ഇടപ്പിള്ളി ശിവൻ അറസ്റ്റിലാവുന്നു

ഇടപ്പള്ളി പോലീസ് സ്റ്റേഷൻ അക്രമണത്തിന് ശേഷം എസ്. ശിവ ശങ്കരപിള്ള അറിയപ്പെട്ടത് ഇടപ്പിള്ളി ശിവൻ എന്ന പേരിലാണ്. ആക്രമണം കഴിഞ്ഞ് ശിവശങ്കരപിള്ള എം. എം. ലോറൻസിനും കെ. സി. മാത്യവിനും വിശ്വനാഥമേനോനും ഒപ്പം ആദ്യം അഭയം തേടിയത് കല്ലൂരിലെ ഫിലോമിനയുടെ വീട്ടിലായിരുന്നല്ലോ. അവിടെ നിന്ന് ലോകോളേജ് ഹോസ്റ്റൽ വഴി നാട്ടിലേയ്ക്ക് പോവുകയാണ് ചെയ്തത്. നാട്ടിൽ എല്ലായിടത്തും പോലീസ് അരിച്ചപെറുക്കി റെയ്ഡ് നടത്തി യിട്ടും ശിവശങ്കരപിള്ളയെ കണ്ടെത്താൻ കഴിഞ്ഞില്ല.

വിദ്യാർത്ഥി ഫെഡറേഷന്റെ സംസ്ഥാന നേതാവായിരുന്ന അദ്ദേ ഹമപ്പോൾ. കുന്നത്തുനാട്ടിലെ കർഷകത്തൊഴിലാളികൾക്കിടയിൽ കമ്മ്യൂണിസ്റ്റ് പാർട്ടി അന്ന് ശക്തമാണ്. അദ്ദേഹം എറണാകുളത്തു നിന്ന് നേരെ പോയത് അങ്ങോട്ടായിരുന്നു. എറണാകുളത്തുനിന്ന് ശിവശങ്കരപിള്ള പതുക്കെ നടന്നു തുടങ്ങി. രാവിലെ പതിനൊന്ന് മണിക്ക് ആരംഭിച്ച നടത്തം സന്ധ്യയോടെ നിറുത്തി. അപ്പോൾ ശിവ ശങ്കരപിള്ള മൂവാറ്റുപുഴയിലെത്തി. അവിടെ കടയിൽ കണക്കെഴുതുന്ന ബാലൻ കർത്താവിനെ കണ്ടു. കർത്താവ് കടയുടെ മുകളിലുള്ള അദ്ദേ ഹത്തിന്റെ കിടപ്പുമുറിയിൽ ശിവശങ്കരപിള്ളയെ ഒളിപ്പിച്ചു. ഒരുരാത്രി അവിടെ കഴിഞ്ഞു. പിറ്റേദിവസം ലോറിയിൽ പുല്ലുവഴിയിൽ എത്തി. പക്ഷെ നടന്നു ചെന്നത് പോലീസിന്റെ മുന്നിൽ. ശിവശങ്കരപിള്ള പിടി കൊടുക്കാതെ ഓടി കുറ്റിക്കാട്ട് ക്ഷേത്രത്തിന്റെ യക്ഷിക്കാട്ടിൽ ഒളിച്ചു. അവിടെയുള്ള ഒളിത്താവളങ്ങൾ പോലീസ് ശ്രദ്ധയിൽ വന്നിരുന്നില്ല.

ദിവസങ്ങൾ കഴിഞ്ഞിട്ടും ശിവശങ്കരപിള്ളയെ പിടിക്കാൻ കഴിയാതി
രുന്ന പോലീസ് അദ്ദേഹത്തിന്റെ ജേഷ്ഠൻ തങ്കപ്പൻ നായരെ പിടി
ച്ചുകൊണ്ടുപോയി. അദ്ദേഹത്തെ മർദ്ദിക്കുകയും വിരട്ടുകയും ചെയ്തു.
പക്ഷെ, അദ്ദേഹത്തിൽ നിന്ന് ഒരു വിവരവും ശേഖരിക്കാൻ കഴിഞ്ഞില്ല.
കാരണം തങ്കപ്പൻ നായർക്ക് അറിയില്ലായിരുന്ന ശിവശങ്കരപിള്ള
എവിടെയാണെന്ന്. അറിയാത്ത കാര്യം പറയാനാവില്ലല്ലോ. പിന്നീട്
പോലീസ് വൃദ്ധനായ അമ്മാവനെ അറസ്റ്റ് ചെയ്തു. അദ്ദേഹത്തിന്റെ പേര്
വേലുപ്പിള്ള. അദ്ദേഹം അദ്ധ്യാപകനായിരുന്നു. ശിവശങ്കരപിള്ളയെ
പഠിപ്പിച്ചിട്ടുണ്ട്. എന്നാൽ അദ്ദേഹത്തിനും ഒന്നും അറിയില്ലായിരു
ന്നു. അദ്ദേഹത്തിന്റെ വീട് വളയൻചിറങ്ങരയിലായിരുന്നു. പോലീസ്
മർദ്ദനം അദ്ദേഹം സഹിച്ചു. തനിക്കൊന്നുമറിയില്ല തന്റെ മകനെ വിളിച്ചു
ചോദിച്ചാൽ വല്ല വിവരവും ചിലപ്പോൾ കിട്ടിയേക്കും എന്ന് പറഞ്ഞു.
അതൊരു ശുദ്ധാത്മാവിന്റെ പറച്ചിലായിരുന്നു.

വേലുപ്പിള്ള സാറിന്റെ മകന്റെ പേര് ഉപേന്ദ്രൻ എന്നായിരുന്നു.
ഉപേന്ദ്രൻ പാർട്ടിയുടെ എസ്കോർട്ടായിരുന്നു. ഓരോ നേതാക്കളും
എങ്ങോട്ടാണ് പോകുന്നത് എന്നത് കൃത്യമായി അറിയാവുന്ന ഒരാളാ
യിരുന്നു ഉപേന്ദ്രൻ. വേലുപ്പിള്ള സർ മകനെ വിളിച്ചു ചോദിക്കൂ എന്ന്
പറഞ്ഞ് അധികം കഴിയും മുമ്പ് ഉപേന്ദ്രൻ പോലീസ് കസ്റ്റഡിയിലായി.
പോലീസ് ഉപേന്ദ്രനെ നന്നായി തല്ലി. തല്ല് സഹിക്കാനാവാതെ
ഉപേന്ദ്രൻ എല്ലാം പറഞ്ഞു. ഒളിവില്ലുള്ള സഖാക്കളെ ഒരു ഷെൽട്ടറിൽ
നിന്ന് മറ്റൊരു ഷെൽട്ടറിലേയ്ക്ക് കൊണ്ടുപോകുന്ന ആളായിരുന്നു
ഉപേന്ദ്രൻ. പാർട്ടിയുടെ ഒട്ടമിക്ക ഷെൽട്ടറും ഒളിത്താവളവും ഉപേന്ദ്രന്
അറിയാമായിരുന്നു. അങ്ങനെ ശിവശങ്കരപിള്ള ഒളിച്ചിരുന്ന വീട്ടിൽ
ഉപേന്ദ്രനൊപ്പം പോലീസ് എത്തി. അതൊരു കർഷകത്തൊഴിലാളി
കുടിലായിരുന്നു. വീട് വളഞ്ഞ പോലീസിന് ശിവശങ്കരപിള്ളയെ കിട്ടി
യില്ല. അരിശം കയറിയ പോലീസ് ആ കുടിലിലെ ഗൃഹനാഥനെയും
ഗൃഹനാഥയെയും തല്ലി. അവിടത്തെ കുട്ടികളെ വരെ തല്ലി. ആ വീട്ടുകാ
രനെക്കൂട്ടി ആ പ്രദേശത്തുള്ള എല്ലാ വീട്ടുകളും തെരഞ്ഞു. ഒരിടത്തുനിന്നും
ശിവനെയോ അദ്ദേഹത്തെക്കുറിച്ചുള്ള വിവരമോ ലഭിച്ചില്ല.

കമ്മ്യൂണിസ്റ്റ് പാർട്ടി സ്വീകരിച്ചിരുന്ന ഒരു ഒളിവ് തന്ത്രത്തിന്റെ
വിജയമായിരുന്നു അത്. അതി സങ്കീർണ സാഹചര്യങ്ങളിലാണ് ഈ
തന്ത്രം പ്രയോഗിക്കുന്നത്. എസ്കോർട്ട് പിടിക്കപ്പെടാൻ സാധ്യതയുണ്ട്
എന്ന് വിലയിരുത്തിയാൽ ഈ തന്ത്രം പ്രയോഗിക്കുന്നു. ഉപേന്ദ്രൻ പിടി
ക്കപ്പെടാൻ സാധ്യത ഉണ്ടെന്ന് കണ്ടാണ് ഉപേന്ദ്രനെ അറിയിക്കാതെ
ശിവശങ്കരപിള്ള ഷെൽട്ടർ മാറിയത്. അതറിയാതെ അവിടെയെത്തിയ

എസ്. ശിവശങ്കരപിള്ള

പോലീസിന് ആ പ്രദേശത്തുള്ളവരെ തല്ലി സംതൃപ്തരാവേണ്ടി വന്നു.

പഴയ എസ്കോർട്ട് അറിയാതെ ശിവശങ്കരപിള്ള പുതിയ ഷെൽട്ടറിലെത്തി. വീട്ടുകാരി വലിയനേതാവിന് ചായ കൊട്ടുക്കാൻ ശ്രമിച്ചു. അപ്പോഴാണ് മനസ്സിലായത് അവിടെ ചായപ്പൊടിയും പഞ്ചസാരയും ഇല്ല. അവർ അത് കടയിൽപോയി വാങ്ങാൻ തീരുമാനിച്ച് പുറത്തേയ്ക്ക് ഇറങ്ങാൻ തുടങ്ങുമ്പോഴാണ് അതിലെ അപകടം ശിവശങ്കരപിള്ള തിരിച്ചറിഞ്ഞത്. അദ്ദേഹം അവരെ തടഞ്ഞു. ചുറ്റും സി.ഐ.ഡി. യും ചാരന്മാരും പോലീസും. അപ്പോൾ

അതിരാവിലെ കടയിൽ കർഷകത്തൊഴിലാളി സ്ത്രീ പഞ്ചസാര വാങ്ങാൻ ചെന്നാൽ വീട്ടിൽ അതിഥി ഉണ്ടെന്ന കരുതും. പോലീസ് മണത്തെത്തും. അങ്ങനെ ആ ദൗത്യത്തിൽ നിന്നും വീട്ടുകാരിയെ പിന്തിരിപ്പിച്ചു. തലേ ദിവസം ഒട്ടും ഉറങ്ങിയില്ല. അതിനാൽ ശിവശങ്കരപിള്ള ഉറങ്ങാൻ കിടന്നു. ഉപേന്ദ്രൻ നൽകിയ മറ്റൊരു വിവരത്തിന്റെ അടിസ്ഥാനത്തിൽ പോലീസ് കുഞ്ഞാത്തനെന്ന കർഷകത്തൊഴിലാളിയെ പിടികൂടി. കുഞ്ഞാത്തൻ തലേദിവസം ശിവശങ്കരപിള്ളയെ മണൽക്കാട്ടിൽ ചോതിയുടെ വീട്ടിൽ കൊണ്ടുപോയി ആക്കിയിരുന്നു. ഇത് ഉപേന്ദ്രന് അറിയില്ലായിരുന്നു. കുഞ്ഞാത്തന് തല്ലുകൊള്ളകയും ഉപേന്ദ്രനും മറ്റും എല്ലാ കാര്യവും പോലീസിനോട് പറഞ്ഞെന്നും പറഞ്ഞപ്പോൾ പാവം കുഞ്ഞാത്തൻ കരുതി എല്ലാം പോലീസറിഞ്ഞുകാണും. പിന്നെ താനെന്തിനാണ് ഒളിക്കുന്നത്? അങ്ങനെ ശിവശങ്കരപിള്ളയുടെ ഒളിവുസ്ഥലം കുഞ്ഞാത്തൻ പറഞ്ഞുകൊടുത്തു. മണൽക്കാട്ടിൽ ചോതി തന്റെ പത്തുവയസായ മകനെ ശിവശങ്കരപിള്ളയ്ക്ക് കാവൽ നിറുത്തി ആ ധൈര്യത്തിൽ പണിസ്ഥലത്തേയ്ക്ക് പോയി. ചോതിയുടെ ഭാര്യയും ചോതിയോടൊപ്പം പണിക്കുപോയി. വീട്ടിൽ അപ്പോൾ ഉറങ്ങാൻ കിടന്ന ശിവശങ്കരപിള്ള ഉറക്കം പിടിച്ചു. കാവൽനിന്ന കുട്ടി ഇതിനിടയിൽ അപ്പുറത്തുള്ള ഒരു പറമ്പിൽ കളിക്കാൻ പോയി. അതുകൊണ്ട് പോലീസ് വരുന്നത് കുട്ടി കണ്ടില്ല.

ക്ഷീണം കൊണ്ട് ഉറങ്ങിപ്പോയ ശിവശങ്കരപിള്ള പോലീസ് ബൂട്ടിന്റെ ശബ്ദം കേട്ടാണ് ഞെട്ടിയുണർന്നത്. വീടും പരിസരവും

പോലീസിനെക്കൊണ്ട് നിറഞ്ഞിരുന്നു. ഓടാൻ ഒരു സാധ്യതപോലും ശിവശങ്കരപിള്ളയ്ക്ക് കിട്ടിയില്ല. പോലീസ് പിടികൂടിയ ഉടനെ ശിവശങ്ക രപിള്ളയുടെ ഉടുമുണ്ടഴിച്ച് കൈയ്യും കാല്യം കെട്ടി. അതിനുശേഷം വാനി ലേയ്ക്ക് വലിച്ചെറിഞ്ഞു. വാനിന്റെ ഇരുവശവും നിരന്നനിന്ന പോലീസ് പെരുമ്പാവൂർ സ്റ്റേഷൻ വരെ ശിവശങ്കരപിള്ളയെ ക്രൂരമായി മർദ്ദിച്ചു. പെരുമ്പാവൂർ സ്റ്റേഷനില്യം മർദ്ദനം തുടർന്നു. പിറ്റേദിവസം വീണ്ടും മർദ്ദിച്ച് ആലുവ ലോക്കപ്പിലെത്തിച്ചു.

ഫിലോമിനയുടെ കഥ

കരളലിയിക്കുന്ന കഥയാണ് ഫിലോമിനയുടേത്. ഇടപ്പള്ളി പോലീസ് സ്റ്റേഷൻ ആക്രമണക്കേസിൽ ഏറ്റവും കൂടുതൽ യാതന അനുഭവിച്ച സ്ത്രീ രൂപമാണ് ഫിലോമിന. ഇന്ന് അന്താരാഷ്ട്ര ലത്തിൽ പ്രശസ്തമായ ജവഹർലാൽസ്റ്റേഡിയം നിന്ന സ്ഥലം പണ്ട് പുഞ്ചപ്പാടമായിരുന്നു. വിശാലവും വിസ്തൃതവുമായ ആ പുഞ്ചപ്പാടത്തി ന്റെ പടിഞ്ഞാറുവശത്ത് ഒരു ചെറ്റക്കുടിലുണ്ടായിരുന്നു. അവിടെയാണ് ബർണാഡിന്റെ കുടുംബം താമസിച്ചിരുന്നത്. ബർണാഡ് മരിച്ചതിനു ശേഷം വിധവയായ ഫിലോമിന നാല് മക്കളോടൊപ്പം അവിടെയാണ് താമസിക്കുന്നത്. ഫിലോമിനയ്ക്ക് അപ്പോൾ പ്രായം 38 വയസ്സ്. ഫിലോ മിനയുടെ മകൻ ജോസഫിന് 18 വയസ്. ജോസഫിന് താഴെ മൂന്ന് കുട്ടികൾ. ഈ വീട് കമ്മ്യൂണിസ്റ്റുകാരുടെ ഒരു ഒളിത്താവളമാണ്. വറുത്ത ട്ടിയുടെ ഇളയമ്മയാണ് ഫിലോമിന.

പോലീസ് സ്റ്റേഷൻ ആക്രമണം കഴിഞ്ഞ് സംഘം ആദ്യം അഭയം തേടിയത് ഇവിടെയാണെന്ന് നേരത്തേ സൂചിപ്പിച്ചിരുന്നു. പോലീസ് എറണാകുളം ജില്ലയിലെ ഏതാണ്ട് എല്ലാ വീട്ടുകളും സെർച്ച് ചെയ്യു കയാണ്. അതിൽ സംശയമുള്ള വീട്ടുകളും അല്ലാത്ത വീട്ടുകളും ഉണ്ടാ യിരുന്നു. ഈ അരിച്ച പെറുക്കലിൽ ഫിലോമിനയുടെ വീട്ടും പെട്ടു. പോലീസിന്റെ സൂക്ഷ്മ നിരീക്ഷണത്തിൽ ഈ വീട് സംശയമുള്ള കേന്ദ്രമായി മാറി. അതൊരു കമ്മ്യൂണിസ്റ്റ് ഒളിത്താവളമാണെന്ന നിഗമനം വർദ്ധിച്ചു. സ്റ്റേഷൻ അക്രമിച്ചത് വറുത്തട്ടിയെയും എൻ. കെ. മാധവനെയും മോചിപ്പിക്കാനാണ്.   അങ്ങനെ ഫിലോമിനയുടെ

വീട് പോലീസ് മാപ്പിൽ മറ്റൊരു ചുവന്ന പൊട്ടായി മാറി. തുടർന്നുള്ള അന്വേഷണത്തിൽ കമ്മ്യൂണിസ്റ്റുകാർ ആ വീട്ടിൽ എത്താറുണ്ടെന്ന് പോലീസിന് വിവരം ലഭിച്ചു. മാത്രമല്ല കൊടും ഭീകര കമ്മ്യൂണിസ്റ്റുകളായ കെ. സി. മാത്യുവും എം. എം. ലോറൻസും വിശ്വനാഥ മേനോനും ഇവിടെ വന്നുപോകാറുണ്ടെന്ന് രഹസ്യപോലീസ് വിവരം വന്നു.

ഈ സാഹചര്യത്തിൽ ഏപ്രിൽ 12-ാം തീയതി പോലീസ് ആ വീട് റെയ്ഡ് ചെയ്തു. അവർക്ക് പ്രത്യേക തെളിവുകളൊന്നും ലഭിച്ചില്ല. പക്ഷെ, രഹസ്യപോലീസ് റിപ്പോർട്ട് അനുസരിച്ച് സ്റ്റേഷൻ അക്രമ ണക്കേസിലെ പ്രതികൾ ഇവിടെ തങ്ങുകയോ ഇടയ്ക്കിടെ വന്നുപോവു കയോ ചെയ്യുന്നുണ്ട്.

അവസാനം മൂന്നാംമുറ പ്രയോഗിക്കാൻ പോലീസ് തീരുമാനിച്ചു. ഓപ്പറേഷൻ അർദ്ധരാത്രിയിലാണ് ആസൂത്രണം ചെയ്തത്. മർദ്ദക വീരർ എന്ന് പേരുകേട്ട പോലീസ് ഉദ്യോഗസ്ഥർ മുന്നിൽ നിന്നു. വേണുഗോപാൽ, ഉമ്മർ, ഇടിവണ്ടി ഗോപാലമേനോൻ എന്നിവരുടെ നേതൃത്വത്തിൽ പോലീസ് സംഘം വീട് വളഞ്ഞു. വീട്ടുകാർ ഭയന്നു വിറച്ചു. അലർച്ചയും അട്ടഹാസവും, ജോസഫിനെ വീട്ടിൽവച്ചതന്നെ ഭീകരമായി മർദ്ദിച്ചു. തല്ലിത്തുക്കി വാനിലേയ്ക്ക് വലിച്ചു കയറ്റി. ബാക്കിയു ള്ളവരെ ചീത്ത പറഞ്ഞും തല്ലാനോങ്ങിയും സംഘം ജോസഫിനെയും കൊണ്ട് പോയി. അവിടം മുതൽ അവർ ജോസഫിനെ മർദ്ദിക്കാൻ തുടങ്ങി. എറണാകുളം കസ്ബ സ്റ്റേഷനിൽ എത്തിയതിനുശേഷവും മർദ്ദനം തുടർന്നു. എത്ര മർദ്ദിച്ചിട്ടും ജോസഫിൽ നിന്ന് പുതിയ വിവര ങ്ങൾ ഒന്നും കിട്ടിയില്ല. അവരുടെ വീട്ടിൽ ഒളിവിലുള്ള കമ്മ്യൂണിസ്റ്റുകൾ ചെല്ലുന്നതിന്റെ ഒരു സൂചനയും ജോസഫ് നൽകിയില്ല.

ഫിലോമിന

പിറ്റേ ദിവസം വീണ്ടും പോലീസ് ഫിലോമിനയുടെ വീട് വളഞ്ഞു. ഇപ്രാ വശ്യം ഫിലോമിന തന്നെയായിരുന്നു ലക്ഷ്യം. അവരുടെ മുടിക്ക് കുത്തിപ്പിടി ച്ച് തല്ലി. അവരെ കസ്റ്റഡിയിലെടുത്തു. കൂടെ ഒമ്പതു വയസ്സുള്ള ഇളയ കുട്ടിയെ അടക്കം മൂന്ന് കുട്ടികളെയും പിടിച്ചു കൊണ്ടുപോയി. സ്റ്റേഷനിലെത്തിയ പ്പോൾ ഫിലോമിനയെ പോലീസ് തല്ലിത്തകർത്ത മകന്റെ മുന്നിലെത്തിച്ചു. മകന്റെ കോലംകണ്ട അമ്മ വാവിട്ട് നിലവിളിച്ചു. അതിനുംകിട്ടി അവർക്ക്

മർദ്ദനം. തല്ലാൻ എന്തും കാരണമാകുന്ന കാലം. കരഞ്ഞാൽ തല്ല്, ചിരിച്ചാൽ ചവിട്ട്. മൗനിയായാൽ അതും പറഞ്ഞ് ഇടി.

അക്കാലത്ത് പോലീസിന് എന്ത് വിക്യതമായ മാനസിക പരിവർ ത്തനവും സാധ്യമായിരുന്നു. അവരിൽ പലരും സാഡിസ്റ്റുകളായിരുന്നു. ഇരകളുടെ വേദനയിൽ ആഹ്ലാദിക്കുന്നവരായിരുന്നു. അത്തരം ഒരു കാരക്ടറായിരുന്നു ചെറിയാൻ പോലീസ്. ചെറിയാൻ ചെകുത്താനാ കാൻ അധികം സമയം വേണ്ട. അയാൾ ജോസഫിന്റെ മുന്നിലേക്ക് ഫിലോമിനയെ തള്ളി നീക്കി നിറുത്തി. അയാളുടെ മുഖഭാവം പിശാചി ന്റേതായി. അയാൾ അലറി.

"ഉരിയടാ. ഇവളുടെ തുണി ഉരിയടാ".

ലോക്കപ്പിൽ ജോസഫ് നഗ്നനായിരുന്നു. അന്നത്തെ സ്റ്റേഷൻ ലീലകൾ അതെല്ലാമാണ്. സ്റ്റേഷനിൽ കൊണ്ടുവരുന്ന കുറ്റവാളികൾ എന്നാരോപിക്കപ്പെടുന്നവരുടെ വസ്ത്രങ്ങൾ പോലീസ് അഴിച്ചെടുക്കും. പോലീസ് കസ്റ്റഡിയിൽ അവർ നഗ്നരാക്കപ്പെടും. പിന്നീട് ജയിലിലേക്ക് മാറ്റുമ്പോളാണ് തുണിയുടുപ്പിക്കുന്നത്. പോലീസ് പറഞ്ഞതുകൊണ്ടോ ഇടിച്ചതുകൊണ്ടോ മകൻ അമ്മയുടെ വസ്ത്രം ഉരിയില്ലെന്ന് ചെറിയാന റിയാം. അതിനാൽ അയാൾ തന്നെ ഫിലോമിനയുടെ ബ്ലൗസ് വലിച്ചു കീറി. അധിക സമയത്തിനുള്ളിൽ അവരും നഗ്നയായി. അവരെ തല്ലി മലർത്തിയിട്ടു. അവരുടെ മുകളിലേക്ക് പാത്തികൊണ്ട് ഇടിച്ച് മകനെ കമിഴ്ത്തിയിട്ടു. ജ്വരബാധിതനായ ഒരു പോലീസ് ഉദ്യോഗസ്ഥന്റെ മാനസിക വൈകൃതം പ്രകൃതി വിരുദ്ധ വൈകൃതത്തിന് സാക്ഷ്യമായി.

ജോസഫിന്റെ കുഞ്ഞ് സഹോദരങ്ങൾക്ക് പന്ത്രണ്ടും ഒമ്പതും വയസ്സായിരുന്നു. ഇളയ കുട്ടിയുടെ മൂത്രദ്വാരത്തിൽ ച്ചൂരൽ കയറ്റി. മന ഷ്യാധമന്മാരായി പോലീസ് മാറി. ജോസഫിനെയും അമ്മ ഫിലോമി നയെയും വിവിധ കേസുകളിൽ ശിക്ഷിച്ച് ജയിലിൽ അടച്ച. കുട്ടികൾ അനാഥരായി പുറത്ത് ജീവിച്ചു. വിവിധ കേസുകളിൽ ശിക്ഷ കഴിഞ്ഞ് ഫിലോമിന പുറത്തു വന്നപ്പോൾ, വലിയ സമ്മേളനങ്ങൾ നടത്തി ജനങ്ങൾ അവരെ സ്വീകരിച്ചു. ഒരു സമ്മേളനത്തിൽ അവർ പറഞ്ഞു.

"ക്രിസ്തുവിനെ ശത്രുക്കൾ പീഡനങ്ങൾ കൊണ്ട് വേദനിപ്പിച്ച. അവസാനം കുരിശിലേറ്റി കൊന്നു. എന്നാൽ ക്രിസ്തുവിനെ പെറ്റ അമ്മയെ അവർ ഉപദ്രവിച്ചില്ല. പെറ്റമ്മയെ ശത്രുക്കൾപോലും ബഹുമാ നിക്കുകയാണ് ചെയ്തത്. എന്നാൽ നമ്മുടെ നരാധമന്മാരായ പോലീസ് അമ്മമാരെ പീഡിപ്പിക്കുന്ന പിശാച്ചുകളായി മാറി. എന്റെ ദുരന്തം വാക്കുകൾക്ക് വിവരിക്കാനാവാത്തതാണ്. അത് മറ്റൊരു അമ്മയ്ക്കും ഈ ഭൂമുഖത്തുണ്ടാവരുത്".

പോകല്ലേ; ഒരു കാര്യം പറയാനുണ്ട്

കോറിയർ ദാമോദരൻ സഖാക്കളുടെ വിശ്വസ്തനായിരുന്ന. എന്തും അയാളെ വിശ്വസിച്ചേൽപ്പിക്കാം. ഈ വിശ്വാസമാണ് ലോറൻസിനെയും മാത്യവിനെയും ചതിച്ചത്. എറണാകുളം മാരുതി വിലാസം ലോഡ്ജിൽ പരസ്പരം കാണാം, ഭാവി പരിപാടികൾ ആസൂത്രണം ചെയ്യാം എന്ന് ലോറൻസും മാത്യവും തീരുമാനിച്ചത് ദാമോദരന്റെ സാന്നിധ്യത്തിലായിരുന്ന. അതനസരിച്ച് ഏപ്രിൽ 23-ന് വൈകീട്ട് ലോറൻസ് ലോഡ്ജിലെത്തി. പക്ഷെ, ലോറൻസിന് മാത്യവിനെ കണ്ടുമുട്ടാൻ കഴിഞ്ഞില്ല. മാത്യ എത്താൻ ഏതാനം നിമിഷങ്ങൾ വൈകി. ലോറൻസ് തിരിച്ചപോരാൻ ആലോചിച്ച. കാരണം, ഇത്തരം രഹസ്യ കൂടിക്കാഴ്ചകളിൽ കാത്തനിൽക്കുന്നത് അപകടമാണ്. മാത്യവിനെ കണ്ടോ എന്ന് ദാമോദരനോട് തിരക്കിയപ്പോൾ കണ്ടില്ലെന്നായിരുന്ന ഉത്തരം. മാത്യവിനെ കാണാതെ പോരാൻ ഒരുങ്ങിയ ലോറൻസിനോട് ദാമോദരൻ ഉച്ചത്തിൽ പറഞ്ഞു "പോകല്ലേ; ഒരു കാര്യം പറയാനുണ്ട്". ദാമോദരൻ പറഞ്ഞു തീർന്നതും നാലഞ്ചുപേർ ചാടിവീണതും ഒപ്പമായിരുന്ന. അതിലൊരാൾ ലോറൻസിന്റെ മുടിക്ക് കുത്തിപ്പിടിച്ച. രണ്ടുപേർ ഇരുകൈകളം ഞെരിച്ചമർത്തി. രണ്ടുപേർ വട്ടം ചറ്റിപ്പിടിച്ച. ലോറൻസിന് ഒന്ന് കുതറാൻ പോലും കഴിഞ്ഞില്ല. അവർ അയാളെ പൊക്കിയെടുത്ത് അകലെയിട്ടിരുന്ന പോലീസ് ജീപ്പിലെത്തിച്ച. പിന്നെ കഴകൻ കണ്ണുകളമായി അടുത്ത ഇര വീഴാൻ പോലീസ് കാത്തിരുന്ന.

എം.എം. ലോറൻസ്

ഇടപ്പള്ളി പോലീസ് സ്റ്റേഷൻ ആക്രമണത്തിന്റെ മുൻനിര ആക്ടിവിസ്റ്റായ എം. എം. ലോറൻസിനെ പിടിക്കാൻ പോലീസ് പലവട്ടം മുളവുകാട് ദ്വീപിൽ ഓപ്പറേഷൻ നടത്തി. അതിന്റെ ഒരു ഫിക്ഷണൽ പ്രസന്റേഷൻ എൻ. എസ്. മാധവന്റെ 'ലന്തൻബത്തേരിയിലെ ലൃത്തിനിയകൾ' എന്ന പുസ്തകത്തിന്റെ ഒന്നാമധ്യായത്തിലുണ്ട്. അതിങ്ങനെ വായിക്കാം.

"ശാരദാമ്മയും ശൗരിയും ആദ്യം ചെന്നത് ടാറ്റാ കമ്പനിയിലും കൊച്ചിൻ പോർട്ടിലും പിയേഴ്സ്ലെസ്ലി കമ്പനി യിലും എണ്ണക്കമ്പനികളിലും ജോലി ചെയ്തിരുന്ന തൊഴിലാളികൾ താമസിച്ചിരുന്ന തെക്കേപ്പറത്തേക്കാ യിരുന്നു. എന്റെ ജനന കാലത്ത് കമ്മ്യൂണിസ്റ്റ് പാർട്ടി നിരോധിച്ചിരുന്നു. അതുകൊണ്ട് തെക്കേപ്പറത്തേയ്ക്ക് ഒളിച്ചും പാത്തും അടുത്തുള്ള തുരുത്തുക ളിൽ നിന്ന് എം. കെ. കൃഷ്ണൻ, പി. വി. ചെറിയാൻ, പി. കെ. കൊടിയൻ തുടങ്ങിയ ചെറുപ്പക്കാരായ കമ്മ്യൂണിസ്റ്റകൾ ചെന്നിരുന്നു. വധശി ക്ഷയ്ക്ക് വകുപ്പില്ലാത്ത ട്രാവൻകൂർ പീനൽകോഡിനു പകരം ഇന്ത്യൻ പീനൽകോഡ് നിലവിൽ വന്നപ്പോൾ, അറസ്റ്റ് വാറന്റുള്ള തിരുവിതാംകൂ റുകാരായ ചില കമ്മ്യൂണിസ്റ്റകാരും അവിടെ ഒളിവിൽ താമസിക്കുവാൻ വന്നിരുന്നെന്ന് ഞാൻ കുട്ടിക്കാലത്ത് കേട്ടിട്ടുണ്ട്. ഇടപ്പള്ളിയിലെ പോലീസ് സ്റ്റേഷൻ ആക്രമിച്ച് പോലീസുകാരെ കൊന്ന കേസിലെ പ്രതിയായ, അയൽ പക്കത്തെ ദ്വീപായ മുളവുകാട്ടുകാര നായ എം. എം. ലോറൻസ് അവിടെ ഒളിവിൽ താമസിച്ചിട്ടില്ലായിരുന്നെങ്കിലും പലതവണ അദ്ദേഹത്തെ തേടി പോലീ സുകാരെത്തി. തെക്കേപ്പറത്തുകാർക്ക് ചോര ചിന്തുവാൻ മടി കുറവായിരുന്നു. ശാരദാമ്മയ്ക്ക് കുറേ കൈകൾ അവിടെ നിന്നു കിട്ടി".

കെ.സി. മാത്യു

ലോറൻസ് ഒളിവ് ജീവിതം തുടങ്ങിയിട്ട് പത്തുമാസം കഴിഞ്ഞു. പോലീസിന് കണ്ടെത്താനായില്ല. 1949 ജൂൺ ഇരുപത്തഞ്ച് മുതൽ ഒളിവിലാണ്. അവസാനത്തെ വെളിയിലുള്ള പൊതു പരിപാടി നിരോ ധനാജ്ഞ ലംഘനമായിരുന്നു. വിദ്യാർത്ഥി നേതാവ് എന്ന നിലയ്ക്ക് വിദ്യാർത്ഥികളെ അണിനിരത്തി എറണാകുളത്ത് നിരോധനാജ്ഞ ലംഘിച്ച് പ്രകടനം നടത്തി. പിടിക്കാനാഞ്ഞ പോലീസിനെ വെട്ടിച്ച് ഒളിവിൽ പോയി. അതിന് ശേഷം നടത്തിയ ചരിത്രത്തെ സ്തംഭിപ്പിച്ച സംഭവമാണ് ഇടപ്പള്ളി പോലീസ് സ്റ്റേഷൻ അക്രമണം. ഫിലോമിന യെയും കുഞ്ഞുങ്ങളെയും പോലീസ് കസ്റ്റഡിയിലെടുത്തു കൊണ്ടുപോയി അധികം കഴിയുന്നതിന് മുമ്പ് ലോറൻസ് ആ കുടിലിന് മുന്നിലെത്തി. മുൻ നിശ്ചയപ്രകാരം കെ. സി. മാത്യുവും പി. ഗംഗാധരനും അവിടെ എത്തേണ്ടതായിരുന്നു.

സ്ഥലത്തെത്തിയ ലോറൻസ് സസൂക്ഷ്മം പരിസരം വീക്ഷിച്ചു. പക്ഷെ, പറഞ്ഞ സഖാക്കളിൽ ആരെയും കാണാനില്ല. മാത്രമല്ല ഫിലോമിനയുടെ വീട്ടിൽ വെളിച്ചമില്ല. അപകടം മണത്ത ലോറൻസ് പുഞ്ചയിൽ പതുങ്ങി. അപ്പോൾ സെർച്ച് ലൈറ്റ് കറങ്ങി വരുന്നതുക ണ്ടു. പുഞ്ചയിൽ പതുങ്ങിയ ലോറൻസിന്റെ തലയ്ക്ക് മുകളിലൂടെ സെർച്ച് ലൈറ്റ് കടന്നുപോയി. ഫിലോമിനയുടെ വീടിന ചുറ്റം പോലീസ് നിര ക്കുന്നു. വീണ്ടും ആ വീട്ടും പരിസരവും പോലീസ് റെയ്ഡ് ചെയ്യുകയാണ്. തോട്ടിലേയ്ക്കും പുഞ്ചപ്പാടത്തേയ്ക്കും ടോർച്ച് ലൈറ്റിന്റെ പ്രകാശം പലവട്ടം കറങ്ങി. തല പൊക്കാനോ എഴുന്നേൽക്കാനോ വയ്യ. തോട്ടിൽ വെള്ള മില്ല. പുഞ്ച വരണ്ട കിടക്കുകയാണ്. ലോറൻസ് പതുക്കെ തോട്ടിലിരുന്ന് നിരങ്ങി നീങ്ങാൻ തുടങ്ങി. ഏറെ സമയമെടുത്ത് റോഡിനരികിലെത്തി. പതുക്കെ തലപൊക്കി റോഡിലേയ്ക്ക് എത്തിനോക്കി. വഴിയിൽ ഒരു പോലീസ് വാൻ കിടക്കുന്നുണ്ട്. തോട്ടിൽ തന്നെ കുറേ നേരം കാത്തി രുന്നു. പോലീസ് വാൻ കിഴക്കോട്ട് നീങ്ങി. ലോറൻസ് റോഡിലോട്ട് കടന്ന് പടിഞ്ഞാറോട്ട് നടന്നു. ആ സമയം സിനിമ കഴിഞ്ഞ കുറേ ആളുകൾ റോഡിലേയ്ക്ക് വന്നു. ലോറൻസ് ആളുകൾക്കിടയിൽ മറഞ്ഞു. അവരിൽ പലരും ചുട്ട് വാങ്ങുന്നുണ്ട്. ഒന്ന് ലോറൻസും വാങ്ങി.

അന്തരീക്ഷം സുരക്ഷിതമല്ലെന്ന് ലോറൻസ് തിരിച്ചറിഞ്ഞു. അദ്ദേഹം ഒരു ഷെൽട്ടറിൽ എത്താൻ ആഗ്രഹിച്ചു. ഓർത്തെടുത്തപ്പോൾ തൊട്ട ടുത്തുള്ളത് എം.ബി.കെ. മേനോന്റെ വീടാണ്. അദ്ദേഹം ചുട്ട് കത്തിച്ച് റയിൽ പാളത്തിലൂടെ തെക്കോട്ട് നടന്നു. നടന്നു നടന്ന് പുല്ലേപ്പടി ലവൽ ക്രോസിലെത്തി. ലവൽ ക്രോസ്സ് കടക്കുന്നതിന് മുമ്പ് സൂക്ഷ്മ നിരീക്ഷണം നടത്തി. പോലീസ് അവിടെയുമുണ്ട്. വഴിയിൽ

കാണന്നവരെ ചീത്തപറഞ്ഞോടിക്കുകയാണ്. പോലീസ് മാറാൻ വഴിയരികിലേയ്ക്ക് ലോറൻസ് ഒതുങ്ങിനിന്നു. കുറച്ച് കഴിഞ്ഞ് പോലീസ് കിഴക്കോട്ട് നീങ്ങി. ലോറൻസ് തിട്ടക്കത്തിൽ നടന്ന് മേനോന്റെ വീട്ടി ലെത്തി. അതൊരു ഷെൽട്ടറാണെന്ന് നേരത്തെ സൂചിപ്പിച്ചവല്ലോ. അവിടെ കൊറിയർ ടി. എസ്. മാധവനുണ്ടായിരുന്നു. ഫിലോമിനയുടെ വീട്ടിലുണ്ടായതെല്ലാം മാധവൻ ലോറൻസിനോട് പറഞ്ഞു. ലോറൻസ് അവിടം വിട്ടു.

ഇതിനിടയിൽ ലോറൻസിനെ വലയിലാക്കാൻ പോലീസ് നിരന്തരം ശ്രമിച്ചു കൊണ്ടിരുന്നു. പലവട്ടം അവർ മുളവുകാടെത്തി. ലോറൻസിന്റെ വീട്ടിൽ കയറിയിറങ്ങിയ പോലീസിന് സഹികെട്ട് ലോറൻസിന്റെ അച്ഛൻ മാത്യു മാടമാക്കലിനെ തെറി വിളിച്ചു.

"മക്കളെ കമ്മ്യൂണിസ്റ്റാക്കി പോലീസിനെ വെട്ടിക്കൊല്ലാൻ വിട്ടന്ന തന്തമാരെ തല്ലണം"

ഇതുകേട്ട മാത്യു മാടമാക്കൽ അക്ഷോഭ്യനായി അതിനു മറുപടി പറഞ്ഞു. അദ്ദേഹം കമ്മ്യൂണിസ്റ്റായിരുന്നില്ല. യുക്തിവാദിയായിരുന്നു. കടുത്ത യുക്തിയിൽ അദ്ദേഹം പോലീസിനോട് ഉപദേശിച്ചു.

" അങ്ങനെയെങ്കിൽ നിങ്ങൾ ആദ്യം തല്ലേണ്ടത് മദ്രാസിലെ മന്ത്രിയെയാണ്. സുബ്ബരായന്റെ മകനും മകളും കമ്മ്യൂണിസ്റ്റാണ്. മന്ത്രി സുബ്ബരായനെ തല്ലിയിട്ട് എന്നെ തല്ലാൻ വാ". ശാന്തവും ദൃഢവുമായ ആ മറുപടിയ്ക്ക് മുന്നിൽ മരവിച്ച് നിൽക്കാനെ ഹെഡ്കോൺസ്റ്റബിൾ കൊച്ചുണ്ണിമേനോന് കഴിഞ്ഞുള്ളൂ. കുറച്ച് കഴിഞ്ഞ് കുറച്ചുകൂടി തെറി പറഞ്ഞ് പോലീസ് പോയി.

മുളവുകാടിന് പോകുന്നതിന് പകരം ഫോർട്ടുകൊച്ചി കടപ്പറമാണ് ഒളിക്കാൻ ലോറൻസ് തെരഞ്ഞെടുത്തത്. ഫോർട്ടുകൊച്ചി കടപ്പറത്തും മട്ടാഞ്ചേരിയില്യുമായി അദ്ദേഹം കഴിച്ചുകൂട്ടി. മത്സ്യത്തൊഴിലാളികൾക്കി ടയിൽ അവരിലൊരാളായി കഴിഞ്ഞതുകൊണ്ട് ആർക്കും സംശയം തോന്നിയില്ല. ഫോർട്ടുകൊച്ചിയില്യും മട്ടാഞ്ചേരിയില്യും പോലീസിന്റെ അന്വേഷണം കേന്ദ്രീകരിച്ചില്ല. പ്രാഥമികമായ ഒരു പരതൽ നടന്നതി നപ്പുറം അത് മുറുകിയില്ല. മട്ടാഞ്ചേരി ഇക്ബാൽ വായനശാല ഇതി നിടയിൽ ലോറൻസ് ഫലപ്രദമായി ഉപയോഗിച്ചു. രാത്രി പലപ്രാവ ശ്യവും എറണാകുളത്ത് എത്തി പഴയ സഖാക്കളെ കാണാൻ ശ്രമിച്ചു. അതെല്ലാം പരാജയപ്പെട്ടു. സ്റ്റേഷൻ ആക്രമണത്തിൽ പങ്കെടുത്തവരും അല്ലാത്തവരുമായ ഒട്ടനവധിപേർ ജയിലിലായി. ഇനി പുറത്തുള്ള ആക്ഷനിൽ പങ്കെടുത്തവരിൽ അവശേഷിച്ചത് മാത്യുവും ലോറൻസും വിശ്വനാഥമേനോനുമാണ്.

വിശ്വനാഥ മേനോനെക്കുറിച്ച് ഒരു വിവരവുമില്ല. മാത്യു എറണാകുളം പരിസരത്തുണ്ടെന്ന് അറിയാം. മാത്യുവിനെ ബന്ധപ്പെടാനുള്ള ശ്രമം തുടർന്നു. അവസാനം അതിൽ വിജയിച്ചു. ദീർഘനാളുകൾക്ക് ശേഷം അവർ പരസ്പരം കണ്ടു. കുറേ കാര്യങ്ങൾ സംസാരിച്ചു. ഇനി എന്ത ചെയ്യണം? കാര്യങ്ങൾ വിശദമായി സംസാരിക്കാനും ഭാവി പരിപാ ടികൾ ആവിഷ്കരിക്കാനും രണ്ട് നാളുകൾക്ക് ശേഷം മാരുതി ലോഡ്ജിൽ കാണാമെന്ന് പറഞ്ഞ് പിരിഞ്ഞു. മാരുതി ലോഡ്ജ് വിദ്യാർത്ഥികളുടെ ഹോസ്റ്റലാണ്. കുടിക്കാഴ്ച അതിപ്രധാനമായ ചില തീരുമാനങ്ങൾ എടുക്കാനാണ്.

എല്ലാ കാര്യങ്ങളും ആസൂത്രണം ചെയ്തത് കോറിയർ ദാമോദരനാ യിരുന്നു. ദാമോദരൻ ലോറൻസിനും മാത്യുവിനും സന്ദേശം നൽകി. മാരുതി ലോഡ്ജിൽ എട്ടുമണി. ലോറൻസ് കൃത്യസമയത്തുതന്നെ സ്ഥ ലത്തെത്തി. പക്ഷെ, ടി. ഡി. റോഡിൽ കയറിയതുമുതൽ ലോറൻസിന് അപകടം മണത്തു. അത് അദ്ദേഹം പുറത്ത് കാട്ടിയില്ല. ഡോക്ടർ കുഞ്ഞാല്യസ് നഴ്സിംഗ് ഹോം മുതൽ ടി. ഡി. റോഡ് വരെ പതിവില്ലും കൂടുതൽ ആളുകൾ. പലരും അങ്ങോട്ടും ഇങ്ങോട്ടും നടക്കുകയാണ്. ഹോസ്റ്റലിന്റെ പടിക്കലെത്തിയ ലോറൻസ് പരിചയക്കാരനോട് ചോദിച്ചു.

"തോമാച്ചനെ കണ്ടോ?" കെ. സി. മാത്യുവിന്റെ ഒളിപ്പേരായിരുന്ന തോമാച്ചൻ.

"ഇല്ല". അയാൾ മറുപടി പറഞ്ഞു.

ലോറൻസ് തിരിഞ്ഞു. പരിഭ്രമം പുറത്തുകാട്ടാതെ നടന്നു തുടങ്ങി. അപ്പോളാണ് കോറിയർ ദാമോദരൻ മുന്നിലേക്ക് വന്നത്. ദാമോ ദരനോട് വിവരങ്ങൾ ചോദിച്ചു മനസ്സിലാക്കി. തോമാച്ചനെക്കുറിച്ച് ദാമോദരൻ ഒന്നും പറഞ്ഞില്ല. ലോറൻസ് പറഞ്ഞു.

"എങ്കിൽ ഞാൻ പോകട്ടെ"

അപ്പോൾ കുറച്ച് ഉച്ചത്തിൽ, മറ്റുള്ളവർക്ക് കേൾക്കാവുന്ന വിധം ദാമോദരൻ പറഞ്ഞു.

"പോകല്ലേ ഒരു കാര്യം പറയാനുണ്ട്".

വേറെയാരോ കേൾക്കാൻ വേണ്ടിയാണ് അത് പറഞ്ഞതെന്ന് സ്പഷ്ടം. തെറ്റിയില്ല. പോലീസിനുള്ള മെസേജായിരുന്ന അത്. കോറിയർ ദാമോദരൻ ഒറ്റുകാരനായി മാറിക്കഴിഞ്ഞിരുന്നു. ദാമോദരന്റെ സിഗ്നൽ അനുസരിച്ച് മഫ്ടി പോലീസ് ചാടി വീണു ലോറൻസിനെ കീഴടക്കി. നേരത്തേ ലോറൻസ് കണ്ട അങ്ങോട്ടും ഇങ്ങോട്ടും നടക്കുന്നവരെല്ലാം

മഫ്ടി പോലീസുകാരായിരുന്നു. ലോറൻസിന്റെ നെഞ്ചിനു നേരെ രണ്ട് റിവോൾവർ നീണ്ടുവന്നു. പോലീസിന് അപ്പോഴും കൃത്യമായി അത് ലോറൻസ് ആണെന്ന് അറിയില്ലായിരുന്നു.

"നീയല്ലേടാ മാത്യു?"

പേടിയില്ലാതെ ലോറൻസ് മറുപടി പറയുകയും തിരിച്ച ചോദിക്ക കയും ചെയ്തു.

"മാത്യുവോ? ഏത് മാത്യു? ഞാൻ ഗോപിയാണ്".

നിശബ്ദത. നിശബ്ദത ഭേദിച്ച് ബൂട്ട്സിന്റെ ശബ്ദം കേട്ടു. ഒരു സി.ഐ.ഡി. കോൺസ്റ്റബിൾ നടന്നു വന്ന് പിടിയിലായ ആളെ പരി ശോധിച്ചു. അയാൾ പറഞ്ഞു.

"ഇവൻ മാത്യുവല്ല. ലോറൻസാണ്".

വിലങ്ങുവെക്കാൻ കൂട്ടത്തിലുള്ള പോലീസ് ഉദ്യോഗസ്ഥൻ നിർദ്ദേ ശിച്ചു. വിലങ്ങ് വണ്ടിയിലാണ് വണ്ടി ഇങ്ങോട്ടെടുക്കട്ടെ എന്ന് ചോദിച്ചു. മുതിർന്ന ഉദ്യോഗസ്ഥൻ ശബ്ദം താഴ്ത്തി പറഞ്ഞു.

"വേണ്ട. വണ്ടി തൽക്കാലം ഇങ്ങോട്ട് എടുക്കണ്ട. ഒരു ഇരക്കുടി വീഴാനുണ്ട്".

"ഇവനെ തോർത്ത് കൊണ്ട് കെട്ടി ശബ്ദമുണ്ടാക്കാതെ വണ്ടിയി ലെത്തിക്കൂ".

അവർ ലോറൻസിനെക്കൊണ്ട് പോയി. നേരെ ആംഡ് റിസർവ്വ് ക്യാമ്പിലേയ്ക്ക് പോലീസ് വണ്ടി നീങ്ങി.

ലോറൻസ് പിടിയിലായതും കോറിയർ ദാമോദരൻ ഒറ്റകാരനായ തും മാത്യു അറിഞ്ഞില്ല. ചുറ്റുപാടും അസാധാരണത്വം ഒന്നും കാണാ നമുണ്ടായിരുന്നില്ല. മാത്യുവും സുഹൃത്ത് രാമവർമ്മ തമ്പുരാനും മുൻപ് പറഞ്ഞതനുസരിച്ച് ലോറൻസിനെ കാണാനെത്തി. ദാമോദരന്റെ സൂചന അനുസരിച്ച് മാത്യുവിനെ തിരിച്ചറിയുന്ന സി.ഐ.ഡി. ഗെയ്റ്റിൽ തന്നെ കാത്തു നിന്നു. അവിടെയെത്തിയ മാത്യുവിനെയും സുഹൃത്തിനെ യും പോലീസ് വളഞ്ഞിട്ട് പിടിച്ച് വണ്ടിയിൽ കയറ്റി കൊണ്ടുപോയി.

മാത്യു ഇടപ്പള്ളി ആക്ഷൻ കഴിഞ്ഞതിന് ശേഷവും സാഹസിക ജീവിതം തുടരുകയായിരുന്നു. അതിനാൽ തന്നെ പലരും അറസ്റ്റിലാ യിട്ടും മാത്യുവിനെ അറസ്റ്റ് ചെയ്യാൻ പോലീസിനായില്ല. വറുട്ടിയുടെ സഹോദരി മേരിയുമായി മാത്യു പ്രേമത്തിലായിരുന്നു. അവരെ ആശ്വ സിപ്പിക്കാനും അദ്ദേഹം സമയം കണ്ടെത്തി. സഖാവ് എം. എൻ. താച്ചോവിനെ ഷെൽട്ടർ ഒരുക്കി സംരക്ഷിച്ചതും മാത്യു തന്നെയായിരുന്നു.

താച്ചോവിനെ ഷെൽട്ടറിൽ ഇരുത്തിയ എസ്കോർട്ടിനെ പോലീസ് പിടിച്ചു. വാർത്ത മാത്യു അറിഞ്ഞു. എസ്കോർട്ടിന് അടികിട്ടുമ്പോൾ താച്ചോയുടെ ഒളിവിടം പോലീസിന് പറഞ്ഞു കൊടുക്കും എന്ന കാര്യം മാത്യുവിന് അറിയാമായിരുന്നു. അതിനാൽ ഒട്ടും സമയം കളയാതെ മാത്യു താച്ചോയുടെ ഷെൽട്ടറിലേയ്ക്ക് പാഞ്ഞു. വിശദീകരണത്തിന് നിൽക്കാതെ താച്ചോയെ പിടിച്ച് വലിച്ച് പുറംവാതിൽ വഴി പുറത്തിറ ങ്ങി. അപ്പോൾ വീടിന്റെ മുൻവശത്തു പോലീസ് എത്തിയിരുന്നു. രക്ഷ പ്പെട്ട മാത്യുവും താച്ചോയും അകലെനിന്ന് അവിടേക്ക് എത്തിനോക്കി. അപ്പോൾ താച്ചോയെ കിട്ടാത്തതിന്റെ ദേഷ്യം പോലീസ് കുടുംബനാ ഥന്റെ മേൽ തീർക്കുന്നുണ്ടായിരുന്നു. നിസ്സഹായരായി അത് നോക്കി നിൽക്കാൻ മാത്രമേ അവർക്ക് കഴിഞ്ഞുള്ളൂ.

സ്റ്റേഷൻ ആക്രമണ സമയത്ത് ബയണറ്റിൽ കയറിപ്പിടിച്ച മാത്യുവി ന്റെ കൈ മുറിഞ്ഞിരുന്നു. മൂന്നാഴ്ച മരുന്ന് വെച്ചിട്ടും മുറിവ് ഉണങ്ങിയില്ല. ആശുപത്രിയിൽ പോയി ചികിത്സിക്കാൻ കഴിയില്ല. കാരണം, അത് പോലീസ് കെണിയിലേയ്ക്ക് അറിഞ്ഞുള്ള യാത്രയാവും. അതുകൊണ്ട് മാത്യു രഹസ്യമായി ഡോക്ടർ വാസുദേവന്റെ അടുക്കൽ എത്തി. അദ്ദേഹം ഒരു കമ്മ്യൂണിസ്റ്റ് ഡോക്ടറായിരുന്നു. കമ്മ്യൂണിസ്റ്റുകാരെ സഹായിക്കുന്ന ഡോക്ടർക്ക് സർക്കാരിൽ നിന്ന് കടുത്ത ശത്രുത ഉണ്ടാ കുമെന്ന് ഉറപ്പായിരുന്നിട്ടും സഹായിക്കുന്നതിൽ വിമുഖത കാണിക്കാൻ ഡോക്ടർ ഒരുക്കമായിരുന്നില്ല. മുറിവ് ഉണങ്ങാത്തതിന്റെ കാരണം ഡോക്ടർ വ്യക്തമാക്കി. പോലീസ് ബയണറ്റിൽ ആന്റിമണി വിഷം പുരട്ടും. അതാണ് ഉണങ്ങാത്ത മുറിവിന് കാരണം. ഡോക്ടർ അത് ചികിത്സിച്ച് ഭേദമാക്കി. ആന്റിമണിവിഷത്തിനുള്ള ആന്റിഡോസ് കൊടുത്താൽ മാത്രമേ മുറിവുണങ്ങൂ.

മാത്യുവിനെയും കൂടെയുള്ള വർമ്മയെയും പോലീസ് ആംഡ് റിസർവ്വ് ക്യാമ്പിലുള്ള ലോറൻസിന്റെ അടുത്തെത്തിച്ച. ഇവിടെനിന്ന് ഭീകരമായ ഒരു മർദ്ദന സംവിധാനത്തിലേയ്ക്ക് മൂവരെയും കൊണ്ടുപോയി. നഗര പ്ര ദക്ഷിണം എന്നായിരുന്നു അതിന്റെ പേര്. പോലീസ് വണ്ടിയിൽ നിന്ന് മൂന്ന് പേരെയും എറണാകുളം ഷൺമുഖം റോഡിലേയ്ക്ക് വലിച്ചിറക്കി. തെക്കോട്ട് നടത്തി. നടത്തം തുടങ്ങി അടിയും ആരംഭിച്ചു. ഷർട്ട് വലിച്ച കീറി പുറത്തടിക്കാൻ തുടങ്ങി. ഫസ്റ്റ് ഷോ കഴിഞ്ഞിട്ടേ ഉണ്ടായിരുന്നുള്ളൂ. സിനിമ കഴിഞ്ഞിറങ്ങിയവർക്ക് അത് വലിയ കാഴ്ചയായി. പോലീസ് കൂട്ടം മൂന്ന് പേരെ വഴിയിലൂടെ മൃഗീയമായി തല്ലിക്കൊണ്ടുപോകുന്നു. അപ്പോൾ പഴയ സീലോഡിന്റെ എതിർവശത്തുള്ള കടൽഭിത്തിയിൽ കാറ്റുകൊണ്ടിരിക്കുകയായിരുന്ന ലോറൻസിന്റെ ജേഷ്ഠൻ എബ്രഹാം.

ഏതോ രാഷ്ട്രീയ തടവുകാരെ പോലീസ് മർദ്ദിച്ചുകൊണ്ടുപോകയാണ് എന്ന് കരുതിയ അദ്ദേഹം ഒരു ഞെട്ടലോടുകൂടിയാണ് അത് തന്റെ അനുജൻ ലോറൻസാണെന്ന് തിരിച്ചറിഞ്ഞത്.

മർദ്ദന ജാഥ ബ്രോഡ്‌വേയിൽ പ്രവേശിച്ചു. അത് വടക്കോട്ട് തിരിഞ്ഞ് കുറച്ചുനേരം മുന്നോട്ട് നീങ്ങി. ആറുകണക്കിന് ആളുകളാണ് കണ്ണീരുമായി ആ കാഴ്ച കണ്ടു നിന്നത്. അവിടന്ന് പ്രതികളെ സബ്ജയിലിൽ എത്തിച്ചു. ലോക്കപ്പ് മുറിയിലേയ്ക്ക് കയറ്റുന്നതിന് മുമ്പ് ആരോളം ബൂട്ട്സുകളുടെ ചവിട്ടേൽക്കേണ്ടിവന്നു. ഇടനാഴിയിൽ പോലീസ് ഇരുപുറമായി നിരന്നു നിന്നു. അതിനിടയില്ലൂടെ ലോറൻസിനേയും മാത്യുവിനേയും വർമ്മയെ യും തള്ളിവിട്ടു. ഒരു പോലീസുകാരൻ ഇപ്രത്തുനിന്ന് ചവിട്ടി അപ്രത്തേയ്ക്ക് തെറിപ്പിക്കും. അപ്പുറത്ത് നിൽക്കുന്ന പോലീസുകാരൻ ഇപ്രത്തേയ്ക്കും ചവിട്ടി തെറിപ്പിക്കും. ഏതാണ്ട് ആരോളം പേരുടെ ചവിട്ടും ഇടിയും ഏറ്റ് സെല്ലിലേയ്ക്കവർ തെറിച്ചു വീഴുമ്പോൾ ശരീരത്തിൽ അവശേഷിച്ചിരുന്ന വസ്ത്രതുണ്ടുകളും പറിഞ്ഞുപോയിരുന്നു. പൂർണ നഗ്നരായി ചോരയിൽ കുളിച്ച് അവർ സെല്ലിൽ കിടന്നു.

സ്റ്റാലിൻ വിശ്വം

"പറയെടാ ഇടപ്പള്ളി കൊലയാളി കെ. സി. മാത്യു എവിടെയാണ്?". പാപ്പാളി സാന്റോയുടെ അണ്ടർവെയറിന്റെ വള്ളി പിടിച്ചവലിച്ചുകൊണ്ട് ചോദിച്ചു. "പറയടാ, വറുത്തട്ടി എവിടെയാ ണെന്ന്" അപ്പോഴാണ് അണ്ടർവെയറിന്റെ നാട ഇടുന്ന സ്ഥലത്തുനിന്ന് ഒരു കടലാസ് ചുരുൾ പാപ്പാളിക്ക് കിട്ടിയത്.

"ഇതാണോടാ നിന്റെ ബലത്തിന്റെ ഗൂട്ടൻസ്" പാപ്പാളി അണ്ടർ വെയറിൽ നിന്ന് കിട്ടിയ സ്റ്റാലിന്റെ പടം ചുരുട്ടിക്കൂട്ടി സ്റ്റേഷന്റെ മൂല യിലേയ്ക്കിട്ടിട്ട് ചോദിച്ചു. അതിനുശേഷം ഒരു ചെറിയ ഉലക്ക വരുത്തി നഗ്നനായ സാന്റോയെ ഉരുട്ടാൻ തുടങ്ങി. സ്വതന്ത്ര ഇന്ത്യയിൽ കേരള ത്തിലെ ആദ്യത്തെ പോലീസ് സ്റ്റേഷൻ ആക്രമണത്തിന്റെ എൻ. എസ്. മാധവൻ നൽകിയ മറ്റൊരു ഫിക്ഷൻ പ്രസന്റേഷനാണ് ഇത്.

ലോറൻസിൽ നിന്ന് വേർപെട്ട വിശ്വനാഥമേനോൻ ഒരു ദിവസം ഉറക്കമുണർന്നത് പാടങ്ങളാൽ ഒറ്റപ്പെട്ട ഒരു ഒഴിഞ്ഞ വീട്ടിലാണ്. തലേദിവസം ടെക്മോനാണ് അദ്ദേഹത്തെ അവിടെയെത്തിച്ചത്. നേരം വെളുത്തപ്പോൾ അദ്ദേഹം കേട്ടത് ഒരു കുഷ്ഠരോഗിയുടെ നിലവിളിയും "നിങ്ങൾ ഇവിടെനിന്ന് പോണം" എന്ന യാചനയുമാണ്. മേനോൻ ഉടനെ അവിടെനിന്ന് ഇറങ്ങി. പുറത്തിറങ്ങിയപ്പോൾ ഏതാണ് സ്ഥലം എന്ന് പിടികിട്ടി, കടവന്ത്രയ്ക്ക് കിഴക്കുഭാഗമാണ് എന്ന് മനസ്സിലായി. മേനോൻ അവിടെനിന്ന് മുന്നോട്ട് നടന്ന് എത്തുരെത്തി, അവിടെ വിശ്വനാഥ മേനോന് പരിചയമുള്ള മേമന നമ്പൂതിരിയുടെ കാര്യസ്ഥ നായ നാരായണമേനോന്റെ വീടുണ്ടായിരുന്നു. അദ്ദേഹം അങ്ങോട്ട്

കയറിച്ചെന്നു. ഭാഗ്യത്തിന് നാരായണമേനോൻ കിണറ്റിൻ കരയിൽ നിൽക്കുന്നുണ്ടായിരുന്നു. അയാൾ വിശ്വനാഥ മേനോനെ തേങ്ങാ ക്കൂട്ടിൽ ഒളിപ്പിച്ചു. ഒപ്പം ടൗണിലെ വിശേഷങ്ങൾ അറിയിച്ചു. രണ്ട് പോലീസുകാർ മരിച്ച സംഭവമായയ്കൊണ്ട് പോലീസ് ഭീകരാന്ത രീക്ഷം സൃഷ്ടിച്ചിരിക്കുകയാണ്. കണ്ടാല്യടൻ വെടിവെച്ച കൊല്ലാൻ ഉത്തരവ്വുണ്ടെന്നും പറഞ്ഞു.

പിറ്റേദിവസം രാവിലെ തന്നെ നാരായണമേനോൻ വിശ്വനാഥമേ നോന്റെ അച്ഛനുമായി ബന്ധപ്പെട്ട് അദ്ദേഹത്തെ ബോംബെയിലേയ്ക്ക് രക്ഷപ്പെടുത്താൻ പദ്ധതി തയ്യാറാക്കി. വിശ്വനാഥ മേനോന്റെ ഗ്രാമസ്ഥൻ ഉണ്ണിയാട്ടിൽ ബാലകൃഷ്ണമേനോനോടൊപ്പം അടുത്ത ദിവസം വിശ്വനാ ഥമേനോൻ എറണാകുളം റെയിൽവേ സ്റ്റേഷനിലെത്തി. വെള്ളമുണ്ടും ബനിയനും തോർത്തും ധരിച്ച വിശ്വനാഥ മേനോനെ ആരും ഒറ്റനോട്ട ത്തിൽ തിരിച്ചറിഞ്ഞില്ല. ഷൊർണ്ണൂർ പാസഞ്ചറിൽ വിശ്വനാഥ മേനോൻ കയറിയതിനുശേഷമാണ് ബാലകൃഷ്ണമേനോൻ വീട്ടിലേയ്ക്ക് തിരികെ പോയത്.

ബോംബെയിലെത്തിയ വിശ്വനാഥമേനോൻ അവിടെ നിന്ന് ഡൽഹിക്കുപോയി. ഡൽഹിയിൽ വിശ്വനാഥമേനോന്റെ അച്ഛന്റെ മരുമകൻ എ. കെ. ദാമോദരൻ ഉണ്ടായിരുന്നു. അദ്ദേഹത്തിനൊപ്പം ഒളിവിൽ കഴിയുമ്പോൾ അത് സുരക്ഷിതമല്ലെന്ന തിരിച്ചറിവ് ഏ. കെ. ദാമോദരനുണ്ടായി. അദ്ദേഹം അത് മേനോനുമായി പങ്കുവെച്ച. "അനി യനിവിടെ നിന്ന് ഉടനെ മാറ്റുന്നതാണ് നല്ലത്. മറുനാട്ടിൽ നിന്ന് വരുന്ന മലയാളികളെയെല്ലാം പോലീസ് ചോദ്യം ചെയ്യുന്നുണ്ട്". കുറച്ച് നേരം കഴിഞ്ഞ് വീണ്ടും ദാമോദരൻ പറഞ്ഞു. "അനിയന് സുരക്ഷിതമായ ഒരു സ്ഥലം ഞാൻ ഏർപ്പാടാക്കിത്തരാം. ഉടനെ ലക്നൗവിലേയ്ക്ക് പുറപ്പെ ട്ടോളൂ. അവിടെ 'സാംഗി മോട്ടേഴ്സിന്റെ' ഉടമ എന്റെ സഹപാഠിയാണ്. മത്തായി മാഞ്ഞൂരാന് കുറേനാൾ അവിടെ അഭയം കൊടുത്തിരുന്നു. നിനക്ക് അവിടെ വേണമെങ്കിൽ ജോലിയും ചെയ്യാം. അനിയൻ എത്തു ന്നതായി ഉടനെ വിവരം കൊടുക്കാം".

ഇതനുസരിച്ച് ലക്നൗവിലേയ്ക്കുള്ള യാത്രയ്ക്കുവേണ്ട ഏർപ്പാട്ടുകൾ ആരംഭിച്ചു. പക്ഷെ, യാത്ര പുറപ്പെടുംമുമ്പ് അവിടെ പോലീസെത്തി. ദാമോദരൻ അപ്പോൾ ഉച്ചയുറക്കത്തിലായിരുന്നു. വാതിൽ കടന്ന് മുറിയിലെത്തിയ പോലീസ് ഓഫീസർ ചോദിച്ചു.

"വിശ്വനാഥ് കോൻ ഹേ?".

വിശ്വനാഥമേനോൻ അതിന് ഉത്തരം നൽകി. കീഴടങ്ങാന ല്ലാതെ മറ്റൊന്നിനും ഇടമുണ്ടായിരുന്നില്ല. ഉടനെ അറസ്റ്റ് നടത്തി

വി. വിശ്വനാഥമേനോൻ

വിശ്വനാഥമേനോനെ പഹാഡ് ഗഞ്ച് പോലീസ് സ്റ്റേഷനിൽ കൊണ്ടുപോയി. കോടതിയിൽ ഹാജരാക്കി ഡിസ്ട്രിക്ട് ജയിലിലേയ്ക്ക് റിമാന്റ് ചെയ്തു.

ഒരു കണക്കിന് വിശ്വനാഥമേനോൻ ഭാഗ്യവാനായിരുന്നു. ഡൽഹിയിൽ അപ്പോൾ മൂന്നാംമുറ ആരംഭിച്ചിരുന്നില്ല. മൂന്ന് ദിവസം നീണ്ടുനിന്ന ചോദ്യം ചെയ്യൽ. രണ്ടു മണിക്കൂർ ദൈർഘ്യമേറിയ ചോദ്യം ചെയ്യലായിരുന്നു. പക്ഷെ, ശാരീരിക മർദ്ദനമില്ല. സ്കോട്ട്ലന്റ് യാർഡിൽ ട്രെയ്നിംഗ് ലഭിച്ച മൂന്ന് സി.ഐ.ഡി. ഓഫീസർമാരാണ് ചോദ്യം ചെയ്യത്. അവർക്ക് അറിയേണ്ടിയിരുന്നത് കാർക്കിയിലെ സർക്കാർ ആയുധശാലയിൽ നിന്ന് കളവുപോയ ആയുധങ്ങൾ ഒരു മേനോൻ വഴി കമ്മ്യൂണിസ്റ്റുകാരുടെ കൈകളിൽ എത്തിയോ എന്നാണ്. ആ മേനോനുമായി വിശ്വനാഥമേനോന് വല്ല ബന്ധവുമുണ്ടോ എന്ന് മനസിലാക്കാനായിരുന്നു ചോദ്യം ചെയ്യൽ. അയാളുമായി വിശ്വനാഥ മേനോന് ബന്ധമില്ലെന്ന് മനസ്സിലായപ്പോൾ മേനോനെ അവർ വിട്ടു. ഇനി കേരളത്തിലേയ്ക്ക് പോലീസ് മേനോനെ കൊണ്ടുപോകും, അതിന്റെ നടപടിക്രമങ്ങൾ പൂർത്തിയാക്കാൻ ദിവസങ്ങൾ എടുത്തു. പതിന്നാലു ദിവസത്തെ റിമാന്റ് പൂർത്തിയായ ദിവസം ലെഫ്റ്റനന്റ് ഗവർണറുടെ കൽപന അനുസരിച്ച് ഒരു ഹെഡ് കോൺസ്റ്റബിളിന്റെയും ഒരു പോലീസുകാരന്റെയും എസ്കോർട്ടിൽ മേനോൻ കേരളത്തിലേയ്ക്ക് യാത്ര തിരിച്ചു.

സർവന്റ്സ് കമ്പാർട്ടുമെന്റിലാണ് വിശ്വനാഥമേനോനും രണ്ട് പോലീസുകാരും കേരളത്തിലേയ്ക്ക് തിരിച്ചത്. മേനോന്റെ കൈകൾ ചേർത്ത് വിലങ്ങുവെച്ചിരുന്നു. അതിൽ നിന്നൊരു ചങ്ങല ഹെഡ് കോൺസ്റ്റബിളിന്റെ ബെൽറ്റിൽ കൊളുത്തിയിട്ടുണ്ട്. യാത്രയിൽ അസാധാരണമായ ഒരു സംഭവം ഉണ്ടായി. ഇടയ്ക്കുള്ള ഒരു സ്റ്റേഷനിൽ നിന്നും സുമുഖനായ ഒരു ക്ലിംഗ് ഗ്ലാസ്സ്ധാരി അവരുടെ കമ്പാർട്ടുമെന്റിലേക്ക് കയറി. അയാൾ പോലീസുകാർക്ക് സിഗരറ്റും മറ്റ് ചില സമ്മാനങ്ങളും നൽകി. അടുത്ത സ്റ്റേഷനിൽ വണ്ടി നിന്നപ്പോൾ പോലീസുകാർ പുറത്തിറങ്ങി. ക്ലിംഗ് ഗ്ലാസ്സ്ധാരിക്ക് മേനോനുമായി സ്വകാര്യസംഭാഷണത്തിന് അവസരം കിട്ടി. ഈ മുഖം എവിടെയോ കണ്ട ഓർമ്മ

മേനോന് വന്നു. ഡിസ്ട്രിക്റ്റ് ജയിലില് തന്റെ രക്ഷകനായി വന്ന സോഹന്സിംഗായിരുന്നു അത്. ജയിലില് റാം സിംഗ്ം വിശ്വനാഥമേ നോനും തമ്മില് അടിയുണ്ടായപ്പോള് റാംസിംഗിനെ സോഹന്സിംഗ് അടിച്ച് നിലത്തിട്ടു. ആ സുഹൃത്താണ് തന്റെ മുന്നിലിരിക്കുന്നത് എന്നത് വിശ്വനാഥ മേനോനെ ആശ്ചര്യപ്പെടുത്തി.

തേജ് എന്ന ഹിന്ദി പത്രത്തില് വിശ്വനാഥമേനോന്റെ അറസ്റ്റ് വാര്ത്ത വന്നപ്പോള് പത്രം വിശ്വനാഥ മേനോനെ പരിചയപ്പെ ടുത്തിയത് 'ഏഴുവര്ഷങ്ങളായി ഒളിവില് കഴിയുന്ന കൊലപ്പുള്ളി' എന്നായിരുന്നു. ഈ വാര്ത്ത വായിച്ച് വീരാരാധന തോന്നിയ ഒരു കൊള്ളക്കാരനാണ് സോഹന്സിംഗ്. സോഹന്സിംഗ് മേനോനോട് പറഞ്ഞു "നിന്നെക്കുറിച്ച് ഞാന് തേജില്ലൂടെ അറിഞ്ഞിരുന്നു. ഞാന് സ്ംഖലകളുള്ള ഒരു കൊള്ളസംഘത്തിന്റെ നേതാവാണ്. എന്റെ ശിക്ഷകഴിഞ്ഞ് പുറത്തിറങ്ങിയതുമുതല് നിന്നെക്കുറിച്ച് ഞാന് അന്വേ ഷിച്ചുകൊണ്ടിരുന്നു. നിര്ഭയം പോലീസിന്റെ കണ്ണവെട്ടിച്ച് ചെയ്യേണ്ട താണ് ഞങ്ങളുടെ ജോലി. നീ ധീരനാണ്. എന്നോടൊപ്പം നീ വരൂ. നിനക്ക് ധനികനാകാം. നീ കേരളത്തിലെത്തിയാല് പോലീസ് നിന്നെ വകവരുത്തും. ഞാന് നിന്നെ രക്ഷിക്കാനാണ് വന്നത്. ചമ്പല്ക്കാട്ടില് വച്ച് നിനക്ക് ആയുധ പരിശീലനം തരാം. ഞങ്ങളുടെ സംഘത്തിലേ ക്ക് നിന്നേപ്പോലെയുള്ള നിന്റെ കേരളത്തിലെ സുഹൃത്തുക്കളെയും ചേര്ക്കാം. അങ്ങനെ നമ്മുടെ സംഘം വിപുലമാക്കാം". അയാളുടെ സംഭാഷണം നോണ്സ്റ്റോപ്പായി തുടര്ന്നു. പോലീസിന്റെ ബെല്റ്റേ മായി ബന്ധിപ്പിച്ച എന്റെ കൈവിലങ്ങ് എങ്ങിനെ ഊരാനാകും എന്ന് മേനോന് അയാളോട് ചോദിച്ചു. അപ്പോള് സോഹന്സിംഗ് അയാളുടെ പോക്കറ്റില് നിന്ന് ഒരു ചെറിയ കമ്പിയും ഒരു ട്വയിന് നൂല്ും ഉയര്ത്തി ക്കാണിച്ചു. എന്നിട്ട് പറഞ്ഞു "ഇത് ഉപയോഗിച്ച് പത്തുസെക്കന്റില് എനിക്ക് നിന്നെ സ്വതന്ത്രനാക്കാം".

വിശ്വനാഥമേനോന് ആ സംഭവം അപ്രതീക്ഷിതമായിരുന്നു. അതിനാല് തന്നെ അദ്ദേഹം ആശയക്കുഴപ്പത്തിലായി. കേരളത്തില് എത്തിയാല് എന്തും സംഭവിക്കാം. ചിലപ്പോള് ലുക്ക് കയര്. അല്ലെ ങ്കില് കൊടിയ മര്ദ്ദനം. ഇവരുടെ കൂടെ കൂടാമെന്ന് പറഞ്ഞാല് ഇവര് തന്നെ രക്ഷിക്കും. പക്ഷെ, കൊള്ളക്കാരനായി ജീവിക്കണം. തന്റെ സഹനവും ത്യാഗവും കമ്മ്യൂണിസത്തിനുവേണ്ടിയായിരുന്നു. ഒരു കൊള്ളക്കാരനാകാന്വേണ്ടിയല്ല. ഉടനെ മേനോന് ജയില് സുഹൃത്തി നോട് പറഞ്ഞു "ഞാനൊരു കമ്മ്യൂണിസ്റ്റാണ്. പോലീസ് സ്റ്റേഷന് ആക്രമണക്കേസ് സഹപ്രവര്ത്തകരെ രക്ഷപ്പെടുത്താന് ശ്രമിച്ചതിനാ യിരുന്നു. നിന്റെ മഹാമനസ്കതയ്ക്ക് നന്ദി". അങ്ങനെ അവര് പിരിഞ്ഞു.

മേനോനും പോലീസുകാരും ആദ്യം നാഗപ്പൂരിലെത്തി. പിന്നെ ആലുവയില്ലും. ആലുവയിലെത്തിയ വിശ്വനാഥമേനോനെ ആലുവ ഫസ്റ്റ് ക്ലാസ്സ് മജിസ്ട്രേട്ട് മിസ്റ്റർ എബ്രഹാം 14 ദിവസത്തേയ്ക്ക് റിമാന്റ് ചെയ്ത. കേരളത്തിലെ പോലീസിന്റെ രുചിയറിയാൻ തുടങ്ങി. ലോക്കപ്പിന്റെ വാതിൽക്കലെത്തിയപ്പോൾ തന്നെ ഒരു അലർച്ച കേട്ടു.

"ഊരടാ ഷർട്ട്"

മേനോൻ ഷർട്ട് ഊരി. മേനോനെ ലോക്കപ്പിലേക്ക് കയറ്റാൻ വാതിൽ തുറന്നു. അദ്ദേഹം സാവധാനം അകത്തേക്ക് കടക്കാൻ തുടങ്ങി. അപ്പോൾ അകത്തുനിന്നൊരു അലർച്ച "അകത്തേക്ക ചാടിക്കോ". കേട്ടപടി മേനോൻ എടുത്തുചാടി. തൊട്ടുപിന്നാലെ വാതിൽ ശക്തമായി അടയുന്ന ശബ്ദം. അകത്തുനിന്ന് വറ്റുകൂട്ടി പറഞ്ഞതനുസരിച്ച് മുന്നോട്ട് ചാടിയില്ലെങ്കിൽ മേനോൻ വാതിൽ പുറത്തിടിച്ച് മുഖമടച്ച് അകത്തേ യ്ക്ക് കമിഴ്ന്ന് വീഴുമായിരുന്നു. വിശ്വനാഥമേനോൻ എത്തിയതോട്ടുകൂടി ഇടപ്പള്ളി സ്റ്റേഷനാക്രമണകേസ്സിലെ എല്ലാ പ്രതികളും പോലീസ് കസ്റ്റഡിയിലായി. 1950 ജൂലൈ 12-ാം തീയതി വിശ്വനാഥ മേനോൻ അറസ്റ്റ് ചെയ്യപ്പെട്ടപ്പോൾ മലയാള മനോരമ ഹെഡിംഗ് കൊടുത്തത് "സ്റ്റാലിൻ വിശ്വം അറസ്റ്റിൽ" എന്നായിരുന്നു. ഇടപ്പള്ളി പോലീസ് സ്റ്റേഷൻ ആക്രമണത്തിന്റെ തുടർച്ചയായ പോലീസ് മർദ്ദനം ഏതാണ്ട് അവസാനിച്ച ഘട്ടത്തിലാണ് വിശ്വനാഥമേനോൻ അറസ്റ്റിലാകുന്ന തും ആലുവ ലോക്കപ്പിൽ എത്തപ്പെടുന്നതും. അതിനാൽ കാര്യമായ ശാരീരിക പീഡനങ്ങൾ അദ്ദേഹത്തിന് ഏൽക്കേണ്ടിവന്നില്ല. അദ്ദേ ഹത്തിന്റെ അറസ്റ്റിനശേഷം കേസ് വിചാരണയിലേയ്ക്ക് നീങ്ങുകയും പ്രതികളെയെല്ലാം വിയ്യൂർസെൻട്രൽ ജയിലിലേയ്ക്ക് മാറ്റുകയും ചെയ്ത. വിയ്യൂരിൽ പ്രതികൾക്ക് മർദ്ദനമില്ലാത്ത തടവുകാലമായിരുന്നു.

ഐഡന്റിഫിക്കേഷൻ പരേഡ്

എല്ലാ പ്രതികളെയും കണ്ടെത്തിയതിനെ ഇടർന്ന് കുറ്റപത്ര സമർപ്പണവും കേസിന്റെ വിചാരണയും ആരംഭിക്കാമെന്നായി. അതിനുവേണ്ടിയുള്ള മജിസ്ട്രേറ്റിന്റെ പ്രിലിമിനറി ട്രയൽ ആലുവ കൊട്ടാരത്തിൽവച്ചായിരുന്നു. സ്പെഷ്യൽ കോടതി കൂടിയിരുന്നത് കൊട്ടാരത്തിന്റെ ഔട്ട്ഹൗസിൽവച്ചായിരുന്നു. ഐഡന്റിഫിക്കേഷൻ പരേഡ് നടത്തുന്നത് സ്പെഷ്യൽ കോടതിയാണ്.

സ്പെഷ്യൽ കോടതിയുടെ മജിസ്ട്രേറ്റ് മിസ്റ്റർ ഡയസായിരുന്നു. സ്കോട്ട്ലന്റ്‌യാർഡ് ട്രെയിനിംഗ് കഴിഞ്ഞയാളാണെങ്കിലും ജുഡീഷ്യ റിയിൽ അദ്ദേഹത്തിന്റെ കമ്മിറ്റ്മെന്റ് കുറവായിരുന്നു. സ്വകാര്യ കമ്പ നിയിൽ നല്ല ശമ്പളസ്കെയിലിൽ മൂന്ന് വർഷം ജോലി ചെയ്തിട്ടാണ് അദ്ദേഹം ജുഡീഷ്യറിയിൽ ജോലിക്കെത്തിയത്.

പരേഡിൽ വിജയിക്കണമെന്നത് പോലീസിന്റെ ആവശ്യമായി രുന്നു. അത് പൊളിക്കാനാണ് പ്രതികൾ ശ്രമിച്ചത്. ഇരുപക്ഷത്തും അതിനുള്ള തയ്യാറെടുപ്പുകൾ നടന്നു. പോലീസ് ധാരാളം ദൃക്‌സാ ക്ഷികളെ ഹാജരാക്കാൻ വേണ്ട തയ്യാറെടുപ്പുകൾ നടത്തി. പോലീസ് കണ്ടെത്തിയ സാക്ഷികൾക്ക് തടവുകാരെ പോലീസ് പരിചയപ്പെടുത്തി കൊടുത്തിരുന്നു. പക്ഷെ, അതിനൊരു ചെറിയ പരിമിതിയുണ്ടായിരുന്നു. ഷർട്ടിടാത്ത പ്രതികളെയാണ് സാക്ഷികൾ കണ്ടിരുന്നത്.

ഇത് മനസ്സിലാക്കി പ്രതികൾ ആൾമാറാട്ടം നടത്തി. വിശ്വനാഥ മേനോൻ എന്ന അമ്പാടി വിശ്വത്തെ തിരിച്ചറിയാൻ അദ്ദേഹത്തിന്റെ കട്ടിക്കണ്ണടയാണ് ഉപകരിച്ചിരുന്നത്. ഇത് മനസ്സിലാക്കി കെ. എ.

രാജനും അമ്പാടി വിശ്വവും പരസ്പരം അവരുടെ ഷർട്ടും കണ്ണടയും മാറി.

സർക്കാർ വക്കീൽ സാക്ഷികളെ നിരത്തി നിർത്തി. അവരുടെ മുന്നിലൂടെ പ്രതികളെ നടത്തി. പ്രതികൾ വളരെ പതുക്കെയേ നടക്കാൻ പാട്ടുള്ളൂ. കാറ്റവാക്ക് - അതായത് പൃച്ചനടത്തം നടക്കണം. ഓരോ പ്രതിയെയും സാവകാശത്തിൽ സാക്ഷികളുടെ മുന്നിലൂടെ നടത്തി. പ്രതികൾ ആഗ്രഹിച്ചതുപോലെ ഐഡന്റിഫിക്കേഷൻ പരേഡ് പരാ ജയപ്പെട്ടു. സാക്ഷികൾ അമ്പാടി വിശ്വത്തിനു പകരം അദ്ദേഹത്തിന്റെ ഷർട്ടും കട്ടിക്കണ്ണടയും വെച്ച രാജനെ അമ്പാടി വിശ്വമായി തിരിച്ചറി ഞ്ഞു.

മജിസ്ട്രേട്ടിന് അത് രേഖപ്പെടുത്തേണ്ടിവന്നു. കേസ് സെഷൻസ് കോടതിക്ക് കൈമാറി. ജില്ലാ കോടതിയിൽ കേസ് വിസ്തരിക്കാൻ മാസങ്ങൾ വേണ്ടിവരും. അതിനാൽ ഇടപ്പള്ളി കേസിലെ എല്ലാ പ്ര തികളെയും വിയ്യൂർ സെൻട്രൽ ജയിലിലേയ്ക്ക് മാറ്റി. വിയ്യൂർ സെൻട്രൽ ജയിലിൽ കുറേ നാളുകൾ കഴിച്ചുകൂട്ടേണ്ടി വന്നു. ഓരോ പതിനഞ്ച് ദിവസം കൂടുമ്പോൾ റിമാന്റ് പുതുക്കണം. അതിന് പ്രതികളെ തൃശ്ശൂർ മജിസ്ട്രേട്ട് കോടതിയിൽ ഹാജരാക്കണം. തൃശ്ശൂർക്കുള്ള ആദ്യത്തെ റിമാന്റ് യാത്ര പ്രതികൾ സംഭവബഹുലമാക്കി.

റിമാന്റ് പുതുക്കാൻ ഒരു പോലീസ് വാനിൽ പ്രതികളെ കൊണ്ടു പോയാൽ മതി. പക്ഷെ പോലീസ് അതിന് തയ്യാറായില്ല. അങ്ങനെ എട്ട് കിലോമീറ്റർ ദൂരം പ്രതികൾ പൊരിവെയിലത്ത് നടക്കണം. രണ്ട് പേരെ വീതം വിലങ്ങ് വെച്ച് 15 നിരകളായി തടവുകാരെ ആട്ടിത്തെളിച്ചു.

വി. ശൌരിമുത്തു

അപ്പോൾ തെരഞ്ഞെടുപ്പ് പ്രഖ്യാപിച്ചസ മയമായിരുന്നു. അച്യുതമേനോൻ കമ്മ്യൂ ണിസ്റ്റ് പാർട്ടിയുടെ സ്ഥാനാർത്ഥിയാണ്. മജിസ്ട്രേട്ട് കോടതിയിലേയ്ക്കുള്ള യാത്ര തെരഞ്ഞെടുപ്പ് ഘോഷയാത്രയാക്കാൻ മുൻനിരയിലുള്ള കെ. സി. മാത്യുവും വിശ്വനാഥ മേനോനും തീരുമാനിച്ചു. അത് പിറുപിറുപ്പിലൂടെ പിൻ നിരയിലേയ്ക്ക് പാസ്സ് ചെയ്തു.

പെട്ടെന്ന് മുദ്രാവാക്യമുയർന്നു.

"ഓരോ വോട്ടും കമ്മ്യൂണിസ്റ്റ് പാർ ട്ടിക്ക്. അച്യുതമേനോൻ സിന്ദാബാദ്". എല്ലാ തടവുകാരും അതേറ്റുവിളിച്ചു. പോലീസുകാർ തടയാൻ നോക്കി.

പക്ഷെ ശബ്ദം ഉയർന്നു. ആവേശം കൂടി. ഉറക്കെ മുദ്രാവാക്യം വിളിച്ച് കോടതിയിലെത്തി. ബഹളം കോടതിയെ നിശ്ചലമാക്കി. പത്തുമി നിറ്റുകൊണ്ട് റിമാന്റ് പ്രൊസീജിയർ പൂർത്തിയാക്കി തടവുകാരെ കോടതിയിൽ നിന്ന് പുറത്തെത്തിച്ചു. തിരിച്ചും നടക്കാൻ പറഞ്ഞു. കാല് പൊള്ളിയാണ് എല്ലാവരും സെല്ലിൽ കയറിയത്. എങ്കിലും അടുത്ത റിമാന്റ് ദിവസം വരാൻ എല്ലാവരും കാത്തിരുന്നു. കാരണം ഘോഷ യാത്രയും മുദ്രാവാക്യം വിളിയും ജീവിതാഘോഷമാക്കി തടവുകാർ കണ്ടു. പക്ഷെ തടവുകാരുടെ പ്രതീക്ഷകളെല്ലാം തകർത്തുകൊണ്ട് മജിസ്ട്രേറ്റ് അറിയിപ്പ് കൊടുത്തയച്ചു. തടവുകാരെ ഇനി റിമാന്റ് ചെയ്യാൻ തൃശ്ശൂർക്ക് കൊണ്ടുവരേണ്ടതില്ല. അദ്ദേഹം വിയ്യൂർ ജയിലിൽ നേരിട്ടെത്തി റിമാന്റ് പ്രൊസീജിയർ പൂർത്തീകരിക്കുന്നതാണ്.

തടവുകാരുടെ മറ്റൊരു വിജയം മജിസ്ട്രേറ്റിനെ ഭ്രാന്തു പിടിപ്പിച്ച താണ്. എടവനക്കാട് നടന്ന ഉജ്ജ്വല സമരമായിരുന്നു കണ്ണപിള്ള ക്കാപ്പിലെ കർഷകത്തൊഴിലാളി സമരം. അതിന്റെ നേതാവായി രുന്ന കെ. എം. ബാവയെ ഇടപ്പള്ളി കേസിലെ പ്രതിയാക്കിയിരുന്നു. അദ്ദേഹം ഇടപ്പള്ളി ആക്ഷനിൽ പങ്കെടുത്തിരുന്നില്ല. കോൺഗ്രസ്സി ന്റെ പ്രാദേശിക നേതൃത്വം കൊടുത്ത ലിസ്റ്റ് അനുസരിച്ചാണ് ബാവ പ്രതിയായത്. ബാവയുടെ പേരിലുള്ള കേസ് മട്ടാഞ്ചേരി മജിസ്ട്രേറ്റ് കോടതിയിലായിരുന്നു. ഈ കേസിൽ പ്രതിഭാഗം സാക്ഷികളായി പോകാൻ ലോറൻസും ശൗരിമുത്തുവും തയ്യാറായി. ജയിലിൽ നിന്ന് ഒരു ദിവസം പുറത്ത് കടക്കാനുള്ള സൂത്രമായിരുന്നു അത്. എന്നാൽ സാക്ഷി വിസ്താരം അസാധാരണ രംഗങ്ങൾക്ക് സാക്ഷ്യം വഹിച്ചു.

സാക്ഷി കൂട്ടിൽ നിൽക്കുന്ന ലോറൻസിനോട് പ്രോസിക്യൂട്ടർ ചോദിച്ചു

"നിങ്ങൾ ഇടപ്പള്ളിക്കേസിൽ പ്രതിയാണോ?"

ലോറൻസ് ഉത്തരം പറഞ്ഞു

"എന്നെ പ്രതിയാക്കിയിട്ടുണ്ട്".

പ്രോസിക്യൂട്ടർ വീണ്ടും വ്യക്തമാക്കി

"ഇടപ്പള്ളിക്കേസിൽ പ്രതിയാണോ എന്നാണ് ചോദ്യം"

"പ്രതിയാക്കിയിട്ടുണ്ടെന്നാണ് പറഞ്ഞത്".

വീണ്ടും ചോദിച്ചു

"കമ്മ്യൂണിസ്റ്റ് പാർട്ടി മെമ്പറാണോ?"

ഉത്തരം

"ആയിരുന്നു. ഇപ്പോൾ ഞാൻ ജയിലിൽ ആയതിനാൽ അംഗമാണോ എന്നറിയില്ല"

ചോദ്യവും ഉത്തരവും വീണ്ടും ആവർത്തിക്കപ്പെട്ടു.

മജിസ്ട്രേട്ടിന് ദേഷ്യം കയറി. അദ്ദേഹം പറഞ്ഞു "ഇയാൾ ഭ്രാന്തനെപ്പോലെ സംസാരിക്കുന്നല്ലോ".

ഉടനെ ലോറൻസ് തിരിച്ചടിച്ചു.

"ഭ്രാന്തില്ലാത്തവനെ ഭ്രാന്തൻ എന്ന് വിളിക്കുന്നത് ഭ്രാന്തന്മാരുടെ പതിവാണ്".

മജിസ്ട്രേട്ടിന് ദേഷ്യം സഹിക്കാനാവാതെ സാക്ഷിയെ കൂട്ടിൽ നിന്ന് പുറത്താക്കി.

കോടതിയിൽ ഇടപ്പള്ളി പ്രതികളെ കാണാൻ നല്ല ആൾക്കൂട്ടമുണ്ടായിരുന്നു. അവരുടെ സിമ്പതി സഖാക്കൾ നേടിയെടുത്തു. വിയ്യൂർ ജയിലിലേയ്ക്ക് പോരാൻ എറണാകുളം ടെർമിനൽസ് റെയിൽവേ സ്റ്റേഷനിൽ റെയിൽവേ തൊഴിലാളി നേതാവായ ശൗരിമുത്തുവിനെ കാണാൻ തൊഴിലാളികൾ തിങ്ങിക്കൂടി. അവരെ അഭിസംബോധന ചെയ്ത് ഉജ്ജ്വല പ്രസംഗം നടത്തിയാണ് അവർ തൃശ്ശൂർക്ക് പോയത്. ഓരോ ചെറിയ അവസരവും കമ്മ്യൂണിസ്റ്റ് ആശയങ്ങളും സന്ദേശങ്ങളും പരത്താനാണ് അവർ ശ്രമിച്ചത്. രാഷ്ട്രീയ ജ്വരം ഭ്രാന്തുപോലെ പടർന്ന കയറിയ കുറേ മനുഷ്യരുടെ കഥയാണിത്.

ഇടത്തു നിന്ന്

1. എൻ. കെ. മാധവൻ, 2. കെ. ആർ. കൃഷ്ണൻകുട്ടി, 3. സി. എൻ. കൃഷ്ണൻ, 4. എൻ. എ. കമാരൻ, 5. കെ. ബി. ജോർജ്ജ്, 6. കെ. എം. കണ്ണൻ, 7. പയ്യപ്പിള്ളി ബാലൻ, 8. കെ. എം. അയ്യപ്പൻ, 9. കെ. സി. മാത്യ 10. എം. എം. ലോറൻസ്, 11. കെ. എ. വറുട്ടി, 12. കഞ്ഞൻബാവ കഞ്ഞുമോൻ, 13. വി. പി. സുരേന്ദ്രൻ, 14. എൻ. കെ. ശ്രീധരൻ, 15. എം. എ. അരവിന്ദാക്ഷൻ, 16. കെ. എ. രാജൻ, 17. വി. ശൗരിമുത്ത, 18. ഒ. രാഘവൻ

ജയിൽ മാർക്സിസത്തിന്റെ പാഠശാല

ജർമ്മൻ തത്വശാസ്ത്രവും ബ്രിട്ടീഷ് സമ്പദ്ശാസ്ത്രവും ഫ്രഞ്ച് വിപ്ലവത്തി ന്റെ രാഷ്ട്രീയ പൈതൃകവും ഒരുമിച്ച് ചേർന്നാണ് മാർക്സിസം രൂപപ്പെട്ടുന്നത്. അതിന്റെ കാഴ്ചപ്പാടിൽ സമൂഹത്തെ വിപ്ലവകരമായി മാറ്റുന്നതിന് സംഘടിതമായ പാർട്ടിയുടെ പ്രവർത്തനം ആവശ്യമാണ്. അതിനാണ് കമ്മ്യൂണിസ്റ്റ് പാർട്ടി. കമ്മ്യൂണിസ്റ്റ് പാർട്ടി വിപ്ലവത്തിന്റെ വാൻഗാർഡാണ്. വിപ്ലവത്തിന്റെ മുന്നണിപ്പട. അതിന്റെ ഭാഗമായി പ്രവർത്തിച്ച് ജയിലിലെത്തിയവരാണ് ഇടപ്പള്ളി കേസിലെ പ്രതികൾ.

സ്റ്റേഷൻ ആക്രമണക്കേസിന്റെ വിചാരണയുടെ ഭാഗമായി നടത്തിയ ഐഡന്റിഫിക്കേഷൻ പരേഡിൽ സാക്ഷികൾക്ക് കൃത്യമായി പ്രതികളെ തിരിച്ചറിയാൻ കഴിയാത്തതുകൊണ്ട് സ്പെഷ്യൽ കോടതി യിൽനിന്ന് കേസ് സെഷൻസ് കോർട്ടിലേയ്ക്ക് കൈമാറി. ഇതിനൊപ്പം തടവുകാരെ വിയ്യൂർ സെൻട്രൽ ജയിലിലേയ്ക്ക് അയച്ചു. വിയ്യൂർ സെൻട്രൽ ജയിലിൽ തടവുകാർ കുറച്ചധികം നാൾ കിടന്നു. ഈ കാലയളവിൽ പുറംലോകവുമായുള്ള ബന്ധം കുറവായിരുന്നു. ആ സമയത്താണ് ഐ. ജി. ചന്ദ്രശേഖരൻ നായർ ജയിൽ സന്ദർശിക്കാനെത്തുന്നത്. അദ്ദേഹം തടവുകാരോട് കാര്യങ്ങൾ അന്വേഷിച്ചു. കൂട്ടത്തിൽ അവരോട് ചോദിച്ചു.

"നിങ്ങൾക്ക് പത്രം വായിക്കാൻ കിട്ടാറുണ്ടോ?"

തടവുകാർ എല്ലാവരും ഒറ്റക്കെട്ടായി മറുപടി പറഞ്ഞു "ഇല്ല".

ഉടനെ ഐ.ജി. ജയിൽ സൂപ്രണ്ടിനോട് പറഞ്ഞു.

"വാസുദേവമേന്നേ, ഇവർക്ക് പാർട്ടി ഗ്രന്ഥങ്ങളും ലെനിന്റെ വർക്ക കളുമൊക്കെ വായിക്കാൻ കൊടുക്കണം. അടുത്ത ദിവസങ്ങളിൽ വന്ന പത്രങ്ങളും വായിക്കട്ടെ".

അന്ധാളിച്ചപോയ ജയിൽ സൂപ്രണ്ട് ഐ.ജി.യോട് ചോദിച്ച.

"സർ, അങ്ങ് എന്താണ് ഇങ്ങനെയൊക്കെ പറയുന്നത്". അപ്പോൾ ഐ.ജി. പറഞ്ഞത് കമ്മ്യൂണിസ്റ്റ് പാർട്ടിയുടെ സ്വഭാവം മാറിയെന്നാണ്. അദ്ദേഹം തടവുകാരോട് പറഞ്ഞു.

"നിങ്ങളുടെ പാർട്ടിയുടെ ലൈനൊക്കെ മാറി".

തടവുകാരോട് ചില കാര്യങ്ങൾ കൂടി സംസാരിച്ചശേഷം അദ്ദേഹം ജയിൽ സൂപ്രണ്ട് വാസുദേവമേനോന് ചില നിർദ്ദേശങ്ങൾ നൽകി.

"ഇനി ഇവർ എല്ലാം വായിച്ച പഠിച്ച് ഉറന്ന് ചർച്ച ചെയ്യട്ടെ. പ്രഭാത ഭക്ഷണത്തിനശേഷം ഇവരെ ഒരു മുറിയിൽ കൂടാൻ അനുവദിക്കണം. പഠനം, വിമർശനം, സ്വയം വിമർശനം ഒക്കെ നടന്നോട്ടെ". കമ്മ്യൂണി സ്റ്റ് പാർട്ടി അതിന്റെ നയം മാറ്റി. അങ്ങനെയാണ് കൽക്കത്ത തിസീസ് പാർട്ടി പിൻവലിച്ച കാര്യം ജയിലിലെ സഖാക്കൾ അറിയുന്നത്.

ഇന്ത്യൻ കമ്മ്യൂണിസ്റ്റ് പാർട്ടിയുടെ സെക്റ്ററിയൻ സമീപനത്തി നെതിരെ കോമിൻഫോമിന്റെ മുഖപത്രത്തിൽ രജനി പാമെദത്ത് മുഖപ്രസംഗമെഴുതി. ബ്രിട്ടീഷ് കമ്മ്യൂണിസ്റ്റ് പാർട്ടിയുടെ സ്ഥാപകരിൽ ഒരാളായിരുന്ന രജനി പാമെദത്ത്. കോമിൻഫോം മുഖപ്രസംഗം അദ്ദേഹം റഷ്യൻ നേതാവ് സുസ്ലോവിനെ കാണിച്ച. സുസ്ലോവ് സ്റ്റാ ലിന്റെ അനുമതി വാങ്ങിയ ശേഷമാണ് പത്രത്തിൽ അത് പ്രസിദ്ധീകരിച്ചത്. ഈ മുഖപ്രസംഗത്തെയുടർന്ന് ഇന്ത്യൻ കമ്മ്യൂണിസ്റ്റ് പാർട്ടിയിൽ മാറ്റങ്ങൾ ഉണ്ടായി. 1950 ജൂൺ മധ്യത്തിൽ കേന്ദ്രകമ്മറ്റി പ്രത്യേക യോഗം ചേർന്നു. കൽക്കത്താ തീസീസ് തള്ളി. രണദിവെയെ ജനറൽ സെക്രട്ടറി സ്ഥാനത്തുനിന്നും ജി. അധികാരി, ഭവാനി സെൻ, സോമനാഥ് ലാഹിരി, എൻ. കെ. കൃഷ്ണൻ എന്നിവരെ പോളിറ്റ് ബ്യൂറോയിൽ നിന്നും പുറത്താക്കി. രണദിവെയും മറ്റ് നാല്പേരും ചേർന്ന അച്ചുതണ്ടാണ് കൽക്കത്ത തീസീസ്

രജനി പാമെദത്ത്

ബി. ടി. രണദിവെ

എന്ന വിസ്ത്ഥത്തിന് കാരണമെന്ന് പാർട്ടി വിലയിരുത്തി. അജയഘോഷ, ഡാങ്കെ, ഘാട്ടെ എന്നിവർ ചേർന്ന് തയ്യാറാക്കിയ കുറിപ്പ് കൽക്കത്ത തീസീസിന്റെ ബാക്കിപത്രം എന്താ ണെന്ന് വ്യക്തമാക്കി. ഈ രേഖയെ 'ത്രീ പീസ്' രേഖ എന്നാണ് വിശേഷിപ്പിച്ചിരു ന്നത്. അതിൽ നിന്നുള്ള ഒരു പ്രസക്ത ഭാഗം ഇങ്ങനെയാണ് 'പാർട്ടിയുടെ അംഗസംഖ്യ ഒരു ലക്ഷത്തിൽ നിന്ന് 20,000 ആയി കുറഞ്ഞു. കരുത്തേറിയ തൊഴിലാളിക്കോട്ടയായ തമിഴ്നാ

ട്ടിൽ അംഗസംഖ്യ 5000-ത്തിൽ നിന്ന് 200 ആയി. ബോംബെയിൽ ഗിർണി കംഗാർ യൂണിയൻ പാർട്ടി വിട്ടവരുടെ നിയന്ത്രണത്തിലായി. കാൺപൂർ, ഷോലാപൂർ, അഹമ്മദാബാദ്, ഡൽഹി, ദുലിയ, അമൽനർ തുടങ്ങിയ തൊഴിലാളി കേന്ദ്രങ്ങളിൽ അജയ്യ ശക്തിയായിരുന്ന പാർട്ടി പാടേ തളർന്നു. അംഗസംഖ്യ കുറഞ്ഞു. പലരും പാർട്ടി വിട്ടു. പലരും നിഷ്ക്രിയരായി. ട്രേഡ് യൂണിയനുകൾ സ്തംഭിച്ചു. എ.ഐ.ടി.യു.സി. അംഗസംഖ്യ രണ്ട് കൊല്ലം മുമ്പ് എട്ട് ലക്ഷമായിരുന്നെങ്കിൽ ഇന്നത് ഒരു ലക്ഷത്തിനടുത്തേയുള്ളൂ. പാർട്ടിക്ക് കരുത്തുള്ള കാൺപൂരിൽ അംഗസംഖ്യ വെറും 200 ആയി".

കൽക്കത്ത തീസീസ് പാർട്ടി തള്ളിയതോട്ടുകൂടി പാർട്ടിയോട്ടുള്ള ഭരണക്കൂടത്തിന്റെ സമീപനങ്ങൾക്ക് മാറ്റം വന്ന, ഒരു നിയമ വിധേയ രാഷ്ട്രീയ പാർട്ടിയായി കമ്മ്യൂണിസ്റ്റ് പാർട്ടി പ്രവർത്തിക്കാൻ തുടങ്ങുക യായിരുന്നു. ജയിലിലെ സഖാക്കൾക്ക് ഈ കാര്യങ്ങൾ അത്ര വ്യക്ത മായി മനസ്സിലായിരുന്നില്ല. എന്നാൽ ഐ.ജി. ചന്ദ്രശേഖരൻ നായർ അതെല്ലാം വ്യക്തമായി മനസ്സിലാക്കിയാണ് ജയിൽ സൂപ്രണ്ടിന് നിർദ്ദേശം നൽകിയത്.

അടുത്ത ദിവസം മുതൽ ഐ.ജി.യുടെ നിർദ്ദേശം നടപ്പാക്കപ്പെട്ടു. പ്രഭാത ഭക്ഷണത്തിനശേഷം മൂന്ന് മുറികളിലായി കിടന്നിരുന്ന തടവുകാരെ ഒരു മുറിയിലാക്കി പഠിക്കാനും ചർച്ച ചെയ്യാനും അനു വദിച്ചു. മാർക്സിന്റെ മൂലധനവും ലെനിന്റെ കളക്ടഡ് വർക്സും ജയിൽ മുറിയിലെത്തി. തൃശ്ശൂരിലെ പാർട്ടിയാണ് സഖാക്കൾക്ക് പഠിക്കാനുള്ള സാമഗ്രികൾ ജയിലിൽ എത്തിച്ചത്. വിചാരണ തടവുകാർക്ക് പുതിയ ഉന്മേഷമായി. അവർ വായിക്കാനും പഠിക്കാനും തയ്യാറായി. വായന,

പഠനം, തർജ്ജമ, ഇംഗ്ലീഷ് പഠനം, ചർച്ചാ ക്ലാസ്സുകൾ തുടങ്ങിയ കാര്യ ങ്ങൾ കൃത്യനിഷ്ഠയോട്ടുകൂടി നിർവ്വഹിക്കപ്പെട്ടു. കമ്മ്യൂണിസ്റ്റ് പാർട്ടിയുടെ അച്ചടക്കം ഒന്നുകൂടി ഊട്ടിയുറപ്പിക്കപ്പെട്ടു. മാർക്സിസം നല്ല രീതിയിൽ സഖാക്കൾ സ്വാംശീകരിച്ചു.

തടവുകാരെല്ലാം ടൈംടേബിൾ വച്ചായിരുന്നു പഠിച്ചിരുന്നത്. ജയിലിലെ ആദ്യനാളുകൾ കഴുമരം സ്വപ്നം കണ്ടാണ് കഴിഞ്ഞിരുന്ന തെങ്കിൽ പഠനകാലം അതിജീവനത്തിന്റെ സ്വപ്നങ്ങൾ കൊണ്ടാണ് നിറഞ്ഞത്. എല്ലാ ദിവസവും പഠനവും ചർച്ചയും ഉണ്ടാകും. അതിനുശേഷം യോഗം. യോഗത്തിൽ പലപ്പോഴും അദ്ധ്യക്ഷനാവു ന്നത് വിശ്വനാഥമേനോനാണ്. അതിനു പ്രധാന കാരണം, വാദപ്ര തിവാദങ്ങളിൽ മേനോൻ നല്ല മോഡറേറ്റർ ആയിരുന്നു എന്നതാണ്. യോഗത്തിൽ ശക്തമായ വാദപ്രതിവാദങ്ങൾ നടക്കാറുണ്ട്. അത് മയപ്പെടുത്തുന്നത് മേനോനായിരുന്നു. തടവറ മാർക്സിസത്തിന്റെ സർവ്വകലാശാലയായി മാറിയതുകൊണ്ട് ജയിലിലെ സഖാക്കളുടെ തലമുറ നല്ല രീതിയിൽ മാർക്സിസം പഠിച്ചു. എന്നാൽ പിന്നീട് പാർട്ടി അധികാരത്തിൽ വന്നതിനുശേഷം മാർക്സിസം പഠിക്കുന്നത് കുറ ഞ്ഞുകുറഞ്ഞു വന്നു. ഇപ്പോൾ ഫലത്തിൽ മാർക്സിസവും അതിന്റെ അടിസ്ഥാന തത്വങ്ങളും നല്ലരീതിയിൽ അറിയുന്നവർ കമ്മ്യൂണിസ്റ്റ് പാർട്ടികളിൽ അപൂർവ്വതയായി മാറി.

വിചാരണ ആരംഭിക്കുന്നു

കേസ് വാദിക്കുന്നതിന്റെ പ്രാരംഭ പ്രവർത്തനം എന്ന നിലയിൽ വിശ്വനാഥമേനോന്റെ അച്ഛൻ അമ്പാടി നാരായണ മേനോൻ കോൺഗ്രസ്സിന്റെ പ്രാഥമിക അംഗത്വത്തിൽ നിന്ന് രാജിവെച്ചു. കമ്മ്യൂണിസ്റ്റുകാരനായ മകനവേണ്ടി കേസ് വാദിക്കാൻ നടപടിക്രമങ്ങൾ ആരംഭിച്ചു. കേസ്സ് ഡിഫന്റ് ചെയ്യാൻ അഡ്വ. ജി. ഭാസ്കരമേനോനെ ചുമതലപ്പെടുത്തി. വിജയകുമാരനവേണ്ടി സഹോദരി അഡ്വ. ജാനകിയമ്മ കെ. ടി. തോമസിനെ നിയോഗിച്ചു. മറ്റുള്ള പ്രതികൾക്കുവേണ്ടി അഡ്വ. കെ. ജി. കുഞ്ഞുകൃഷ്ണപിള്ള, ജി. ബാല ഗംഗാധരമേനോൻ, എം. ഭാസ്കരമേനോൻ, ടി.സി.എൻ. മേനോൻ തുടങ്ങിയ പ്രമുഖ വക്കീലന്മാർ ഹാജരായി. എറണാകുളം സെഷൻസ് കോടതി മുമ്പാകെ കേസ് വിചാരണയ്ക്ക് വന്നു. അന്നാ ചാണ്ടിയായിരുന്നു സെഷൻസ് ജഡ്ജി.

1952-ലാണ് സെഷൻസ് കോടതിയിൽ കേസ് വിസ്താരം ആരംഭി ച്ചത്. യഥാർത്ഥത്തിൽ ഈ കേസ് വിചാരണ നടക്കേണ്ടത് പറവൂർ സെഷൻസ് കോടതിയിലായിരുന്നു. കേസിനാസ്പദമായ സ്റ്റേഷൻ അക്ര മണവും മറ്റും നടന്നത് പറവൂർ സെഷൻസ് കോടതിയുടെ അധികാര പരിധിയിലായിരുന്നു. പക്ഷെ തടവുകാർ കേസ് എറണാകുളത്തേയ്ക്ക് മാറ്റാൻ അപേക്ഷ നൽകി. അങ്ങനെയാണ് കേസ് എറണാകുളം അഞ്ചി കൈമൾ സെഷൻസ് കോടതിയിൽ എത്തിയത്.

ഇടപ്പള്ളി പ്രതികൾക്ക് വേണ്ടി ഹാജരായ തിരുവിതാംകൂറിലെ മുൻ അഡ്വക്കേറ്റ് ജനറൽ കെ. ജി. കുഞ്ഞുകൃഷ്ണപിള്ള, പ്രഗത്ഭ ക്രിമിനൽ വക്കിലായ കെ. ടി. തോമസ്, എം. ഭാസ്കരമേനോൻ, ജി.

ജസ്റ്റിസ് അന്ന ചാണ്ടി

ഭാസ്കരമേനോൻ, കുമാരി പി. ജാനകിയമ്മ, ടി. വി. പ്രഭാകരൻ, ടി.സി.എൻ. മേനോൻ ഇടങ്ങിയവർ കോടതിയിൽ പറഞ്ഞത് ഇടപ്പള്ളി സംഭവത്തിൽ പോലീസുകാർ മരണപ്പെടാൻ കാരണം അവിടെയുണ്ടായിരുന്ന മറ്റ് പോലീസുകാരുടെ അനാസ്ഥയാണെന്നായിരുന്നു. ഏറ്റമുട്ടലിൽ അപകടം പറ്റിയവരെ ഉടൻ ആശുപത്രിയിൽ എത്തിക്കാൻ മറ്റ് പോലീസുകാരുടെ ഭാഗത്തു നിന്ന് ഒരു ശ്രമവും നടന്നില്ല. ആലുവയിൽ നിന്നെത്തിയ ഇൻസ്പെക്ടറും സംഘവും പരിക്കേറ്റവരെ ആശുപത്രിയിൽ കൊണ്ടുപോകാൻ ശ്രമിക്കാതെ എഫ്.ഐ.ആർ. തയ്യാറാക്കാനാണ് മുൻഗണന നൽകിയത്. ഈ സമീപനം തെറ്റായിരുന്നു. രണ്ട് പോലീസുകാർ മരിച്ച ഇടപ്പള്ളി സംഭവത്തിൽ യഥാർത്ഥ ഉത്തരവാദികൾ പോലീസ് തന്നെയാണെന്ന് വരുത്താൻ പ്രതികൾക്ക് വേണ്ടി വാദിച്ച പ്രഗത്ഭരായ അഭിഭാഷകർ ശ്രമിച്ചു. ഇടപ്പള്ളി കേസ് വാദം കേട്ടിരുന്നത് സെഷൻസ് ജഡ്ജി യായിരുന്ന അന്ന ചാണ്ടിയായിരുന്നു. തന്റേടത്തിന്റേയും ഉറച്ച ശബ്ദത്തിന്റേയും, ആജ്ഞാശക്തിയുടേയും സ്ത്രീ രൂപം. പ്രൗഢഗംഭീരയായ നാല്പയുകാരി. എമിലി മർഫി കഴിഞ്ഞാൽ ബ്രിട്ടീഷ് സാമ്രാജ്യത്തിലെ ആദ്യത്തെ വനിത ജഡ്ജിയായിരുന്ന അന്ന ചാണ്ടി. ഫസ്റ്റ് ജനറേഷൻ ഫെമിനിസ്റ്റ് എന്ന വിശേഷണം കൂടി അവർക്കുണ്ടായിരുന്നു. 'ശ്രീമതി' എന്ന മാഗസീൻ സ്ഥാപിക്കുകയും അതിന്റെ എഡിറ്ററായി പ്രവർത്തിക്കുകയും ചെയ്ത അന്ന ചാണ്ടി ജസ്റ്റീസായി ജോലിയിൽ പ്രവേശിക്കുന്നതിന് മുമ്പ് സ്ത്രീസ്വാതന്ത്ര്യത്തിനു വേണ്ടിയും സ്ത്രീകളുടെ അവകാശങ്ങൾക്ക് വേണ്ടിയും തൂലിക ചലിപ്പിച്ചിരുന്നു. എഴുത്തും പോരാട്ടവും സ്ത്രീ സ്വാതന്ത്ര്യത്തിനു വേണ്ടി നിർവ്വഹിച്ചുകൊണ്ടിരിക്കുന്നതിനിടയിലാണ് 1937 ൽ തിരുവിതാംകൂർ ദിവാൻ സി. പി. രാമസ്വാമി അന്ന ചാണ്ടിയെ മുൻസിഫായി നിയമിച്ചത്. 1948 ൽ അവർ ജില്ലാ ജഡ്ജിയായി. പിന്നീട് നാലുവർഷം കഴിഞ്ഞ് 1952-ലാണ് ഇടപ്പള്ളി കേസിന്റെ വിചാരണ അന്ന ചാണ്ടിയുടെ മുന്നിൽ നടക്കുന്നത്. സത്യസന്ധതയും നീതിബോധവും മുറുകെ പിടിച്ച ഒരു വ്യക്തി എന്ന നിലയിൽ നിഷ്പക്ഷ മനസ്സുമായാണ് ജഡ്ജി വാദവും പ്രതിവാദവും കേട്ടത്.

കേസ് വാദം നടക്കുന്ന സമയത്ത് കോടതി പരസരം ജനങ്ങളെ കൊണ്ട് നിറഞ്ഞിരുന്നു. പ്രതികൾ, അവരുടെ ബന്ധുക്കൾ,

കെ. എ. കൃഷ്ണൻ

കെ. എം. കണ്ണൻ

സാക്ഷികൾ, പോലീസുകാർ, പാർട്ടി സഖാക്കൾ, എറണാകുളം ബാറിലെ വക്കീലന്മാർ, നിയമ വിദ്യാർത്ഥികൾ - എല്ലാം ചേർന്ന് വലിയൊരു ആൾക്കൂട്ടം. ഇടപ്പള്ളി കേസ് പ്രമാദമായ കേസാ യിരുന്നു. ഭരണകൂടത്തെ വെല്ലുവിളിച്ച് അതിന്റെ പ്രധാന സംവിധാനമായ ജയിലറ തല്ലിപ്പൊളിച്ച് കുറ്റവാളികളെ മോചിപ്പിക്കാൻ ശ്രമിക്കുകയും ആ ശ്രമ ത്തിനിടയിൽ രണ്ട് പോലീസ് ഉദ്യോഗ സ്ഥരെ വെട്ടിക്കൊല്ലുകയും ചെയ്തതാണ് പ്രോസിക്യൂഷൻ കേസ്. അതുകൊണ്ട് പ്രോസിക്യൂഷൻ 29 പ്രതികൾക്കും വധശിക്ഷ നൽകണമെന്ന് ആവശ്യപ്പെ ട്ടു. അതിനു വേണ്ടി പോലീസ് പഠിപ്പിച്ച് തയ്യാറാക്കിക്കൊണ്ടു വന്ന സാക്ഷികൾ പ്രഗത്ഭരായ പ്രതിഭാഗം വക്കീലന്മാരുടെ ക്രോസിൽ സാക്ഷ്യം തെറ്റിയവരായി മാറി. കൊലക്ക് സാക്ഷികൾ ആരും ഉണ്ടായിരുന്നില്ല. മരിച്ച പോലീസുകാ രൊഴിച്ച് ബാക്കി എല്ലാ പോലീസുകാരും ഓടിപ്പോയിരുന്നു. അതുകൊണ്ട് തന്നെ സത്യസന്ധമായി അവർക്ക് സാക്ഷി മൊഴി രേഖപ്പെടുത്താനായില്ല. കൊലക്ക റ്റം തെളിയിക്കുന്നതിൽ പ്രോസിക്യൂഷൻ പരാജയപ്പെട്ടു. പ്രതികളുടെ ഏക ലക്ഷ്യം ജയിലിലുള്ള തങ്ങളുടെ മൂതപ്രായരായ സഹപ്രവർത്തകരെ മോചിപ്പിക്കുക എന്നതു മാത്രമായിരുന്നു. അവർക്ക്

കൊലപാതകം ലക്ഷ്യമായിരുന്നില്ലെന്നും പ്രതികൾക്ക് വേണ്ടി പ്രഗ ത്ഭർ വാദിച്ചു. 1952 ഫെബ്രുവരി 26ന് കർശനമായ പോലീസ് കാവലിൽ ആരംഭിച്ച വിചാരണ പൂർത്തിയാക്കി മാർച്ച് 8ന് വിധി പ്രസ്താവിച്ചു. നേരത്തെ പന്ത്രണ്ടുമാസത്തോളം എടുത്ത് പ്രാഥമിക വിചാരണ പൂർത്തിയാക്കിയിരുന്നു.

നിഷ്പക്ഷമായ മനസ്സോടുകൂടി വാദവും പ്രതിവാദവും കേട്ടതു കൊണ്ടാണ് ഇടപ്പള്ളി പോലീസ് സ്റ്റേഷൻ ആക്രമണക്കേസിൽ

പ്രതികൾക്ക് വധശിക്ഷ ലഭിക്കാതിരുന്നത്. ജസ്റ്റീസ് അന്ന ചാണ്ടി പ്രഗത്ഭയായ ജസ്റ്റീസ് ആയിരുന്നതു കൊണ്ടും ഭരണകൂടത്തിനോട് പ്രത്യേക ലീനിയൻസി ഇല്ലാതിരുന്നതു കൊണ്ടുമാണ് അതങ്ങനെ സംഭവിച്ചത്. പിന്നീട് 1959 ൽ അവർ ഹൈക്കോടതി ജഡ്ജിയായി നിയമിതയായി. പക്ഷെ ഹൈക്കോടതിയിലെ തന്നെ രണ്ട് മൂന്ന് ജഡ്ജിമാർ അതിന് തടസ്സം നിന്നപ്പോൾ നിയമനം നീണ്ടുപോയി. അന്ന് പാർലി മെന്റിൽ പ്രതിപക്ഷനേതാവായിരുന്ന ഏ.കെ.ജി.യുടെ ഇടപെടൽ മൂലമാണ് ആ തടസം പെട്ടെന്ന് നീങ്ങുകയും അവർ ഹൈക്കോടതി ജഡ്ജിയായി മാറുകയും ചെയ്തത്. ഇന്ത്യയിലെ ആദ്യത്തെ വനിത ജഡ്ജിയും കോമൺവെൽത്ത് രാജ്യങ്ങളിലെ ആദ്യത്തെ വനിത ജഡ്ജിയും മിസ്സിസ് അന്ന ചാണ്ടിയായിരുന്നു.

മാർച്ച് പത്താം തീയതി മാതൃഭൂമി ജസ്റ്റീസ് അന്നാ ചാണ്ടിയുടെ വിധി വിശദമായി പ്രസിദ്ധീകരിച്ചു. ഇടപ്പള്ളി പോലീസ് സ്റ്റേഷനാക്രമ ണക്കേസിലെ 21 പ്രതികളെ കുറ്റക്കാരല്ലെന്നുകണ്ട വെറുതെ വിട്ടയച്ചു കൊണ്ടും 10 പ്രതികളെ വിവിധ കാലഘട്ടങ്ങളിലേയ്ക്ക് കഠിന തടവിനും പിഴയടക്കുന്നതിനും ശിക്ഷിച്ചുകൊണ്ടും എറണാകുളം അഞ്ചികൈമൾ സെഷൻസ് ജഡ്ജി മിസ്സിസ് അന്നാചാണ്ടി 1952 മാർച്ച് 8-ന് വിധി പ്രസ്താവിച്ചു. കുറ്റക്കാരല്ലെന്നു കണ്ട് കോടതി വെറുതേ വിട്ട പ്രതികൾ താഴെ പറയുന്നവരാണ്. കെ. എ. രാജൻ, മാക്കോണത്ത് ഉണ്ണി, വി. സി. ചാഞ്ചൻ, വി. കെ. സുഗുണൻ, വി. പി. സുരേന്ദ്രൻ, കെ. എ. രാമൻ, എൻ. കെ. ശ്രീധരൻ, എസ്. ശിവശങ്കരപിള്ള, ടി. ടി. മാധവൻ, എം എം ലോറൻസ്, വി. വിശ്വനാഥ മേനോൻ, പി. വിജയകുമാർ, കുഞ്ഞുമോൻ, കെ. എ. കൃഷ്ണൻ, പി. കെ. രവീന്ദ്രൻ, ശൗരിമുത്തു. ഡോ. കെ. എം. അയ്യപ്പൻ, കെ. എം. കണ്ണൻ, വി. എ. വറുഇട്ടി, എൻ. കെ. മാധവൻ, ഇ. എം. ബാവ.

ഒന്നും രണ്ടും പ്രതികളായ കെ. സി. മാത്യുവിനെയും കെ. എ. എബ്ര ഹാമിനെയും 12 വർഷം വീതം കഠിന തടവിനും 200 ക വീതം പിഴയ ടക്കുന്നതിനും പിഴയടക്കാഞ്ഞാൽ 6 മാസം വീതം കൂടുതൽ കഠിന തടവിനും 100ക പിഴയും പിഴ കൊട്ടക്കാഞ്ഞാൽ 3 മാസം കൂടുതൽ കഠിന തടവിനും 21ഉം 22ഉം പ്രതികളായ കുഞ്ഞൻ കുമാരനെയും, അച്ചുതൻ കുമാരനെയും 4 വർഷം വീതം കഠിനതടവിനും 5 മുതൽ 8വരെ പ്രതികളായ ബാലകൃഷ്ണപിള്ള (പയ്യപ്പിള്ളി ബാലൻ), ഒ. രാഘവൻ, എം. എ. അരവിന്ദാക്ഷൻ, കെ. എ. കൃഷ്ണൻ എന്നിവരെയും 18-ാം പ്രതിയായ കെ. ബി. ജോർജ്ജിനെയും 2 വർഷംവീതം കഠിനതടവിന് ശിക്ഷിച്ചു കൊണ്ടാണ് വിധി.

കെ.ബി. ജോർജ്ജ്

വിധിക്കെതിരെ ശിക്ഷിക്കപ്പെ ട്ടവർ ഹൈക്കോടതിയിൽ അപ്പീൽ നൽകി. പ്രതികളുടെ ശിക്ഷ വർദ്ധി പ്പിക്കണമെന്നാവശ്യപ്പെട്ടുകൊണ്ട് ഗവൺമെന്റും അപ്പീൽ കൊടുത്തു. പ്രതികളുടെ അപ്പീൽ തള്ളിയ കോടതി സർക്കാരിന്റെ അപ്പീൽ അംഗീകരിച്ച് ശിക്ഷിക്കപ്പെട്ട എല്ലാ പ്രതികളുടെയും ശിക്ഷ ഉയർത്തി. സെഷൻസ് കോടതി ശിക്ഷിച്ച 10 പേർക്കും ജീവപര്യന്തം കഠിന തടവിന് ശിക്ഷിച്ചുകൊണ്ടാണ് ഹൈക്കോടതി വിധി പ്രസ്താവിച്ചത്. അന്നത്തെ ഹൈക്കോടതി ജഡ്ജി ശങ്കരൻ കുറച്ചുകൂടി കഠിനമായ കാഴ്ചപ്പാ ടാണ് കേസിനോട് പുലർത്തിയത്. കരുതിക്കൂട്ടി ആയുധം കൈയ്യിലേ ന്തി കൊലപാതക ഉദ്ദേശത്തോടുകൂടിയാണ് പ്രതികളെല്ലാം പ്രവർത്തി ച്ചത് എന്ന നിഗമനത്തിലാണ് ഹൈക്കോടതി എല്ലാ പ്രതികളെയും ജീവപര്യന്തം കഠിനതടവിന് ശിക്ഷിച്ചത്.

ഈ വിധിക്കെതിരെ സുപ്രീംകോടതിയിൽ അപ്പീൽ പോയി. കമ്മ്യൂ ണിസ്റ്റ് പാർട്ടിയുടെ കേന്ദ്ര കമ്മറ്റി അംഗമായ ബാരിസ്റ്റർ മോഹൻ കുമാരമംഗലമാണ് സുപ്രീംകോടതിയിൽ ശിക്ഷിക്കപ്പെട്ടവർക്കുവേണ്ടി കേസ് വാദിച്ചത്.

കേസ് ഫലപ്രദമായി അവതരിപ്പിക്കാനും സുപ്രീംകോടതിയുടെ ശ്രദ്ധയിലേയ്ക്ക് പ്രതികളുടെ വാദമുഖങ്ങൾ നിരത്താനും മോഹൻ കുമാര മംഗലം ശ്രമിച്ചു. എന്നാൽ കേസിന്റെ എല്ലാ സാങ്കേതിക സ്വഭാവങ്ങ ളെയും വിശദമായി വിലയിരുത്തി സുപ്രീംകോടതി ഹൈക്കോടതി വിധി ശരിവെക്കുകയാണ് ചെയ്തത്. കമ്മ്യൂണിസ്റ്റ് പാർട്ടിയുടെ ചരിത്രത്തിലെ പ്രധാനപ്പെട്ട സംഭവങ്ങളിൽ ഒന്ന് എന്ന് മാത്രമല്ല ക്രിമിനൽ കേസു കളുടെ ചരിത്രത്തിലും ഇടപ്പള്ളിക്കേസിന് വലിയ പ്രാധാന്യം ലഭിച്ചു. ഇന്ന് സുപ്രീംകോടതിയുടെ ഈ വിധിന്യായം നിയമ വിദ്യാർത്ഥികളുടെ പാഠപുസ്തകമാണ്. കെ. സി. മാത്യു v/s സ്റ്റേറ്റ് എന്ന പേരിൽ അത് ആൾ ഇന്ത്യ ലോ റിപ്പോർട്ടിലും മറ്റും പ്രസിദ്ധീകരിച്ചു. ക്രിമിനൽ ഇൻവെസ്റ്റിഗേ ഷനിലെ ടെക്നിക്കാലിറ്റീസിനെക്കുറിച്ച് സമഗ്രമായി വിലയിരുത്തുന്ന രാജ്യത്തെ പ്രധാന വിധി ന്യായങ്ങളിൽ ഒന്നായി അത് മാറി.

ഡോ. കെ. എം. അയ്യപ്പൻ

കെ. സി മാത്യു മുതൽപേർ ഉന്നയിച്ച ഹർജിയിൽ 15/12/1955-ലെ സുപ്രീം കോടതി വിധിയുടെ സംക്ഷിപ്തം.

ഈ കേസിലെ വാദികൾ സെഷൻസ് കോടതിയിൽ വിചാരണയ്ക്ക് വിധേയരായവരാണ്. അവർ നിയമവിരുദ്ധമായി ഒത്തുചേർന്നുവെന്നും ഓരോരുത്തർക്കുമായി തിരുവിതാംകൂർ ശിക്ഷാനിയമത്തിലെ 10 വകുപ്പുകൾ ചുമത്തപ്പെട്ടതുമാണ് കേസ്. സെഷൻസ് കോടതി ഈ പത്തു വകുപ്പുകളിലും അവരെ വെറുതെവിട്ടെങ്കിലും, ചെറിയ ചാർജ്ജുകളിൽ അവരെ ശിക്ഷിക്കുകയാണുണ്ടായത്. അവർ ഹൈക്കോടതിയിൽ അപ്പീൽ പോയെങ്കിലും, കോടതി അവരുടെ അപ്പീലുകൾ തള്ളുക മാത്രമല്ല, പ്രോസിക്യൂഷന്റെ അപ്പീലിൽ ഹൈക്കോടതി അവരെ ജീവപര്യന്തം തടവിന് വിധിക്കുകയും ചെയ്തു. ഈ ശിക്ഷ നിയമാനുസൃതമല്ലെന്നും അവരുടെ ചോദ്യം ചെയ്യൽ മുൻവിധിയോടെയുള്ളതായിരുന്നുവെന്നും ഉന്നയിച്ചുകൊണ്ടാണ് സുപ്രീം കോടതിയിൽ അപ്പീലുമായി വന്നിരിക്കുന്നത്.

1955 ഡിസംബർ 15-നാണ് ബോസ്സ് ജെ. വിധിപ്രസ്താവിക്കുന്നത്. ഇത് കലാപവുമായി ബന്ധപ്പെട്ട ഒരു കേസാണെന്നും, അതിൽ രണ്ട് പോലീസ് കോൺസ്റ്റബിൾമാർ കൊല്ലപ്പെടുകയും ചെയ്തതാണെന്ന് കാണാം. 31 പേർ വിചാരണയ്ക്ക് വിധേയരായി. അതിൽ 21 പേരെ വെറുതേ വിട്ടുകയും ശേഷം 10 പേർക്ക് ചെറിയ കുറ്റങ്ങളുടെ പേരിൽ ശിക്ഷ നൽകുകയുമാണ് സെഷൻസ് ജഡ്ജി ചെയ്തത്. രണ്ടു വർഷം മുതൽ അഞ്ചുവർഷം വരെയാണ് പരമാവധി ലഭിച്ച ശിക്ഷ. ഇതിനെതിരെ ഈ പത്ത് പേർ സമർപ്പിച്ച ഹർജി ഹൈക്കോടതി തള്ളിയതിനെത്തുടർന്നാണ് ഇവർ സുപ്രീംകോടതിയെ സമീപിക്കുന്നത്.

ഈ വാദികളെല്ലാം കമ്മ്യൂണിസ്റ്റുകളാണ്. 30, 31 നമ്പർ വാദികൾ 27.02.50-ൽ അറസ്റ്റ് ചെയ്യപ്പെട്ട്, ഇടപ്പള്ളി പോലീസ് സ്റ്റേഷനിൽ തടവിൽ കിടക്കുകയായിരുന്നു. 29-ാം നമ്പർ പ്രതി ഒരു ഗൂഢാലോചന നടത്തി തങ്ങളുടെ സഖാക്കളെ തടങ്കലിൽ നിന്ന് മോചിപ്പിക്കുവാൻ 28-ാം തീയതി പുലർച്ചെ 2 മണിക്ക് മാരകായുധങ്ങളുമായി പോലീസ് സ്റ്റേഷൻ അക്രമിക്കുകയും, ഏറ്റുമുട്ടലിൽ മാത്യു, വേലായുധൻ എന്നീ രണ്ട് കോൺസ്റ്റബിൾമാർ കൊല്ലപ്പെടുകയുമാണുണ്ടായത്.

എം. എ. അരവിന്ദാക്ഷൻ

സുപ്രീംകോടതി ആദ്യം പരിഗണന ക്കെടുത്തത് വാദികളുടെ ഈ ആരോ പണമാണ്. ഈ ചാർജ്ജ് നിയമവിധേ യമല്ല; വാദികളെ ഓരോരുത്തരേയും അവരവർക്കെതിരെയുള്ള കുറ്റങ്ങൾ വേർതിരിച്ച് അറിയിച്ചില്ല. 1 മുതൽ 29 വരെയുള്ള വാദികൾ കൂട്ടമായി കുറ്റകൃത്യ ങ്ങളിൽ ഏർപ്പെട്ടുവെന്നാണ് ചാർജ്ജ്. പക്ഷെ, അവരുടെ പരാതി കഴമ്പില്ലാ ത്തതാണെന്നാണ് സുപ്രീംകോടതി കണ്ടത്. കാരണം, ഇവർ എല്ലാവരും കൂട്ടമായാണ് ഇക്കാര്യങ്ങളെല്ലാം ചെയ്തത്. രണ്ടാമത്തെ ആരോപണം ഈ വിചാരണ മുൻവിധിയോടെയുള്ള തായിരുന്നു എന്നതാണ്. പരിശോധന

പൂർണ്ണതോതിൽ സുതാര്യമായിരുന്നില്ലായെന്ന് സമ്മതിച്ചാൽ തന്നെ, അവ മുൻവിധിയോടെയായിരുന്നു എന്ന് സുപ്രീംകോടതി കാണു ന്നില്ല. കാരണം, ഈ ആരോപണം സെഷൻസ് കോടതിയിലോ, ഹൈക്കോടതിയിലോ വാദികൾ ഉന്നയിച്ചിട്ടില്ല. സുപ്രീംകോടതിയിൽ തന്നെ വാദികളുടെ അഭിഭാഷകൻ മുൻവിധിയുടെ സാധ്യത മാത്രമാണ് പരാമർശിക്കുന്നത്.

മറ്റൊരു വാദം ഇങ്ങനെയാണ്. വാദികളോട് ചോദിക്കേണ്ടതായ ചോദ്യങ്ങൾ വിചാരണ വേളയിൽ ചോദിച്ചിരുന്നില്ലെന്നും, അങ്ങനെ ചോദിച്ചിരുന്നെങ്കിൽ അവർ എന്ത് ഉത്തരം പറയുമായിരുന്നു എന്ന് നിർണ്ണയിക്കപ്പെട്ടിട്ടില്ല എന്നതാണ്. എന്നാൽ, ഇത് മാരകമായ ഒരു പിഴവായി സുപ്രീംകോടതിക്ക് കാണാനാകുന്നില്ല. മുൻവിധി എന്ന ആരോപണം അത്രയ്ക്ക് വ്യക്തമായ തരത്തിലായിരിക്കും. അത് സത്യമാണെന്ന് തോന്നുന്ന തരത്തിൽ സുതാര്യമായിരിക്കണം. പക്ഷെ, ഇവിടെ അങ്ങനെയല്ല സംഭവിച്ചത്. "ഞാൻ അങ്ങനെ പറഞ്ഞെനെ, അങ്ങനെ ചോദിക്കേണ്ടിയിരുന്നു" ഇത്തരം പ്രസ്താവനകൾ മുൻവിധി ഉറപ്പിക്കാൻ ഉതകുന്നതല്ല. വിചാരണവേളയിൽ വാദികൾക്ക് കേസിന് ഉപോൽബലകമായ കാര്യങ്ങൾ ചോദിക്കാതെ തന്നെ വിശദീകരി ക്കാൻ സൗകര്യമുണ്ടല്ലോ. അപ്പീൽ കോടതിയിലെങ്കിലും അവർക്ക് ചില കാര്യങ്ങൾ കൂടി വിശദീകരിക്കാനുണ്ട് എന്ന് വാദിക്കാമായിരു ന്നല്ലോ? ഇതൊന്നും അപ്പീൽ കോടതിയിൽ ഉന്നയിക്കാതെ, പരമോ ന്നത കോടതിയിൽ മാത്രം ആരോപിക്കുന്നത് ഒരു പുനർചിന്തയുടെ

എൻ. എ. കുമാരൻ

ഭാഗമായി മാത്രമേ കാണാനാക്കൂ.

എങ്കിലും 'മുൻവിധി' ആരോപണം ഗൗരവമായി എടുത്തുകൊണ്ട് സുപ്രീം കോടതി വക്കീലിനോട് ഏതൊക്കെ ചോദ്യങ്ങളാണ് ഇവരോട് ചോദിക്കാതെ പോയത് എന്നാരാഞ്ഞു. ഒരു പ്രതിയോട്ടും അവർ എന്ത് പൊതു ഉദ്ദേശത്തിനാണ് ഈ ആക്രമണം നടത്തിയതെന്ന് ചോദിച്ചില്ലേത്ര. ഇത് ഒരു കൊലപാത കത്തിനാണോ, അതിന് ആവശ്യമായ മാരകായുധങ്ങൾ തങ്ങളിൽ ആരെങ്കിലും വഹിച്ചിരുന്നോ എന്ന് അവരിൽ ഭൂരിഭാഗം പേരും അറിഞ്ഞിരുന്നില്ല എന്ന് അവർ മൊഴി നൽകിയേനെ

എന്നാണ് വാദം. മുഖ്യലക്ഷ്യം കസ്റ്റഡിയിലായിരുന്ന തങ്ങളുടെ രണ്ട് സഖാക്കളെ മോചിപ്പിക്കുക എന്നത് മാത്രമാണെങ്കിൽ തന്നെ, ഈ ലക്ഷ്യസാക്ഷാത്കാരത്തിന് അക്രമം വേണ്ടിവരുമെന്നത് വ്യക്തമല്ലേ? രാത്രിയുടെ കൊച്ച മണിക്കൂറിൽ കുറേപേർ പടക്കവും, വാക്കത്തിയും, വടികളും, മുളകളുമായി സുരക്ഷാകാവലുള്ള ഒരു പോലീസ് സ്റ്റേഷൻ ആക്രമിക്കാൻ ചെല്ലുമ്പോൾ അവിടെ അനഭിലഷണീയമായ കാര്യങ്ങൾ നടക്കാമെന്ന ധാരണ ഏത് ലളിത മനസ്കനും ഉണ്ടാകേണ്ടതല്ലേ?

ഇനി ഓരോരുത്തരോട്ടും ചോദിച്ചിരുന്നെങ്കിൽ അവർക്ക് മാരകാ യുധങ്ങൾ ഉള്ളവർ തങ്ങളുടെ കൂട്ടത്തിൽ ഉണ്ടായിരുന്നോ എന്നറിയി ല്ലായിരുന്നു എന്ന് അവർ പറഞ്ഞെനെ എന്ന ആക്ഷേപം എടുക്കാം. ഒരു പോലീസ് സ്റ്റേഷനിലേയ്ക്ക് സായുധരാന കാവൽക്കാരുള്ള തടവ്മുറിയിൽ നിന്ന് കുറ്റവാളികളെ മോചിപ്പിക്കാൻ പോകുന്നവർ ആയുധങ്ങളില്ലാതെ വെള്ളരിപ്രാവുകളെപ്പോലെയായിരിക്കും പോകുക എന്ന് ചിന്തിക്കാനുള്ള ബുദ്ധിമാന്ദ്യം ഇവർക്കാർക്കുമുണ്ടാകില്ല. ഇനി ആരുടെയൊക്കെ കയ്യിൽ എന്തൊക്കെ ആയുധങ്ങൾ ഉണ്ടായിര ന്നു എന്ന് വിചാരണയിൽ ചോദിച്ചില്ല എന്ന വാദം അതിൽതന്നെ അർത്ഥശൂന്യമാണ്. ഇനി വ്യക്തിപരമായ 4ഉം 7ഉം വാദികളുടെ വാദങ്ങളും അടിസ്ഥാനമില്ലാത്തതാണെന്ന് കാണാം. നാളെ ഒരു കീഴ്വഴക്കമായി ഉദ്ധരിക്കാൻ ഇടയുള്ള ഒരു നിരീക്ഷണം 'മുൻവിധി' വിഷയത്തിൽ കൽപിക്കാൻ സുപ്രീംകോടതി തയ്യാറല്ല. ആയതിനാൽ അപ്പീൽ തള്ളിയിരിക്കുന്നു.

ലോക ചരിത്രത്തിൽ ആദ്യമായി 1957-ൽ കേരളത്തിൽ കമ്മ്യൂണിസ്റ്റ് പാർട്ടി അധികാരത്തിലെത്തി. ഇടപ്പള്ളി പോലീസ് സ്റ്റേഷൻ ആക്രമണവും തുടർന്ന നടന്ന ഭീകര പോലീസ് മർദ്ദനവും കമ്മ്യൂണിസ്റ്റ് പാർട്ടിയെ അധികാരത്തിലെത്തിച്ചതിൽ സഹായിച്ച ഘടകങ്ങളാണ്. ഇടപ്പള്ളി ആക്ഷനിൽ പങ്കെടുത്തവരും അല്ലാത്തവരും ആയ 31 പ്രതികളും വിശ്വസിച്ചത് അവരുടെ രക്തസാക്ഷികളായ സഖാക്കൾ ദാസും ജോസഫും നൽകിയ രക്തം ആ മന്ത്രിസഭയുടെ കാല്ലുറപ്പിച്ച ഘടകമാണെന്ന തന്നെയാണ്. തങ്ങളുടെ ത്യാഗത്തിന് ജനങ്ങൾ നൽകിയ പാരിതോഷികമാണ് ഭരണമെന്നാണ് ഇടപ്പള്ളി സഖാക്കൾ കരുതിയത്. അതിനാൽ അധികാരത്തിലേറിയ സർക്കാർ ഇടപ്പള്ളി സഖാക്കളെ മോചിപ്പിക്കുമെന്ന് തന്നെ അവർ കരുതി. അവരുടെ പ്രതീക്ഷ തെറ്റിയില്ല. 1957 ഏപ്രിൽ 5-നായിരുന്ന പ്രഥമ കമ്മ്യൂണിസ്റ്റ് മന്ത്രിസഭയുടെ സത്യപ്രതിജ്ഞ. ആ മന്ത്രിസഭയുടെ ആദ്യത്തെ ക്യാബിനറ്റ് തീരുമാനങ്ങളിലൊന്ന് രാഷ്ട്രീയ തടവുകാരെ ജയിൽ മോചിതരാക്കുക എന്നതായിരുന്നു.

1957 ഏപ്രിൽ 11-ന് പൂജപ്പുര സെൻട്രൽ ജയിലിൽ ജയിൽ വകുപ്പ് മന്ത്രി എത്തി. ആഭ്യന്തര വകുപ്പ് മന്ത്രി വി. ആർ. കൃഷ്ണയ്യർ ജയിലിലെത്തി. ജയിലർ വാസുദേവമേനോൻ എല്ലാ തടവുകാരെയും വിളിച്ചവരുത്തി. കൃഷ്ണയ്യർ തടവുകാരെ അഭിസംബോധന ചെയ്തു. കമ്മ്യൂണിസ്റ്റ് മന്ത്രിസഭയുടെ ആദ്യത്തെ ക്യാബിനറ്റ് മീറ്റിംഗിൽ എല്ലാ രാഷ്ട്രീയ തടവുകാരെയും മോചിപ്പിക്കാൻ തീരുമാനമെടുത്തകാര്യം പറഞ്ഞു. തീരുമാനം ഫയലിൽ വന്ന് നടപ്പാക്കാൻ ഒരാഴ്ചയെടുത്തു. അന്ന് ഉച്ചതിരിഞ്ഞ് രാഷ്ട്രീയ തടവുകാർക്ക് ജയിൽ മോചിതരാകാം എന്ന് അദ്ദേഹം പ്രഖ്യാപിച്ചു. അങ്ങനെ ഇടപ്പള്ളി കേസിലെ പത്ത് ജീവപര്യന്തം തടവുകാർക്കും സ്വാതന്ത്ര്യം ലഭിച്ചു. കേരള ചരിത്രത്തിലെ അപൂർവ്വ സംഭവമായി അത് രേഖപ്പെടുത്തപ്പെട്ടു. 1957 ഏപ്രിൽ 12-ന് ഇടപ്പള്ളി കേസിൽ ജീവപര്യന്തം ശിക്ഷിക്കപ്പെട്ട പത്ത് പ്രതികളും ജയിൽമോചിതരായി.

ആലുവ, ഇടപ്പള്ളി, കളമശ്ശേരി, ഫാക്ട് കവല എന്നിവിടങ്ങിൽ ആയിരിക്കണക്കിന് ജനങ്ങൾ പാതിരാവരെ കാത്തുനിന്ന് ഇടപ്പള്ളി ക്കേസിലെ പ്രതികളെ സ്വീകരിച്ചു. അധികാരത്തിലിരിക്കുന്ന കമ്മ്യൂണിസ്റ്റ് പാർട്ടിയിലേയ്ക്ക് ജനങ്ങൾ ഇരച്ചുകയറുന്ന കാഴ്ചയാണ് ജയിൽ മോചിതരായ സഖാക്കൾ കണ്ടത്. കമ്മ്യൂണിസ്റ്റ് പാർട്ടി സമരരീതികളെ പതുക്കെ പതുക്കെ കയ്യൊഴിഞ്ഞ് പാർലിമെന്ററി പാർട്ടിയാകുന്ന പരി വർത്തന ദിശയിലേക്കാണ് ഇടപ്പള്ളി സഖാക്കൾ ഇറങ്ങി വന്നത്. ആ ഒഴുക്കിൽ അവരും നീന്തി.

മറക്കാൻ ഒരു ചരിത്രം, വിസ്മരിക്കാൻ കുറച്ച രക്തസാക്ഷികൾ

"ഇടപ്പള്ളി ആക്ഷന്റെ 50-ാം വാർഷികം എന്ന കേട്ടപ്പോൾ ഞാൻ അവിടത്തെ ലോക്കൽ സെക്രട്ടറിയെ വിളിച്ച പറഞ്ഞു. ഒരു ചടങ്ങ് സംഘടിപ്പിക്കൂ. ഒരു ഓർമ്മ പുതുക്കൽ നടക്കട്ടെ. ലോക്കൽ സെക്രട്ടറി ഒന്നും പറഞ്ഞില്ല". പതിമൂന്നാം വയസ്സിൽ രാഷ്ട്രീയത്തിൽ പ്രവേശിക്കുകയും ഇരുപത്തിമൂന്നാം വയസ്സിൽ തൂക്കുമരം സ്വപ്നം കാണേണ്ടി വരികയും ചെയ്ത സഖാവ് വി. വിശ്വനാഥമേനോന്റെ വാക്കുകൾ നിരാശയിൽ പൊതിഞ്ഞതായിരുന്നു. ജീവിതത്തിന്റെ ഏറ്റവും പ്രകാശമാനമായ കാലത്തെ ഒന്നോർക്കാനും വൈകാരി കമായി അതിനോട് പ്രതികരിക്കാനും ജീവിതസായാഹ്നത്തിൽ ഒരു പോരാളി ആഗ്രഹിക്കുന്നത് സ്വാഭാവികം മാത്രമാണ്. പക്ഷെ പാർട്ടി എന്ന അമാനുഷ സ്വരൂപം കണ്ണുരുട്ടി അദ്ദേഹത്തെ മെരുക്കി നിറുത്തി. ലോക്കൽ സെക്രട്ടറിയുടെ മൗനത്തിന്റെ ഉറവ എവിടെ നിന്നാണെന്ന് അദ്ദേഹത്തിന് അറിയാമായിരുന്നു. പാർട്ടി തന്നെ തള്ളിപ്പറഞ്ഞ ഒരു സമരത്തെ വീണ്ടെടുക്കാൻ ശ്രമിക്കുന്നത് അപകടമാണെന്ന് ലോക്കൽ സെക്രട്ടറി തിരിച്ചറിഞ്ഞു. മാത്രമല്ല, പാർട്ടി പുറത്താക്കിയ സഖാവ് എൻ. കെ. മാധവനെ ക്ഷണിച്ച വരുത്തി ഒരു അനുസ്മരണം നടത്തൽ അസാദ്ധ്യവുമായിരുന്നു. അത് വിശ്വനാഥമേനോനും അറിയാമായിരുന്നു.

കമ്മ്യൂണിസ്റ്റ് പാർട്ടി കേഡർ സംവിധാനത്തിൽ സമഗ്രമായി ചിട്ടപ്പെ ടുത്തിയ പട്ടാളമാണ്. അതിലെ അംഗങ്ങൾ ഒരുകാലത്ത് ചാവേറുകൾ തന്നെയായിരുന്നു. പാർട്ടി നിശ്ചയിക്കുന്നത് നിർവ്വഹിക്കുന്ന ജീവനുള്ള ഉപകരണങ്ങൾ. ഈ ഉപകരണങ്ങൾക്ക് ശക്തി പകരുന്ന പശ്ചാത്തല

മേഖലയാണ് ജനക്കൂട്ടം. അവർക്ക് കാലാകാലങ്ങളിൽ ആവശ്യമായ ഊർജ്ജം പകർന്നിരുന്ന ഡൈനാമോകളാണ് സമരഭൂമികൾ. ഓരോ വർഷവും നടത്തുന്ന ആഘോഷങ്ങൾ അവസാനിക്കുമ്പോൾ പോരാട്ട ഭൂമികയുടെ മേൽ ചാരം മൂടും. വീണ്ടും അവ ഊതിക്കാച്ചി പൊലിപ്പി ച്ചാണ് പ്രവർത്തനത്തിനാവശ്യമായ ഇന്ധനം ശേഖരിക്കുന്നത്. പാർട്ടി അണികളെ ത്രസിപ്പിക്കാനും ചലിപ്പിക്കാനും പോയ കാലത്തിന്റെ വീരസ്മരണകൾ ഉപകരിക്കുന്നു. ഭീകരമായ പീഡനത്തിന്റെ ചോരച്ചാല കളൊഴുകിയ സമരഗാഥകൾ. രക്തസാക്ഷിത്വത്തിന്റെ അനശ്വര ഭൂമിക സഖാക്കളെ ആവേശഭരിതരാക്കുന്നു. പുന്നപ്രയും വയലാറും ശൂരനാട്ടം കയ്യൂരും കാവുമ്പായും മൊറാഴയും ചോര ചിതറിയ സമരഗാഥകളാണ്. എല്ലാ വർഷവും ഈ സമരങ്ങളുടെ വാർഷികാഘോഷങ്ങൾ മുറതെ റ്റാതെ പാർട്ടി ആഘോഷിക്കുന്നു. എന്നാൽ ചോര കൊണ്ടെഴുതിയ ഇടപ്പള്ളി സമരം ചരിത്രത്തിന്റെ ചവറ്റുകൊട്ടയിൽ എറിഞ്ഞകറ്റാനാണ് പാർട്ടി ഇനിഞ്ഞത്. അതെന്തെകൊണ്ട്? ഒരുപക്ഷെ ഇനിയുള്ള കാലം ഈ ചോദ്യം കൂടുതൽ ചോദിക്കപ്പെട്ടേക്കാം.

കയ്യൂരും പുന്നപ്രവയലാറും ആഘോഷിക്കുന്ന സി.പി.എം എന്തു കൊണ്ട് 'ഇടപ്പള്ളി' ആഘോഷിക്കുന്നില്ല എന്ന ചോദ്യത്തിന് വളരെ ലളിതമായ ഉത്തരം ചില സഖാക്കൾ രേഖപ്പെടുത്തുന്നതിങ്ങനെയാണ്. "ഇടപ്പള്ളിയുടെ നായകൻ നായനാരല്ലല്ലോ, എന്തിനധികം ഒരു വി. എസ്. പോലുമല്ല". ഇതിലെ ദുഃസൂചന ചെറുതല്ല. ചരിത്രത്തെക്കാൾ ചിലപ്പോൾ വ്യക്തികൾ പ്രധാനികളാകും, കമ്മ്യൂണിസ്റ്റ് പാർട്ടിയിൽ പോലും. ഇടപ്പള്ളി ഒരു നിരാകരിക്കപ്പെട്ട വിപ്ലവമായിരുന്നു. 1948-ൽ അവിഭക്ത കമ്മ്യൂണിസ്റ്റ് പാർട്ടി കൽക്കത്തയിൽ ചേർന്ന രണ്ടാം കോൺഗ്രസ്സിലെടുത്ത തീരുമാനത്തിന്റെ പ്രതിഫലനമായിരുന്നു ഇടപ്പള്ളി സംഭവം. അന്ന് കൽക്കത്തയിൽ പാർട്ടി എടുത്ത നയ തീരുമാനമാണ് 'കൽക്കത്തതീസിസ്'. അന്ന് കമ്മ്യൂണിസ്റ്റ് പാർട്ടി വിലയിരുത്തിയത് ഇന്ത്യയ്ക്ക് ലഭിച്ച സ്വാതന്ത്ര്യം വഞ്ചിക്കപ്പെട്ടു എന്നായിരുന്നു. ബ്രിട്ടീഷ് സാമ്രാജ്യത്വത്തിൽ നിന്നും അധികാരം കൈപ്പറ്റിയ കോൺഗ്രസ്സ് നേതൃത്വം ഇന്ത്യൻ ജനതയെ വഞ്ചിച്ചെന്ന് കമ്മ്യൂണിസ്റ്റ് പാർട്ടി വിലയിരുത്തി. സാമ്രാജ്യത്വത്തിന്റെ പിടിയിൽ നിന്ന് ഇന്ത്യയെ മോചിപ്പിക്കാനായില്ല. അതുകൊണ്ട് പോരാട്ടം തുട രേണ്ടതുണ്ട്. യഥാർത്ഥ സ്വാതന്ത്ര്യത്തിനു വേണ്ടി കമ്മ്യൂണിസ്റ്റ് പാർട്ടി പോരാടേണ്ടതുണ്ട്. ഇത് സായുധ പോരാട്ടമായിരിക്കണം. അതായിരു ന്നു രണ്ടദിവെ തീസിസിന്റെ ആഹ്വാനം. തുടർന്ന് കമ്മ്യൂണിസ്റ്റ് പാർട്ടി യുടെ നയപരിപാടി തീവ്രവാദപരമായി. രാജ്യത്തെങ്ങും സാഹസിക

സംഭവപരമ്പരകൾ അരങ്ങേറി. അതിലൊന്നായിരുന്ന ഇടപ്പള്ളി പോലീസ് സ്റ്റേഷൻ അക്രമം.

ഇടപ്പള്ളി സമരത്തെ ഓർക്കാതിരിക്കുക മാത്രമല്ല പാർട്ടി ചെയ്യുന്നത്. അതിനെ ചരിത്രത്താളകളിൽ നിന്ന് മായ്ച്ചുകളയാൻ കൂടി അവരിപ്പോൾ ശ്രമിക്കുകയാണ്. ചരിത്രം മായ്ച്ചുകളയാനുള്ള ബോധപൂർവ്വമായ ശ്രമം നടക്കുന്നത് സമരനായകരെല്ലാം കമ്മ്യൂണിസ്റ്റ് പാർട്ടികൾക്ക് അനഭിമതരായിരിക്കുന്നു എന്നതുകൊണ്ടുകൂടിയാണ്. എറണാകുളം ജില്ലയിൽ കമ്മ്യൂണിസ്റ്റ് പാർട്ടി കെട്ടിപ്പടുത്ത പാർട്ടിയുടെ എറണാകുളം ജില്ലാ സെക്രട്ടറിയും സി.ഐ.ടി.യു. പ്രഥമ അഖിലേന്ത്യാ കൗൺസിൽ അംഗവ്യമായിരുന്ന എൻ. കെ. മാധവൻ, സി.പി.ഐ. സംസ്ഥാന കൗൺസിൽ അംഗവും ദേശീയ കൗൺസിൽ അംഗവ്യമായിരുന്ന കെ. സി. മാത്യു എന്നിവർ ഇരു കമ്മ്യൂണിസ്റ്റ് പാർട്ടികൾക്കും അനഭിമതരായി. കൂട്ടപ്രതികളായിരുന്ന എം. എം. ലോറൻസും വി. വിശ്വനാഥ മേനോനും പാർട്ടിക്ക് അപ്രിയരായി. ഇടപ്പള്ളി ആക്ഷൻ സമയത്ത് എറണാകുളം ടൗൺ സെക്രട്ടറിയായിരുന്ന ലോറൻസിനെ അമ്പതുകൊല്ലത്തിനു ശേഷം പാർട്ടി ഏരിയ കമ്മറ്റിയിലേക്ക് തരംതാഴ്ത്തി അപമാനിച്ചു. പിന്നീട് ലോറൻസ് പീഡനകാലം പിന്നിട്ട് മരിച്ചവനെ പ്പോലെ ഉയർത്തെഴുന്നേറ്റ് വീണ്ടും സി.പി.എം. സംസ്ഥാനകമ്മിറ്റിയി ലെത്തിയത് പിൽക്കാല ചരിത്രം. വിശ്വനാഥ മേനോൻ പാർട്ടിയോട് കലഹിച്ചതനെ പുറത്തുപോയി.

മേൽ സൂചിപ്പിച്ച സാഹചര്യത്തിൽ ഇടപ്പള്ളി സമരത്തിന്റെ അമ്പതാം വാർഷികം ആഘോഷിക്കുന്നത് ഇരു കമ്മ്യൂണിസ്റ്റ് പാർട്ടി കളും വിലക്കുകയാണ് ചെയ്തത്. പക്ഷെ സമരത്തിൽ പങ്കെടുത്തവർ വേണമെ ങ്കിൽ ഒരു വിപ്ലവത്തിനുകൂടി തയ്യാർ എന്ന രീതിയിൽ മുന്നോട്ട നീങ്ങിയപ്പോൾ അമ്പതാം വാർഷിക ആഘോഷം നടക്ക മെന്നായി. കാരണം ഇടപ്പള്ളി പോലീസ് സ്റ്റേഷൻ അക്രമണത്തിൽ പങ്കെടുത്ത സഖാക്കളിൽ ജീവിച്ചിരിക്കുന്നവർക്കെ ല്ലാം ആ സമരം ആയിരുന്ന അവരുടെ ജീവിതത്തിലെ ഏറ്റവും സമുജ്ജ്വലമായ സംഭവം. അവർ അതിനെ കണക്കാ ക്കിയത് പുന്നപ്രവയലാറിനും കയ്യൂരിനും സമാനമായ സമരമായിട്ടാണ്.

പി. വിജയകുമാർ

ചോരയിലെഴുതിയ കേരളത്തിലെ ഈ സമരത്തിന് 2000 ഫെബ്രുവരി 28-ന് അമ്പതു വയസായി. ഇടപ്പള്ളി സംഭവത്തിനു പിന്നിൽ എല്ലു നുറുങ്ങിയ നൂറുകണക്കിന് മനുഷ്യരുടെ ദീനരോദനമുണ്ട്. അമ്മമാരുടെ വിലാപങ്ങൾ വിണ്ടുകീറിയ ഭൂമിയിൽ അമർന്നുപോയി. ഒറ്റിക്കൊടുക്കലിന്റെയും രക്തസാക്ഷിത്വത്തിന്റെയും വൈരുദ്ധ്യം അതിലലിഞ്ഞു ചേർന്നിട്ടുണ്ട്. ത്യാഗസുരഭിലമായ ഒരു വിപ്ലവകാലം അതിന്റെ സാക്ഷ്യപത്രമാണ്. നിയോലിബറൽ കമ്മ്യൂണിസ്റ്റുകൾ എത്ര മായ്ച്ചാലും മറയാത്ത ഒരു മിന്നക്കം അതിനുണ്ട്. കമ്മ്യൂണിസ്റ്റ്

എൻ. കെ. കുമാരൻ

പ്രസ്ഥാനത്തിന്റെ വളർച്ചയിൽ ഇടപ്പള്ളിയിൽ ചിതറിത്തെറിച്ച ചോര പ്പാടുകൾക്ക് നിർണായകമായ സ്വാധീനമുണ്ട്. അതുകൊണ്ടാണ് ഇടപ്പ ള്ളി സംഭവത്തെക്കുറിച്ച് പയ്യപ്പിള്ളി ബാലൻ എഴുതിയ 'ആലുവാപുഴ പിന്നെയുമൊഴുകി' എന്ന പുസ്തകത്തിന്റെ അവതാരികയിൽ ഇ.എം. എസ്. ഇങ്ങനെ എഴുതിയത്.

"ഈ ഗ്രന്ഥത്തിൽ വിവരിച്ച അനുഭവ കഥകൾ ഇന്നത്തെയും ഭാവിയിലെയും കമ്മ്യൂണിസ്റ്റ് തലമുറകൾക്ക് തങ്ങളുടെ ചുമതലകൾ നിറവേറ്റാൻ സഹായകരമായിരിക്കും. എന്തുകൊണ്ടെന്നാൽ ഇവയിൽ ചിത്രീകരിച്ചിട്ടുള്ളതും അല്ലാത്തതുമായ സംഭവങ്ങളിലൂടെയാണ് കമ്മ്യു ണിസ്റ്റ് പ്രസ്ഥാനം വളർന്നുവന്നിട്ടുള്ളത്. കമ്മ്യൂണിസ്റ്റ് പാർട്ടിയെ മറ്റ് രാഷ്ട്രീയ പാർട്ടികളിൽ നിന്ന് വ്യത്യസ്തമായി സ്വന്തം സവിശേഷതകളുള്ള പാർട്ടി എന്ന് ലെനിനും സ്റ്റാലിനും വിളിച്ച തൊഴിലാളിവർഗ വിപ്ലവ പാർട്ടിയിലെ അംഗങ്ങൾക്കോരോരുത്തർക്കും ഉണ്ടാകേണ്ട അഭിപ്രായ സ്ഥൈര്യം, കഷ്ടപ്പെടാനുള്ള കഴിവ്, മർദ്ദകർക്ക് കീഴടങ്ങാതെ ചെറുത്തു നിൽക്കാനുള്ള കരുത്ത് എന്നിവയുടെ ഉടമകളായ ഡസൻകണക്കിന് സഖാക്കളെ ഇതിൽ ചിത്രീകരിക്കുന്നു. അങ്ങനെ മനുഷ്യരെ മൃഗങ്ങ ളാക്കി മാറ്റുന്ന വ്യവസ്ഥയ്ക്കെതിരായ സമരത്തിലൂടെ മനുഷ്യരുടെ ഉത്തമഗുണങ്ങൾ തിളങ്ങുന്നതും അതിന്റെ പ്രതീകമായി കമ്മ്യൂണിസ്റ്റ് പാർട്ടി ഉയരുന്നതും ഈ ഗ്രന്ഥത്തിൽ ചിത്രീകരിച്ചിരിക്കുന്നു."

ഈ അവതാരികയിൽ ഇ.എം.എസ്. എടുത്തുപറഞ്ഞ മറ്റൊരുകാ ര്യം പുസ്തകത്തിൽ വിവരിച്ച കയ്പേറിയ അനുഭവങ്ങൾ കമ്മ്യൂണിസ്റ്റ്

പാർട്ടിയുടെ പൊയ്പോയ കാലങ്ങളുടേത് മാത്രമാണെന്ന് ധരിക്കുന്ന വരെ അതിൽ നിന്ന് തിരുത്താനും അവർക്ക് മുന്നറിയിപ്പ് നൽകാനും ബോധപൂർവ്വം ശ്രമിക്കേണ്ടതുണ്ടെന്ന കാര്യമാണ്. ഇനിയും ദുരിതകാലം കമ്മ്യൂണിസ്റ്റുകാരനുണ്ടാകാം. അതിനെ പ്രതിരോധിക്കാനുള്ള കരുത്ത് അവനുണ്ടാകുന്നത് ഈ അനുഭവങ്ങളുടെ ച്ചട് അറിഞ്ഞുകൊണ്ടായി രിക്കണം. പാർട്ടി അന്ന് നടത്തിയ ആക്രമണം പാർട്ടി സ്വീകരിച്ച ഇടതുപക്ഷ സെക്ടേറിയൻ സമീപനത്തിന്റെ ഫലമായിരുന്ന ഇടപ്പള്ളി സംഭവമെന്ന് ഇ.എം.എസ്. എഴുതിയെങ്കിലും കൽക്കത്താ തീസിസിന്റെ സ്വാധീനഫലമായിട്ട് നടന്ന ഇടപ്പള്ളി ആക്ഷൻ കമ്മ്യൂണിസ്റ്റ് പ്രസ്ഥാ നത്തിന്റെ വളർച്ചയ്ക്ക് വലിയ പങ്ക് വഹിച്ചെന്ന് അദ്ദേഹം വിലയിരുത്തി. 'തെറ്റായ സമീപനത്തോടെയാണെങ്കിലും ബൂർഷ്വാ-ഭൂപ്രഭ ഭരണ വർഗങ്ങൾക്കെതിരായി ചെറുത്ത്നിൽപ് സംഘടിപ്പിക്കുകയാണ് പാർട്ടി അന്ന് ചെയ്തത്. തുടർന്ന് അതൊരു ബഹുജന ശക്തിയായി വളരുകയും ചെയ്തു'.

ഇതേ അഭിപ്രായം തന്നെയാണ് ഇടപ്പള്ളി സംഭവത്തിന്റെ അമ്പതാം വാർഷികം ആഘോഷിച്ച സമയത്ത് പാർട്ടി നടപടിക്ക് വിധേയനാക്കിയ എം. എം. ലോറൻസ് പ്രകടിപ്പിച്ചതും. അദ്ദേഹം പറഞ്ഞതിതാണ്, "പാർട്ടിയുടെ അന്നത്തെ കാഴ്ചപ്പാടിൽ അതു ശരിയാ യിരുന്നു. കമ്മ്യൂണിസ്റ്റ് പ്രസ്ഥാനത്തെ മനസ്സിലാക്കാൻ അതു ജനങ്ങളെ സഹായിക്കുകയും ചെയ്തു. ഭീകരമായ മർദ്ദനമാണ് പോലീസ് അഴി ച്ചുവിട്ടത്. എന്നാൽ ഞങ്ങളെയാരെയും ക്രിമിനൽ കുറ്റവാളികളായി പിന്നീട് ജനം കണ്ടില്ല. അന്ന് ഞങ്ങൾ കാട്ടിയ സാഹസികത പ്ര സ്ഥാനത്തിലേയ്ക്ക് നിരവധി യുവാക്കളെ ആകർഷിക്കുകയും ചെയ്തു." ലോറൻസ് പറഞ്ഞത് വളരെ ശരിയായ ഒരു കാര്യമായിരുന്നു. അന്ന് അദ്ദേഹവും കൂട്ടുകാരും ചെയ്ത പ്രവൃത്തി ജനങ്ങൾ ആഗ്രഹിച്ച കാര്യ ങ്ങളെ സാക്ഷാത്കരിക്കാൻ വേണ്ടിയായിരുന്നു. ഭരണകൂടം ഭീകരത സൃഷ്ടിച്ച് സിവിൽ സമൂഹത്തിന്റെ ജനാധിപത്യ വ്യവസ്ഥകളെ ധാർ ഷ്ട്യത്തോടുകൂടി ലംഘിക്കുമ്പോൾ അതിനെതിരെ സംഭവിക്കുന്ന ഏത് സാഹസികതയും ജനങ്ങൾക്ക് പ്രിയങ്കരമായിത്തീരും. ചരിത്രത്തിൽ ഇതിന് ഒട്ടനവധി ഉദാഹരണങ്ങൾ ഉണ്ട്.

എന്തായാലും ഇടപ്പള്ളി സംഭവത്തിന്റെ അമ്പതാം വാർഷികം എറണാകുളത്തുള്ള അച്യുതമേനോൻ ഹാളിൽ സംഘടിപ്പിക്കാൻ തീരുമാനിച്ചു. ആഘോഷങ്ങൾ ഒഴിവാക്കി ഒത്തുചേരൽ മാത്രം ലക്ഷ്യമാക്കിയ ഒരു ആചരണം. ഇടപ്പള്ളി ആക്ഷനിൽ പങ്കെടുത്തവ രുടെയും പ്രതികളാക്കപ്പെട്ടവരുടെയും കുടുംബാംഗങ്ങളും പ്രതികളിൽ

ജീവിച്ചിരിക്കുന്നവരും സംഗമത്തിനെത്തി. അതൊരു അസാധാരണവും അത്യപൂർവ്വവുമായ സംഗമമായിരുന്നു. വറുത്തട്ടിയുടെ മകനും എൻ. കെ. മാധവന്റെ മകനും ഉണ്ടായിരുന്നു. സജീവ രാഷ്ട്രീയ പ്രവർത്തനത്തിൽ ഉണ്ടായിരുന്നത് എൻ. കെ. യുടെ മകൻ മാത്രമാണ്. മറ്റുള്ളവർ പാർട്ടി യുടെ സഹയാത്രികരായിരുന്നു. രണ്ട് കമ്മ്യൂണിസ്റ്റ് പാർട്ടികളിലുമായി അവർ ചിതറിക്കിടന്നു. ഇടപ്പള്ളിയുടെ പൈതൃകം വ്യത്യസ്ത അളവിലാ യിരിക്കാം അടുത്ത തലമുറയിലേയ്ക്ക് പകർന്നത്. എന്തായാലും ഒരു കാര്യത്തിൽ കുടുംബാംഗങ്ങൾ ഒറ്റക്കെട്ടായിരുന്നു. ഇടപ്പള്ളി സമരം അവർക്ക് അഭിമാനമായിരുന്നു. തങ്ങളുടെ അച്ഛന്മാർ അതിസാഹസി കരായ വിപ്ലവകാരികളായിരുന്നു എന്നത് അവർക്ക് അഭിമാനമുണ്ടാ ക്കുന്ന കാര്യമായിരുന്നു. ജനങ്ങൾക്ക് അഭിമാനമായി മാറിയ സമരം പാർട്ടി അവമതിപ്പായി കാണാൻ തുടങ്ങി. ഔദ്യോഗിക കമ്മ്യൂണിസ്റ്റ് പാർട്ടി ജനവിരുദ്ധമാകുന്നതിന്റെ ഒന്നാം പാഠം അതിലുണ്ട്. ജനങ്ങൾ അഭിമാനമായി കാണുന്നതിനെ പാർട്ടിയും അഭിമാനമായി കാണണം.

കലാപത്തിന്റെ ഓർമ്മകളിൽ കലഹം കലരുന്ന കാഴ്ച സങ്കട ത്തോടുകൂടിയാണ് അവിടെ സന്നിഹിതരായ സമരപോരാളികൾ തിരിച്ചറിഞ്ഞത്. തങ്ങളുടെ ചോരയും ജീവനും നൽകിയ പ്രസ്ഥാനം അമ്പതാംവാർഷികത്തിനു നേരെ മുഖം തിരിച്ചതിൽ അവർ ഖിന്നരാ യിരുന്നു. അമ്പതുകൊല്ലം മുമ്പ് വ്യവസ്ഥിതിയുടെ നെടുംപുര തകർ ക്കാനിറങ്ങിയവർ സായാഹ്ന കാലത്ത് തിരിച്ചറിഞ്ഞത് തങ്ങൾ കെട്ടിപ്പൊക്കിയ പ്രസ്ഥാനം മുഴുവനായിത്തന്നെ ആ വ്യവസ്ഥിതിയുടെ നെടുംതൂണായി മാറിയെന്നതാണ്. അധികാരത്തിനുവേണ്ടി ആദർശം കീറിപ്പിളർക്കാനും അത് ആരുടെ മുന്നിലും വെച്ചൊഴിയാനും മടിയി ല്ലാതെ നേതൃത്വം യഥാർത്ഥ പ്രസ്ഥാനങ്ങളെ തുണ്ടങ്ങളാക്കി മാറ്റി. സംഗമത്തിൽ പങ്കെടുത്തവരുടെ വികാരം അഡ്വ. ബാലഗംഗാധരമേ നോന്റെ വാക്കുകളിൽ ഉണ്ടായിരുന്നു. "കമ്മ്യൂണിസ്റ്റ് പ്രസ്ഥാനം ഇന്ന് നിലത്തുവീണ് ചിതറിത്തെറിച്ച കുപ്പിക്കഷണം പോലെയാണ്. അവർ ഒരിക്കൽ സ്വപ്നം കണ്ടതുപോലെ ഒരു പരിവർത്തനത്തിന്റെ പതാക വാഹകരാകണം ഇനിയും എന്ന് ആഗ്രഹിക്കുന്നുണ്ടെങ്കിൽ ഇരുപാർട്ടി കളും വീണ്ടും ഒന്നാകണം അല്ലെങ്കിൽ ബുദ്ധമതം പോലെ പ്രസക്തി നഷ്ടപ്പെടുന്ന ഒന്നായി കമ്മ്യൂണിസ്റ്റ് പാർട്ടിയും മാറും." വിശ്വനാഥമേ നോന്റെ വാക്കുകളിൽ വേദനപുരണ്ടിരുന്നു. ഒരു കാല്പനികനായ കമ്മ്യൂണിസ്റ്റ് അപ്പോളും അദ്ദേഹത്തിലുണ്ടായിരുന്നു. "അമ്പതുകൊ ല്ലംകൊണ്ട് കമ്മ്യൂണിസ്റ്റ് പാർട്ടിയ്ക്ക് എന്തു വളർച്ചയാണുണ്ടായതെന്ന് പരിശോധിക്കേണ്ടതാണ്. തുടങ്ങിയിടത്തുതന്നെ നിൽക്കുന്ന എന്നു

ഇടപ്പള്ളി പോലീസ് സ്റ്റേഷൻ ആക്രമണത്തിൽ പങ്കെടുത്ത സമരസഖാക്കൾ എറണാകുളത്ത് അച്യുതമേനോൻ ഹാളിൽ ഒത്തുചേർന്നപ്പോൾ. അരവിന്ദാക്ഷൻ, എം. എം. ലോറൻസ്, കെ. സി. മാത്യു, ശിവശങ്കരപിള്ള, എൻ. കെ. മാധവൻ, വി. വിശ്വനാഥമേനോൻ, വിജയകുമാർ, വി. പി. സുരേന്ദ്രൻ

പറയാതെ വയ്യ. ഇപ്പോഴും കേരളവും ബംഗാളം ത്രിപുരയും മാത്രം. ഈ സ്ഥിതി സ്വയം വിമർശനാത്മകമായി പരിശോധിക്കണം. ഇടപ്പള്ളി സംഭവം പോലെയുള്ള തെറ്റുകൾ പറ്റിയതായി പാർട്ടി വിലയിരുത്തി യിട്ടുണ്ട്. പക്ഷെ അത്യ പ്രസ്ഥാനത്തെ പിന്നോട്ടടിച്ചിട്ടില്ല. പക്ഷെ ഇന്ന് പാർട്ടിയിൽ ഗ്രൂപ്പ് യുദ്ധമാണ്. അവരൊന്ന് യോജിക്കാൻ പോലും ശ്രമിക്കുന്നില്ല. ഞങ്ങളൊക്കെ പുരാവസ്തുക്കളായി മാറി. പുതുതലമുറ കർത്തവ്യങ്ങളേറ്റെടുക്കണം. ഇടപ്പള്ളി സംഭവത്തെക്കുറിച്ച് പലതും കേട്ടുകഴിഞ്ഞു. പക്ഷേ അതിൽ പങ്കെടുത്തവരുടെ ആത്മാർത്ഥതനെ പരിശോധിക്കരുത്. ഞങ്ങളനുഭവിച്ച കഷ്ടപ്പാട് വിവരിക്കാൻ കഴി യാത്തതാണ്. അതിന് അർഹിക്കുന്ന വില തരണം." പ്രസംഗം വിഠ മ്പലിലാണ് അവസാനിച്ചത്. കെ. സി. മാത്യൂ, എം. എം. ലോറൻസ്, എൻ. കെ. മാധവൻ, തേവര കൃഷ്ണൻ, എസ്. ശിവശങ്കരപ്പിള്ള, കെ. എ. രാജൻ, വി. പി. സുരേന്ദ്രൻ, എം. എ. അരവിന്ദാക്ഷൻ, കുഞ്ഞുബാവ കുഞ്ഞുമോൻ, പി. വിജയകുമാർ എന്നീ ഇടപ്പള്ളി പ്രതികൾ അവിടെ ഹാജരായിരുന്നു. മരണമടഞ്ഞവരിൽ ചാഞ്ചൻ, ഒ. രാഘവൻ, എൻ. കെ. ശ്രീധരൻ, വറ്റേകുട്ടി, ഉണ്ണി, അയ്യപ്പൻ, കുമാരൻ എന്നിവരുടെ ബന്ധുക്കളും എത്തി. എന്നാൽ ഇടപ്പള്ളി സംഭവത്തെക്കുറിച്ച് 'ആല്യ വാപ്പുഴ പിന്നെയുമൊഴുകി' എന്ന ഗ്രന്ഥമെഴുതിയ പയ്യപ്പിള്ളി ബാലൻ

വന്നില്ല. അദ്ദേഹം അപ്പോൾ പാർട്ടി ആഗ്രഹിക്കുന്നതനുസരിച്ച് വിട്ട് നിൽക്കാനാണ് തീരുമാനിച്ചത്. പാർട്ടി ഇഷ്ടപ്പെടാത്ത ഒരു കാര്യം ചെയ്താൽ ഉണ്ടാകാൻ സാധ്യതയുള്ള അനിഷ്ടത്തെക്കുറിച്ചാണ് അപ്പോൾ അദ്ദേഹം ചിന്തിച്ചത്. വിപ്ലവകാരിയുടെ ഒരു പരിണാമചക്രം അതിൽ വ്യക്തമാണ്.

അമ്പതാം വാർഷിക ആഘോഷത്തിന്റെ വിവാദങ്ങൾ അവസാനി ച്ചപ്പോൾ പാർട്ടിയിൽ ചില അനക്കങ്ങൾ ഉണ്ടായി. പലരും പാർട്ടി എടുത്ത തീരുമാനം ശരിയല്ലെന്ന് പിറുപിറുത്തു. അത് വലിയൊരു തമാ ശയ്ക്ക് ഇടവരുത്തി. പാർട്ടിക്ക് അനഭിമതരായ സഖാക്കളുടെ അമ്പതാം വാർഷിക ആഘോഷത്തിന് ബദലായി പാർട്ടി പൈതൃക സമ്മേളനം നടത്തി. പാർട്ടിക്കകത്തെ മുറുമുറുപ്പിനുള്ള മുട്ടശ്ശാന്തിയായിരുന്ന അത്. ഇടപ്പള്ളി പോലീസ് ആക്രമണക്കേസിലെ പ്രതികളേയും ആദ്യകാല കമ്മ്യൂണിസ്റ്റ് നേതാക്കളേയും ആദരിക്കാൻ 2001 നവംബർ രണ്ടിന് വെള്ളിയാഴ്ച ഇടപ്പള്ളിയിലെ ദേവൻകുളങ്ങരയിൽ പാർട്ടി പൈതൃക സമ്മേളനം നടത്തി. പക്ഷെ ആ സമ്മേളനത്തിലേയ്ക്ക് എൻ. കെ. മാധവൻ ക്ഷണിക്കപ്പെട്ടില്ല. പല കമ്മ്യൂണിസ്റ്റുകളും ചോദിച്ചു. എൻ. കെ. മാധവൻ ഇല്ലാതെ ഇടപ്പള്ളിയ്ക്കൊരു കമ്മ്യൂണിസ്റ്റ് സമര പൈതൃക മുണ്ടോ?

പൈതൃക സമ്മേളനത്തിലേയ്ക്ക് സി.പി.ഐ. നേതാക്കളെയെല്ലാം ക്ഷണിച്ചു. കമ്മ്യൂണിസ്റ്റ് പ്രസ്ഥാനത്തിൽ നിന്ന് കൂട് മാറിപ്പോയവരും ക്ഷണിക്കപ്പെട്ടു. സമരവുമായി ബന്ധമില്ലാത്തവരും അതിനെക്കുറിച്ച് വായിച്ചറിഞ്ഞവരും അതിഥികളായി. പക്ഷെ ഇടപ്പള്ളി സമരത്തിന്റെ അടിസ്ഥാന കാരണമായിരുന്ന എൻ. കെ. മാധവനെ മാത്രം പാർട്ടി മാറ്റി നിറുത്തി. പാർട്ടിക്ക് അദ്ദേഹം അനഭിമതനായി അതാണ് കാരണം. പാർട്ടിയുടെ വൈരനിരാതനത്വം ചരിത്രത്തിന്റെ മുഖം വികൃ തമാക്കി. എൻ. കെ. യെ അറസ്റ്റ് ചെയ്ത് ലോക്കപ്പിലിട്ട് പീഡിപ്പിക്കുന്ന തറിഞ്ഞ് അദ്ദേഹത്തെ മോചിപ്പിക്കുന്നതിനുവേണ്ടി തൊഴിലാളികളും നേതാക്കളും അരനൂറ്റാണ്ട് മുമ്പ് പോലീസ് സ്റ്റേഷനിലേക്ക് നടത്തിയ സായുധ മാർച്ചാണ് ഇടപ്പള്ളി സമരമായി ചരിത്രത്തിൽ ഇടം കണ്ടത്. എന്നാൽ ആ ചരിത്രസ്മരണകൾ അയവിറക്കിയ ചടങ്ങിൽ 'ചരിത്രപു രുഷനെ' മാത്രം കണ്ടില്ല.

നഷ്ടബോധവും കുറ്റബോധവും

നിണമൊഴുകിയ രാത്രിയുടെ എഴുപതാം ആണ്ട് ആചരിച്ചത് ശത്രുനിരയുടെ പിൻഗാമികൾ ഒരുമിച്ചിരുന്നാണ്. രാഷ്ട്രീയ ചരിത്രത്തിലെ ഒരു അത്യപൂർവ്വ അദ്ധ്യായം എന്നതിനെ വിശേഷിപ്പി ക്കാം. കൊലചെയ്യപ്പെട്ട പോലീസുകാരുടെ മക്കളും അവരെ കൊല പ്പെടുത്തിയ അക്രമകാരികളുടെ മക്കളും ഒരുമിച്ച് സംഗമിച്ചപ്പോൾ മഞ്ഞുരുകും കാലത്തിന്റെ കഥയായ് അതു മാറി. ഒരുപാട് പുതിയ അർത്ഥ തലങ്ങൾ സൃഷ്ടിച്ച ഒന്നായിരുന്നു അത്. "ഇടപ്പിള്ളി ശിവൻ; ഇടറാത്ത വിശ്വാസക്കരുത്ത്" എന്ന പുസ്തകത്തിൽ 26-ാം പ്രതി എസ്. ശിവശങ്കരപിള്ളയുടെ മകൾ ഗീത ആ സംഗമത്തെ ഓർത്തെടുക്കുന്നത് ഇങ്ങനെയാണ്. "സംഗമത്തെക്കുറിച്ച് അറിഞ്ഞ് അതിൽ പങ്കെടുക്കാൻ മധുവും ഭാര്യ അജിതയും ഞാനും കൂടി പുറപ്പെട്ടു. കൊല്ലപ്പെട്ട പോലീ സുകാരുടെ മക്കളെ അതുവരെ ഞങ്ങൾ കണ്ടിട്ടില്ല. അങ്ങോട്ടുള്ള യാത്രയ്ക്കിടെ എന്റെ മനസ്സിൽ വല്ലാത്തൊരു ആകാംക്ഷയും ഉത്ക ണ്ഠയും ചുരമാന്തി. പ്രതികളായവരുടെ മക്കളാണ് ഞങ്ങൾ. ഞങ്ങളെ കാണുമ്പോൾ അവരുടെ മനസ്സിൽ എന്ത് വികാരമായിരിക്കും ഉടലെ ടുക്കുക, എന്തായിരിക്കും അവരുടെ പ്രതികരണം എന്നൊക്കെ വല്ലാതെ വേവലാതിപ്പെട്ടു. ഞാൻ കലങ്ങി മറിഞ്ഞ മനസ്സുമായാണ് അവിടെ എത്തിയത്. ഞങ്ങളെത്തുമ്പോൾ കൊല്ലപ്പെട്ട പോലീസുകാ രായ മാത്യുവിന്റെ മകൻ ജോസ് കെ. മാത്യുവും, വേലായുധന്റെ മകൾ രീതയും എത്തിയിരുന്നു. കേസ്സിൽ അറസ്റ്റിലായ എൻ. കെ. മാധവന്റെ മകൻ എൻ. എം. പിയേഴ്സൺ ഉൾപ്പെടെയുള്ളവരും ഉണ്ടായിരുന്നു. അന്നത്തെ ആക്രമണത്തിൽ പങ്കെടുത്തവരിൽ ഇന്ന് ജീവിച്ചിരിക്കുന്ന

കോൺസ്റ്റബിൾ മാത്യു

കോൺസ്റ്റബിൾ വേലായുധൻ

ഒരാൾ എം. എം ലോറൻസ് മാത്രമാണ്. അദ്ദേഹവും എത്തിയിരുന്നു."

"ഈ സംഗമം ഞങ്ങളുടെ ജീവിത ത്തിലെ അമൂല്യ നിമിഷങ്ങളായിരുന്നു. അതിൽ ഒരു പുതിയ ദർശനമുണ്ട്. ഒരു പുതിയ കാഴ്ചപ്പാടുണ്ട്. അത് മാന വീകതയുടെതാണ്. മനുഷ്യത്വത്തിന്റെ താണ്. ഞങ്ങൾ എല്ലാവരും പരസ്പരം പരിചയപ്പെടുകയും സംസാരിക്കുകയും ചെയ്തു. കൊല്ലപ്പെട്ട പോലീസുകാരൻ വേലായുധന്റെ മകൾ റീതയുമായി ഞാൻ കുറേ നേരം സംസാരിച്ചു. അതിനിടയിൽ ഞാൻ പറഞ്ഞു. ഇങ്ങോട്ട് പോരുമ്പോൾ എനിക്ക് വളരെ വേവലാതിയുണ്ടായി രുന്നു. ഞങ്ങളോട് നിങ്ങൾ എങ്ങിനെ പെരുമാറും. എന്തായിരിക്കും ഞങ്ങളോ ടുള്ള മനോഭാവം എന്നൊക്കെ. റീത പറഞ്ഞു. അതൊന്നും നമ്മുടെ തെറ്റ ല്ലല്ലോ. പിന്നെ നമ്മൾ എന്തിനാണ് പരസ്പരം ദേഷ്യവും വൈരാഗ്യവുമൊക്കെ കൊണ്ടു നടക്കുന്നത്."

എഴുപതാം വാർഷികത്തിന്റെ പാഠം മനുഷ്യർ എങ്ങിനെയാണ് ചരിത്രത്തെ വീക്ഷിക്കേണ്ടത് എന്നതാണ്. രണ്ട് നിയോഗങ്ങൾ. അതേറ്റെടുക്കാൻ രണ്ട് തരം മനുഷ്യർ. സാമൂഹ്യവ്യവസ്ഥയുടെ സംവിധാനമായ പോലീസ് സ്റ്റേഷൻ - അതിന്റെ കാവലിൽ ഏർപ്പെട്ട പോലീസുകാർ. സാമൂഹ്യവ്യവസ്ഥയുടെ ഈ നിയമസംവിധാനം മനുഷ്യ വിരുദ്ധമായ മർദ്ദക സംവിധാനമായി മാറിയപ്പോൾ അതിനെ ചോദ്യം ചെയ്യുകയും അത് ഇടിച്ച തകർക്കാൻ ശ്രമിക്കുകയും ചെയ്ത വിപ്ലവകാ രികൾ. രണ്ട് കൂട്ടരും അവരവരുടെ സംവിധാനത്തോട് കൂറ് പുലർത്തുക യും ആത്മാർത്ഥതയോടു കൂടി പ്രവർത്തിക്കുകയും ചെയ്തപ്പോൾ അനി വാര്യമായത് യുദ്ധമാണ്. ആ യുദ്ധത്തിൽ ചോരയൊഴുകി. രണ്ട് ജീവൻ നഷ്ടമായി. പിന്നീട് പിൻതലമുറ അതിനെ സമചിത്തതയോടുകൂടി

തിരിച്ചറിഞ്ഞു. അതുകൊണ്ടാണ് എഴുപതാം വാർഷികം ഇരുകൂട്ടരുടെ യും സംഗമവേദിയായത്.

ഈ സംഗമം പുതിയ ഒരു മൂല്യബോധത്തെ സൃഷ്ടിച്ചു. മാനവീകത യുടെ, മനുഷ്യസ്നേഹത്തിന്റെ, പാരസ്പര്യത്തിന്റെ ഒരു സംഗമമായി അത് മാറി. ഈ സംഗമത്തിന് മുൻകൈ എടുത്തത് ആത്മഹത്യാ സ്ക്വോഡ് അംഗം എം. എം. ലോറൻസിന്റെ മകൻ അഡ്വ. സജീവനും സ്റ്റേഷൻ ആക്രമണത്തിൽ കൊല്ലപ്പെട്ട പോലീസുകാരൻ മാത്യുവിന്റെ മകൻ ജോസുമാണ്. അതിനൊപ്പം സി.ഐ.സി.സി. ജയചന്ദ്രനും എറണാകുളത്തെ ശരത്ചന്ദ്രനുമുണ്ടായിരുന്നു. ശത്രുക്കളെ മിത്രങ്ങളാ ക്കുന്നതിൽ പ്രധാന പങ്ക് വഹിച്ചത് ജോസായിരുന്നു.

അമ്പതാം വാർഷികം കലഹം പുതച്ച കാലാവസ്ഥയിലായിരുന്നെ ങ്കിൽ എഴുപതാം വാർഷികം സൗഹാർദ്ദ അന്തരീക്ഷത്തിലായിരുന്നു. അതൊരു സ്വകാര്യ ചടങ്ങായിരുന്നു. നവോത്ഥാന സാംസ്കാരിക കേന്ദ്രമാണ് പരിപാടി സംഘടിപ്പിച്ചത്. നവോത്ഥാന സാംസ്കാരിക കേന്ദ്രം സെക്രട്ടറി ശരത്ചന്ദ്രനും സുഹൃത്തുക്കളും അതിന്റെ പിന്നിൽ പ്രവർത്തിച്ചു. എറണാകുളം ചിൽഡ്രൻസ് പാർക്ക് തിയേറ്റർ ഹാളിലാ യിരുന്നു സംഗമം.

സി.പി.എം.ഉം സി.പി.ഐ.ഉം അതിനോട് മുഖംതിരിച്ചില്ല. അവർ അതിനോട് സഹകരിച്ചു. ഇടപ്പള്ളി ആക്ഷനിൽ പങ്കെടുത്ത വിപ്ലവകാരി കളിൽ ഒരാൾ മാത്രമേ ജീവിച്ചിരിപ്പുള്ളൂ. അത് എം. എം. ലോറൻസാണ്. അദ്ദേഹത്തിന്റെ സാന്നിദ്ധ്യമാണ് സമ്മേളനത്തെ കൂടുതൽ പ്രാധാന്യ മുള്ളതാക്കി മാറ്റിയത്. വരാനുള്ള അസൗകര്യംകൊണ്ട് ചിലർ എത്തി യില്ല എന്നതൊഴിച്ച് ബാക്കിയെല്ലാവരുടെയും കുടുംബാംഗങ്ങൾ സംഗമത്തിനെത്തി. അതിനകാരണം ഇടപ്പള്ളി പോലീസ് സ്റ്റേഷൻ ആക്രമണം വിപ്ലവകാരികളുടെ ജീവിതത്തിലെ അസാധാരണമായ

ശിവശങ്കരപിള്ളയുടെ മക്കളായ ഗീത, മധു, കോൺസ്റ്റബിൾ മാത്യുവിന്റെ മകൻ ജോസ്, എം. എം. ലോറൻസ്, എൻ. കെ. മാധവന്റെ മകൻ എൻ. എം. പിയേഴ്സൺ, കോൺസ്റ്റബിൾ വേലായുധന്റെ മകൾ റീത.

സജി ലോറൻസ്, കോൺസ്റ്റബിൾ അബ്ദുൾ ഖാദറിന്റെ മകനും കുടുംബവും, വറുതുട്ടിയുടെ മകൻ ബാബു, എൻ. എം. പിയേഴ്സൺ, ചാഞ്ചന്റെ മകൻ പ്രസന്നൻ, അബി ലോറൻസ്, റീതയും ബാഹലേയനും, ജോസ്, മധു, ഗീത, എം. എം. ലോറൻസ്, വിശ്വനാഥമേനോന്റെ മകൻ അജിത് നാരായൺ, തേവര കൃഷ്ണന്റെ മകൻ ഭഗത്സിംഗം കുടുംബവും

70-ാം വാർഷികത്തിൽ പങ്കെടുത്തവരുടെ ഡയസ് - ഇടത്തുനിന്ന് സി.ഐ.സി.സി. ജയചന്ദ്രൻ, ജോസ് മാത്യു, അലി അക്ബർ, പ്രൊഫ. എം. കെ. സാനു, എം. എം. ലോറൻസ്, അഡ്വ. തമ്പാൻ തോമസ്, കെ.എം.എ. മേത്തർ, അഡ്വ. മജന കോമത്ത്

ചരിത്ര മുഹൂർത്തമായിരുന്ന. സാഹസികതയുടെ അപാരത അതിൽ നിലനിൽക്കുന്നുണ്ട്. ഇനി കുറച്ചപേർ കൂടിച്ചേർന്നാൽ നടത്താൻ പറ്റാത്ത അനന്ത സാഹസികത അതിലുണ്ട്. അതിനാലാണ് കുടുംബാം ഗങ്ങൾ അതിൽ അഭിമാനിക്കുന്നത്.

സംഗമം ഉദ്ഘാടനം ചെയ്തകൊണ്ട് ഇപ്പോഴത്തെ സി.പി.എം. ജില്ലാ സെക്രട്ടറി സഖാവ് സി.എൻ. മോഹനൻ പറഞ്ഞത് തൊഴിലാളി തൊഴിലെടുത്താൽ അവന് അർഹമായ കൂലിയും അടിച്ചമർത്തപ്പെട്ട മനുഷ്യർക്ക് വഴി നടക്കാൻ സ്വാതന്ത്ര്യവും അധഃസ്ഥിതർക്ക് മാനം കെടാതെ ജീവിക്കാനുള്ള ജീവിത പരിസരവും നേടിയെടുക്കാൻ കമ്മ്യൂ ണിസ്റ്റുകാർ ജീവൻ ബലിയർപ്പിച്ച് നടത്തിയ പോരാട്ടമാണ് പുതിയ കേരളത്തെ രൂപപ്പെടുത്തിയത്. അവരുടെ പ്രവർത്തനം മാതൃകാപരമാ യിരുന്ന. ഇടപ്പള്ളി സംഭവത്തിൽ പങ്കെടുത്ത സഖാക്കൾക്ക് ക്രൂരമായ മർദ്ദനം സഹിക്കേണ്ടിവന്നു. അവർ സഹിച്ച ത്യാഗം പുതിയ മനുഷ്യന വേണ്ടിയായിരുന്ന.

സി.പി.ഐ. നേതാവ് അഡ്വ. മജ്നു കോമത്ത്, പ്രൊഫ. എം. കെ. സാനു, പ്രമുഖ ട്രേഡ് യൂണിയൻ നേതാവ് അഡ്വ. തമ്പാൻ തോമസ്, കോൺഗ്രസ്സ് നേതാവ് കെ.എം.എ. മേത്തർ, സി.ഐ.ടി.യു. നേതാവ് അലി അക്ബർ, മുൻ എസ്.എഫ്.ഐ. നേതാവ് സി.ഐ.സി.സി. ജയച ന്ദ്രൻ തുടങ്ങിയ നേതാക്കൾ സംഗമത്തിൽ പങ്കെടുത്തു സംസാരിച്ചു.

മരിച്ച കോൺസ്റ്റബിൾ മാത്യുവിന്റെ മകൻ ജോസും, കോൺസ്റ്റബിൾ വേലായുധന്റെ മകൾ റീതയും അവരുടെ ഭർത്താവ് ബാഹുലേയനും സംഗമത്തിനെത്തി. ചാഞ്ചന്റെ മകൻ പ്രസന്നനും വിശ്വനാഥ മേനോന്റെ മകൻ അഡ്വ. അജിത് നാരായണനും, വറുത്തട്ടിയുടെ മകൻ ബാബുവും, തേവര കൃഷ്ന്റെ മകൻ ഭഗത്സിംഗം, എൻ. കെ. മാധവന്റെ മകൻ പിയേഴ്സനും, ശിവശങ്കരപിള്ളയുടെ മക്കളായ ഗീതയും, മധുവും പങ്കെടുത്തു. കലാപകാരികൾ പോലീസ് സ്റ്റേഷൻ വരാ ന്തയിൽ നിന്ന് വലിച്ചെറിഞ്ഞ അബ്ദുൾഖാദറെന്ന പോലീസുകാരന്റെ മകനും കുടുംബവും ഉണ്ടായിരുന്നു. എം. എം. ലോറൻസിന്റെ മക്കളായ സജീവനും, അബിയും കുടുംബസമേതം പങ്കെടുത്തു.

ആലുവായിൽനിന്ന് സംഭവം നടന്ന അന്ന് സ്പെഷ്യൽ ഡ്യൂട്ടി ക്കെത്തിയ കോൺസ്റ്റബിൾ അബ്ദുൾഖാദർ സ്റ്റേഷൻ ആക്രമിക്കാന തിയവരോട് പറഞ്ഞത് 'ഞാനൊരു വാഴക്കുല മോഷണക്കേസിൽ പ്രതിയാണ്. പോലീസ് എന്നെ അറസ്റ്റ് ചെയ്ത കൊണ്ടുവന്നതാണ്'. ഇത് കേട്ടപ്പോൾ കലാപകാരികൾ അദ്ദേഹത്തെ ജനൽവഴി പുറ ത്തേയ്ക്ക് എറിഞ്ഞു. അങ്ങനെയാണ് തന്റെ പിതാവ് രക്ഷപ്പെട്ടതെന്ന്

70-ാം വാർഷികത്തിൽ പങ്കെടുത്തുകൊണ്ട് മകൻ ഓർമ്മപ്പെടുത്തി.

ജോസിന്റെ വിശ്വാസം രണ്ട് പോലീസുകാർ സംഭവത്തിൽ മരി ച്ചതിൽ ഇടപ്പള്ളി പ്രതികൾക്ക് കുറ്റബോധമുണ്ടെന്ന് തന്നെയാണ്. കാരണം അവർ സ്റ്റേഷൻ ആക്രമണത്തിന് തയ്യാറായത് സ്റ്റേഷൻ ആക്രമിച്ച് തീയിടാനൊന്നുമായിരുന്നില്ല. അവർ സ്റ്റേഷനിലേയ്ക്ക് പോയത് മുതപ്രായരായ തങ്ങളുടെ സഖാക്കളുടെ ജീവൻ സംരക്ഷിക്കാ നായിരുന്നു. ജീവൻരക്ഷയായിരുന്ന അവരുടെ ലക്ഷ്യം. അതൊരിക്കലും കൊലപാതകമായിരുന്നില്ല. പക്ഷേ, നിർഭാഗ്യവശാൽ രണ്ട് പേരുടെ ജീവൻ നഷ്ടപ്പെട്ടു. അത് സംഭവിക്കാൻ പാടില്ലാത്തതു തന്നെയായിരു ന്നു എന്നാണ് എല്ലാവരും കരുതുന്നത്. സ്റ്റേഷൻ ആക്രമണം കഴിഞ്ഞ് പോകുമ്പോഴും അവർ പോലീസുകാർ മരിച്ചു എന്ന് മനസ്സിലാക്കിയി രുന്നില്ല.

ജോസ് രണ്ട് വട്ടം ആക്രമണം നയിച്ച കെ. സി. മാത്യവിന്റെ വീട്ടിൽ അദ്ദേഹത്തെ സന്ദർശിച്ചിരുന്നു. ഒന്ന് കെ. സി. മാത്യ അൽഷിമേഴ്സ് ബാധിച്ചിരുന്ന സമയത്ത്. രണ്ട് അദ്ദേഹം മരിച്ച സമയത്ത്. സ്റ്റേഷൻ ആക്രമണത്തിൽ രണ്ട് പോലീസുകാർ മരിച്ചതിൽ പശ്ചാത്തപിക്കുന്ന ഒരു വ്യക്തിയാണ് കെ. സി. മാത്യ എന്നാണ് മരിച്ച പോലീസുകാരന്റെ മകൻ ജോസ് വിശ്വസിക്കുന്നത്. ഈ വിശ്വാസം ഉള്ളതുകൊണ്ടാണ് ജോസ് സംഭവത്തിനു ശേഷം 65 വർഷം കഴിഞ്ഞ് കെ. സി. മാത്യവിനെ കാണാൻ ഇടപ്പള്ളിയിലെ ഉണിച്ചിറയില്ലുള്ള മാത്യവിന്റെ വീട്ടിൽ എത്തിയത്. കെ. സി. മാത്യ മരിക്കുന്നതിന് ഏഴ് മാസം മുമ്പായിരുന്നു അത്. പക്ഷേ അപ്പോൾ മാത്യ ആരെയും തിരിച്ചറിയുന്ന അവസ്ഥ യിലായിരുന്നില്ല. സ്റ്റേഷൻ ആക്രമണത്തിൽ പിതാവ് മരിക്കുമ്പോൾ അമ്മയുടെ ഉദരത്തിൽ ഒരു മാസമായിരുന്ന ജോസിന് വളർച്ച. പിതാവിനെ സ്നേഹിച്ചവരും കൊന്നവരും ജോസിന്, ഒരിക്കലും കാണാത്ത പിതാവിനെ കുറിച്ചുള്ള പരിചയപ്പെടുത്തലുകളായി മാറി.

രണ്ടാമത് ജോസ് ഉണിച്ചിറയില്ലുള്ള കെ. സി. മാത്യവിന്റെ വീട്ടിലെ ത്തിയത് കെ. സി. മാത്യവിന്റെ മരണവാർത്തയറിഞ്ഞാണ്. ജോസ് അവിടെയെത്തി അന്തിമോപചാരം അർപ്പിച്ചു. അപ്പോൾ കെ. സി. മാത്യവിനെ ആലപ്പുഴ വലിയ ചുടുകാട്ടിലേയ്ക്ക് കൊണ്ടുപോകാനുള്ള ഒരുക്കങ്ങൾ നടക്കുകയാണ്. കെ. സി. മാത്യവിന്റെ അന്ത്യാഭിലാഷ മനുസരിച്ച് ആലപ്പുഴ വലിയ ചുടുകാട്ടിലാണ് കെ. സി. മാത്യവിനെ സംസ്കരിച്ചത്. കെ. സി. യുടെ ആരാധ്യനേതാക്കളായ പി. ടി. പുന്നൂസിന്റെയും, ടി. വി. തോമസിന്റെയും സ്മൃതി കുടിരത്തനിരികിൽ. ആദരാഞ്ജലികൾ അർപ്പിച്ച വേളയിൽ ജോസ് പറഞ്ഞു "കമ്മ്യൂണിസ്റ്റ്

സംഗമം ഉദ്ഘാടനം ചെയ്യാനെത്തിയ സി. എൻ. മോഹനൻ, സജി, അലി അക്ബർ, കെ. എം. എ. മേത്തർ

പോരാട്ട ചരിത്രത്തിൽ കാലത്തിന് ഒരിക്കലും മായ്ക്കാനാവാത്ത അത്യുജ്ജ്വലമായ ഒരേടായി രേഖപ്പെടുത്തപ്പെട്ട സമരമാണ് ഇടപ്പള്ളി പോലീസ് സ്റ്റേഷൻ ആക്രമണ സംഭവമെന്ന് ഞാൻ വിശ്വസിക്കുന്നു. അതിൽ വ്യക്തിപരമായ എന്റെ നഷ്ടം വലുതാണ്. എന്റെ പിതാവിനെ ഒരു നോക്ക് കാണാൻ പോലും എനിക്ക് കഴിഞ്ഞില്ല. അതിനു മുന്നേ അദ്ദേഹം കൊല ചെയ്യപ്പെട്ടു. എന്നാൽ മന:പൂർവ്വം ആസൂത്രണം ചെയ്ത കൊലപാതകമല്ലാത്തിനാൽ അതിൽ ആരെയും കുറ്റപ്പെടുത്താനാവില്ല. കെ. സി. മാത്യു പാർട്ടിയുടെ നിയോഗമാണ് ഏറ്റെടുത്തത്. അതേ സമയം എന്റെ പിതാവ് തൊഴിലിനോടുള്ള നീതിയാണ് പുലർത്തിയത്." അച്ഛനെ ഒരു ഓർമ്മയായും ആദർശമായും കൊണ്ടു നടക്കുന്ന വ്യക്തിയാണ് മരിച്ച പോലീസുകാരന്റെ മകൻ ജോസ്. സ്റ്റേഷൻ ആക്രമണത്തിൽ കൊല്ലപ്പെട്ട മറ്റൊരു പോലീസുകാരൻ വേലായുധനാണ്. അദ്ദേഹത്തിന്റെ മകൾ റീതയും അച്ഛനെക്കുറിച്ച് ഏറെ അഭിമാനം കാത്തു സൂക്ഷിക്കുന്ന മകളാണ്. റീതയും ഭർത്താവ് ബാഹുലേയനും ഇടപ്പള്ളി സംഭവത്തെ ചരിത്രത്തിന്റെ നിയോഗമായി കാണുന്നവരാണ്. സ്വന്തം പിതാവിനെ കലാപകാരികൾ മനഃപൂർവ്വം കൊന്നതായി കാണുന്നില്ല. അതുപോലെ പിതാവിന്റെ മരണത്തിന് പ്ര തികളുടെ മക്കളിൽ പങ്ക് ആരോപിക്കാനാവില്ലല്ലോ. അതുകൊണ്ടാണ് അവർ സംഗമത്തിനെത്തിയത്. മാത്രമല്ല ഇടപ്പള്ളിക്കൊരു സ്മാരകം ഉണ്ടാകുന്നത് നല്ലതാണെന്ന തന്നെയാണ് റീതയുടെ അഭിപ്രായം. ഇരുവരുടെയും ആഗ്രഹം അവരുടെ പിതാക്കന്മാർക്ക് ഒരു സ്മാരകം വേണമെന്ന് തന്നെയാണ്. മറ്റ് സംഭവങ്ങളിൽ നിന്ന് വ്യത്യസ്തമായി കൊന്നവർക്കും കൊലചെയ്യപ്പെട്ടവർക്കും അവരവരുടെ ഇടത്തിന്

അനന്തമായി ഒരു സ്മാരകം എന്ന ആവശ്യം ഉയർത്തുകയാണ്. അത് ഒരു അപൂർവ്വതയാണ്. വിപ്ലവകാരികൾ അവരുടെ നിയോഗമാണ് നിറവേറ്റിയത്. പോലീസ് ഉദ്യോഗസ്ഥർ അവരുടെ ഉത്തരവാദിത്വവും കടമയും നെഞ്ചേറ്റി അതിനാൽ രക്തസാക്ഷികളായി. പോലീസ് സേന പിന്നീട് രണ്ട് സഖാക്കളെ പകരത്തിന് തല്ലിക്കൊന്നു. സങ്കീർണ്ണമായ ആ ചരിത്രത്തിന് ഒരു സ്മാരകം വേണമെന്നാണ് എല്ലാവരും ആഗ്ര ഹിക്കുന്നത്.

ഇടപ്പള്ളി പോലീസ് സ്റ്റേഷൻ ചരിത്ര സ്മാരകം ആക്കണമെന്ന ആഗ്രഹം ഹൃദയത്തിൽ കൊണ്ട് നടക്കുന്നത് മരിച്ച പോലീസുകാരൻ മാത്യുവിന്റെ മകൻ ജോസാണ്. ജോസ് ഈ ആവശ്യം അധികാരിക ളുടെ മുന്നിൽ അവതരിപ്പിച്ചു. 2015 മെയ് മാസത്തിൽ ജോസ് മുഖ്യമന്ത്രി പിണറായി വിജയന് മുന്നിൽ ഇടപ്പള്ളി പോലീസ് സ്റ്റേഷൻ സ്മാരകമാ ക്കണമെന്ന ആവശ്യമടങ്ങുന്ന നിവേദനം സമർപ്പിച്ചു. മുഖ്യമന്ത്രി അത് 2015 ജൂൺ മാസത്തിൽ തന്നെ സംസ്ഥാന പോലീസ് മേധാവിയുടെ അഭിപ്രായത്തിനായി കൈമാറി. ആഭ്യന്തര വകുപ്പ് അനുകൂല നിലപാട് എടുത്തെന്നാണ് അറിയാൻ കഴിഞ്ഞത്. പോലീസ് അസോസിയേഷൻ ഇക്കാര്യത്തിൽ അഭിപ്രായമൊന്നും രേഖപ്പെടുത്തിയതായി അറിവില്ല. വിഷയം ഇപ്പോൾ പുരാവസ്തു വകുപ്പിന്റെ മുന്നിൽ തീരുമാനത്തിനായി കാത്തിരിക്കുകയാണ്. ഇടപ്പള്ളി പോലീസ്സ്റ്റേഷൻ ആക്രമണത്തിന്റെ യും ചെറുത്തു നിൽപ്പിന്റെയും രക്തസാക്ഷിത്വത്തിന്റെ സംയുക്തസ്മാര കമാകുമോ ? കാലം ഒരുപക്ഷേ ഇതിന് ഉത്തരം കണ്ടെത്തിയേക്കും.

നയം മാറിയാൽ ചരിത്രം മാറുമോ?

'ഓർമ്മകളാണ് ജീവിതം' എന്നാണ് എറിക് ഹോബ്സ്ബാം എഴതിയത്. 'ദി ഏജ് ഓഫ് എംപയർ' എന്ന പുസ്തകത്തി ലാണ് ലോകപ്രശസ്ത കമ്മ്യൂണിസ്റ്റ് ചരിത്രകാരൻ അത് വ്യക്തമാക്കി യത്. ഓർമ്മകളെ ഭദ്രമായി സൂക്ഷിച്ച് കൊണ്ട നടക്കുന്നത് ജീവനുള്ള മനുഷ്യരുടെ കൂട്ടങ്ങളാണ്. അതിനാൽ ഓർമ്മകൾ നിരന്തര പരിണാമ ത്തിലാണ്. തങ്ങൾ ജീവിക്കുന്ന കാലത്തിന്റെ ഗതകാലങ്ങളോട് ഒരു തരത്തിലുമുള്ള ജൈവബന്ധങ്ങളെ സൃഷ്ടിക്കാൻ കഴിയാത്ത സമകാ ലികതയിലാണ് ഒട്ടേറെ ചെറുപ്പക്കാർ ഇന്ന് ജീവിക്കുന്നത്. അതിനാൽ ചരിത്രകാരന്മാരുടെ മുഖ്യച്ചമതല മറ്റുള്ളവർ മറന്നതിനെ ഓർമ്മപ്പെടു ത്തലാണ്. ഇത് എല്ലാകാലത്തും പ്രസക്തമായിരുന്നു. എന്നാലിപ്പോൾ അത് കൂടുതൽ പ്രസക്തമാണെന്നാണ് എറിക് ഹോബ്സ്ബാമിന്റെ അഭിപ്രായം.

സായുധ സമരശൈലി തെറ്റാണെന്ന തിരിച്ചറിയലാണ് ഇടപ്പ ള്ളിയെ മറക്കാൻ പാർട്ടിക്ക് പ്രേരകമായതെന്നാണ് പാർട്ടി നേതൃത്വം പറയുന്നത്. അപ്പോൾ പുന്നപ്ര വയലാർ മറക്കാത്തതെന്താണ്? ശൂരനാട് മറക്കാത്തതെന്താണ്? മുനയൻകുന്ന് മറക്കാത്തതെന്താണ്? പാർട്ടി നേതൃത്വം ഓരോന്ന് പറഞ്ഞ് ആവർത്തന മുഴക്കം സൃഷ്ടിക്ക മ്പോൾ അതിന് കൃത്യമായ മറുപടി എറിക് ഹോബ്സ്ബാം തന്നെ തര നുണ്ട്. അധികാരത്തിലിരിക്കുന്ന കമ്മ്യൂണിസത്തിന്റെ വിരോധാഭാസം അത് യാഥാസ്ഥിതികമായി മാറുന്നതാണ്. ഹോബ്സ്ബാം മറ്റൊന്ന് വ്യക്തമാക്കുന്നുണ്ട്. "നെപ്പോളിയൻ നശിപ്പിച്ചത് ഒന്നുമാത്രമാണ്

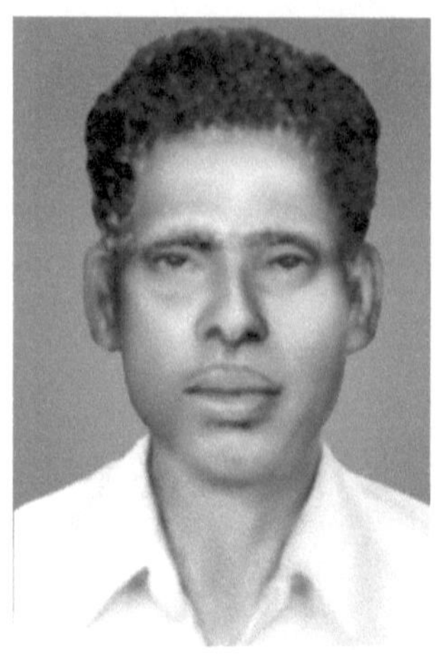

സി. എൻ. കൃഷ്ണൻ
(തേവര)

: അത് ജെക്കോബിൻ വിപ്ലവത്തെ യായിരുന്നു. സമത്വം, സാഹോദര്യം, സ്വാതന്ത്ര്യം എന്നതിനെക്കുറിച്ചുള്ള സ്വപ്നത്തെയായിരുന്നു. അടിച്ചമർത്ത ലിനെതിരെ ഉയർന്ന ജനകീയ മുന്നേ റ്റത്തെയായിരുന്നു. പക്ഷേ ചരിത്രം സാക്ഷ്യപ്പെടുത്തിയത് നെപ്പോളിയനെ ആയിരുന്നില്ല. നെപ്പോളിയൻ ബോണ പ്പാർട്ടിന്റെ വീഴ്ച്ചയ്ക്ക് ശേഷം ഒരു മിത്തായി മാറിയത് നെപ്പോളിയനായിരുന്നില്ല; ജെക്കോബിൻ വിപ്ലവകാരികളാണ്. അവരാണ് 19-ാം നൂറ്റാണ്ടിലെ എല്ലാ വിപ്ലവങ്ങളുടെയും പ്രഭവകേന്ദ്രമായി മാറിയത്". അതുകൊണ്ട് ചരിത്രം മറക്ക രുത്. ഇടപ്പള്ളിയെ മായ്ച്ച് കളയരുത്.

കേരളത്തിലെ കമ്മ്യൂണിസ്റ്റ് പാർട്ടി അതിന്റെ ദൈനംദിന പ്രവർത്ത നങ്ങളെ ചലനാത്മകമാക്കാൻ എപ്പോഴും ആശ്രയിക്കുന്നത് അനശ്വ രമായ വിപ്ലവ ഓർമ്മകളെയാണ്. പൂർവ്വകാല വിപ്ലവ സ്മൃതികളിൽ നിന്ന് ഉയരുന്ന ഊർജ്ജമാണ് അതിന്റെ കരുത്ത്. നിസ്വാർത്ഥമായ പോരാട്ടവും നിഷ്കളങ്കമായ ആത്മഹൂതികളും പ്രസ്ഥാന വളർച്ചയ്ക്കുള്ള ഇന്ധനമായിരുന്നു. 'ബലികുടീരങ്ങളെ, സ്മരണകൾ ഇരമ്പും രണസ്മാര കങ്ങളെ, ഇവിടെ ജനകോടികൾ ചാർത്തുന്ന നിങ്ങളിൽ സമരപ്പലക ങ്ങൾ തൻ സിന്ദൂരമാലകൾ'. ഈ ഉണർത്തുപാട്ടിൽ നിന്നാണ് പുതിയ പൗരനുണ്ടായത്. പുതിയ കമ്മ്യൂണിസ്റ്റുകാരനുണ്ടായത്.

വിപ്ലവത്തെ മോഹമാക്കി മാറ്റിയ മനുഷ്യരുടെ കഥയാണ് കലാ പങ്ങളുടെ കഥ. മരണം ചരിത്രത്തെ സാക്ഷ്യപ്പെടുത്താനുള്ള സിന്ദൂരം പൂശിയ നിറമായിരുന്നു. മരണം കൊണ്ട് ചരിത്രത്തെ തിരുത്തിയും അടയാളപ്പെടുത്തിയും കടന്നു പോയവർ മരണമില്ലാത്തവരായി മാറി. ഇടപ്പള്ളിയുടെ അമരന്മാരാണ് കെ. യു. ദാസും, എ. വി. ജോസഫും. കമ്മ്യൂണിസ്റ്റ് പ്രസ്ഥാനത്തിന്റെ ചരിത്രം എഴുതിയത് സമരംകൊണ്ടും കലാപം കൊണ്ടും മാത്രമായിരുന്നില്ല. അതെഴുതാൻ രക്തസാക്ഷി കളുടെ രക്തം കൂടി വേണമായിരുന്നു. ബ്ലെയിഡിന് കീറിയ കെ. യു. ദാസിന്റെ ശരീരത്തിൽ നിന്ന് ഇറ്റുവീണ ചോര വേണമായിരുന്നു. പോലീസ് ലോക്കപ്പിലിട്ട് ഇടിച്ചു നുറുക്കിയ ജോസഫിന്റെ ഹൃദയരക്തം വേണമായിരുന്നു.

കുഞ്ഞൻ ബാവ കുഞ്ഞുമോൻ

കേരളത്തിൽ കമ്മ്യൂണിസ്റ്റ് ലീഗ് ആരംഭിച്ച എൻ. സി. ശേഖറുടെ കുട്ടി പട്ടിണി കിടന്നാണ് മരിച്ചത്. അതിനെ മറവ് ചെയ്യാൻ പോലും ആ കുടുംബം വല്ലാതെ കഷ്ടപ്പെട്ടു. വിപ്ലവങ്ങളുടെയും, കലാപങ്ങളുടെയും ഇരമ്പം അവസാ നിച്ചപ്പോൾ കമ്മ്യൂണിസ്റ്റ് പാർട്ടി പനപോലെ വളർന്നു. വിപ്ലവത്തെ ആഗ്രഹിച്ച കുറെയധികം മനുഷ്യരുടെ രക്തത്തിലാണ് അത് വേരുറപ്പിച്ചത്. ആദ്യകാല കമ്മ്യൂണിസ്റ്റുകൾ സ്വന്തം രക്തം കൊണ്ടാണ് ചരിത്രമെഴുതിയത്. 1931 ൽ കമ്മ്യൂണിസ്റ്റ് ലീഗും 1939 ൽ കമ്മ്യൂണിസ്റ്റ് പാർട്ടിയും രൂപപ്പെട്ടു.

അതിനു ശേഷമുള്ള കേരളത്തിന്റെ ഒരു ദശകം വിപ്ലവങ്ങളുടെയും, കലാപങ്ങളുടെയും ആളിക്കത്തിയ അഗ്നിയാൽ അനീതികൾ എരിഞ്ഞ ടങ്ങിയ കാലമാണ്. കേരളത്തിൽ പുതിയ രാഷ്ട്രീയ ഭാവുകത്വമുണ്ടായി. ബലികുടീരങ്ങളുടെ ഇരമ്പുന്ന രണസ്മാരകങ്ങളിൽ നിന്നാണ് പുതിയ സ്വപ്നങ്ങൾ പൂത്തുലഞ്ഞത്.

ഏതാണ്ട് പതിനഞ്ച്-ഇരുപത് വർഷത്തെ വിപ്ലവ പ്രവർത്തനങ്ങ ളാണ് കേരളത്തെ മാറ്റിയത്. പിന്നീട് ഭരണമായി, ഭരണപാർട്ടിയായി പാർട്ടി മാറി. അത് തിരിച്ചറിഞ്ഞ നേതൃത്വമാണ് പാർട്ടിയെ ചലിപ്പി ക്കാൻ പഴയകാല പീഡനകഥകൾ ആവർത്തിച്ച കൊണ്ടിരുന്നത്. അനശ്വരമായ ഓർമ്മകളുടെ വീണ്ടെടുക്കൽ പാർട്ടിയെ റീചാർജ്ജ് ചെയ്യലായിരുന്നു. ഭീകര മർദ്ദനത്തിന്റെയും കൊടിയ പീഡനത്തിന്റെ യും രക്തസാക്ഷിത്വത്തിന്റെയും ഇരമ്പുന്ന സ്മരണകൾ പുതിയ പ്രവർ ത്തകരെ ആവേശം കൊള്ളിച്ചുകൊണ്ടിരുന്നു. പുന്നപ്രയും, വയലാറും, കയ്യൂരും, കരിവെള്ളൂരും, മുനയൻകുന്നും, കാവുമ്പായും, ശൂരനാട്ടുമെല്ലാം രക്തം പൊടിഞ്ഞ കാലത്തിന്റെ സ്മരണകളാണ്. ചുട്ടചോര ചിതറിയ കാലത്തിന്റെ ഓർമ്മകളാണ്. ചുട്ടചോര ചിതറിയ കാലത്തിന്റെ രൂക്ഷ ഗന്ധവുമായി വിപ്ലവങ്ങൾ ഓരോന്നും വർഷാവർഷം കടന്നു വന്ന് ആഘോഷമായി വിട പറഞ്ഞു പോകുമ്പോൾ ഒരിക്കലും സ്മരിക്കാതെ പോയ കലാപമാണ് ഇടപ്പള്ളി. മറ്റെല്ലാ കലാപങ്ങളെയും പോലെ ചുട്ടനിണത്തിലെഴുതിയ ഇടപ്പള്ളി എന്തുകൊണ്ട് വിസ്മരിക്കപ്പെട്ടു? ഇടപ്പള്ളിയുടെ രക്തസാക്ഷിത്വം രക്തക്കറയായി മാറി. ആരാണ്

ടി. ടി. മാധവൻ

വി.പി. സുരേന്ദ്രൻ

അതങ്ങനെ മാറ്റിയത് ?

യഥാർത്ഥത്തിൽ ഈ ചോദ്യത്തിന്റെ ഉത്തരം തിരഞ്ഞാണ് 2000 ഫെബ്രുവരി കടന്നു പോയത്. രണ്ടായിരം ഫെബ്രുവരി 28ന് ഇടപ്പള്ളി സംഭവത്തിന് അമ്പതാണ്ട് പ്രായമായി. നിരാകരിക്കപ്പെട്ട ഒരു വിപ്ലവവും അതിലെ സേനാനികളും രണ്ടായിരത്തിലെ വർത്തമാനകാല രാഷ്ട്രീയവുമായി കെട്ടുപിണഞ്ഞ് കിടക്കുകയായിരുന്നു. കമ്മ്യൂണിസ്റ്റ് പാർട്ടി പിളർന്നതും അതിലെ പലതരം കലഹങ്ങളും കൽക്കത്ത തീസിസിന്റെ നിരാകരണവും ഇടപ്പള്ളി കലാപത്തിന് മങ്ങ ലേൽപ്പിച്ചു. പക്ഷെ നിണമെഴുതിയ ആ നാളുകളെയും അതിന്റെ പക നിറഞ്ഞ മർദ്ദനങ്ങളെയും ഉയർന്നൊച്ചവെച്ച നിലവിളികളെയും കാലത്തിന് മറക്കാ നാവില്ല. അന്ന് അതിസാഹസികമായി തങ്ങളുടെ സഹപ്രവർത്തകരുടെ ജീവൻ രക്ഷിക്കാൻ കൈയ്യിൽ കിട്ടിയ ആയുധങ്ങളുമായി വിപ്ലവത്തിനിറങ്ങിയ മനുഷ്യരുടെ ജീവിതത്തിലെ ഏറ്റവും മഹത്തായ സംഭവമായി അവർ അന്ന് കണ്ടതും ഇന്ന് കാണുന്നതും ഇടപ്പള്ളി ആക്ഷനാണ്. അവരതിൽ ഇപ്പോഴും അഹങ്കരിക്കുന്നു. അവർ അതോർത്ത് അഭിമാനിക്കുന്നു.

കേരളത്തിലെ പ്രമുഖരായ പല പത്രപ്രവർത്തകരും ഇടപ്പള്ളിയുടെ നിഗൂഢതകൾ തെരഞ്ഞിറങ്ങിയത് അമ്പതാം വാർഷികാചരണ കാലത്താണ്. അവർ അന്ന് ആക്ഷനിൽ പങ്കെടുത്ത ജീവിച്ചിരിക്ക ന്ന പ്രമുഖരായ വ്യക്തികളെ നേരിൽ കണ്ട് സംസാരിച്ചു. അവരുടെ അനുഭവങ്ങൾ കുറിച്ചെടുത്ത് പ്രസിദ്ധീകരിച്ചു. മലയാളമനോരമയിൽ സുജിത് നായർ, മാതൃഭൂമിയിൽ കെ. പത്മജൻ, മാധ്യമത്തിൽ പി.കെ പ്രകാശ്, സമകാലിക മലയാളത്തിൽ വി.ആർ ജോതിഷ്. അവരുടെ അന്വേഷണങ്ങളിലൂടെ ഇടപ്പള്ളി പോലീസ് സ്റ്റേഷൻ ആക്രമണത്തെ

അവർ വിചാരണ ചെയ്തു. അവരുടെ അന്വേഷണങ്ങൾ ജീവിച്ചിരുന്ന കെ. സി. മാത്യു, എം. എം. ലോറൻസ്, വി. വിശ്വനാഥമേനോൻ, എസ്. ശിവശങ്കരപിള്ള, തേവര കൃഷ്ണൻ, പയ്യപ്പിള്ളി ബാലൻ, കെ. എ. രാജൻ, വി. പി. സുരേന്ദ്രൻ, അരവിന്ദാക്ഷൻ, കുഞ്ഞുമോൻ, വിജയകുമാർ, എൻ. കെ. മാധവൻ എന്നിവരിലൂടെ കടന്നു പോയി.

ഇടപ്പള്ളി കേസിലെ ഒന്നാം പ്രതി കെ. സി. മാത്യു വടക്കൻ പറവൂർ കുളങ്ങര കുടുംബാംഗമായിരുന്നു. അദ്ദേഹത്തിന്റെ അച്ഛൻ സമ്പന്ന കുടുംബാംഗമായിരുന്നു. ഉത്തരവാദഭരണത്തിനു വേണ്ടി ദിവാനെതിരെ പ്രകടനം നടത്തി ജയിലിൽ പോയ മാത്യു ആലുവ വ്യവസായ മേഖലയിലെ ആദ്യകാല ട്രേഡ് യൂണിയൻ നേതാവായിരുന്നു. അദ്ദേഹം സ്റ്റേഷൻ ആക്രമിക്കാൻ മുന്നിട്ടിറങ്ങിയ ആത്മഹത്യാ സ്ക്വോഡിന്റെ തലവനായിരുന്നു. അന്നത്തെ അവിഭക്ത കമ്മ്യൂണിസ്റ്റ് പാർട്ടിയുടെ ജില്ലാ സെക്രട്ടറിയേറ്റ് അംഗവുമായിരുന്നു. കെ. സി. മാത്യു അമ്പതാം വാർഷികം നടക്കുമ്പോൾ പറഞ്ഞത് ഇടപ്പള്ളി സംഭവം തെറ്റായ രാഷ്ട്രീയ കാലാവസ്ഥയുടെ തെറ്റായ നിർവ്വചനമായിരുന്നു എന്നാണ്. പക്ഷെ ആ സംഭവത്തിൽ അദ്ദേഹത്തിന് കുറ്റബോധമുണ്ടായിരുന്നില്ല. അത് ആ കാലഘട്ടത്തിന്റെ രാഷ്ട്രീയ തീരുമാനമായിരുന്നു. ചരിത്രത്തെ തള്ളാം, എന്നാൽ ചരിത്രത്തെ തള്ളുമ്പോഴും വിസ്മരിക്കാൻ പാടില്ലാത്ത ഒന്നുണ്ടെന്ന് മാത്യു വ്യക്തമാക്കി. അത് അന്നത്തെ സാധാരണക്കാര ന്റെ അർപ്പണബോധമാണ്. ആ അർപ്പണബോധമാണ് പിന്നീട് ഒരു ജനകീയ മുന്നേറ്റമായത്. 1957 ൽ കേരളത്തിൽ കമ്മ്യൂണിസ്റ്റ് മന്ത്രിസഭ അധികാരത്തിലെത്തിയതിന്റെ അടിസ്ഥാനം 1930 മുതല്ലള്ള കലാപ ങ്ങളിലും സമരങ്ങളിലും മനുഷ്യർ ജീവനർപ്പിക്കാൻ തയ്യാറായതുകൊ ണ്ടായിരുന്നു. ആ അർപ്പണ ബോധത്തെ വിസ്മരിക്കാൻ പാടില്ല. കമ്മ്യൂ ണിസ്റ്റ് പാർട്ടിയുടെ അചഞ്ചലമായ വളർച്ചയുടെ ചരിത്രമാണ് അത്. ആ വളർച്ചയിലെ ഒരു നിർണ്ണായകഘട്ടമാണ് ഇടപ്പള്ളി. എന്നാൽ ഇന്ന് അത്തരത്തില്ലള്ള പ്രതിബദ്ധമായ ധാർമ്മികത സമൂഹത്തിന് നഷ്ടമായി. അത് കമ്മ്യൂണിസ്റ്റ് പ്രസ്ഥാനത്തിന്റെ നഷ്ടം കൂടിയാണ്.

കമ്മ്യൂണിസ്റ്റ് പാർട്ടികളിൽ അതിന്റെ അടയാളമുദ്രകൾ അവശേ ഷിക്കുന്നില്ല. പക്ഷേ ഇടപ്പള്ളി പോലീസ് സ്റ്റേഷൻ ആക്രമണത്തിന്റെ ബലിയാട്ടകൾ നിരവധിയാണ്. ഇടപ്പള്ളി പോലീസ് സ്റ്റേഷൻ ആക്ര മിച്ചതിന്റെ പേരിൽ പോലീസ് ഭീകരമായി മർദ്ദിച്ച കൊന്ന കെ. യു. ദാസിന്റെ കുടുംബം അനാഥമായി. ദാസ് മരിക്കമ്പോൾ മകൻ തമ്പിക്ക് ആറുമാസം പ്രായം. ദാസിന്റെ മരണം അദ്ദേഹത്തിന്റെ ഭാര്യ ഏലിയയ്ക്ക് താങ്ങാനായില്ല. പ്രസവ സംബന്ധമായ രോഗത്തെ തുടർന്ന് അവരും മരിച്ചു. 1949 ൽ നടന്ന മിശ്രവിവാഹം പാല്യത്തുരുത്ത് എസ്.എൻ.ഡി.

പി. രജിസ്റ്ററിൽ രേഖപ്പെടുത്തിയിട്ടുണ്ട്. (24./11/1122). അനാഥനായ കുഞ്ഞ് അമ്മാവൻ കുര്യന്റെ കൂടെയാണ് ആദ്യനാളുകൾ ചിലവഴിച്ചത്. കഷ്ടപ്പാടുകൾക്കിടയിൽ ആ കുഞ്ഞ് വളർന്നു.

ജയിൽവാസം കഴിഞ്ഞ് തിരിച്ചെത്തിയ മാത്യു ആദ്യം അന്വേഷിച്ചത് ദാസിന്റെ മകനെക്കുറിച്ചായിരുന്നു. ആർക്കും അവനെക്കുറിച്ച് അറി യില്ലായിരുന്നു. അവിചാരിതമായി ഒരു ദിവസം ആലുവ കാത്തായി കോട്ടൺമില്ലിൽ എത്തിയ മാത്യു ഒരു പത്തുവയസുകാരൻ നിരാഹാര സമരം നടത്തുന്ന വാർത്ത കേട്ട് അങ്ങോട്ട് ചെന്നു. ആ കുട്ടിയുമായി മാത്യു സംസാരിച്ച അപ്പോഴാണ് അത് ദാസിന്റെ മകനാണെന്ന് മനസ്സി ലാക്കിയത്. അവനപ്പോൾ കാത്തായി കോട്ടൺ മില്ലിലെ കാന്റീൻ ജോലിക്കാരനായിരുന്നു. പലരെയും പിരിച്ച വിട്ട കൂട്ടത്തിൽ അവനെയും പിരിച്ചുവിട്ടു. അതിൽ പ്രതിഷേധിച്ചുള്ള സമരത്തിലായിരുന്നു തമ്പി. മാത്യു ദാസിന്റെ മകനെ വീട്ടിൽ കൊണ്ടു പോയി കുറച്ച നാൾ കൂടെ നിർത്തി.

ചെറുപ്രായത്തിൽ തന്നെ തമ്പി പിന്നീട് ജന്മനാടായ വാവക്കാട് എത്തി. കയർതൊഴിലാളിയായി. കുറച്ചനാൾ ഇന്ത്യൻ അലുമിനിയം കമ്പനിയിൽ ജോലി ചെയ്തു. അത് ബാലാനന്ദനുമായുള്ള പരിചയ ത്തിന്റെ പുറത്തായിരുന്നു. പിന്നീട് ഇടുക്കി മൂലമറ്റത്ത് പമ്പ് ഓപ്പ റേറ്ററായി. അതിനശേഷം ചെത്തു തൊഴിലാളിയായി. അതിന്റെ യൂണിയൻ നേതാവായി. കുറച്ചകാലം കോഴിക്കോട് ചെത്തുതൊഴിലാളി യൂണിയന്റെ വൈസ് പ്രസിഡന്റായിരുന്നു. ഇപ്പോൾ കോഴിക്കോട് താമസിക്കുന്നു. പറയഞ്ചേരി ലോക്കലിൽ സി.പി.എം. നേതാവാണ്.

തേവര കൃഷ്ണൻ കമ്മ്യൂണിസ്റ്റ് പാർട്ടിയിൽ അംഗമായത് വലിയ സ്വപ്ന സാക്ഷാത്കാരത്തിന് വേണ്ടിയായിരുന്നു. അസമത്വങ്ങൾക്കും അനീതികൾക്കും എതിരെ യുദ്ധം ചെയ്യലായിരുന്നു കൃഷ്ണന്റെ ലക്ഷ്യം. അസമത്വങ്ങൾ കണ്ട വളർന്ന ജീവിതത്തിന് അത് അവസാനിപ്പി ക്കാനുള്ള ആയുധമായിരുന്നു പാർട്ടി. കൊച്ചി നേവൽബേസിലെ മെസഞ്ചറായിരുന്ന കൃഷ്ണൻ അങ്ങനെയാണ് കമ്മ്യൂണിസ്റ്റ് പാർട്ടിയിൽ അംഗമായത്. പോലീസ് സ്റ്റേഷൻ ആക്രമണത്തിൽ സജീവ പങ്കാളി യായിരുന്നു. ഒളിവിൽ പോയ കൃഷ്ണനെ അറസ്റ്റ് ചെയ്യാൻ പോലീസ് സഹോദരിയെയും ഭർത്താവിനെയും നിരന്തരം മർദ്ദിച്ചും, ഭീഷണിപ്പെട ത്തിയും പീഡിപ്പിച്ചുകൊണ്ടിരുന്നു. അങ്ങനെ കൃഷ്ണനെ വീട്ടിൽ വരുത്തി കസ്റ്റഡിയിൽ എടുക്കുകയായിരുന്നു. കൊടിയ മർദ്ദനത്തിന് വിധേയ മാക്കിയ കൃഷ്ണനെതിരെയുള്ള കുറ്റം തെളിയിക്കാനായില്ല. പക്ഷേ എട്ട മാസത്തെ ലോക്കപ്പ് ജീവിതം കൊണ്ട് കൃഷ്ണൻ ആകെ നുറുങ്ങിപ്പോയി.

അമ്പതാണ്ടായ കാലത്ത് കൃഷ്ണൻ തേവരയിൽ ഒരു ചായക്കട നടത്തുകയാണ്. കൈയ്യിൽ വിറയ്ക്കുന്ന കറിപ്പാത്രവുമായി മേശയിൽ നിന്ന് മേശയിലേയ്ക്ക് നീങ്ങുന്ന കൃഷ്ണന് കഴിഞ്ഞ അമ്പതു വർഷമായി ശരീരമില്ല. ജ്വലിക്കുന്ന ഒരു ആത്മാവ് മാത്രമാണ് ഉള്ളത്. ലോക്കപ്പിൽ നിന്നും തിരിച്ച വന്ന കൃഷ്ണനെ സമൂഹം കണ്ടത് ഭീകരനായിട്ടായിരുന്നു. ജീവിതത്തിന്റെ ഗതിമുട്ടിയ നിമിഷങ്ങളായിരുന്നു അത്. ഉപജീവനത്തിന് പല വാതിലുകളും മുട്ടി. പക്ഷെ നിരാശയായിരുന്നു ഫലം. കൃഷ്ണന്റെ ചായക്കട ഇപ്പോൾ കൃഷ്ണന്റെ മകൻ ഭഗത്‌സിംഗ് നടത്തുന്നു. കൃഷ്ണൻ മാത്രമല്ല ആക്ഷനിൽ പങ്കെടുത്ത ചിലരെങ്കിലും ചരിത്രത്തിൽ എങ്ങുമില്ലാതെ പോയവരായുണ്ട്. വി. പി. സുരേന്ദ്രനും, മുളവുകാട് കുഞ്ഞുമോനും, ടി. ടി. മാധവനും അതിൽ അറിയപ്പെടാത്ത ചിലരാണ്. മുടിവെട്ട്, പാടം പണി, തെങ്ങു കയറ്റം തുടങ്ങിയ പാരമ്പര്യ ജോലികൾ ചെയ്ത് അവർ ഉപജീവനം നടത്തുന്നു. ആരോരുമറിയാതെ കഴിഞ്ഞു കൂടുന്ന ജന്മങ്ങൾ. അവർക്ക് ഇടപ്പള്ളി, പാർട്ടിക്ക് വേണ്ടി ചെയ്ത വലിയ ത്യാഗത്തിന്റെ സ്മരണയാണ്. പാർട്ടി അത് മറക്കുന്നത് അവർക്ക് പ്രശ്നമല്ല. ഇന്നും അനീതി കണ്ടാൽ അവരെതിർക്കും. അവർ എതിർപ്പിന്റെ ഉയിർപ്പുകൾ കൂടിയാണ്. ഒത്തുതീർപ്പ് അവരുടെ പുസ്തകത്തിലില്ല.

ലൈൻ മാറിയതുകൊണ്ട് ചരിത്രം മാറില്ല. പോയ കാലത്തിന്റെ സംഭവ പരമ്പരകളെ രേഖപ്പെടുത്തുന്നതും വിശദീകരിക്കുന്നതുമാണ് ചരിത്രം. പാർട്ടി കൽക്കത്ത തീസിസ് അംഗീകരിച്ച സമയത്ത് എം. എം. ലോറൻസ് പറവ്വൂരിലെത്തി കേസരി ഏ. ബാലകൃഷ്ണപിള്ളയെ കാണുന്നുണ്ട്. അന്ന് കേസരി പറഞ്ഞത്, "ഈ നയം ഇന്ത്യയിൽ വിജയിക്കില്ല. സ്റ്റേറ്റ് മിഷനറി ഇതിനെ തുടക്കത്തിൽ തന്നെ അടിച്ച തകർക്കും." അത് ശരിയായിരുന്നു. പക്ഷെ ആയുധമേന്തിയ കലാപം എന്ന രണ്ദിഖവ തീസിസാണ് കമ്മ്യൂണിസ്റ്റ് പാർട്ടിയുടെ സമരപരിപാ ടികളെ സാഹസികമാക്കിയത്. "തെറ്റായ പൊളിറ്റിക്കൽ ലൈനിന്റെ ഭാഗവും തീരുമാനവും ആയിരുന്ന ഇടപ്പള്ളി പോലീസ് സ്റ്റേഷൻ ആക്രമണം. അതൊരു സെക്ടേറിയൻ സാഹസിക ലൈനായിരുന്നു" എന്ന് ലോറൻസ് പറയുന്നുണ്ടെങ്കിലും അതൊരു ചരിത്ര സംഭവമല്ല; അതിനെ സ്മരിക്കേണ്ടതില്ല എന്ന വാദത്തെ അദ്ദേഹം അംഗീകരിച്ചിരുന്നില്ല. കാരണം ദാരിദ്ര്യത്തിൽ നിന്നും അടിമത്തത്തിൽ നിന്നും വിമോചനം നേടാൻ ജനകോടികൾ ആഗ്രഹിക്കുമ്പോൾ, വിപ്ലവ ത്തിനായി ജനങ്ങൾ ആവേശം കൊള്ളുമ്പോൾ അവർക്ക് നേതൃത്വം കൊടുക്കാൻ തൊഴിലാളിവർഗ്ഗം തയ്യാറായാൽ വിപ്ലവം നടക്കുമെന്ന കരുതിയ മനുഷ്യരുടെ കൂട്ടമാണ് ഇടപ്പള്ളി നിർമ്മിച്ചത്. അതിൽ

പങ്കെടുത്തവർക്ക് ക്രൂരമായ മർദ്ദനമാണ് ഏൽക്കേണ്ടിവന്നത്. രണ്ട് കൊല്ലമാണ് വിചാരണ തടവുകാരായി കഴിഞ്ഞത്. ഓരോ ദിവസവും ചടങ്ങുപോലെ പോലീസുകാർ ഇടിക്കും. ഓരോ ദിവസവും മർദ്ദനം കഴി യുമ്പോൾ അവർ ഓരോരുത്തരും വിചാരിക്കും പിറ്റേന്ന് മരിക്കുമെന്ന്.

ലോറൻസിന്റെ ഓർമ്മകളിൽ നിന്ന് "ഒന്നര മാസത്തോളം ഞങ്ങളെ കുളിക്കാൻ അനുവദിച്ചില്ല. 86 ദിവസം വരെ കുളിക്കാതെ ഇടി കൊണ്ടവരുണ്ട്. ചെറിയ ലോക്കപ്പ് മുറിയിൽ 30 പേരെയാണ് അടച്ചത്. ശവങ്ങൾ അടക്കിയിട്ടന്നതു പോലെ അടക്കിയിട്ടാലും കിടക്കാൻ ഇടമില്ല. ദുർഗന്ധം കാരണം പാറാവുകാരൻ മുറിക്ക് മുന്നിൽ നിൽക്കില്ല. ഒറ്റത്ത് കക്കൂസ്. അതും വൃത്തിയാക്കില്ല. കാറ്റടിക്കമ്പോൾ അവിടെ നിന്നുള്ള നാറ്റം അസഹനീയം. അവസാനം ഗാസ്പർ ഡിസിൽവ എന്ന ആംഗ്ലോ ഇന്ത്യൻ അംഗം തിരു-കൊച്ചി നിയമസഭയിൽ വിഷയം ഉന്നയിച്ചു. ഇനിയും മർദ്ദിച്ചാൽ മരിച്ച പോകും എന്ന വിവരം കിട്ടിയ തിനെ തുടർന്ന് സർക്കാർ ഇടപെട്ടു. അല്ലെങ്കിൽ ഞങ്ങളിൽ പലരും ഇന്നുണ്ടാവുമായിരുന്നില്ല." ലോറൻസിന്റെ അഭിപ്രായത്തിൽ പോലീസ് സ്റ്റേഷൻ ആക്രമണത്തിനു ശേഷമുള്ള കാലം പോലീസ് നരനായാട്ടിൽ ഒരു പ്രദേശം മുഴുവൻ മർദ്ദനം ഏറ്റുവാങ്ങി. അതെല്ലാം ഭരണകൂട വിരുദ്ധ വികാരം നിർമ്മിച്ച കാര്യങ്ങളായിരുന്നു. അത് കമ്മ്യൂണിസ്റ്റ് പാർട്ടിയെ മനസ്സിലാക്കുന്നതിന് ജനങ്ങളെ സഹായിച്ച സംഭവങ്ങളായിരുന്നു. അതിനാൽ അതൊന്നും അവഗണിക്കാൻ കഴിയുന്ന കാര്യങ്ങളല്ല.

ഇടപ്പള്ളി സംഭവത്തെക്കുറിച്ചും പൊളിറ്റിക്കൽ ലൈനിനെക്കുറിച്ചും പാർട്ടി മറ്റൊരു അഭിപ്രായത്തിലെത്തുന്നു എന്നത് ജയിലിൽ വച്ചാണ് ഞങ്ങളറിഞ്ഞതെന്നാണ് വിശ്വനാഥ മേനോൻ പറഞ്ഞത്. അതറിഞ്ഞ പ്പോൾ വലിയ മനോവിഷമം ഉണ്ടായതായും അദ്ദേഹം രേഖപ്പെടുത്തി. ഇടപ്പള്ളിയുടെ വാർഷികാഘോഷം എന്നതല്ല പ്രധാന കാര്യം അതിനെ അവഗണിക്കാൻ കഴിയുമോ എന്നതാണ് പ്രശ്നം. ഇടപ്പള്ളിയെ അവഗണിക്കാനാവില്ല എന്നു തന്നെയാണ് അദ്ദേഹത്തിന്റെ സുവ്യക്ത മായ അഭിപ്രായം. അദ്ദേഹം പറഞ്ഞു "അന്നത്തെ രാഷ്ട്രീയ സാഹചര്യം കണക്കിലെടുക്കമ്പോൾ അതൊരു മഹാസംഭവം തന്നെയാണ്. അത് പ്രസ്ഥാനത്തെ ഉത്തേജിപ്പിച്ചു. അതിന്റെ സംഭാവന വലുതായിരുന്നു. ഞാനും ലോറൻസുമൊക്കെ ജനപ്രതിനിധികളായി. ജനങ്ങൾ തള്ളി ക്കളഞ്ഞ ഒരു നീചകൃത്യമായിരുന്നെങ്കിൽ അതുണ്ടാകുമായിരുന്നോ? കേരളത്തിലെ ജനങ്ങൾ അതിനെ തള്ളിക്കളഞ്ഞിട്ടില്ല. ഓരോ കാല ഘട്ടത്തിന്റെ സ്ഫുരണങ്ങളാണ് ഇത്തരം സംഭവങ്ങളിൽ നിഴലിക്കുന്നത്. പാർട്ടി തന്നെ നിരസിച്ച രാഷ്ട്രീയ ലൈനിന്റെ കരുക്കളായി ഞങ്ങൾ

എന്ന് വേണമെങ്കിൽ പറയാം. പക്ഷേ ഇങ്ങനെയുള്ള സംഭവങ്ങൾ ഇനിയുണ്ടാകകേയില്ലെന്ന് പറയാനാകുമോ?" രണ്ട് സഖാക്കളെ പോലീസ് ലോക്കപ്പിൽ മർദ്ദിച്ച് അവശരാക്കി കൊല്ലാക്കൊല ചെയ്യുന്നു എന്നറിഞ്ഞ വേളയിൽ അവരെ രക്ഷിക്കാനുള്ള ഒരു ശ്രമമായിരുന്നു ഇടപ്പള്ളി പോലീസ് സ്റ്റേഷൻ ആക്രമണം. അത് ധീരോദാത്തമായ ഒരു മനുഷ്യബന്ധത്തിന്റെയും രാഷ്ട്രീയ ബന്ധത്തിന്റെയും ചട്ടലമായ ആകസ്മികതയായിരുന്നു. അതിനെ തുടർന്ന് ആയിരക്കണക്കിന് മനു ഷ്യരുടെ ജീവിതത്തിലേയ്ക്ക് ഇടിവണ്ടിയുമായി ഭരണകൂടം ഇരച്ചുകയറിയ തുകൊണ്ടാണ് അത് വലിയൊരു രാഷ്ട്രീയ ചരിത്രമായി മാറിയത്. അത് വിസ്മരിക്കുന്നതും അവഗണിക്കുന്നതും രാഷ്ട്രീയമായി ശരിയല്ല. എസ്. ശിവശങ്കരപിള്ളയും, കെ. എ. രാജനും, വി. പി. സുരേന്ദ്രനും, അരവി ന്ദാക്ഷനും, കുഞ്ഞുമോനും, വിജയകുമാറും ഇതിനെ കണ്ടത് അവരുടെ ജീവിതത്തിലെ ഏറ്റവും മഹത്തായ സംഭവമായിട്ട് തന്നെയായിരുന്നു. സ്വന്തം ജീവനും, രക്തവും ബലിയർപ്പിക്കാൻ തയ്യാറായ ആ മുഷ്ക്കർത്തും തന്നെയായിരുന്നു അവരുടെ ജീവിതത്തിലെ തിളങ്ങുന്ന അനർഘനി മിഷങ്ങൾ.

ഒരു ജീവിത കാലത്ത് മറ്റാർക്കും കഴിയാത്ത അത്യപൂർവ്വമായ ചരിത്രം രചിച്ചതിൽ അവർ ആത്മഹർഷത്തിൽ തന്നെയായിരുന്നു. വിപ്ല വകാരികളുടെ പ്രോജ്ജ്വലമായ അഭിമാന സ്തൂപമായി ഇടപ്പള്ളി സംഭവം ഉയർന്നു നിൽക്കുന്നു. കേരളത്തിൽ ജന്മിത്വത്തിനും സാമ്രാജ്യത്വത്തിനും സർ സി.പി.ക്കുമെതിരെ നടന്ന നിരവധി പോരാട്ടങ്ങൾ ചോരയിൽ എഴുതിയ ചരിത്രസംഭവങ്ങളായിരുന്നു. പുന്നപ്ര-വയലാർ, ശൂരനാട്, അന്തിക്കാട്, കയ്യൂർ, കരിവെള്ളൂർ, ഒഞ്ചിയം, കാവുമ്പായി, മുനയംകുന്ന് എന്നിവയോടൊപ്പം ഇതിഹാസം രചിച്ച നിണമണിഞ്ഞ കലാപമാണ് ഇടപ്പള്ളി കലാപം. കമ്മ്യൂണിസ്റ്റ് കലാപങ്ങളിലെ ഒരു രക്തനക്ഷത്രം. അനിതര സാധാരണമായ ത്യാഗത്തിന്റെയും പീഡനത്തിന്റെയും ചോര ചിതറിയ ചരിത്രമാണത്. ആത്മസമർപ്പണത്തിന്റെയും ജീവബലിയുടെ യും പ്രതിബദ്ധമായ അദ്ധ്യായം. രക്തസാക്ഷിത്വത്തിന്റെ ച്ചര് ഒഴുകിയ ഇടപ്പള്ളിയെ മാറവിയിലൊളിപ്പിക്കാൻ ആർക്കുമാവില്ല. കാലത്തിന് മുന്നിൽ അതെപ്പോഴും ഉയർത്തെഴുന്നേറ്റുകൊണ്ടിരിക്കും.

അമേരിക്കൻ ചാരക്കണ്ണുകൾ

ഞാൻ ഇടപ്പള്ളി പോലീസ് സ്റ്റേഷൻ ആക്രമണത്തെക്കുറിച്ചും അതിന്റെ രാഷ്ട്രീയ സമസ്യകളെക്കുറിച്ചും അന്വേഷിക്കാൻ തുടങ്ങിയിട്ട് ഏതാണ്ട് ഒരു കൊല്ലത്തിലധികമായി. ഇതിനിടയിൽ എന്നെ അത്ഭുതപ്പെടുത്തികൊണ്ട് മാതൃഭൂമിയിലെ പി. ആനന്ദിന്റെ ഒരു ഫോൺ വന്നു. ഇടപ്പള്ളി സംഭവവുമായി ബന്ധപ്പെട്ട ഒരു സംശയം തീർക്കാനാണ് എന്നാണ് ആനന്ദ് ആമുഖമായി പറഞ്ഞത്. ആനന്ദ് എന്നോട് ചോദിച്ചത് ഇതാണ്."കമ്മ്യൂണിസ്റ്റ് പാർട്ടിയിൽ അംഗമായിരുന്ന ഒരു വിദ്യാർത്ഥി നേതാവ് കേന്ദ്ര ഇന്റലിജൻസ് ഏജൻസിയുടെ ഏജന്റായിരുന്നു എന്ന വാർത്തയുണ്ട്. ഇദ്ദേഹം ഇടപ്പള്ളി ആക്ഷനിൽ പങ്കെടുത്തവരുടെ പേരുകൾ പോലീസിന് ചോർത്തി കൊടുത്തിരുന്നു എന്നാണ് അറിയുന്നത്. ഇങ്ങനെ ഒരു കഥാപാത്രത്തെക്കുറിച്ച് സാറിന് എന്തെങ്കിലും അറിവുണ്ടോ?" ചോദ്യം സത്യത്തിൽ എന്നെ അമ്പരപ്പിച്ചു. കഴിഞ്ഞ ഒരു വർഷമായി ഇടപ്പള്ളി സംഭവത്തെക്കുറിച്ച് പല സ്ഥലത്തും ആർക്കൈവ്സിലും അന്വേഷിച്ചുകൊണ്ടിരിക്കുകയായിരുന്നു. ഇങ്ങനെ ഒരു വാർത്ത ഇതുവരെ എന്റെ ശ്രദ്ധയിൽപെട്ടില്ല. അതുകൊണ്ട് ഞാൻ ആനന്ദിനോട് പറഞ്ഞു.

"എനിക്കറിയില്ല അച്ഛനോ ലോറൻസ് സഖാവോ അതിനെക്കുറിച്ച് ഒന്നും തന്നെ സൂചിപ്പിച്ചിട്ടില്ല" ഒരു കാര്യം എനിക്ക് ഉറപ്പുണ്ടായിരുന്നു. വിശ്വനാഥ മേനോൻ, കെ. സി. മാത്യു തുടങ്ങിയ ആർക്കും തന്നെ അതിനെക്കുറിച്ച് ഒന്നും അറിയില്ലായിരുന്നു. എഴുപതാം വാർഷികം ആഘോഷിച്ച സമയത്തു പോലും ഇത് പൊങ്ങി വന്നിരുന്നില്ല. രണ്ടായിരം മെയ് 18 ന് ഇതു സംബന്ധിച്ച ഇൻഫർമേഷൻ റിപ്പോർട്ട് റിലീസ് ചെയ്യാൻ CIA യുടെ അപ്രൂവൽ ലഭിച്ചതാണെങ്കിലും നമുക്കിടയിൽ അത് വാർത്തയായി സഞ്ചരിക്കാൻ തുടങ്ങിയിട്ട് അധികകാലമായില്ല. ഏതാണ്ട് ഒരു മാസമേ ആയിട്ടുള്ളൂ.

സി.ഐ.എ. വാർത്തകളുമായി ബന്ധപ്പെട്ട അന്വേഷണത്തിൽ മുഴുകി ജോലി ചെയ്തു കൊണ്ടിരുന്ന ആനന്ദിന് ഇടപ്പള്ളി പോലീസ് സ്റ്റേഷൻ ആക്രമണവുമായി ബന്ധപ്പെട്ട കാര്യങ്ങളിൽ അമേരിക്കൻ താൽപര്യം എത്രത്തോളമുണ്ടായിരുന്നെന്നും കമ്മ്യൂണിസ്റ്റ് പാർട്ടിയിൽ അന്ന് കടന്നുകൂടിയ ചാരൻ ആരാണെന്നറിയാനുള്ള താൽപര്യവുമാണ് ഈ വിഷയം സാമൂഹ്യ ചർച്ചയിൽ എത്തിച്ചത്. ഏതായാലും അതീവ

Approved For Release 20... CIA-RDP...00457R005600290003-0

CLASSIFICATION SECRET/CONTROL — U.S. OFFICIALS ONLY   25X1A

CENTRAL INTELLIGENCE AGENCY   REPORT NO.

INFORMATION REPORT   CD NO.

RETURN TO CIA LIBRARY

COUNTRY India	DATE DISTR. 22 Aug. 1950
SUBJECT Government of India Agent in the Communist Party of India	NO. OF PAGES 1
PLACE ACQUIRED 25X1A	NO. OF ENCLS. (LISTED BELOW)
DATE OF INFO. 25X1A	SUPPLEMENT TO REPORT NO. 25X1X

FOR CRITICAL SECURITY REASONS THIS REPORT IS NOT TO BE FURTHER TRANSMITTED WITHIN THE UNITED STATES, OR BEYOND THE BORDERS OF THE UNITED STATES, WITHOUT THE EXPRESS PERMISSION OF THE CLEARING OFFICE.

1. A warning has been issued to all cells and local committees by the Kerala Provincial Committee (KPC) of the Communist Party of India (CPI) to be on the lookout for a CPI member who has suddenly disappeared and is now evidenced to be an agent of the Central Intelligence Bureau, Government of India (GOI). He was an active and very popular CPI worker among the students of the United State of Travancore-Cochin (USTC). He was frequently seen in student hostels and in popular eating places; CPI members admired him for his dramatic escapes from near police arrests with other party members.

2. This member, while working inside the CPI, was able to contribute the information which led to the arrest of several CPI members in the Edapally Police Station Raid case. An effective raid on the Kalady headquarters of the KPC was also attributed to the information this member supplied to the USTC police.

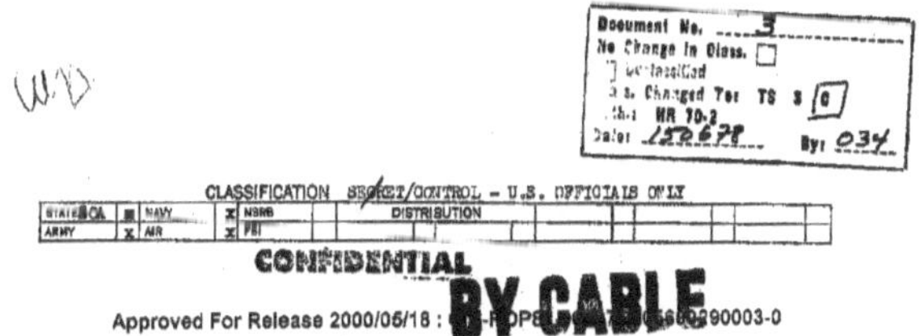

CLASSIFICATION SECRET/CONTROL — U.S. OFFICIALS ONLY

STATE	X	NAVY	X	NSRB		DISTRIBUTION							
ARMY	X	AIR	X	FBI									

CONFIDENTIAL

BY CABLE

Approved For Release 2000/05/18 : CIA-RDP82...600290003-0

രഹസ്യമായ ആ രേഖ ഈ പുസ്തകത്തിൽ ഒരു ഡോക്യുമെന്റായി വെക്കുകയാണ്.

1950 ഫെബ്രുവരി 28ന് നടന്ന പോലീസ് സ്റ്റേഷൻ ആക്രമണത്തെ ക്കുറിച്ചും അതിന്റെ പിന്നാമ്പുറ കാര്യങ്ങളെക്കുറിച്ചും 1950 ആഗസ്റ്റ് 22 ന് CIA യ്ക്ക് റിപ്പോർട്ട് കിട്ടുന്നു എന്നത് നമ്മളെ ഭയപ്പെടത്തേണ്ടതാണ്. നമ്മുടെ ആഭ്യന്തര സുരക്ഷിതത്വം എത്ര ദുർബലമാണ് എന്നതിന്റെ സൂചനഅത് നൽകുന്നുണ്ട്.

ഇൻഫർമേഷൻ റിപ്പോർട്ടിന്റെ സംക്ഷിപ്ത രൂപം താഴെ കൊടുക്കുന്നു.

1.കമ്മ്യൂണിസ്റ്റ് പാർട്ടി ഓഫ് ഇന്ത്യയുടെ കേരള പ്രൊവിൻഷ്യൽ കമ്മറ്റി അതിന്റെ എല്ലാ സെല്ലുകളിലേയ്ക്കും ലോക്കൽ കമ്മറ്റികളിലേയ്ക്കും ഒരു മുന്നറിയിപ്പ് പുറപ്പെടുവിക്കുന്നു. കമ്മ്യൂണിസ്റ്റ് പാർട്ടിയുടെ ഒരു മെമ്പറും, എന്നാൽ പെട്ടെന്ന് അപ്രത്യക്ഷനമായിരിക്കുന്നതുമായ ഈ വ്യക്തി കേന്ദ്ര ഇന്റലിജൻസ് ഏജൻസിയുടെ ഒരു ഏജന്റാണെന്ന് തിരിച്ചറിഞ്ഞതിനെ തുടർന്ന് ഇയാളെ കണ്ടെത്തുന്നതിനുള്ള ഒരു അറിയിപ്പാണ് ഇത്. ഇയാൾ തിരു-കൊച്ചി സംസ്ഥാനത്തെ വിദ്യാർത്ഥികൾക്കിടയിൽ സജീവമായും, ജനപ്രിയമായും പ്രവർത്തിച്ച വരികയായിരുന്നു. വിദ്യാർത്ഥി ഹോസ്റ്റലുകളിലും അവരുടെ ഭോജന ശാലകളിലും ഇയാൾ ഒരു സ്ഥിര സാന്നിദ്ധ്യമായിരുന്നു. പോലീസ് അറസ്റ്റുകളിൽ നിന്നും അയാളുടെ നാടകീയമായ രക്ഷപെടലുകളും കൂടെയുള്ള സഖാക്കളെ രക്ഷപെടുത്തുന്നതും ആദരവോടുകൂടിയാണ് കമ്മ്യൂണിസ്റ്റ് പാർട്ടി അംഗങ്ങൾ കണ്ടിരുന്നത്.

2.കമ്മ്യൂണിസ്റ്റ് പാർട്ടിക്കുള്ളിൽ പ്രവർത്തിച്ചുകൊണ്ട് ഈ അംഗം ഇടപ്പള്ളി പോലീസ് സ്റ്റേഷൻ ആക്രമണ കേസിൽ ഉൾപ്പെട്ടിരുന്ന പലരുടെയും അറസ്റ്റിന് ആവശ്യമായ പല വിവരങ്ങളും നൽകുകയുണ്ടായി. പാർട്ടിയുടെ കേരള പ്രൊവിൻഷ്യൽ കമ്മറ്റിയുടെ ആസ്ഥാനമായ കാലടി കേന്ദ്രത്തിൽ പോലീസിന് ഫലപ്രദമായി റെയ്ഡ് നടത്താൻ ആവശ്യമായ വിവരങ്ങളും ഇയാളിൽ നിന്ന് ലഭിച്ചിരുന്നു.

മേൽ സൂചിപ്പിച്ച CIA ഇൻഫർമേഷൻ റിപ്പോർട്ട് വ്യക്തമാക്കുന്നത് കമ്മ്യൂണിസ്റ്റ് പാർട്ടി അതിന്റെ ഭ്രൂണാവസ്ഥയിലായിരുന്ന കാലത്തു പോലും പാർട്ടിയോട് കൂറും പ്രതിബദ്ധതയില്ലാത്തവരും പ്രത്യയശാസ്ത്ര ബോധ്യമില്ലാത്തവരും അതിൽ നുഴഞ്ഞു കയറിയിരുന്നു എന്നാണ്. പാർട്ടിയിൽ വന്നാൽ എം.എൽ.എ.യോ മന്ത്രിയോ ആകാൻ കഴിയുമെന്ന് സ്വപ്നം പോലും കാണാൻ കഴിയാതിരുന്ന കാലമാണ് അത്. എന്നിട്ടും നുഴഞ്ഞ് കയറ്റക്കാർ ഉണ്ടായിരുന്നു. അപ്പോൾ ഇന്നത്തെ സ്ഥിതി ആലോചിക്കാവുന്നതേയുള്ളൂ. ഇന്ന് കമ്മ്യൂണിസ്റ്റ് പാർട്ടിയുടെ വക്താക്കളായി വരുന്നവരിൽ ബഹുഭൂരിപക്ഷവും കരീയറിസ്റ്റുകളാണ്. വാക്കുകളിൽ അവർ തീർത്തെടുക്കുന്ന മെയ്‌വഴക്കം അവസരവാദത്തിന്റെ അപ്പോസ്തലാവസ്ഥകളാണ്. ആ മാജിക്കിലാണ് അവർക്ക് അധികാര സ്ഥാനങ്ങൾ ലഭിക്കുന്നത്. ഈ ഉള്ളടക്കമാണ് കമ്മ്യൂണിസ്റ്റ് പാർട്ടികളെ ജീർണാവസ്ഥയിൽ എത്തിച്ചിരിക്കുന്നത്. കമ്മ്യൂണിസ്റ്റ് പാർട്ടികളെ തകർക്കുന്നത് പുറത്തുള്ള ശത്രുക്കളല്ല. അകത്തുള്ള അവസരവാദികളാണ്. അവരിലൂടെയാണ് തിരുവാതിര വരുന്നത്.

ഭരണവും അധികാരവും നഷ്ടപ്പെട്ടാൽ ഇവർ പുതിയ മേച്ചിൽ പുറങ്ങളി ലേയ്ക്ക് ചേക്കേറും. പ്രസ്ഥാനം ചീട്ട് കൊട്ടാരംപോലെ പൊളിഞ്ഞ് വീഴും. ബംഗാൾ ഇതിന്റെ ഉദാഹരണമാണ്.

CIA (Central Intelligence Agency)ലോകത്തെല്ലായിടത്തും കമ്മ്യൂണിസ്റ്റ് മുന്നേറ്റങ്ങളെ പ്രതിരോധിക്കാൻ ഇടപെട്ടുകൊണ്ടിരുന്നു. പ്രത്യേകിച്ച് 1950 കളിൽ. അന്ന് ബ്രിട്ടീഷ് ഗയാന, ഗ്വാട്ടിമാല, കോംഗോ, ഇൻഡോനേഷ്യ, വിയറ്റ്നാം, ഇറാൻ തുടങ്ങിയ രാജ്യങ്ങളിൽ കമ്മ്യ ണിസ്റ്റ് മുന്നേറ്റങ്ങളെ തടയാൻ CIA യുടെ ഇടപെടൽ ഉണ്ടായിരുന്നു. കേരളത്തിൽ CIA ഇടപെട്ടത് വിമോചന സമരത്തിൽ ആയിരുന്നു എന്നാണ് പൊതുധാരണ. 1957-61 കാലത്ത് ഇന്ത്യയിലെ അമേരിക്കൻ അംബാസിഡർ ആയിരുന്ന എൽസ് വർത്ത് ബങ്കർ സ്ഥിരീകരിക്കുന്ന ചരിത്രപ്രധാനമായ ഒരു അഭിമുഖ സംഭാഷണം ന്യൂയോർക്കിലെ കൊളംബിയ വാമൊഴി ശേഖരത്തിൽ തനിക്ക് കണ്ടെത്താൻ കഴി ഞ്ഞെന്ന് ഡോക്ടർ തോമസ് ഐസക് വ്യക്തമാക്കിയിട്ടുണ്ട്. CIA യും കേരളത്തിലെ വിമോചന സമരവും തമ്മിലുള്ള ബന്ധത്തെക്കുറിച്ചുള്ള ആദ്യത്തെ ഔദ്യോഗിക സ്ഥിരീകരണം പാട്രിക് മൊയ്നിഹാന്റെ 1978 ലെ 'അപകടകരമായ പ്രദേശം' (A Dangerous Place) എന്ന ഗ്രന്ഥ ത്തിലായിരുന്നു. റെക്കോഡുകൾ പരിശോധിച്ച സമയത്ത് ഇന്ത്യൻ രാഷ്ട്രീയത്തിൽ ഇടപെടാൻ രണ്ട് വട്ടമാണ് CIA പണം ചെലവഴിച്ചി ട്ടുള്ളത് എന്നാണ് അദ്ദേഹം എഴുതിയത്. ഒരു തവണ കേരളത്തിലും ഒരു തവണ ബംഗാളിലും പണം നൽകി. ഇതിനെക്കാൾ എന്നെ അമ്പരപ്പിച്ചത്, ഇന്ത്യയ്ക്ക് സ്വാതന്ത്ര്യം ലഭിച്ചതുമുതൽ അമേരിക്കയുടെ ചാരക്കണ്ണുകൾ ഇന്ത്യയിൽ ഉണ്ടായിരുന്നു എന്നതാണ്. ഇടപ്പള്ളി പോലീസ് സ്റ്റേഷൻ ആക്രമണക്കേസിൽ CIA സാന്നിദ്ധ്യം അതാണ് വ്യക്തമാക്കുന്നത്.

കോടതിവിധി

Supreme Court of India

K.C. Mathew And Others vs The State Of Travancore-Cochin on 15 December, 1955

Equivalent citations: 1956 AIR 241, 1955 SCR (2)1057

Author: V Bose

Bench: Bose, Vivian

```
            PETITIONER:
    K.C. MATHEW AND OTHERS

        Vs.

    RESPONDENT:
    THE STATE OF TRAVANCORE-COCHIN.

    DATE OF JUDGMENT:
    15/12/1955

    BENCH:
    BOSE, VIVIAN
    BENCH:
    BOSE, VIVIAN
    AIYYAR, T.L. VENKATARAMA
    AIYAR, N. CHANDRASEKHARA

    CITATION:
     1956 AIR  241        1955 SCR  (2)1057


    ACT:
    Sessions  Trial-Charge-Different offences against  different
    accused lumped together-Legality-Examination of the  accused
    neither full nor clear-Failure to raise objection at earlier
    stages-Withholding  by the accused of  facts  within  their
    special knowledge-Inference-Code of Criminal Procedure  (Act
    V  of  1898), ss. 225, 342, 537-Indian Penal  Code  (XLV  of
    1860), ss. 302, 149.


    HEADNOTE:
    The  appellants  were  put up for trial  along  with  others
    before  the Court of Sessions.  The charge against them  set
    out  the fact that they formed an unlawful assembly,  stated
    the common object specifying in detail the part each accused
    had  played  and then gave a list of ten  sections  of  the.
    Travancore Penal Code including sections which correspond to
    s.  302  of  the Indian Penal Coderead with  s.  149.   The
    Sessions Judge acquitted them under s. 302 read with s.  149
    but convicted them on the lesser charges.  They appealed  to
    the  High  Court against their convictions  and  the  State
    appealed against their acquittals under s. 302 read with  s.
    149.  The High Court dismissed their appeals and allowed the
    appeals against their acquittals and sentenced each of  them
```

to transportation for life. It was contended on their behalf that the charge was not in accordance with law and their examinations under s. 342 of the Code of Criminal Procedure were defective and prejudiced them.

Held, that the charge framed was a legal one and was expressly covered by s. 225 of the Code of Criminal Procedure. Each of the accused was apprised of the facts alleged against him and he could easily pick out the relevant sections under which he was charged. There could, therefore, be no prejudice to any one of them.

Held further, that as no objection was taken to the defective examination under s. 342 of the Code of Criminal Procedure at an earlier stage although the accused were represented by counsel, and as the petition of appeal did not set out the questions the court should have put to them and the answers they would have given and as they thereby withheld from the court facts which were within their special knowledge, the court was entitled to draw an adverse conclusion against them and hold that no prejudice had been caused to them.

That when an accused person is not properly questioned under s. 342 so as to enable him to explain the circumstances appearing in the evidence against him he is entitled to ask the appellate Court, which is the ultimate court of fact, to place him in the same position
1058
he would have been in if he had been properly questioned and to take the explanation he would have given, if he had been asked, into consideration when weighing the evidence in just the same way as the court would have done if the explanation had been there all along. But he cannot ask to be placed in a better position than he would have been in if the court had done its duty from the start. Therefore, when complaining of prejudice he must set out the questions he should have been asked and indicate the answers he would have given.

JUDGMENT:

CRIMINAL APPELLATE JURISDICTION: Criminal Appeal No. 97 of 1953.

Appeal under Article 134(1)(c) of the Constitution from the judgment and order dated the 15th June 1953 of the Travancore-Cochin High Court in Criminal Appeals Nos. 54, 55, 56, 58 and 79 of 1952.

S. Mohan Kumaramangalam and S. Subramaniam, for the appellants.

Sardar Bahadur, for the respondent.

സ്റ്റേഷൻ ആക്രമിച്ചവർ

പോലീസ് സ്റ്റേഷൻ ആക്രമണത്തിൽ പങ്കെടുത്തവർ

1. കെ. സി. മാത്യു

2. കെ. യു. ദാസ്

3. എം. എം. ലോറൻസ്

4. വി. വിശ്വനാഥ മേനോൻ

5. കെ. എ. എബ്രഹാം

6. മഞ്ഞുമ്മൽ കൃഷ്ണൻകുട്ടി

7. ഒ. രാഘവൻ

8. എം. എ. അരവിന്ദാക്ഷൻ

9. വി. സി. ചാഞ്ചൻ

10. വി. പി. സുരേന്ദ്രൻ

11. വി. കെ. സുഗുണൻ

12. കുഞ്ഞൻ ബാവ എന്ന കുഞ്ഞുമോൻ

13. ടി. ടി. മാധവൻ

14. എസ്. ശിവശങ്കരപ്പിള്ള

15. സി. എൻ. കൃഷ്ണൻ (തേവര)

16. കുഞ്ഞപ്പൻ

17. കൃഷ്ണപിള്ള

(ആക്ഷനിൽ പങ്കെടുത്ത കുഞ്ഞപ്പൻ, കൃഷ്ണപിള്ള എന്നിവരെ അറസ്റ്റ് ചെയ്യാനോ, കേസിൽ ഉൾപ്പെടുത്താനോ പോലീസിന് കഴിഞ്ഞില്ല. അതിനാവശ്യമായ വിവരം പോലീസിന് ലഭിച്ചില്ല.)

പോലീസ് പ്രതിയാക്കിയവർ

1.കെ. സി. മാത്യു

2.കെ. യു. ദാസ്

3.കെ. എ. രാജൻ

4.കെ. എം. എബ്രഹാം

5.കെ. ആർ. കൃഷ്ണൻകുട്ടി (മഞ്ഞു
മ്മൽ)

6.പയ്യപ്പിള്ളി ബാലൻ

7.ഒ. രാഘവൻ

8.എം. എ. അരവിന്ദാക്ഷൻ

9.കെ. എ. കൃഷ്ണൻ

10.എം. ഉണ്ണി

11.വി. സി. ചാഞ്ചൻ

12.കെ. എം. ബാവ

13.വി. പി. സുരേന്ദ്രൻ

14.വി. കെ. സുഗുണൻ

15.എൻ. കെ. ശ്രീധരൻ

16.എ. വി. ജോസഫ്

17.വി. ശൗരിമുത്ത

18.കെ. ബി. ജോർജ്ജ്

19.എ. കെ. കുമാരൻ

20.എൻ. എ. കുമാരൻ

21.കെ. എം. കണ്ണൻ

22.ഡോക്ടർ കെ. എം. അയ്യപ്പൻ

23.പി. കെ. രവീന്ദ്രൻ

24.കുഞ്ഞൻ ബാവ കുഞ്ഞുമോൻ

25.ടി. ടി. മാധവൻ

26.എസ്. ശിവശങ്കരപിള്ള

27.കെ. എ. രാമൻ

28.സി. എൻ. കൃഷ്ണൻ

29.വി. വിശ്വനാഥമേനോൻ

30.എം. എം. ലോറൻസ്

31.പി. വിജയകുമാർ

32.എൻ. കെ. മാധവൻ

33.കെ. എ. വറ്റുള്ളി

സഹായക ഗ്രന്ഥങ്ങൾ

1. പയ്യപ്പിള്ളി ബാലൻ1989
   ആലുവാപ്പുഴ പിന്നെയും ഒഴുകി, ചിന്ത പബ്ലിഷേഴ്സ് തിരുവനന്ത പുരം

2. വി. വിശ്വനാഥമേനോൻ2009
   കാലത്തിനൊപ്പം മായാത്ത ഓർമ്മകൾ, കറന്റ് ബുക്സ് തൃശ്ശൂർ

3. പയ്യപ്പിള്ളി ബാലൻ1984
   ആലുവാ ട്രേഡ് യൂണിയൻ
   പ്രസ്ഥാനത്തിന്റെ ആദ്യനാളുകൾ, ചിന്ത പബ്ലിഷേഴ്സ് തിരുവന ന്തപുരം

4. ഇ. ബാലാനന്ദൻ2008
   നടന്നു തീർത്ത വഴികൾ, ഗ്രീൻ ബുക്സ്

5. ഗീത കൃഷ്ണൻ 2021
   ഇടപ്പള്ളി ശിവൻ - ഇടറാത്ത വിശ്വാസക്കരുത്ത്
   ലോഗോസ് ബുക്ക്സ്

6. എൻ. എം. പിയേഴ്സൺ2013
   ശിരസ്സറ്റ രക്തസാക്ഷി
   ഡി.സി ബുക്സ്

7. രാമചന്ദ്രൻ2013
   നക്ഷത്രവും ചുറ്റികയും - കേരള കമ്മ്യൂണിസത്തിന്റെ ചരിത്രം 1931-64
   പ്രണതാ ബുക്സ്- കൊച്ചി

8. എൻ.എസ്. മാധവൻ
   ലന്തൻ ബത്തേരിയിലെ ലുത്തിനിയകൾ
   ഡി.സി. ബുക്സ് - 2003

9. ടി.എം. തോമസ് ഐസക് 2008
   വിമോചന സമരത്തിന്റെ കാണാപ്പുറങ്ങൾ
   ദേശാഭിമാനി ബുക്ക് ഹൗസ്, തിരുവനന്തപുരം.

10. Andre Glucksmann1980
    The Master Thinkers - The manifesto of the 'New Philosophy' from France, Harper & Row

11. Brinton, Crane1930
    The Jacobins : An Essay in the New History
    The Macmillan Company

12. Regis Debray2007
    Praised Be Our Lords : A Political Education
    Verso, London

13. Revolution in the Revolution? Armed Struggle and political struggle in Latin America world cat.org. Retrieved 27 June 2021

14. Victor Gourevitch1997
    The Social contract and other later political writings
    Cambridge University Press.

15. E.P Thomson 2011
    William Morris : Romantic to Revolutionary
    The Merlin Press Ltd.

16. E.P Thomson 2021
    Revolution Out of Apathy New Left Review

17. George Lukacs
    Lenin : A study on the unity of his thought.
    https:// www.marxists.or>works>……

18. Antonio Negri and Michael Hardt 2000
    Empire
    Harvard University Press, New York

19. Atlury Murali 2009
    Putehalapalli Sundarayya - An autobiography
    National Book Trust, India.

20. Eric Hobsbawm 1989
    The Age of Empire
    Abacus - London

21. Howard. G. Schneiderman 2012
    Crane Brinton, The New History and Retrospective Sociology
    Transaction publishers, London.